तू

ऐश्वर्य पाटेकर

सकाळ प्रकाशन

जू

प्रथम आवृत्ती : फेब्रुवारी २०१६

द्वितीय आवृत्ती : मे २०१७

अक्षरजुळणी आणि मांडणी : अश्विनी महाजन

मुखपृष्ठ व रेखाटन : अन्वर हुसेन

प्रकाशक

सकाळ पेपर्स प्रा. लि.

५९५, बुधवार पेठ, पुणे ४११ ००२

मुद्रणस्थळ

रेप्रो नॉलेज कास्ट लिमिटेड, ठाणे

ISBN : 978-93-84316-96-9

अधिक माहितीकरिता

०२०-२४४० ५६७८/८८८८८ ४९०५०
sakalprakashan@esakal.com

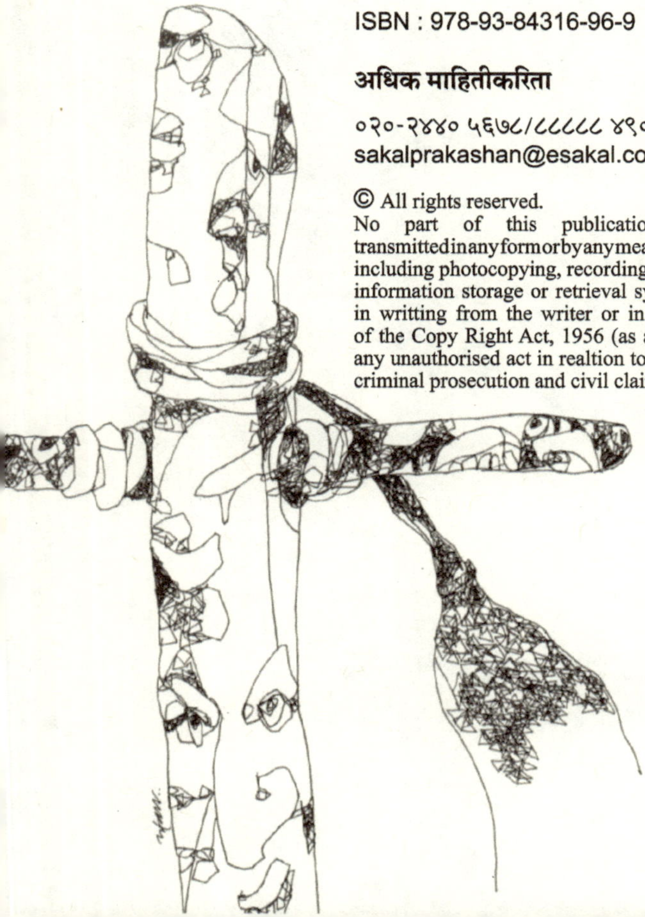

आई
माई
आक्का, तावडी, पमी
तसेच संतू, झिंग्या, पग्या, गण्या, दिवड्या
अन् माझ्यातला 'भावड्या'
या सर्वांना तोलून धरणाऱ्या
माझ्या पाटेगावास...

मराठी साहित्यविश्व समृद्ध करणारे आत्मकथन

ऐश्वर्य पाटेकर हे आजच्या तरुण पिढीतले महत्त्वाचे कवी. त्यांना साहित्य अकादमीचा युवा पुरस्कार प्राप्त झाला आहे, तो त्यांच्या आगळ्यावेगळ्या आणि सच्च्या कवितेमुळे, गुणवत्तेमुळे. खेड्याची माती ज्याच्या अंगभर भिनली आहे, असा कवी म्हणजे ऐश्वर्य पाटेकर. हेच पाटेकर आता 'जू' हे आत्मकथन आपल्यासमोर घेऊन आले आहेत. हे आत्मकथनही अनेक अर्थाने वेगळे आहे. साधारणतः आत्मकथनांमध्ये थोडीबहुत निर्मिती असतेच, किंबहुना जो जगलेला भाग असतो, त्याची पुनर्निर्मिती लेखकाला करावी लागते. परंतु या आत्मकथनामध्ये मात्र जी पुनर्निर्मिती झालेली आहे, ती ललित लेखकाच्या अंगाने, कवीच्या अंगाने झाली आहे. त्यामुळे प्रतिमा-प्रतीकांच्या भाषेतच लेखक इथे बोलतोय. त्यामुळे संपूर्ण आत्मकथनाला एक काव्यात्मकतेचा पदर प्राप्त होत जातो. या काव्यात्मकतेमुळे हे आत्मकथन अधिक प्रभावी आणि वास्तवदर्शीही होत जाते. लासलगाव - चांदवड परिसरातील ग्रामीण बोली हे या आत्मकथनाचे आणखी एक वैशिष्ट्य आहे. या बोलीतले वेगळे शब्द, वाक्प्रचार आणि म्हणींमुळे प्रत्ययकारितेमध्ये वाढच होत जाते. पाटेकर यांच्या व्यक्तिमत्त्वावर लोकसाहित्याचे संस्कार आहेत. त्यामुळे अनेक लोकगीतांचे संदर्भ तर येतातच; पण त्यांची संपूर्ण शैलीही लोकसाहित्याने प्रभावित झाली आहे. त्यामुळे छोटी-छोटी वाक्ये, वाक्यांची-शब्दांची पुनरावृत्ती, पुष्कळ ठिकाणी गीताच्या जवळ जाणारी रचना, यामुळे या आत्मकथनाची वाचनीयता वाढत जाते आणि त्याचवेळी परिस्थितीच्या 'जू' ने पिचून गेलेल्या जीवनाची वेदना वाचकांना अस्वस्थ करते. मराठी साहित्यविश्वाला समृद्ध करणारे हे एक ग्रामीण आत्मकथन म्हणूनच महत्त्वाचे आहे.

हे पाटेकर यांचे आत्मकथन आहे, असे म्हणून भागणार नाही. त्यांच्या आईने विपरीत परिस्थितीशी जी झुंज दिली, त्या झुंजीची ही संघर्ष गाथा आहे. या आत्मकथनाचा केंद्रबिंदू पाटेकर यांची आईच आहे. दुसरे केंद्र म्हणजे दारिद्र्याच्या, दुःखाच्या छायेमध्ये वाढत

जाणारे, आपले कवीपण फुलवणारे ऐश्वर्य पाटेकर हे मूल आहे. अर्थात, या दोघांभोवतीचे सारे जग इथे येतेच. किंबहुना, या जगानेच त्यांच्या वाट्याला दुःखाचे दशावतार आणले आहेत. ऐश्वर्यच्या वडिलांनी दुसरे लग्न केले, यामध्ये त्यांची आई, बहीण, मेव्हणा, मुंबईचा बुट्टा भाऊ असे सगळे सामील आहेत. दुसरे लग्न का, तर या पहिल्या बायकोला म्हणजे ऐश्वर्यच्या आईला साऱ्या मुलीच होतात म्हणून आणि ती शोभत नाही म्हणून. खरे म्हणजे ऐश्वर्यच्या वडिलांचे म्हणजे नामदेवचे शिक्षण त्याच्या सासरच्या लोकांनी केलेले. जावई शिकला तर आपली लेक सुखात राहील, ही भावना त्यामागे होती; परंतु झाले उलटेच. शिकत असतानाच त्याने दुसरी बाई पाहून ठेवलेली. नंतर घरच्या लोकांनीही त्याला साथ दिली आणि त्याचे दुसरे लग्न होते आणि येथूनच ऐश्वर्यच्या आईच्या दुःखाचा प्रारंभ होतो. तिला हाकलून द्यायचा चंगच सासरच्या मंडळींनी बांधलेला असतो. ती माहेरी जावी म्हणून तिच्यावर अनेकदा हल्ले करतात. लहान-लहान चार मुली आणि पोटात मूल अशा परिस्थितीत ही बाई काय करणार? प्रारंभी ती माहेरी जाते, तर भावजयीने अक्षरशः हकलून दिले. मग पुन्हा ती सासरी पाटेगावला येते. तिथेच ठाण मांडून राहते.आपल्या मुलींच्या मदतीने स्वतः घर बांधते. मोलमजुरी करून आपल्या मुलांना वाढवित राहते.

तिकडे वणीमध्ये तिचा नवरा दुसऱ्या बाईबरोबर संसार थाटतो. आपल्या पहिल्या बायकोला आणि मुलींना उघड्या आकाशाखाली सोडून देतो. परंतु ही जिद्दीची बाई न डगमगता मोलमजुरी करून, स्वतःच्या चार बिघे शेतात राबून मुलांना वाढवित राहते. परंतु तिच्या सासूला, नवऱ्याला, नणंदेला आणि तिच्या नवऱ्याला या बाईला गावातच राहू द्यायचे नसते. तिला सहकार्य करणे तर सोडाच, परंतु धमकावणे, मारहाण करणे, घर पाडून टाकणे, पोलीस केस करणे असले उपद्व्याप ही मंडळी सतत करतात. तिला जीव नकोसा करून सोडतात. अशा अवस्थेत आपल्या चार मुली आणि एक मुलगा यांना पोटाशी धरून तिथेच जिद्दीने ती संघर्ष करत राहते. पोटगीचा दावाही लावते आणि जिंकते. ऐश्वर्यचा बाप म्हणजे नामदेव हा माणूस कमालीचा स्वार्थी, क्रूर आणि उलट्या काळजाचा आहे. मुलींच्या लग्नांमध्येच अडचणी आणण्याचा तो प्रयत्न करतो. त्याची दुसरी बायको लहान ऐश्वर्यला जिवे मारण्याचा प्रयत्न करते, आजी आणि इतर मंडळी मुलींचा छळ करतात, तर तो दुसऱ्या बायकोच्या आणि आईच्या बाजूनेच उभा राहतो. त्याला आपल्या मुलींबद्दल थोडेही प्रेम वाटत नाही. असा बाप, असा माणूस ज्यांच्या वाट्याला आला, त्यांच्या आयुष्याची धुळवड होणारच! ही धुळवड ऐश्वर्यच्या वाट्याला आली. त्याची आई तर या सर्व दुःखावर मात करणारी महानायिकाच वाटते.

या आत्मकथनाचा एक पदर आहे तो ही सारी मुले वाढण्याचा. त्यांचे बालपण,

बालपणातले हट्ट, त्यांची भूक आणि उपासमार, उपासमारीतून सुटण्यासाठीचे प्रयत्न. कधी चिंचेचा पाला खाऊन राहा, कधी गिरणीतील पीठ चोरून आण असेही प्रकार होत राहतात. अशा सगळ्या विपरीत परिस्थितीत वाढत जाणारी मुले इथे फार चांगल्या रीतीने चित्रीत झाली आहेत. वाढत्या वयानुसार त्यांची समज कशी वाढत जाते, याचे चित्रणही पाटेकर यांची मानवी जीवनासंबंधीची जाण व्यक्त करते.

या आत्मकथनात ऐश्वर्यचे वाढणे, त्याचे मित्र, त्याची शाळा, बापाचे नसणे, त्यातून निर्माण झालेले ताणतणाव हे सारे तर प्रकट होत जातेच. पण मुख्य म्हणजे त्याची जगावेगळी संवेदनशीलता प्रकट होत जाते. कवी म्हणून त्याचा कसा विकास होत जातो, हेही कळते. चौथीत असतानाच त्याने कविता लिहिली, परंतु त्याच्या शिक्षकांना वाटते, की त्याने ती चोरली आहे. त्यातून त्याला मित्र चिडवतातही; परंतु त्याचे कविता लिहिणे थांबत नाही. कारण त्याला कवित्व मुळी जन्मतःच प्राप्त झालेले आहे. तो दारिद्र्य आणि दुःखावर मात करीत सतत कविता लिहीत राहतो. वाचत राहतो. शेवटी देवळ्याच्या शाळेत त्याच्यातल्या कवीचा सन्मान होतो. त्याला त्याच्या स्वत्त्वाची जाणीव होते. स्वतःची ओळख पटते. त्या बळावर तो ताठ उभा राहतो. एक प्रकारे इथे संकटावर मात करीत जाणारा किशोर जसा प्रकट होतो, त्याप्रमाणे त्याच्या बालपणातून तो किशोरावस्थेकडे कसा जातो, याचेही उत्तम आरेखन झाले आहे. त्याबरोबरच एका कवीचा विकासही चित्रीत झाला आहे. ग्रामीण जीवन, त्यातले ताणतणाव, नातेसंबंध त्यातला पीळ सांगणारे हे आत्मकथन माणसाच्या अभंग जिद्दीची कथा आहे. परिस्थितीचे 'जू' मानेवरती असतेच, गाडा ओढावा लागतोच, पण त्यावरही मात करून उभे राहता येते, अशी प्रेरणा देणारे हे आत्मकथन म्हणजे मराठीतली एक अजोड कलाकृती आहे.

– डॉ. नागनाथ कोतापल्ले
पुणे

१

चार गावच्या बारवा अन् मी मधी जोंधळा हिरवा!

चार माझ्या लेकी
चार गावच्या बारवा
अन् माझा ग लेक बाई
मधी जोंधळा हिरवा....!

तांबडफुटीत आईचे शब्द कानावर पडताच; मी उठून अंगाभोवती घोंगडी लपेटून, आईपाशी जात्यापाळी येऊन बसायचो. आई या ओवीत भान हरपलेली. तिची नसन्‌नस गाऊन उठत होती. माझ्या अस्तित्वाची तिला जराही चाहूल नसायची. मूठमूठ दाणे जात्यात टाकायची अन् ओवीमागून ओवी गुंफत जायची. अवघं जगण्याचं रामायण न् महाभारत त्यातून चित्तारायचं. टोपलीत पीठ भरताना पुन्हा सारं रामायण महाभारत काळजात आवरूनसावरून ठेवून द्यायची. ते दुसऱ्या दिवसाच्या तांबडफुटीपर्यंत! अशी पहाट दर पहाट आईच्या भरगच्च ओव्यांनी भारलेली.... भरलेली.... काहूरलेली.... गलबललेली.... व्याकूळलेली.... आईच्या या आमच्या जगण्याच्या कथाकथनानं माझ्या जन्माआधीचा अन् नंतरचा चित्तरपट माझ्या काळजात मात्र जमा व्हायचा. विटेवर वीट रचत जावी तसा थर साचत जायचा.

माझ्या चार बहिणी. माझ्यापेक्षा सर्वच्या सर्व थोरल्या; मी सर्वात धाकटा. बहिणी त्यांच्या सासरी सुखसमाधानात नांदताहेत. आईचं त्यांना बारवा म्हणणं अन् मला हिरवा जोंधळा. ही ओवी मला भारी आवडून जायची. बालपणी आईला ही ओवी मी हमेशाच म्हणायला लावायचो. आज याच ओवीच्या निमित्तानं, भुईमुगाची शेंग सोलावी; तशा आठवणी आपसूक सोलून येताहेत. उलून येताहेत. उडताहेत टरफलं. होताहेत पाचोळा. साराच कळवळा गलबलून येता येता; जिवाला एकवटून. घरादारासकट, शेतजमिनीसकट, जगण्याच्या बुडाशी लोहकून आलेली अवकळा. सारं अन् सारं काही तीस-पस्तीस वर्षांपूर्वीचा जगून झालेला काळ; पुन्हा समोर उभा ठाकला.

कॅलेंडरची कितीतरी पानं पलटून जावी; तशी पाहता पाहता मधली वर्षं निघून गेली.

आज पुन्हा इतक्या वर्षांनंतर गावाकडं आलो....

रानात सहज फेरफटका मारला. शिवारभर जमिनीत उगवून आलंय हिरवं पीक. जरा फिरतो कडामेर तर पाठीवरून फिरतात हिरवीगार पानं. हाच तो आईचा मायाळू हात. मला सावली धरताधरताच मातीमोल झालेला. माती माती होऊनसुद्धा; पिकांतून पुन्हा हा असा हिरवा होऊन आलेला. काळजात पाऊस रिमझिम बरसला! आईच ती! आठवतं तिच्या तळपायांना असंख्य भेगा पडल्या होत्या. त्यातून रक्त भळभळायचं. रातच्याला आईचा पाय मांडीवर घेऊन मी आईला म्हणायचो,

''आई, तुझ्या पायांच्या भेगांना क्रॅक क्रीम लावून देतो!''

तेव्हा आई माझ्या तोंडावरून हात फिरवत माझी कीव करत म्हणायची,

''लेका, दुन्यातल्या समद्या किरमा घेवून आला तरी त्या माझ्या भेगायपुढं हरतील. भेगा मातूर हरनार न्हायी. त्या लढतच ऱ्हातील; पाय रक्तबंबाळ करत!''

जरा पाय उचलून पुढं निघतो, तर ठणक भिडली बेंबीच्या देठाला. विंचवानं नांगी मारल्यानंतर होणाऱ्या कळांपेक्षाही या वेदना कळा मारू लागल्या. झालं काय! मशागतीतून मागं राहिलेलं एकुलतं धसकट खस्कन खुपसलं पायात. हाच का तो माझा बाप! ज्यानं मोडला होता आईचा खोपा. दुसऱ्या बाईसाठी. जो रात्रंदिनी सोलवटून काढायचा माझी आतडी. मी भ्यायचो पाहून त्याची निगरगट्ट गेंड्याची कातडी! त्याला दया न माया. भोवला आमच्या साऱ्यांच्या अस्तित्वाला. पायाची जखम जास्तच भळभळू लागली. त्यावर बांधण्यासाठी शोधू लागलो चिरगूट. विहिरीच्या भरावावर पडलेल्या दगडात दिसलं चिंधूक; म्हणून उचलायला गेलो तर रानमांजर फिसफिसली. काळीज धपधपू लागलं. हीच का ती घाऱ्या डोळ्याची चेटकिणाई? माझी सावत्र आई. तिनं केला होता माझा गळा दाबून मला जीवे मारण्याचा प्रयत्न अन् जहर देऊनही; पण माझ्या आईनं अन् बहिणींनी ठेवलं मला शाबूत. मला तिच्यासकट दुष्ट माणसांची दृष्ट लागेल म्हणून दिवसाआड माझ्या बहिणी उतरवून फेकायच्या माझ्यावरून मीठमोहऱ्या.

''आल्याऽऽची गेल्याऽऽची सपटपावल्या अवदसेचीऽऽ'' सर्वांत थोरली बहीण माई

''चेटकिणीच्याऽऽ चेटूकाचीऽऽ'' माईपेक्षा धाकली आक्का

''पापिणीच्या नदरंचीऽऽ''आक्काच्या पाठची तावडी

''केरसुनीच्याऽऽ इराद्याचीऽऽ'' सर्वांत धाकटी पमी

''बापाचीऽऽ, आजीचीऽऽ, आत्याचीऽऽ, नानाचीऽऽ नानीचीऽऽ अन् भोकरडोळ्या कावळ्याचीऽऽ'' सर्व मिळून म्हणायच्या.

मी त्यांना म्हणायचो, ''काय होतं ग दृष्ट लागली तर?''

"दृष्ट झाली त् चांगल्या माणसांची व्हावी त् उतरून जाते; मात्र वाईटाची झाली तर ती उतरता उतरत नाही!"

बहिणींची लग्न झाली. त्या त्यांच्या सासरी गेल्या. मग माझी दृष्ट काढणारं कुणीच उरलं नाही. म्हणूनच की काय? त्यानंतर रोजच मला दृष्ट लागत गेली. दुःखंच दुःखं भेरुडासारखी अंगावर चढत गेली. परत एकदा बोलवून घ्यावं बहिणींना अन् सांगावं दृष्ट काढायला....

चालता चालता दोन आडदांड धसमुसळी तारटं एकत्र येताच पडलो पाय अडकून. हेच ते माझे चुलते. ज्यांनी फोडलं होतं आईचं डोकं. बांधाच्या वादावादीवरून. मी उपसला होता रागाच्या भरात त्या कोवळ्या वयातही, आजोबाच्या नावानं मेरावर बसवलेला 'दगडाचा चिरा!' चुलते शेपूट पायात घालून पळाले. शेजारच्या कौसाकाकूनं फाडला खस्कन लुगड्याचा पदर. बांधला आईच्या भळभळत्या जखमेवर. कौसाकाकू रागानं म्हणत होती,

"जीव घेनार व्हते का मेले!"

"कौसा, त्यांना वाटलं म्या अशानं पाटी भरून जायीन, जमीनजुमला त्यायच्या डाच्यात घालून. म्या बरी जायीन, आयतं रान त्यायला चराया मोकळं सोडून?"

इकडं मी आजोबाच्या चिऱ्याजवळ पोट धरून कळवळतोय, "आईवंऽऽ!"

आई धावतच आली. कौसाकाकूही लगोलग. आई म्हणाली,

"आरे माझ्या कर्मा! यवढा भला चिरा उपसला की काय? पोटात कळ भरली आसंल, मेल्या!"

"बेंबीजवळ पोट दुखतंय." मी कळवळून म्हणालो.

कौसाकाकूचेही डोळे भरून आले.

"आरे पुता, तू केवढा... दगड केवढा? आसं न्हायी करायचं लेका!"

आईनं कळवळून मला पोटाशी धरलं. अन् म्हणाली,

"त्ये वैरी झाले म्हनून आपून न्हायी व्हायचं. देव पाहून घेयीन त्यायला!"

आज आजोबाच्या चिऱ्याजवळ गाजरगवत उगवून आलं होतं. काटेकुटे, दगडगोटे साचले होते. म्हणून ती जागा निटनाट केली, तर डोक्यात काठीचा तडाखा बसल्यासारखा. आजोबाही काही कमी दुष्ट नव्हता. आईच्या डोक्याला पडलेली खोच कितीतरी वर्ष बुजली नव्हती.

पुढं निघालो तर मेरावरच भल्याभल्या शिंगाड्या काट्यांची बाभूळ दिसली, जी आधी नव्हती. तिला पाहून वाटलं; या असल्या साजिऱ्यागोजिऱ्या गोंडस पिकात ही कशी उगवून आली शिंगाड्या काट्याची बाभूळ? हीच न ती माझी आजी! जिनं उपटल्या होत्या आईच्या झिंज्या. चोरून भाकर खाल्ली म्हणून. दिले बहिणींच्या हाताला बोट-बोट

चटके; ज्यांनी की हे पाहिलं अन् आजीला सांगितलं नाही म्हणून. आजीनं ठोठावली होती बहिणींना चटक्याची सजा. हातात जळतं लाकूड पाहून; बहिणींचा उठला होता एकच हलकल्लोळ!....

"नकोऽऽ न्ऽऽ नको आजीऽऽ माला नको देवू चटका!" आक्का कळवळली.

"आजीऽऽ आता न्हायी व्हनारऽऽ पुन्हा चूक.... नको न देवू चटका!" तावडी.

"न्हायी न आजीऽऽ लई दुखतंय!" लहानगी पमी म्हणाली.

तहान लागली. घसा कोरडा पडला म्हणून विहिरीकडं निघालो; तर रस्त्यातच बोराटीनं जखडून धरली माझ्या हातापायाची कातडी. तिच्या तावडीतून निसटता निसटता, असे काही ओरखडे ओढले की भळभळ रक्त. बोराटीचे बैतल काटे असे की निघता निघत नव्हते. हीच ती माझी वेणूआत्या अन् आजीची कजाग लेक. बापाच्या दुसऱ्या लग्नाची करवरी होण्यासाठी तैवरलेली; जिनं केलं होतं आईच्या संसाराचं वाटोळं.

"नाम्देवा! तुला अशी बायकू करून आणू साऱ्या गावात देखणी!"

"न्हायी त् काय ह्ये रिकामं ढोर संभाळीत बसला!"

"ह्ये उगा येडबागडं अन् तिची जनपटही तशीच."

लग्नाची बायको अन् पोरं असूनही; बापाला बांधलं होतं बाशिंग.

चालता चालता अकस्मात दिसलं, दाढेत हाडूक चघळणारं काळंबेंद्रं कुत्रं. हाडूक टाकून पळालं. आऽऽ वासून परत फिरलं. हाच तो माझा गाव. जो केव्हाही व्हस्कन यायचा अंगावर अन् नेमकी पायाची पोटरी सोडून धरायचा परिस्थितीचा लचका. आईनं मजुरीच्या कामाची अनेक जणांकडून उचल घेतलेली असायची. तीही पुरत नव्हती. खाणारी तोंडं अनेक अन् कमावणारी एकटी. नेमकी एकाच वेळी कामाची झुंबड उठायची. जो तो आईला कैचीत पकडू पाहायचा अन् कामाचा तगादा लावायचा.

"वैनी, आज आम्च्या मळ्यात कांदे काढायचं काम हाये कुनाचा व्हका घेवू नको!"

"भावजी, आज मी त् पुंज्या मोठ्याईच्या मळ्यात जातेय."

"कामाला ये नही त् ती उचल परत कर!"

"कुडून देवू माझ्याकत् कवडी न्हायी!"

"माला काय सांगू नको."

आई कधीकधी तर कावून जायची. त्राग्यानं म्हणायची,

"या देहाचे किती वाटं करू आता? हात दोनच; हजार न्हायी. हजार आस्तेत् लई बरं झालं आस्तं! यकाच येळी साऱ्यायच्याच मळ्यात कामाला गेले आस्ते!"

आई काही चिखलमातीची नव्हती. चिखलामातीनं माखली जरी असली तरी ती हाडामांसाची होती. हे कुणालाच कळायचं नाही. एखाद्या माणसाच्या आयुष्यात असंख्य

कसोट्या लिहिलेल्या असतात. त्याला त्या द्याव्याच लागतात. त्यातून आईही सुटली नाही. आईनं दिल्या परीक्षामागून परीक्षा; एकही पेपर अर्धवट सोडून उठली नाही. फायनलला फर्स्टक्लास घेऊन पास झाली. ती होतीच तेवढी धीराची. शाळा शिकलेली नसूनही विद्यापीठासारखी.

लहानपणी असाच पळत आलो होतो घरी. रडून रडून डोळे मुठीएवढे. आई कामावरून आली अन् म्हणाली,

"कोनी काय केलं माझ्या लेकाला?"

"आई, माला नवा सदरा आणून दे बरं!"

"घेवू हां नंतर; आता यवढे पैसे हाये कुडं मजजवळ."

"पोरं माला फाटका म्हनतात."

"यवढंच!"

"यवढंच म्हन्जे" मी गालाचा चंबू करत म्हणालो.

"आरे लेका, फाटेलंच म्हनतात; कुनी बाटेलं त् न्हायी म्हनत न्!"

"न्हायी!"

"आरे, फाटलेला सदरा शिवून घालता येतो पन बाटलं त् बाटलंच त्याला परत टाका घालता येत न्हायी!"

काळजाला जिभळी लागून आली होती. डोळे पाणावले होते. जरा वेळ विहिरीच्या धावेवर बसलो. उठून उभा राहिलो तोच मोरांची केकारव. एवढे मोर कुठून आले आपल्या वावरात? गावात तर मोर कधीच पाहिले नव्हते. मोराचं पीस मात्र शाळेत असताना पोरं कुठूनकुठून घेऊन यायचे अन् पुस्तकात ठेवून द्यायचे. एव्हाना मोरांनी फेर धरला माझ्याभोवती. हरेक मोर पिसारा फुलवून नाचायलाच लागला. एवढा कुठला आनंद त्यांना झाला असावा? मला काही सांगायचंय का त्यांना. म्हणून जरा जवळ गेलो; न्याहाळून पाहिलं.... अन् मी अवाक् झालो!

अरेच्चा!

हा त् संतू

हा त् नित्या

हा त् दिवड्या

हा त् आर्ज्या

हा त् सुकड्या

हा त् पक्या

हा त् संप्या

हा त् गण्या
हा त् गुऱ्या
हा त् झिंग्या
हा त् हण्त्या
हा त् पग्या

हेच ते माझे सोबती. यांच्यामुळेच तर गाव जित्तं राहिलं न माझ्यात. मी ओळखलंय तुम्हांला असं म्हणताच खूप आनंद झाल्यासारखे मोर निघून गेले. मला काय काय विचारायचं होतं त्यांना! राहिलंच. संतूच्या डोक्याला नदीत पोहताना खोच पडली होती; ती बरी झाली का? कंथईचा आर्ज्यानं भोवरे कुठं ठेवले असतील? नित्याच्या कोयींचं काय झालं? इल्यानं धरलेला सोनकिडा जित्ता असेल का? यसुंताबाबाचं संबळ नित्यानं जपून ठेवलंय का? फुस्से गेलेले फटाके अजूनही असतील का संतूकडं? सुकड्यानं विडीचे थोटकं फेकून दिले का? डॉक्टरच्या पक्याच्या चावीच्या ट्रॅक्टरचं काय झालं?

कसं नि काय सरवा वेचून झाल्यानंतर मागं पडून राहिलेलं; दाण्यांनी गच्च भरलेलं कणीस, मला सापडलं. हातात घेऊन सहजच कुस्करलं... दाणे दाणे भुईभर. तर भराभरा चिमण्या गोळा झाल्या. चिमण्या इतक्या की मोजताही येईना. त्यांचा चिवचिवाट असा की खूप ओळखीचा. माझा कुठलाही अडसर त्यांना वाटत नव्हता. एवढ्या धीट. मात्र आत्ताच वेचतील दाणा, मग वेचतील; कशाचं काय? त्या तर टुकूरटुकूर माझ्याकडं पाहत बसल्या. जशा त्या मला त्यांची ओळख सांगू पाहत होत्या. मला कुरवाळल्यासारखं न्याहाळलं.... मग माझ्याही ध्यानात आलं.

अरे!!
ही तर आवडाई; माझी अलबला घेणारी
ही तर पमाई; कंदील घेऊन उजेड दावणारी
ही शांताआजी; आईला मरता मरता वाचवणारी
ही सीतावहिनी; रोज रात्री कालवण आणणारी
ही जिजामावशी; आईची बहीण होणारी
ही राधाई; माझ्यासाठी कुळदाची जिलेबी करणारी
ही चंद्रभागाई; मला तिच्या स्तनाला पाजणारी
ही दुर्गावहिनी; एक तरी भाकर उरवून; आमच्यासाठी पदरात गुंडाळून आणणारी
ही तानुताई, ही कौसाई, ही वच्छीलाआक्का....
किती ह्या आयाबाया; आईच्या सख्यासोबतिणी...

साऱ्याच मला जोजवणाऱ्या. माणुसकीची खरीखुरी व्याख्या जगणाऱ्या. आईच्या मोडू पाहणाऱ्या संसाराची मेढ होऊ पाहणाऱ्या. मातीला हात लावून मी पाया पडल्यासारखं

केलं. दाणा दाणा चोचीत उचलून चिमण्या निघून गेल्या. आशीर्वादासारखी चिवचिव करत...

बांधावरून चालता चालता, हिरव्यागार पिकाच्या मधोमध पोहोचलो. जगून राठ झालेल्या शरीराचं भुरभुरलं जावळ. याच त्या माझ्या चार बहिणी. नवा सदरा माझ्या अंगावर आला, तरी मला कडेवर उचलून गावभर मिरवत फिरणाऱ्या. त्यांना नवे कपडे मिळायचे नाही. मला मिळाले तरी त्यांना कोण आनंद व्हायचा. मला सांभाळण्यासाठी चौघींमध्ये भांडणं व्हायची... त्यांच्या भांडणाचा न्यायनिवाडाच माझ्या चिमुकल्या न्यायालयात व्हायचा. एकेक करत मला विचारायच्या,

"भाऊ, तू कुनाचा?"
"मी माईचा!"
"भाऊ, तू कुनाचा?"
"मी आक्काचा!"
"भाऊ, तू कुनाचा?"
"मी तावडीचा!"
"भाऊ, तू कुनाचा?"
"मी पमीचा!"

मी त्यांची नावं घेतली की त्यांचं काळीज सुपाएवढं व्हायचं.

अजून एक आठवण आहेच. आई बाजारातून आली की आमच्यासाठी खाऊ आणायची. भांडणं होऊ नये म्हणून आईच खाऊचे वाटे करून द्यायची. बहिणींपेक्षा खाऊचा वाटा मला जास्तीचा मिळायचा. तो खाऊन उरायचा. पोट तरी केवढं, उलीसंच! म्हणून मग माझ्या बहिणी, एकेक करत माझ्यापुढे हात पसरवून, डोळे लावत म्हणत,

"आंधळ्याला कोण खाऊ देतं.... आंधळ्याला कोण खाऊ देतं!"

मी मूठमूठ खाऊ प्रत्येकीच्या हातावर ठेवायचो. अशा माझ्या बहिणी. आईच्या जात्यापाळच्या लोकगीतातल्या चार गावच्या बारवा अन् मी मधी जोंधळा हिरवा...

उलगडत निघालोय आमच्या जगण्याचा चित्तरपट...
आठवणींचा पदर धरून
अनुभवांच्या वारुळाचं खोदकाम मी सुरू करतोय.

❑❑

२
नवी बाहुली....

काही आठवणी हटवादीपणानं काळजाच्या मोहळाला डिवचतात. मोहळ भणभणत उठतं; अन् जागच्या जागी काळजाला डंख करत राहतं. बरं काळीज उघडून दाखवताही येत नाही. डंख केलेली जागा मात्र कायमची फुणफुणत राहते. डोळ्यांच्या पापण्या जाळणारी ही हकिकत माईनं सांगितलेली. माई माझी मोठी बहीण. आजीनं मोहून घेतलेली, लहान पोरांना काय, लळा लावला की आगंमागं फिरतात. तो लळा खोटा आहे की खरा; हेही उमगण्याचं त्याचं वय नसतच. पण एक झालं; त्यामुळेच आईच्या या हकिकतीची ती साक्षीदार झाली. शब्दाला शब्द जोडून तिनं ही हकिकत; कुठल्या तरी दुखऱ्या वेळी माझ्यासमोर ठेवली.

आईच्या बाळंतपणाचं कारण दाखवत आईला मानोरीला पाठवलं. आई तेव्हा तावडीच्या वेळी पोटुशी होती. इकडं पाटेगावात मात्र बापाचं दुसरं लग्न करायचं ठरलं. म्हणून पोरी पाहण्याचा जोरदार कार्यक्रम सुरू होता. आमची वेणूआत्या बापाची करवरी होण्यासाठी तयवरलेली. तिचा नवरा मिलट्रीत मेजर होता. तो खास सुट्टी काढून सासुरवाडीस तळ ठोकून बसला. आमच्या बापाचं लग्न कुठल्याही परिस्थितीत करायचंच असा चंग आजीच्या ह्या भोकरडोळ्याच्या जावयानं बांधला. बापही पुन्हा एकदा बोहल्यावर चढण्यासाठी हुळहुळा झाला होता. बापाचे गावातले जोडीदार, हरीतात्या अन्, दाताळ्या दत्तू हे दोघंही भगली बारा. बापाबरोबर एखादा कप दारू प्यायला मिळायची. म्हणून पोरी पाहायचं काम त्यांनी अंगावर घेतलं. आतापर्यंत बापाला एकशे एक मुली त्यांनी दाखवल्या होत्या. पण बापाच्या मनाला त्या काही आल्या नव्हत्या. फुटाणे खाता खाता हरीतात्या म्हणाला,

"भाऊसायब, पार चांदवड तालुका पालथा घातला; पर मनाजोगी पोर काही गावली न्हायी!"

"ह्ये हरीतात्या, चांदवडची कुडली गोस्ट घेवून बसला बिड्या; निफाड तालुकाही उलगला न्! ऱ्हायल्यासायल्या सिन्नर तालुक्यालाबी शेज लावलाच की आपुन!" तोंडात

भरलेला फुटाण्याचा बकणा चावता चावता दाताळ्या दत्तू म्हणाला.

"मेजरसायब, तुमीच आता तुम्च्या मेव्हण्याच्या लगनाचं मनावं घ्या; आम्चे त् हात टेकले त्यायच्या पुढं!" हरीतात्या दारूचा प्याला मेजरच्या हातात देतादेता म्हणाला.

"नाम्देवा, माझ्या कानात सांग तुला कशी पोर्गी पाह्यजेल, हजार पोरी उभ्या करतो तुझ्यासमुख. हायेस कुडं!" आजीच्या भोकरडोळ्याच्या जावयानं घटघट करत प्याला नरड्याच्या खाली उतरवत; मिशा पिळत जाहीर केलं.

"नाही त् काय! या अडाणी ढोराचं लोढणं, कशापायी गळ्यात वागवतोय? दे लाथाळून." आजी भाजलेले पापड बैठकीच्यापुढं ठेवत म्हणाली.

"तुला त् बिलकूलही शोभत न्हायी. तिला हाये का काही कळा!" वेणूआत्या

"नुस्त्या पोरी जल्माला घालून न्हायलीय; ह्या बारीलाही तिला पोरगीच व्हईल; वेणू, तू गंमत पाहा!" आजी म्हणाली.

"नाम्देवा, तू तरी कसा तयार झाला व्हता लगनाला!"

"त्याचं वय तरी काय व्हतं, बाळात्यातून उठलाबी न्हवता; तवाच त्याच्या बापानं त्याचं लगनाचं तुणतुणं वाजवलं!" आजी म्हणाली.

"शेतीमातीत माखलेली. मामाला कुडं गवसली व्हती ही पोर? नाम्देवाचं वाटोळं झालं!" भोकरडोळ्याचा जावई म्हणाला.

"तुम्च्या मामाला कशाला मालाच गवसली! माझ्या आत्येभावानं माथी मारली! तवा माझी अक्कल कुडं पेंड खायला गेली व्हती कोन जाणू!" आजीनं पश्चात्ताप व्यक्त केला.

"न्हायी दादा, झालं ते झालं पन आता देखणी बायको कर!" वेणूआत्या

आपल्या बापाच्या लग्नाची गोष्ट ऐकून लहानगी माई रडाया लागली. बाप तिची समजूत काढू लागला.

"काय झालं, माई, रडायला?"

"तुम्ही लगीन करणार; म्हण्जे माझ्या आईला काढून देणार; मग मला आई राहील का?"

"अग येडे, त्वा बाप तुला दुसरी आई आणणारंय; मागल्या जत्रंतून कशी बाहुली आणली व्हती अप्पानं!" वेणूआत्या म्हणालो.

"आग्दी त्या बाहुलीसारखीऽऽऽ" माई उत्सुकतेनं म्हणाली

"मंगऽऽऽ तुझ्या ह्या आईला काय करते; ती आता जुनी झाली!" आजी म्हणाली.

"हा मग आणा आई बाहुलीसारखी!" माई निरागसपणे म्हणाली.

लहानगी माई माझ्या चुलतीकडं गेली अन् तिला म्हणाली,

"नानीऽऽ, तुला माहीतय का? अण्णा मला बाहुलीसारखी आई आणणारंय!"

"हा न् बाई! तुला त् आता नवी भावली मिळंल!" नानी आत्याकडं पाहून डोळे मिचकावत म्हणाली.

"दाटीमुटी नाही काही! खरंच आणणारंय मला नवी बाहुली; हो की नाही ग आजी?"

"मंगऽऽ आशी भावली आणंल तुझा बाप की गावात कुनाकडंच नसनार!" आजी नथीला झोल देत म्हणाली.

माईचं वय अजाण. जशी बाहुली जुनी झाली की तिला टाकून दिलं जातं अन् बाजारातून नवी बाहुली आणली जाते; माईसाठी बापानं बायको करणं म्हणजे नवीन बाहुली बाजारातून आणण्यासारखं होतं. बापानं तिच्या हातावर दहा पैसे टेकवले अन् ती आनंदानं उड्या मारत गोळ्या आणायला बाहेर पडली.

होता करता पानेवाडीची एक मुलगी पसंत पडली. याचा आनंद भोकरडोळ्याला झाला. त्यानं खास कोंबडीच्या जेवणाचा बेत केला. हरीतात्या कोंबडी घेऊन आला. मिलट्रीच्या दारूचा स्टॉक होताच. कोंबडी कापायचं काम भोकरडोळ्याच्या जावयानं आपल्या अंगावर घेतलं. वेणूआत्या मसाला पाट्यावर वाटू लागली. तेवढ्यात माई बाहेरून खेळून आली. तिला कोंबडी पाहून खूप आनंद झाला. ती बापाकडं जात म्हणाली,

"अण्णा, आपल्याला कोंबडी पाळायचीय का?"

"वेडे, ती पाळायला नाही आणली."

"मंग कशाला?"

"कोंबडी कापून खायचीय!"

"यीऽऽऽ कोंबडी कधी कापता का अण्णा?"

"तू कालवण खाशील न् येडे! मंग कळंल तुला?" वेणूआत्या

"बिचारी रडल न् मंग कापल्यावर?"

लहानग्या माईला काय ठाऊक होतं की कोंबडीचाच नाही; तर तिच्या आईच्याही भावनांचा बळी देतायत. आईच्या सुखावरही सरासरा सुरा चालवणारे हे सारेच खाटीक जमून आले होते. भोकरडोळ्याचा जावई सुरा घासता घासता म्हणाला,

"नाम्देवा! पोर कशीय?"

तीन पोरीचा बाप अस्सा काही लाजला अन् गुदगुल्या फुटता फुटता म्हणाला,

"दाजी, एवढ्या पोरी पाह्यला तेव्हा ही कुठं दडून बसली होती; कोण जाणू?"

"भाऊसायब, तुम्च्या नजरंला मानलं बुवा!" हरीतात्यानं स्तुतीपाठ सुरू केला.

"अशी बाई पुऱ्या पाटेगावात असणार न्हायी!" दाताळ्या दत्तूनं झील ओढली.

"तुला म्हण्लो व्हतो का न्हवतो, नाम्देवा! मग मेजर उगा झालो का?"

"दाजी, मानलं तुम्हांला; मला वाटलं सीमेवर नुस्त्याच लढाया करतात!" बापाचा बेडूकही चेष्टेत बुडाला.

"तुझी बहीण उगा शोधली का म्या!" भोकरडोळ्याचा जावई बापाला डोळा मारत म्हणाला.

वेणूआत्या लाजली अन् मुरका मारत म्हणाली,

"चला तुम्चं आपलं!"

"भाऊसायब, पन ही सोयरीक दावली कुनी?" हरीतात्या म्हणाला.

भोकरडोळ्याच्या जावयानं हरीतात्याला डोळा मारला.

"समजलो गहाडीचं!"

"आमालाबी कळलं बरं! आमी कायी बोळ्यानं दूध पीत न्हायी. आमी त्याच्या तोंडून वधून घेनार व्हतो. तुला माहीतंय का दादा, म्या तिला बामनगावच्या मावशीच्या घरी बोलवूनही घेतलं व्हतं!" वेणूआत्यानं माहिती पुरवली.

"ताई, तू त् पुढची निघाली!" नव्या नवरदेवासारखा बाप हुरळून गेला होता.

"भाऊसायब, आमाला नाहक थकवलं गड्या! बुडाखाली गाडगं लपून धरलं; अन् आमी धुंडीत बसलो सारी पिरथमी!"

"काय बोल्तो हरीतात्या! उगा सायेब झाले का त्ये?"

"नाम्देवा, म्या मेजर असून हरलो बाबा तुझ्यापुढं; कधीपासून चालू व्हतं तुम्चं हे मेतकूट?"

"तो लासलगावला शिकायला व्हता तवापून!" वेणूआत्या म्हणाली.

"त्वा त् ह्या कानाची खबर त्या कानाला लागू देली न्हायी!"

"अहो, तिचा बाप मारवाडायच्या घरी कावडीनं पानी घालायचा; अन् ही तिडंच न्हायची बापाबरोबर; अन् कालेजात सिकायची; तवा त् भेट झाली यायची!"

"तू त् सातबाराच गोळा करून ठिवलाय गहाडीचा! म्हन्जे भावजयीला भेटूनबी आली! वाऽऽ आमाला त् खबरबी न्हायी!" भोकरडोळ्या

"माला सारं माहिती व्हतं; म्या याच्या व्हकाराची वाट पात व्हते!"

"आता काय मनाजोगीच बायको मिळंल तुला, नाम्देवा!" भोकरडोळ्याचा जावई बापाला मिठी मारता मारता म्हणाला.

आजीसकट सारं घर आनंदात बुडून गेलं.... बापाच्या दुसऱ्या लग्नाचे सनईचौघडे त्यांच्या मनात वाजू लागले....

मात्र त्यांच्या आनंदाला गालबोट लागलं. आई पंधरा दिवसांच्या तावडीला पाठकुळी बांधून घेऊन आली होती. बरोबर आमचे दादाही होते. रात्री आठ वाजताची वेळ असेल. बाप अन् त्याचा गोतावळा जेवणाला बसणार होता. ओली बाळंतीण दाराशी. आईला पाहताच सगळ्यांचच मस्तक फिरलं. बाळबाळंतिपीवरून भाकरीचा कुटका ओवाळून टाकायचा

सोडून सारं घरदार आईवर अन् दादांवर भ्यावभ्याव करत अंगावर आलं.

''ही आली मेली, तुझ्या सुखात इरजन टाकाया! तुझं सुख त् जराबी पाहवत न्हायी ह्या हडळीला!'' आजी

''पोरीसाठी आले म्या. तिला त् पाहा!'' आई म्हणाली.

''फेक कारटीला एकांद्या हिरीबारवात. माझ्या पोराच्या माथी नुस्त्याच पोरी मारते का, अवदसे!'' आजी भुईवर हात आपटीत म्हणाली.

''पाया पडतो तुम्च्या. पोरीला पदरात घ्या! असं लाथाडू नका. माझी पोर गरीब गाय हाये. ऱ्हायील कोपऱ्याला तुम्च्या!'' दादा कळवळून म्हणाले.

''तू त् बोलूच नको रे! केसानं गळा कापला; असली अडाणी ब्याद आमच्या गळ्यात मारून देली. तुझ्या ह्या गरीब गायीला खाटीक दाखव.'' आजी म्हणाली.

''बोला.... तुम्चा वायदा हाये; पर तुम्च्या पोराला शिकवलं कुनी!'' दादा म्हणाले.

''बाईऽऽ बाईऽऽ चार टिकल्या फेकून न्हायी मारल्या; त् लाग्ला सांगायला म्या शिकवलं. उद्या म्हणसीला, म्याच जन्माला घातलं म्हनून!'' आजी आबातोबा करत म्हणाली.

''तसं म्हनन्याची चूक; म्या न्हायी करणार!'' दादा हात जोडीत म्हणाले.

''तू सांगूच नका रे! तुझ्या चुका मोज्ता येनार न्हायी!'' आजी

''काय चुका केल्या म्या? ज्या तुमाला मोजता येणार न्हायी, तुम्च्या पोराला शिकवलं त् माझी पोर अडाणी वाटायला लागली! ही चूक झाली का माझी?''

''त्याचा टेभाजा मिरवायला आला का? उलट माझ्या पोराचं वाटूळं केलं. चारचौघांना बायको दाखवता येत न्हायी. त्याच्या मनाची काय अवस्थाय ठावं का तुला? घेऊन जाय तुझ्या लेकीला. ठिवू नको तिला इडं! अडाणी ढोर कोन सांभाळील!''

''कुडं नेवू?''

''कुडंही ने! आमाला काय इच्यारतो!''

''तुमालाही लेकीयत, लेकीचं नांदणं ऐकाव; न्हायी तं मरन ऐकावं!''

''माझ्या लेकीयचं नको काढू; लई गुणाच्यायत त्या! तुझ्या लेकीवानी न्हायी!''

''शेणामातीतलीच हाये ती. आंग मोडून मेहनत करते. माती लागणारच हातापायाला.''

''म्हन्जेऽऽ माझ्या लेकी पलंगावरून खाली उतरतीच न्हायी; असं म्हणायचं का?''

''म्या कायीच म्हनत न्हायी. माझी सपशेल मागारंय तुम्च्यापुडं!''

''मामी, तुमी नका डोकं लावू. म्या बघतो यायचं काय करायचं ते!'' भोकरडोळ्याच्या जावयाला स्फुरण चढलं. त्यानं घरातून काठी आणली. लालभडक डोळे करत तो दादांवर धावला.

''निघ पह्यला! तुझी ही ब्याद घेवून!''

"तोंड संभाळून बोला! म्या सबुरीनं घेतोय! म्हनून तुमी त् फायदाच घ्यायला लागलात!"

"कुनाला तोंड सांभाळायला लावतोय? मेजरय म्या मेजर. मेजरला सांग्तो? दुस्मनालाही म्या थराथरा हालायला लावतो; तू त् एक टोल्याचाबी न्हायी माझ्या! पानी मांगशील पानी!" असं म्हणत त्यानं दादांच्या दंडावर काठीचा तडाखा दिला.

गल्लीतील यसुंताबाबा मध्ये पडला. तेव्हा आजी म्हणाली,

"तुमी मधी येवू नका!"

"तुमी त् पावण्याराव्ळ्यावं हात उचलायला लागले; हे चांगलं दिसतं का?" यसुंताबाबा आजीला म्हणाला.

"काय चांगलं दिसतं, आन काय न्हायी! आमाला नका शिकवू!" आजी

"मंग त्या पोरीला मारून टाकणार का तुमी!"

"माझी सूनंय! बोलायचं काम न्हायी."

"ते त् सांगतोय, सूनंय मग घरात घ्या. कशाला लक्तरं येशीवर टांगून न्हायलाय!"

"भावजी, एवढ्या तिच्या काळजीचेय त् घ्या तुम्च्या घरात घालून!"

"वैनी, मनात येयील ते बोलू नको." यसुंताबाबा चिडला.

"म्या मस जीभ आवरते. माला यवढंच म्हनायचं का तुमी आमच्या भांडणात पडू नये!"

यसुंताबाबाचा नाइलाज झाला. "पोरी, तू लई वायीट नशीब जन्माला घेऊन आलीयास! पांडुरंगाऽऽ!" असं म्हणत पाय आपटत निघून गेला. बाकीचे जे येऊन उभे होते त्यांनी मग मध्ये काही बोलायची हिंमत केली नाही. गर्दी घाबरून उभी. दादांना दिसलं की आपल्याला काही इथं आसरा नाही. नमतं घेतलेलंच बरं. आपण आपला पाय मागच घेतलेला योग्य राहील. भोकरडोळ्याच्या जावयाला दारू चढली असल्यामुळे आणखीनच निडर झाला होता. तो आईला काठीनं ढोसायला लागला. आईच्या पाठकुळी पंधरा दिवसांची तावडी. तिला बिचारीला जाणीव नसेल की तिचाच बाप, तिची आजी, असे वागून राहिले होते. तिला मांडीवर घेऊन कोडकौतुक करायचं तर नाहीच; त्यांनी साधा तिचा चेहराही पाहिला नव्हता. पाळीव जनावरांचं पिलू कौतुकानं हातात घेतलं जातं. तेवढं नशीब काही माझ्या ह्या बहिणीचं नव्हतं. ज्या घरात तिची बाळपावलं फिरणार होती, त्या घरानंच तिचा असा त्याग केला होता.

भोकरडोळ्याचा जावई, आईच्या पाठीला काठी ढोसत ढोसत चालला होता. आई ठेचकाळत पुढेपुढे. बैलाला आरीची काठी टोचत टोचत न्यावं, तसं आईला ढकलत नेत होता. दुसऱ्या लग्नासाठी गुडघ्याला बाशिंग बांधून बसलेला बाप; त्याला याचं काहीच नाही. ना घरातनं बाहेर आला ना माझ्या आईकडं अन् बहिणीकड ढुंकून पाहिलं. मेजर तर

जराही थकला नव्हता. तो वेशीलोक आईला अन् दादांना घेऊन आला. अन् म्हणाला,

"आता परत या गावात पाय टाकशील तर याद राख! तंगडी तोडून टाकीन म्या!"

इतक्या वेळ गप्प असलेल्या दादांच्या तोंडून संतापाचे शब्द बाहेर पडले.

"लक्ष्मीला हुसकून द्यायचं पाप तुमी केलं! तिचा तळतळाट भवंल तुमाला! तुम्ची मती मारलीय, त्याला कोन काय करनार!"

मेजरनं पुन्हा काठी उगारली. दादांना मारायला धावला, तेव्हा आईनं हात जोडले.

"तुमी म्हन्त्या त् म्या चालले निंगून. पन माझ्या दादांना नका मारू!"

"निघा, मागं वळून पाह्यचं न्हायी. न्हायी त् डोळे काढून घेयीन!" भोकरडोळ्या असा गरजला की पाटेगावच्या चाऱ्ही दिशा त्याच्या आवाजानं दणाणून गेल्या.

गाव सोडलं खरं; पण रात्र एवढी झालेली. आता कुठली गाडी मिळनार. गाव तर आडवळणाचं. रात्र इथंच काढावी लागेल. आसरा कोण देणार. आई अन् दादांना आसऱ्याची कुठलीच वाट नाही. एक तर बरोबर तान्हं लेकरू. करायचं काय? साऱ्या बाजूने दुःखाचा पूर फुटून आला अन् त्यात गटागंळ्या खाणारे आई अन् दादा. एकाएकी दादा अंधाराची भुई धरून रडू लागले. आई पाठीवरच्या तावडीस सावरत दादांच्या पाठीवर हात ठेवत म्हणाली,

"दादा, काम्हून रडताय असं? पहाडाचं काळीज तुम्चं!"

"यकुलती यक लेक माझी; पन तिच्या आयुष्याचे असे धिंडोडे!"

"कायी धिंडोडे न्हायी झाले! सीतामाईला वनवास व्हता न्. मंग काहडलाच न तिनं!"

"पोरी, सीतामाईच्या वनवासात अशी सासू नव्हती, निशंग नंदेचा नवरा नव्हता!"

"माझ्या आयुष्यात हाये न, त् असू द्या; त्यायला म्या पुरटी पडंल! पन तुमी धीर सोडला त् माझेही हातपाय गळून जातील!"

"ही रात कशी काढायची, पोरी?"

"ती कशीही काढू; पन उद्याचा दिवस माझा, त्यायच्याच दारी उजाडंल!"

"म्हन्जे, तू त्या घरी जानार का काय?"

"तुमीच म्हनालात दादा, लेकीची जात नांदली ऐकावं का मेली! करून करून काय करतील ते? त्यायनी तुम्च्या अंगावर हात टाकला म्हनून म्या कच्ची पडले! शिवाय दारूचा कुंरुद त्याच्या डोळ्यात चढला व्हता, म्या त्याच घरात नांदून दाखवंल!"

"सजा, तू माझी मुलगी न्हायीच; मुलगाचंय!" असं म्हणत कुठं रात्रीपुरता निवारा सापडेल का ते शोधू लागले....

आई भल्या सकाळीसच दारासमोर उभी राहिली; पण तिच्याबरोबर भांडायला घरी कोण होतं? दाराला भलमोठं कुलूप अन् दाराच्या चौकटीला आंब्याच्या पानांचं तोरण.

शांताई अन् यसुंताबाबा आले. यसुंताबाबाच्या सुखदेवनं दाराचं कुलूप हातोडीनं तोडलं. शांताआजीनं स्वतःच्या घरून आणलेला भाकरीचा कुटका आईवरून अन् तावडीवरून ओवाळून टाकला अन् हातातल्या तांब्यातलं पाणी अंगणात फेकत आईला घरात घेतलं.

संध्याकाळी माझी आजी तिचा भोकरडोळ्याचा जावई, अन् वेणूआत्या बैलगाडीतून उतरले अन् माईही त्यांच्याबरोबर होती; पण बाप काही नव्हता. आईला घरात आलेली पाहूनही त्या काहीच बोलल्या नाही. माईच आईला म्हणाली,

"आई, बाबानं नवी आई आणली अन् वणीला घर करून राहणारंय; मलाही घेऊन जाणारंय. हो ना ग, आत्या!" आत्या काय बोलणार? आत्या भामटी झाली अन् मूग गिळून मुकाट बसली.

"हे माझ्या कर्माऽऽऽ" असं म्हणत आई भोवळ येऊन पडली. शुद्धीवर आली तेव्हा आईनं बांगड्या फोडून घेतल्या. गळ्यात मंगळसूत्र असतं तर तेही आईनं तोडून टाकलं असतं.

"म्या रांडव झालेऽऽ" म्हणत आईनं हंबरडा फोडला.

बाप कायमचा आमच्या आईपासून बाजूला झाला. नवी वरमाई झालेली आमची आजी अन् करवारी झालेली आत्या त्या दिवशी मात्र काहीच बोलल्या नाही. का माहीत नाही, भोकरडोळ्याचा जावईही शांतच होता.

बापानं नवी बाहुली आणली खरी; पण ती काही माईला खेळायला दिली नाही. बाप ती स्वतःबरोबर घेऊन गेला. माईनंही त्या बाहुलीसाठी हट्ट केला नाही. पण आपल्या आईची अशी अवस्था झालेली पाहून ती लहानगी माई खूप मोठी झाली होती. माईनं सांगितलं की ती बाहुली खूप दुष्ट निघाली. कारण त्याच बाहुलीमुळे बापानं आपल्या आईला सोडून त्या बाहुलीबरोबर शहरात संसार थाटला.... आपल्या आईच्या भातुकलीचा खेळ मोडून टाकला.... नव्या बाहुलीसाठी बाप जुन्या बाहुलीच्या चूलबोळक्यांना पायाखाली चिरडून गेला. माईनं खेळायला मग कधीच नवी बाहुली मागितली नाही....

नव्या बाहुलीनं बापाचा आसरा काढून घेतला.

अन् आई, बहिणींसह आजीतूनही बाजूला झाली....
चार मडकेगाडगे जमा करत
आईनं चूल मांडली...

❑❑

३

लेकुरवाळं आभाळ अन् ठिपक्याएवढा बाप....

ही गोष्ट आक्कानं सांगितलेली. तशी तर, आमच्या भावंडांत कुणाला न् कुणाला हटकूनच तिची सय व्हायचीच. म्हणून पुन्हापुन्हा मनावर कोरलेली. पायातल्या काट्यासारखी ठसठसणारी. पायात खुपणारा काटा गावात चंद्रभागा चांभारीण अलगद काढायची. या काळजात ठसठसणाऱ्या अनुभवाच्या काट्याला कोण काढून फेकणार? फेकताच येणार नाही. त्यानं काळजात कायमचं कुरूप धरलेलं. त्या कुरूपाला कोरू पाहिलं तेव्हा जीव रस्ताळून आला. त्याच रस्ताळण्याची ही गोष्ट....

आईन दरवाज्याला कुलूप लावलं. नऊ महिन्यांच्या मला, पोटातल्या गर्भात सांभाळत अन् पोरींना काखेत घेऊन निघाली मानोरीला, तेव्हा आजीनं अन् आत्यानं माझ्या बहिणींना हिसकावून घेतलं. आईबरोबर पाठवायला नकार दिला. आईनं बहिणींना नेऊ घातलं तेव्हा आजीनं तमाशा खडा केला. गल्ली भरवली,

"ये बाजिंदे, माझ्या नातीयला नेशील त याद राख!" आजी कैवाडं करत म्हणाली.

"माझ्या पोरीयला त् नेव द्या माला!" आई काकुळतीला येऊन म्हणाली.

"तुझा हाक्क न्हायीऽऽ त्यायच्यावं, माझ्या लेकाच्या पोरी हायेऽऽत त्या!" आजी हात नाचवत म्हणाली.

"त्यायचं नऊ महिने वझं वागवल्या म्याऽऽ. आसं नका करू!"

"ये नऊ महिन्यावालेऽऽ, तू पैली निघ इडून. लयी टेबाजा गाजू नकोऽऽ. थोडासुदीक हाक्क न्हायीये माझ्या नातीयवं!" आजीनं आईचा हात धरला.

"आवंऽऽ आसं काय करता! नवऱ्यावं हाक्क चालू देला न्हायी! आता माझ्या पोट्च्या पोरी हिसकून घेता का?" आजीच्या हाताला हिसका देऊन आई म्हणाली.

"आत्ता ग बाईऽऽ! काय करावं यीला? माझ्या तोंडी लाग्ते का भटकभवानेऽऽ!" आजी शब्दांच्या चाबकाचा वार करू लागली.

"माझ्या पोरी घेतल्याबिगर म्या इडून निगायची न्हायी! कुत्र्यावानी भ्यावभ्याव

भेवडीला म्या घाबरायची न्हायी!'' आजीच्या वाराला आईनं परतावून लावलं.

''माला कुत्री म्हन्ते का शिंदळबोडेऽऽ! तुला घोडातंगडीऽऽ!''

''चारीधाम करून आल्या गंज पन जिभीवर देव कायी बसला न्हायीऽऽ, कडूजर ती कडूजरच ऱ्हायली! देवानं तरी कसं वसावं तुम्च्या घाण जिभीवर?''

''पैली निंगऽऽ माह्याऽऽ डोळ्यासमुख थांबू नको! त्वा जाळ कर शिंदळबोडे!''

''मालाबी हौस न्हायीऽऽ बरं काऽऽ! माझ्या नवऱ्याचं माला न इच्यारता गंधर लावून मोकळे झाले तुमीऽऽ''

''कोंबडीला इच्यारून मसाला वाटावा का आमी?''

''हावं न बाईऽऽ, तुमी त् खाटीकच; तुमी कहाला इच्याराल कोंबडीला!''

''इच्या कोंबडीचीऽऽ, मुंडी पिरगळ ग, वेणू!''

''माझ्या पोरी द्या. निंगतेऽऽ म्या! मालाच थांबायची हौस न्हायी?''

''पोरीयला हात लावशील त् हातच कहाडून घेयीन! तुही बरी बिशादंय!''

''अवो, पोरीयबिगर माहा जीव लागंल का? आसं नका करू! माझ्या लेकरायची रांडोळी व्हईन अशानं!''

''तू त् मोठी आली कैवाडी; पोरींना तळहाताचा पाळना करून जोजवणारीऽऽ'' वेणूआत्या म्हणाली.

''केरसुनेऽऽ, तू त् माझ्या घराचं शिकं तोडलं; माला अन् माझ्या पोरीयला दिनादिना करायला लावलंऽऽ फेडशील बरं का.... तुला फेडावंच लागंल!''

''म्या न्हायी शिकं तोडलं बरं काऽऽ! माझ्या भावाला तू शोभत न्हवती!''

''आव ग बाईऽऽ! तुम्चा भाऊ त् सर्गातून इंद्रच उतरून आला; म्हनून त्याच्यासाठी तुमी लागल्या वारांगणा जमा करायलाऽऽ''

''येऽऽ गांडमणेऽऽ, काय बोलून ऱ्हायली गऽऽ'' आजीनं काहूर सुरू केलं.

आजीनं आंगवकांगव करून एकदाचं आईला काढून दिलं. लाख विनवण्या करूनही आजीनं माझ्या बहिणींना आईबरोबर पठवलं नाही. आजीच्या हातात नव्हतं नाहीतर आईच्या पोटातून मलाही हिसकावून घेतलं असतं. बांधलेल्या पेंढीचा आळा सुटावा अन् ताटं रानोमाळ व्हावेत, अशी स्थिती आईची अन् बहिणीची झाली. गाय एका दिशेला अन् वासरं दुसऱ्या बाजूला. त्यांची ताटातूट झाली. आईनं पाटेगाव सोडलं. डोळाभर आपला खोपा अन् लेकरांना डोळ्यांत साठवून तिनं तिच्या माहेरचा म्हणजे मानोरीचा रस्ता धरला. पोरी हाका मारत होत्या. आईचा जीव तुटत होता; पण तिच्या हाकेला वव येत नव्हती....वात्सल्याचा कोंबच आजीनं तटकन तोडून फेकल्यासारखा! आईच्या चाऱ्ही लेकी आईपासून तोडल्या....

आई मानोरीला येऊन काही दिवस उलटले असतील तोच माझा जन्म झाला. आईच्या माहेरी उत्सवाचं वातावरण निर्माण झालं. पण हा आनंद धडपणे साजरा करता येऊ नये अशी गोष्ट घडली. बारशाला बापानं यावं त्याऐवजी त्याचं पत्र येऊन धडकलं. त्या पत्रात एवढाच मजकूर होता : *'तुमच्या पोरीला ठेवून घ्या. नांदायला पाठवू नका. मी तिला नांदवणार नाही. तुमची मुलगी तुम्हास लखलाभ. आत्तापर्यंत मी तिला माझ्या गावात राहू देत होतो, पण आता नाही. तुम्ही माझ्यावर खावटीची केस लावली आहे, म्हणून संतापलो आहे. मी तिला माझ्या मिळकतीतील कवडीही देणार नाही; ना वडिलोपार्जित जमिनीची चिमूटभर मातीही. मी जिवंत असेपर्यंत माझ्या इस्टेटीतला सुतळीचा तोडासुद्धा देणार नाही, सांगून ठेवतो. नवऱ्यावर केस लावते, असली बायको नको मला. तिला कायमची तुमच्याकडं ठेवून घ्या...'*

दादांना पुढचा मजकूर वाचवेना; ते मटकन खाली बसले, भुई धरून. दादा काय समजायचं ते समजले. असल्याकसल्या दरोडेखोराच्या गळ्यात आपण आपली सोन्यासारखी पोर बांधली. एकुलत्या एका लेकीच्या आयुष्याचे धिंडवडे दादांना देखवेना. आपल्या पोरीच्या आयुष्याचं आपण वाटोळं केलं. ती नाही म्हणत असताना अशा बेईमान माणसासंग तिचं लग्न लावून दिलं. पहाडासारखे आमचे दादा त्या दिवशी गुराढोरासारखे आरंदळून रडले होते....

माझ्या जन्माचं कोडकौतुक ना बापाला होतं ना आजीला. चेटकिणाईचं तर डोकं फिरलं. चेटकिणाई म्हणजे माझी सावत्र आई. तिचं हे नाव आक्कामुळे पडलं होतं. त्याचीही हकिकत आक्कानं सांगितली होती. बाप पहिल्यांदा जेव्हा सावत्र आईला पाटेगावला घेऊन आला तेव्हा आक्काला, तावडीला अन् पमीला म्हणाला होता,

"बरं का पोरींनोऽऽ, ही तुमची आई; आक्केऽऽ, काय सांगतोय मी?"

"ही कायी आम्ची आई न्हायी." आक्का तोंड वळवून म्हणाली.

"मग ही कोणंय?" बाप रागात म्हणाला.

"चेटकीणंय?" आक्का धिटाईनं म्हणाली.

बापानं आक्काला मारमार मारलं. आई मध्ये आली,

"काम्हून मारताय पोरीला?"

"तिला काही अक्कल?"

"तिच्या बापाचीच अक्कल गहाण पडलीय ह्या चेटकिनीकडं."

बापानं मग आईलाही मारलं,

"अरे, चेटकीनचंय तीऽऽ तुझ्यावंऽऽ तुझ्या आईबैनीवं इनं चेटूक केलं; म्हनून त् सारायच्या उरावं येवून बसली!"

बाप तिला घेऊन रागानं आजीच्या घरी निघून गेला. आक्कानं आता थांबावं न् तर तिनं गाणंच लावलं.

"चेटकिणाईऽऽ चेटकिणाईऽऽ चेटकिणाईऽऽ"

"आता बास कर न्! यवढा मार बसला तरी तुझं चालूच बाईऽऽ" तावडी म्हणाली.

"म्या यकदा न्हायी हज्जारदा म्हनंनऽऽ"

"बापाची बायको कोनऽऽ" तावडीही सामील झाली.

"चेटकीणऽऽ चेटकीणऽऽ" पमी

बाप समोर येऊन उभा राहिला त्या तिघींनी पाहिलंच नाही. बापानं मग तिघींच्याही गालावर बोटं उमटवले अन् आबातोबा करत निघून गेला. बहिणी रडायचं सोडून 'चेटकीण, चेटकीण' म्हणत हसत राहिल्या....

बाप तेव्हा वणीच्या हायस्कूलमध्ये क्लर्क होता. चेटकिणाईबरोबर संसार त्याचा तिथंच सुरळीत सुरू होता. चेटकिणाईलाही पाच पोरी झाल्या होत्या. माझ्या जन्माची खबर मिळताच आधी तिच्या पायाखालची भुई सरकली अन् तिला वाटलं की ती साऱ्याच बाजूनं हुसकली जाणार. त्यामुळे ती ठार वेडी झाली. भिंतीवर डोकं आपटून घेऊ लागली. गल्लीतून जाणाऱ्या कुणा एखाद्या बाईच्या कडंवर लहान मूल दिसलं रे दिसलं की तिच्या मागं पळू लागली. 'थांबऽऽ थांबऽऽ त्या पोराला कुडं घेऊन चालली?" बाप जाऊन तिला माघारी घेऊन येऊ लागला. नंतर नंतर तर अतिच झालं. जी वस्तू सापडेल त्याला 'मी' म्हणून बडवत होती. बापाच्या डोक्याला माझा जन्म मोठाच ताप होऊन बसला होता.

"मी मारून टाकीन ह्यालाऽऽ. मारलाऽऽ मारलाऽऽ आता आहे का तिला मुलगाऽऽ नाहीऽऽ" खदाखदा हसत उशीवर वार करू लागली.

"वेडीयंस का, हिरा!" असं बाप म्हणताच तिनं बापावर सुरा उगारला अन् म्हणाली,

"तूच दिला न् तिला मुलगा? थांब तुझाच खून करते मीऽऽ" असं म्हणत बापाच्या अंगावर धावून गेली. बापाचं नशीब बलवत्तर. शेजारपाजारचे धावून आले वेळेवर.

गाडी आणून कसंतरी तिला दवाखान्यात भरती केलं. बापाची बला टळली. माझ्या बारशाला यायच्याऐवजी आजी, आत्या वणीला गेल्या. चेटकिणाई आजीला पाहताच विचारू लागली,

"आणला का आणला? आणला न् तू तिचा पोरगा? कुठेय कुठेय दाखव मला?"

"आगं हिरा, कशाचा पोरगा?"

"नाही आणला?"

"न्हायी आण्ला, बाई!"

"मग कशाला आली? थांब तुलाच मारते म्या!" असं म्हणत आजीचा गपकन गळाच धरला. आजीला ओरडताही येईना. कशीबशी बापानं अन् आत्यानं तिच्या तावडीतून आजीची सुटका केली. चेटकिणाईला मधल्या खोलीत कोंडून घेतलं.

तिच्या दुखण्यानं आजी अन् आत्या चांगल्याच चिंतेत बुडाल्या. बाप डोक्याला हात लावून

बसला. आजीला चेटकिणाईची कीव वाटू लागली.

"नाम्देवा, त्या अवधसेनंच काहीतरी करणी केली बघ हिरावर! सोन्यासारखी सून माझी पन काय हडळीवानी अवसान करून बसली!"

"हा दादा, बय म्हण्ते ते सोळाआने खरंय!" वेणूआत्यानं पुस्ती जोडली.

बापाला तर काय करावं कळत नव्हतं. एका बाजूला माझ्या आईनं येवला कोर्टात खावटीचं भांडण लावलं होतं. कारण बाप आईला वागवत नव्हता. पुढं जाऊन बाप गावातली शेतीही चेटकिणाईलाच देऊन टाकील ही भीती आमच्या दादांना वाटत होती.

होता करता मी दोनेक महिन्यांचा झालो असेल तेव्हा कोर्टाची तारीख आली. आई ओली बाळंतीण. मला पाठकुळी बांधून न्याय मागायला कोर्टाच्या दारी. मुशाफीर बापानं भर कोर्टात न्यायाधीशासमुख जाहीर करून टाकलं.

"हा मुलगा माझा नाही. तो माझ्या पोटचा नाही. माझ्या बायकोनं शेण खाल्लं अन् दुसऱ्या कुणाची ब्याद माझ्या माथी मारली. हा माझा मुलगा नाही. मी त्याचा बाप नाही. नाहक याला मी माझा म्हणवून घेणार नाही!"

आईचं काळीज चर्रकन चरकलं. तिला बापाचा संताप आला. पण न्यायालयात ती काही करू शकत नव्हती. मात्र न्यायाधीश बापमाणूस. त्यानं कैवार घेतला आईचा. "हा मुलगा तुझाच आहे!" असं दरडावून सांगितलं बापाला. तरी बापाचा मोकाट बैल ऐकायला तयार नाही. तो तर आईच्या इभ्रतीला शिंग मारायलाच सरसावलेला. आईचं आतडं पिळवटून काढू लागला. न्यायालयाच्या बाहेर आल्यावर, एवढा वेळ मुकाट असलेली माझी आई खवळली, संतापली. मला दादांच्या हवाली करून तुटकी चप्पल घेऊन धावली बापाच्या अंगावर. माझ्या लहान अंबरमामानं आवरलं आईला. तरीही आई फुरफुरत होती. तिचा शब्द विस्तवावर लाही होऊन फुटत होता.

"अरे, कुनाचा पोर म्हन्तोस, मवाल्या! तुझा न्हायीयेच तोऽऽ तू काय माझ्या पोरांना पोरं म्हननार. तू तुझा हायेस का? तुझं काळीजच दगडाचं. तू काय खावटी देनार मलाऽऽ? थुकते तुझ्या खावटीवर.... तुझ्या घरादारावर.... जमीनजुमल्यावर. तुझ्या शुद्धपनावर.... तू मानूस हायेस काऽऽ मानूऽऽस? परत माझ्या पोरायला पोरं म्हनलास त् याद राख. तू कधी भीक वाढलं रे मला? मोलमजुरी करत जगते म्या. माझ्या पिलांना दाणा दाणा भरवीत वाढवते. म्हणे माझं पोर न्हायी... दुसऱ्या कुनाचं. अरं, जीभ झडून पडंल तुझी. किडंकिडं पडतील तुला, तुझ्या पापात वाटेकरी असलेल्या, तुझ्या कैदाशीन आईला अन् कैवाड्या भैनीयला. माझा छळ मांडला रे छळ! दोन पोरी न्हायी झाल्या तं माझ्या नावाचा डंका पिटला दुन्यात - यीला नुस्त्या पोरी व्हत्यात म्हनून म्या दुसरी बायको केली. आरं, सोताच्या हौसेखातर केली ते का सांगत न्हायी छाती ठोकून! ये वासनेच्या जायेला! तिचा

फोटू गळ्यात बांधून हिंड गावोगाव जोगवा मागत. तुझा हरामाचा छदाम नको माला. गोऱ्या कातडीच्या देखण्या दिदूऱ्या! आतून तू घाणीनं भरला हायेस. काळा हायेस काळाऽऽ नुस्ती पोरं जल्माला घालता येतात तुला. तेवढीच मर्दुनमकी गाजवाया येते. आरं मर्दाऽऽ, बायकोच्या मोलमजुरीची दारू प्यायला, हे का सांगत न्हायी दुन्यालाऽऽ. त्या गद्धडीशी भांडण झालं का येतो रिकामे हात हालवीत अन् पडतो उताणा तडक....! पोरायला चार आन्याचा खाऊ तुला आनवत न्हायीऽऽ आला मोठी आयनीचा! आसा आरोप करतो माझ्यावरऽऽ आरं भोगशील तू वाहणतोंड्या...''

कोर्टात भांडण लावलेल्या, आडलेल्या, नाडलेल्या, छळलेल्या साऱ्या आयाबाया आईभोवतीनं गोळा झाल्या. आईच्या आयुष्याचा बापानं मांडलेला तमाशाचा फड रंगात आला होता. आईनं असंलनसंल तेवढं गरळ ओकलं बापासमोर. बाप धरून आणलेल्या भामट्यागत खाली मान घालून चालू लागला. रस्त्याला लागला.

आईच्या तोंडून निघणाऱ्या शब्दांना खंड पडत नव्हता. ती सारखी बडबडत होती. माझा लहानलव अंबरमामा आईला समजावून सांगत होता. तिची समजूत घालत होता. आई वेडी झाल्यागत बडबड करत होती. बापाला शिव्याशाप देत होती. जी आई माझ्या बापास कधी उणा शब्द उलटून बोलली नव्हती. अगदी गरीब गायीवाणी जगली होती; पण आज असा अवतार तिनं धारण केला होता. आमचे दादा पिंपळाच्या झाडाखाली बसून सारं निमूट पाहत होते. त्यांचं काळीज तटतट तुटत होतं. लेकीचं डोंगराएवढं दुःख हलकं करायचा प्रयत्न करत होते. मात्र यश येत नव्हतं. मोडत जाण्यापलीकडं त्यांच्या हाती काही नव्हतं. भुई भेगाडावी तसं त्यांचं काळीज लेकीच्या दुःखानं भेगाडून गेलं होतं.

कोर्टाच्या आवारात आयाबाया आईपाशी गर्दी करून होत्याच. त्या म्हणू लागल्या,

''काय बाई मेला! त्याचं तोंड खुडून जणू पोरास लावलंय तरी काय म्हन्तो!''

''त्याच्या जिभेला कसं काही झालं नाही! त्याची जीभच हासडून घ्यायला पाहिज्ये व्हती!''

''हात झटकून मोकळा झाला रांडकीचा.''

''त्याला फेडावंच लागंल. इड जरी न्याय मिळाला न्हायी, पन देवाच्या दारी त्याला ते चुकायचं न्हायी!''

''देवही असल्या घाणीयलाच जास्त आयुष्य देतो...''

''नको संताप करू, पोरी. असे मेले समजावंऽऽ''

''काय बाई! तुला नुस्त्या पोरी व्हत्यात म्हणून का दुसरं लग्न केलं त्यानं?''

आई उसळून म्हणाली,

''पोरी व्हत्यात म्हनून न्हायो, सतीसावीत्रे! वासनेचा जायलय मेला. वासनेखातर दोन पोरी न्हायी झाल्या तं चोरून माळ टाकली त्यानं देवीच्या देवळात. ती रंडकी देवी कशी

कोपली न्हायी त्याच्यावर. तिच्याही डोळ्याचे खासडं झाले असंल, मेलीच्या!''

दादा म्हणाले, ''चाल बाई, सजा! नको वाचू कर्माचे पवाडे. आपलं करमं आपल्यासंग. त्याला इलाज न्हायी.''

आई दादासंग निघाली खरी; पण सारखी बडबड करत होती. तिला गप्प करणं कठीण. दादांनीही तिला बोलू दिलं. तिच्या मनात साचलेलं समदं बाहेर येऊ दिलं. गरीब गायीवाणी ही त्यांची पोर; कधी कुणावर उभरली नव्हती. पण आज तिच्या नवऱ्यानं तिच्या इभ्रतीवरच घाला आणला. त्याच्याशिवाय त्याच्या गावात ती राहत होती. समदं गाव तिला नवाजित होतं. आज त्यानं असा आळ घेतला होता. आईला हे फारच जिव्हारी लागलं.

बोलता बोलता एसटी स्टँड आलं. मानोरीला जाणारी गाडी लागलेली होती. तिच्यात चढता चढता दादा म्हणाले, ''चल सजा...'' एवढ्यात कंडक्टर ओरडला

''पाटेगावऽऽऽऽ पाटेगावऽऽऽ''

''न्हायी, दादा, म्या जाते पाटेगावाला. माझे लेकरं माझी वाट पात असतील!''

''तू तर म्हनत होती, त्या नरकात जायचं न्हायी!''

''दादा, माला गेलंच पाह्यज्येऽऽ. म्या मानोरीला राहून माहा जन्म न्हायी निभायचा! उद्या ह्ये लोक माला साऱ्यातूनच उचकून घालतील.''

''आगंऽऽ, तुझं हाये का त्याला कायीऽऽ''

''म्हनूनच जायचंय, दादाऽऽ. न्हायीतर उद्या माझ्या पोरायकं लोकांनी बोटं दाखून हिनवलं त् माला सोसायचं न्हायी. त्याला मानायलाच लावीन म्या. भलाही त्यायचा बाप गावात ऱ्हात नस्ला तरी पोरं बापाच्या गावातच वाढवून दाखवीन; त्यानं न्हायी मानलं तरी गाव मानीलंच. पोरं कुनाचेय त् नामदेव कलार्कच्येऽऽ!''

''पोरी, तुला जाय म्हनवत न्हायीऽऽ. लईच दुःखाच्या खाईत लोटलं म्या तुलाऽऽ.''

''दादा, नका मनाला खावूऽऽ. तुमाला कुडं माह्यती व्हतं की आपल्या पोरीचं वाटुळं व्हनार हायेऽऽ''

पाटेगावला जाणारी एसटी निघाली होती. आईनं मला कडंवर सांभाळत एसटी धरली. तिच्या सासुरवासाची... तिच्या नरकाची....

आई बसमधून खाली उतरली, तेव्हा रात्र झाली होती. ती घराजवळ आली, तेव्हा ओट्यावर बसलेल्या तिच्या लेकी आईला येऊन बिलगल्या. आईनं लेकींचं आभाळ उराशी कवळून धरलं. तिच्या आतला विस्तव शितळत गेला. गाय अन् वासरांची भेट झाली. वासरं वात्सल्याला ढुसण्या देत मायेचा पान्हा पिऊ लागली... आईच लेकुरवाळं आभाळ आणखीनच भरून आलं....

बापाशिवायचं हे आभाळ इतकं लपेटून घेतलं, इतकं लपेटून घेतलं, की बाप आभाळातल्या ठिपक्याएवढा उलीसा... उलीसा...

❑❑

४

भर उन्हाळ्यात हिरव्या हिरव्या फांद्या....

आई पाटेगावला परतून आली. मात्र दुखण्यानं तिची पाठ काही सोडली नाही. व्यथेची झड तर लागूनच राहिलेली, गारपिटीच्या तडाख्यासारखी! तिच्या सुखाचा मात्र पार उन्हाळा झालेला. तरी आई हिरवळ शोधू पाहणारी. तिच्या हिरवळीला चहूबाजूने आग लावून दिलेली. नुस्ता वणवाच आयुष्यात धडाडून उठलेला. तो विझवायचा कसा? अन् कोणी? मदतीचे सारेच धागेदोरे तुटलेले. ज्या माणसांशी जीव जोडला; तेच गळा आवळायला सरसावलेले. त्यांची फासाची गुंडाळी आई तोडू पाहते. देहाची वात पोरांसाठी जित्ती ठेवू पाहत होती. आम्हांला हक्काचं गाव मिळावं म्हणून बापाच्या गावात राहत होती. आजीच्या घरालाच जोडून आईचं घर मातीत कसंबसं पाय रोवून उभं होतं.

रात्री तिच्यापुढं तीनही पोरींनो भलीमोठो तक्राराची पोथी वाचत चिवचिव सुरू केली. आक्का सांगू लागली,

‘‘आन बरं का, आईऽऽ, ती चादडी आम्च्याकून लई काम करून घ्यायची. जेवायला द्यायची न्हायी!’’

‘‘कैवाडी त् म्हनीऽऽ माझ्या लेकाच्या पोरीयत, लई पुळका दावत व्हती. माझ्या लेकरायला भाजीभाकरीवाचून येजीत केलं!’’

‘‘हिरीवरून पानी आनायला लावायची. पाच-पाच सात-सात खेपा! त्या त् घरातून हालत न्हवत्या. रेड्यावानी बसूनंच असायच्या!’’ तावडीनंही पुस्टी जोडली.

‘‘खेळवणी कुनीकडच्या! लान लान लेकरायची त्यायला दया आली न्हायी.’’

‘‘परवा त् नदी वलांडताना दगडाची ठेच लागून आक्की गुडघ्यावरच पडली न धपकन! तिचं ढोपर फुटलं!’’ तावडीनं आईच्या कानावर घातलं.

‘‘त्याचं काय न्हायी. ‘बाई तुला लागलं का!’ ह्ये इच्यारायचं सोडून हंडा चेबला म्हनून उलट मारायला लागली, वरून म्हनली ‘आईसारखीच धांदरट हायेऽऽ मेली!’’’ आक्की आणखीनंच हुंदकून सांगू लागलो.

"पाहू कुडं लागलं; माझ्या बाईला!" आईनं काळजीच्या स्वरात विचारलं.

आक्कानं गुडघा दाखवला.

"आगं आई गऽऽ, केवढं फाफर पडलं?"

"आत्या म्हनी, का ठिवलं बाई ह्ये खायचं गतपन?" पमी म्हणाली.

"ती अवधसा बसली इडं येवून! तिला त् सासर गोड लागत न्हायी."

"आई, मी तापानं फणफण्ले त् ती चादडी म्हन्ते कशी, मरती न्हायी, राह्यला माझ्या पोराच्या डोसक्यावं वझं व्हऊन!" तावडी म्हणाली.

"हा ग म्हणा खेळवणीऽऽ तुझा लेक पोरीयला सांभाळून शिणलाय जणू!"

"त्या चांगलं गोडधोड करून खायच्या, आमाला शिळपाकं खायला लावायच्या."

"जाव द्या बाई नका वाचू पोथी, आता म्या आले न्!"

आईच्या न्यायालयात बहिणींनी असा पाढा वाचला. जशी आई लगेच उठून आजी, आत्याशी भांडणार होती, पोरींच्या छळाचा जाब मागणार होती?

रात्र अशीतशी गेली कूस बदलता बदलता. सकाळ उगवली तीच कटकट घेऊन. सूर्याच्या उजेडानं घरभर उजेड पेरत जाण्याची वेळ. पण ती वेळही माझ्या आईसाठी आणि बहिणींसाठी अंधार पेरणारीच ठरली. आजीनं तिचे लेकजावई बोलवून घेतले होतेच. नाहीतरी आजीच्या लेकजावयाला जगात दुसरा कुठला ठेपा नव्हताच. सदोदित इथंच. आजीचा भोकरडोळ्याचा मेजर जावई मिलट्रीत लढाया कधी लढत होता, काही कळायलाच जागा नाही. त्याची ती बंदूक आजीच्या घरातल्या खुंटीवर सदा टांगलेली. तो ड्युटीवर गेला तरी ती बंदूक धाक दाखवण्यासाठी मागं राहत होती. दाराशी उभं राहून आजीनं आईस आवाज दिला.

"ये केरसुने, आली का तू!"

"आले न आत्याबाई! काय कुटका व्हवळून टाकता का तुम्च्या नातवावून!"

"कुनाचा नातू सांग्ते गऽऽ! आली तोंड काळं करून!"

"तुम्च्या लेकागत उजळ तोंडाचाय!"

"काडी लाव त्याला!"

मग मात्र आई चिडली. तिच्या तळपायाची आग मस्तकापर्यंत भिडली. ज्या पोराचं कारण पुढं करत आजी अन् आत्यानं बापाचं लग्न केलं होतं; आता पोर होऊनही त्यांना कुठलंही कौतुक नव्हतं. पोराचं फक्त निमित्त होतं. त्यांना आई नकोच होती.

आजीच्या त्या कडूजहर शब्दानं आईची वाघीण चांगलीच चवताळली.

"माझ्या पोराला काय आग लावते, केरसुनेऽऽ! तुझ्या तोंडालाच आग लाव!"

"पाहय ग वेणू, किती सोकवलीय ही गद्धड!" आजी तिच्या लेकीला म्हणाली.

"डोळ्याला भात बांधला का तुह्या? का खासडं झाले त्यायच्ये? नदर उचलून पाहय

त्याला; मंग कळंल तुला कुनाचाय. तूही तशीच अन् तुझा लेकही तसाच बेईमान. लाज वेशीला टांगून जगत्या का काय; बिनलाजेयवो?''

''वैनी, तोंड सांभाळून बोल.'' वेणूआत्या आईवर चिडली.

''तुझ्या आईच्या घाण तोंडाला टाका मार आधी. माला नको तोंड सांभाळायला लावू केरसुनेऽऽ तूही तिच्या पापात सामील हाये. तू कोन्ती धुतल्या तांदळाची गऽऽ!''

''काय म्हणते?'' वेणूआत्या फणकारून म्हणाली.

''सुजरे, नको ऊर काढू! तुझा सौसार सांभाळ!''

''माझ्या बायकोला बोलतीयास!'' भोकरडोळ्या

''तिचं काय भेव आलं माल. माझ्या जीवावर उठले तुमी सारे. तुम्चं काय घोडं मारलं म्या? म्हनून असा छळ मांडून राह्यलेय?''

''माला यवढंच म्हनायचं हये, का तू इडं थांबू न्हायी!'' आजी म्हणाली.

''कुडं जावू म्या!''

''कुडंही जाऊन तुझं तोंड काळं कर!''

''तुमी जशी माला इडं तीन ताळाची माडीच बांधून ठिवलीय अन् उठल्या पडल्या झोका देताय झोपाळ्यावर बसवून!''

''पाह्यली का... शिंदळकीची कशी चरचर बोल्तेय! अन् तुमी राह्यला तिचं तोंड पाहून. हाणा न रांडकीला! हिरवी का पिवळी करून सोडा, जीभ घ्या हासडून मेलीची!''

''हासाडानं जीभ. तेवढीच मर्दुमकी तुम्च्यात हाये हिजाड्यावानाच्यायवो!''

आईचे हे शब्द वेणूआत्याला चांगलेच झोंबले. ती ओढू लागली आईला फराफरा. आक्का मध्ये पडली, तर तिच्या मुसकटात मारली आजीनं. आक्का जात्याच्या तळीवर पडली. जात्याचा खुंटा तिच्या कपाळाला लागला. खोच पडली. भळाभळा रक्त येऊ लागलं. तरी तिच्याकडं कुणाचं लक्ष नाही. आजीला अन् आत्याला, आईला पहिलं गावातून काढून द्यायचं होतं. अन् ते काम कुठल्याही अडथळ्याला न जुमानता शेवटाला न्यायचं होतं. म्हणून आक्का मेलीही असती तरी त्या त्यांच्या कामापासून तसूभरही हालल्या नसत्या. आईनं मला माईकडं देत आक्काच्या कपाळाला लुगड्याचं चिरगूट फाडून गुंडाळलं. माई आजीला म्हणाली,

''आज्जेऽऽ, काय ग एवढा छळ मांडला माझ्या आईबहिणींचा?''

''काय ग, म्या तुला खाऊपिऊ घातलं ते इरीच गेलं का?'' आजीनं अवाक् होऊन माईकडं मोर्चा वळवला.

''मामी, म्या म्हण्लो न्हवतो! ह्या कार्टीला द्या तिच्या आईकडं कहाडून!''

''जावयबापू, जे गाढव धरलं ते बुच्चंच निंगतं. माला काय म्हायती पुडं जाऊन ही अशी उलटनारंय म्हनून!''

"मग तुम्ही का लागले माझ्या आईच्या मागं? तिची ती पोट भरते. तुमच्याकडं त् नाही न काही मागत!"

"शेवटी आईचीच झाली ग तू!"

"लेक आईचीच व्हते. तुम्ची न्हायी का सासर सांडून येवून बसली तुम्च्याजवळ?"

"केरसुनीची जीभ लई ततरततर चालू न्हायलीयऽऽ. तिच्या मुंडक्यात लाकूड हाणा निबर!" आजी म्हणाली.

"ये आज्जे, माझ्या आईला मारून तुला काय मिळंल?" तावडी म्हणाली.

"बास झालं ना आता छळ. केलीनं तुमी मनाजोगती सून. जा न मंग तिच्याकडं. कशाला मंग माझ्या आईच्या मागं लाग्ले?" आक्का म्हणाली.

"माझ्या आईला कुनी मारायचं न्हायी सांगून ठिवते," लहानगी पमी म्हणाली.

आईच्या चाऱ्ही लेकींनी तिच्याभोवती सुरक्षेचं कडं उभं केलं. आईला गहिवरून आलं. मात्र आजीच्या भोकरडोळ्याच्या जावयानं देशाच्या सीमेवर युद्ध लढली होती. आईच्या लेकींच हे कडं, हातावर घेऊन मुरमुऱ्यांसारखं त्यानं रगडून टाकलं असतं. त्यानं तावडीच्या उलट्या हाताची लावून दिली. एवढासा जीव भिंतीवर जाउन आदळला. बाहुली फेकावी तशी पमीची गत. आई धावली तिच्या लेकींना लांडग्याच्या तावडीतून सावरायला.

"माझा जीव घेताय; ह्ये का कमीय! माझ्या सोन्यासारख्या लेकरायच्या मागं लागलेऽऽ दगड्या काळजाच्यायवोऽऽ"

"तुझे लेकरं गुडघ्याय यवढे न्हायी त् पाहय नं, काय अपराध करून न्हायलेय!"

"तुम्च्या देखण्यादिदूऱ्या पोराशी माझं लगनं झालं हाच अपराधय माझा. म्हनून त् माझ्या लेकरायला त्याची शिक्शा भोगायला लागून न्हायलीय."

"पोरींचं लेंढार लावून दिलं त्याच्यामागं; त्याला सुखानं झोप येत असंल का?"

"लयीच लेकाच्या काळजीची झाली ग! जसा तुला तुझा लेक सरावणबाळावानी कावडी करून काशीला घेवून जाणारय!"

आजी काही बोलली नाही. आईच पुन्हा म्हणाली,

"देव दूर न्हायी! आता काय दाभड बसली? माझ्या उरावर नाचायला सवत करून आण्ली न् त्वा. पाप केलं न् त् फेडावंही लागंल तुला! चारीधाम करून आली. यक दिस त्यो देवही तुहं बाडगं झोडायला बसंल."

आईच्या या वाक्यासरशी आजीच्या पायाखालचा विस्तव पेटला. ती आगआग झाली. त्या आगीत आईला जाळण्यासाठी आईवर धावून गेली. आईनं मला कडंवर सांभाळत तिला लोटलं. आजी भिंतीवर जाऊन आपटली. आजीचे लेकजावई चवताळले. आईवर धावले. वेणूआत्यानं आईच्या हातावर लाटणं मारलं. साऱ्या बांगड्या फुटल्या. काही मनगटात रुतल्या. तोच दुखता हात धरून ती ओढू लागली. तिचा नवरा भोकराएवढाले डोळे करून

आईला भेवडण्याचा प्रयत्न करत होता. आईनं एका हातानं मला खांद्याशी लावून धरलेलं. तावडीनं आईच्या कडंवरून मला घेतलं. वेणूआत्यानं तिच्यातली सगळी ताकद पणाला लावलेली. आई कोपऱ्यातल्या खांबाला घोरपडीसारखी चिकटून. वेणूआत्याच्या मदतीला आजी आली. मग मात्र आई हलली. दारापर्यंत ओढत आणलं. आईनं दाराची चौकट धरून ठेवली अन् संधी मिळताच पुन्हा चुलीच्या घरात पळाली. आजीला, आत्याला अन् आजीच्या भोकरडोळ्याच्या जावयाला खूपच राग आला. ते चवताळले. एक बाई आवरत नाही आपल्याला? त्यांनी आईला मारायला सुरुवात केली. माझ्या बहिणींनी रडण्याचा एकच सूर धरला. आक्का दुखणाऱ्या जखमेचा विचार न करता ओट्यावर उभी राहिली अन् मोठमोठ्यानं ओरडू लागली.

"धावा रे, लोकयवोऽऽ, माझ्या आईला मारून राह्यल्येऽऽ"

"माझ्या आईला मारून टाकतील!"

"ये लोकयवो, धावाऽऽऽ"

लोक ओट्याजवळ गोळा झाले; पण एकाचीही हिंमत झाली नाही आजीला आडवायची.

आजी आईचा गळा दाबू लागली. लेक जावयानं आईला धरून ठेवलं. आईला तिच्या आयुष्यातल्या वाईटओखट्याची जाणीव झाली. हे लोक आपल्याला जीवे मारू पाहताय. आईला लढण्यापेक्षा त्यांच्या तावडीतून निसटणं महत्त्वाचं वाटू लागलं. म्हणून सगळीच ताकद एकवटून आईनं हिसडा दिला अन् तावडीच्या कडंवरून मला घेत आई पळू लागली. आईच्या मागं रडत बोंबलत तिच्या चार लेकी. त्यांच्या मागं आजी, आत्या अन् तिचा भोकरडोळ्याचा नवरा दैत्यासारखे! खंडूमामाच्या नांगरून पडलेल्या वावरातून आई पळत होती.

"येऽऽ पोटकरपेऽऽ, काम्हून पळते? दम तुझा मुर्दाच पाडते." पळता पळता आजी म्हणाली अन् नांगरटीत ढेकळाची आट पायाला लागून पडली. भोकरडोळ्याच्या जावयानं हात देऊन आजीला उठवलं. आजी त्याच्यावर डाफरली.

"काय जावयी तुमी! मानसासारखे मानूस तुमी, तुमाला ही बया आवरली न्हायी? काय म्हनावं बाई तुमाला?"

"मामीऽऽ, माझ्या तावडीतनं जाऊन जाऊन जानार कुडं; दमा म्या माझी बंदूक आण्तो. अन् गोळीच घालतो म्हन्जे कळंल तुमाला हा मेजर काय चीजय त्ये!"

"त्ये चांग्लच कळलं माला. ती बंदूक खुटीलाच ऱ्हाव द्या. मारायचं व्हतं त् मंगाच तिचा काटा काडायला पाह्यज्ये व्हता. आता नका रिकामी भुई बडवीत बसू!"

"बय, वाटते तेवढी साधी न्हायीये बाई ती! लईच बळंय मेलीला."

"तू का कायीच खात न्हायी? का वारा भक्शन करून ऱ्हायलीय?"

आई हातची निसटल्यामुळे त्यांच्यातच मांजरावानी फिसफिस सुरू झाली.

आईनं तिचं मरण मागं सोडलं होतं. हनुमंत रायबाच्या विहिरीजवळ येऊन आई थबकली. पोरी लांबवर येताना दिसत होत्या. आईला हायसं वाटलं. आई धावेवरच्या चिंचेखाली धापा टाकत बसली. सगळ्या बाजूनं आईची रांडोळी सुरू होती. ज्या मुलासाठी तिला इतकं गांजवलं होतं, तो मुलगा या जगात येऊनही आईचा वनवास कमी न होता आणखीनच वाढला होता.

आईच्या चाऱ्ही लेकी धापा टाकत येऊन पोहोचल्या. तावडीच्या पायात धामण काटा खुडला होता; तरी तसाच पाय घेऊन पळत आली. माईच्या, आक्काच्या पायांनाही खरचटलं होतं. पमी तर साऱ्यांत पिन्हूली. तिचे इवलेइवले पाय हुळहुळे होऊन लालभडक झाले होते. माझ्या बहिणींनी आईच्या अन् भावाच्या जीवापुढे कसलीच तमा बाळगली नव्हती. त्यांनी विसावा तेव्हाच घेतला, जेव्हा आई अन् आपला भाऊ सुखरूप आहे हे पाहून! त्या सगळ्याच रडू लागल्या. आई म्हणाली,

"आगं, रडताय कशापायी? म्या जिती हाये न्!"

"आई, तुला विहिरीकडं येताना पाहून आम्हांला वाटलं तू काही जिवाचं बरंवाईट करून घेते की काय?"माई गदगदून म्हणाली.

"व्हय, आई, तुला पाह्यलं अन् आमचा जीव भांड्यात पडला." आक्का म्हणाली.

"आगं, मरायसाठी का त्यायच्या तावडीतनं म्या निसटले. न्हायी त् त्ये माला आज गळा दाबून मारनारच व्हते!"

"आई, कसे ग यवढे आपल्या जीवावर उठले?" आक्का म्हणाली.

"आक्के, माझ्या आयुष्याची दोरी त्या देवानं लई पक्की करून तुम्च्यात सोडलंय. त्याला ठावंय... इच्या लेकरांना इच्याशिवाय कुनीच न्हायी! तुम्चा बाप त् मरून पडलाय; म्या मातरं तुमा सगळ्यांना शेरापाण्याला लावूनच मरंल. अशीतशी मरनार न्हायी!"

आईच्या कडंवरून माईनं मला घेतलं. आक्का विहिरीतनं पिण्यासाठी पाणी शेंदू लागली. आईनं तावडीचा काटा भरलेला पाय आपल्या मांडीवर घेतला. तिच्या गळ्यातल्या काळ्यामण्यांच्या पोतीतल्या लासखंडानं तावडीच्या पायातला काटा हलक्या हातानं काढू लागली. आईनं सहजी तावडीच्या पायातला काटा काढून टाकला. पण आजी, आत्या, बाप यांचं काय? यांचा काटा तर काळजात सलत होता. तो काही आईला काढता आला नाही.

आईचा संसार हनुमंत रायबाच्या चिंचेखालच्या सावलीत मूळ धरू लागला. तिची लेकरं ह्याच, तिच्या झाडाच्या फांद्या. भर उन्हाळ्यातही त्या हिरव्या होऊ लागल्या.

आईच्या भोवती तिच्या लेकींच्या चिमण्या चिवचिऊ लागल्या.

❑❑

५

मायलेकींची दिंडी

उन्हं पेटायला लागली की सगळीकडंच काहिली पसरवतात अन् झाडं दम टाकू लागतात. पानापानांतून वाळायला लागतात, पाचोळा होतात; पण आईचं झाड मात्र भक्कम होतं. उन्हाला पचवणारं होतं. आईच्या झाडाच्या खोडात लेकरांच्या मायेचं बळ भरलेलं होतं. वादळवाऱ्यालाही आईच्या झाडानं जुमानलं नसतं. हनुमंत रायबाच्या चिंचेखाली आई थोडीच आम्हांला घेऊन आयुष्यभर राहणार होती? ती संध्याकाळी आमच्या घरी परत जाणारच होती. आजीचा राग तोपर्यंत निवलाही असता. जगात जायचं तर जाऊन जाऊन जाणार कुठे? एक तेवढं हक्काचं आमच्या मामाचं घर. आक्का म्हणाली,

"आईऽऽ, केवढी ग यातायात.... कुडला देवबी धावून येत न्हायी आपल्या मदतीला?"

"आक्काबाईऽऽ, देवाला का सवड सापडनार?"

"काम्हून?"

"बाई, आसे थोडेथिडके दुष्ट हायेत का जगात? त्यायचा समाचार देवाला घेणं भाग आस्तं! त्यातून त्याला कशी 'जू' सापडंल?"

"तू कायी म्हन, आई! आपल्यायसाठी देवाच्येबी हात तुटून पडले! देवच मरून पडला आपला!"

"यकनं यक दिस त्याला आपलीबी दया ययीनच! आक्के, देव कायी मरून पडत न्हायी बाई. तो हाये म्हनून त् पिरथमीचं चाक फिरून ऱ्हायलंय!"

तावडी आईला म्हणाली, "आई, आपन इडंच राह्यचं का?"

"रात्रीचं इथं कसं ऱ्हानार, आई? इच्चूकाट्याचं भेव नाही का आपल्याला!" माई म्हणाली.

"इच्चूकाटे आपल्यायला कधीच दगाफटका करनार न्हायी पोरी. आपलेच मान्सं इच्चूकाट्यायपेक्शा जहाल हाये! त्यायच्या इखाला कसलाच उतारा चालत न्हायी. ते जहर चढतच जानारं!"

''नारायनतात्या उतरवतोनं जहर!'' पमी म्हणाली.

''हां माझ्या बबड्या! पन नारायनतात्याच्या नबी न्हायी उतरायचं हे जहर!'' आई विषण्णतेनं म्हणाली.

यसुंताबाबाच्या घरालाच पाठभिंत होती नारायणतात्याच्या घराची. एखाद्याला विंचू चावला असेल तर त्याचं जहर उतरवण्यासाठी जवळच्या चार गावचे लोक यायचे. माणूस रडत नारायणतात्याकडं यायचा अन् हसत जायचा. आईला आपल्या एवढ्याशा पोरीचं कौतुकही वाटलं. एवढुशा पोरीला अक्कल होती. मग आजी, आत्या, बाप यांची अक्कल कुठल्या गावाला जाऊन बसली होती कोण जाणू?

''मावडे, तू उगा फरफट लावून घेतली बाई, तुला सांभाळत्या न त्ये!''

''आई, उपकार नाही करती!''

''पन तुही साळा नाहकच बुडंल बाई! अन् तुही यक काळजी नसायची. आता तुहीबी आम्च्यासंग फरफट व्हईल!''

''जाव दे, आई!''

''आई, माला भूक लागलीय!'' पमी इवलंस तोंड करत म्हणाली.

''इडं आम्च्या भुका पळाल्याय. इच्या पोटात पडला खड्डा!'' आक्का त्राग्यानं म्हणाली.

''आक्काबाई, सगळ्याच गोस्टी मारता येतात, पन भूक न्हायी मारता येत! भूक कशी मरंल!''

''मंग काय द्यायचं तिला खायला?'' आक्का कावून म्हणाली.

''शोधते बाई म्या कायीतरी रानमेवा. धर याला!''

आईनं मला आक्काकडं दिलं. आई सरासरा चिंचेच्या झाडावर चढली. कोवळ्या-कोवळ्या डहाळ्या ओरबाडल्या. टाकल्या लेकींपुढं.

''खा. चांग्ला लाग्तो पाला!''

''ये आक्के खाऊन तं पाय; यकदम चिच खाल्यावानीचंय!'' तावडी पाला दाताखाली चावता चावता म्हणाली.

''हा न बाई, खरंच खाऊन त् बघ!'' माई म्हणाली.

''तुमीच खा; माला न्हायी भूक!'' आक्का म्हणाली.

शेळ्याबकऱ्यांनी पाल्याला बिलगावं तशा आईच्या लेकी पाला खाऊ लागल्या. आई पुन्हा त्या आयरानात लेकींसाठी काही मिळतं का म्हणून शोधायला निघाली. आक्कानं आईला हटकलं.

''आई, कुडं चालली तू आता?''

''आगं, पाते कायी घावतं का रानात?''

अर्ध्या तासात बरीच रानं तुडवून आईनं लुगड्याच्या ओटीत बरंच काही जमा करून आणलं. निवडुंगाची बोंडं होती. कच्चे कवठं होती. एक वाळूक होतं अन् पपई. आईनं गोळा करून आणलेल्या शिदोरीलाही त्यांची भूक बिलगून पडली. आक्कानं मात्र काहीच खाल्लं नाही. ती सर्वात जास्त हळवी असल्यामुळे तिच्या मनाला जास्तच लागलं होतं. आक्का दुखावली गेली होती. आई म्हणाली,

"आक्के, तू का खात न्हायी?"

"न्हायी बाई! खायची वासनाच उडून गेलीय!"

"पोटाला न्हायी मारू मान्सानं!"

"मंग तू का खात न्हायी?"

"तुमी साऱ्यांनी खाल्लं तरीबी माझं पोट भरंल!"

"अशी आजी, असा बाप देवानं घडवलाच काम्हून?"

"देवाला काय ठाव ते असे वागतील म्हनून?"

"आई, पात न्हाय... यांना देव शिक्शा करीलच!"

मायलेकींचं बोलणं चालू असतानाच गावाकडच्या वाटेनं कलकल ऐकू आली. आजी, आजीची लेक, हनुमंत रायबा अन् मागं गावातल्या माणसांचं हे मोठं लेंढार. आजीला वाटलं आईनं तिच्या पोरासकट विहिरीत उडी घेऊन जीवच दिला. बरी गेली बलामत. जवळ आल्यावर तिनं आम्हांला जित्तं पाहिल्यावर ती नाराज झाली. आजीचा चेहरा पडला. तिच्या नथीची तल्की कमी झाली.

"का ग शिंदळकीचेऽऽ, हिरीत जीव देते का?"

"म्या कहालाऽऽ जीव देवू?"

"मंग हिरीकडं पळत आली कशी? दुसरी जागा तुला सापडली कशी न्हायी?"

"तुमालाच इच्यारून जागा ठरू काय?"

"हिरीतच जीव द्यायचा आसंल त् पैली निंग. माह्यरची हिर जवळ कर! माझ्या गावातल्या हिरीत जीव नको देवू बाई!"

"साऱ्या गावच्या हिरीबास्वा तुम्च्या नावावं केल्या जशा!"

लोक काही सासूसुनेचं भांडण ऐकायला आले नव्हते. ही तर नेहमीचीच गोष्ट. त्यात वेगळं ते काय? लोकांचाही मूड गेल्यासारखा झाला. त्यांचा पार हिरमोड झाला. त्यांना वाटलं, ह्या यमुनाईनं त् सांगितलं होतं आरडाओरडा करत की माझ्या सुनेनं विहिरीत जीव दिला. तिची सून त् जित्तीय. उगाच आपला वेळ गेला म्हणून हळहळीची हलकी कुजबूज त्यांच्यात सुरू होती. पण आता आलोच आहोत तर तमाशा पाह्यला काय हरकतंय. ह्या अटीवर लोक थव्याथव्यानं थांबले. डोळे भांडणात खुपसून....

"वेणू, इच्या नवऱ्याला निरूप धाडून अब्बीच्या अब्बी बोलून घेऽऽ. ही आपल्या

जिवाचं बरंवायीट करून घेयील. केवढ्याला पडंल त्ये!''

''म्या कायी मरायची न्हायी, आत्याबाईऽऽ''

''तू आम्चा जीव घेशील. मर्ती कहाची म्हना. माझ्या गावातून पैली निंग.''

''म्या का निंगू? गाव काही तुमी सौताच्या नावावर न्हायी केलं.''

आजीचे सारेच मंत्र आईसमोर निष्फळ ठरले, म्हणून आजीनं पवित्रा बदलला. शेवटचं शस्त्र वापरून पाहिलं.

''पाहय बुवा, हनुमंता, तुझ्यावरच यायचा टोपरा!''

आजीनं वापरलेलं शस्त्राचा नेम अगदी योग्य जागी लागला. हनुमंत रायबा आईवर गुरकावत म्हणाला,

''वैनी, निंग बरं इडून, तू काही जिवाचं बरंवायीट करून घेतलं त् माझ्यावरच यायचं. नको गड्या माझ्यावर ही रिकामी तोहमत!''

''भावजी, म्या कायी इडं कायमची राह्यला आले न्हायी. जीव घेवून पळत सुटले, या जागेचा आसरा मिळाला म्हनून घडीभर थांबले!''

''थांबू नको गड्या. पैली निंग!''

''उपकार इसरून वाटंव ठेवू न्हायी मानसानं!''

''काय उपकार केले माझ्यावर?'' हनुमंत रायबा कंबरेवर हात ठेवत म्हणाला.

''तुम्ची बायकू मरनाच्या दारात व्हती तवा म्याच थांबले व्हते ना दवाखान्यात. तेवढं त् सुमरन ऱ्हावू द्या!''

''लई उपकार झाले गहाडीच्ये, तुझे माझ्यावर. आजूक यक कर. पैली निंग माझ्या हिरीवरून. जिवाचं कायी करून घेशील त् नाहक पोलिसांची झंझट लागंल मागं.''

''निघनारच हाये म्या. अन् मरायासाठी न्हायी आले तुझ्या हिरीवं. मरायला म्या काय कच्च्या काळजाची वाटली व्हय!''

आजीनं चिंचेच्या पाल्याच्या फांदूऱ्या, खाऊन टाकलेल्या वाळकाची साल, अर्धी खावून पडलेली कवठं पाहिल्यावर हनुमंत रायबास म्हणाली,

''पाहय रं रायबा, ही त् तुझा मळाच खायला निंगाली!''

''तू त् माझ्या मळ्यालाच शेज लावला!''

''तुम्च्या मळ्यातला चिंचेचा पालाच फकस्त खाल्ला. तो त् शेळ्याबकऱ्याबी खातात!''

''तू त् चोऱ्याच करायला लाग्ली!''

''लेकरं भुकेले झाले व्हते. त्याला तुमी चोरी म्हनत असाल त् केली म्या चोरी!''

''भुकेलेच झाले व्हते त् माती खावू घालायची न, लोकांच्या नुकसानी कशाला करते!''

"हनुमंता, तिचं काय ऐकत बसला. दाद्यासारखा दाद्या तू. फराफरा ओढून हुसकून लाव बाहेर. काय बायमानसागत वागतो!"

आजीनं असं म्हणताच हनुमंत रायबातला माणूस जागा झाला. त्यानं आईचा हात धरला. आईनं तिचा हात सोडवून घेत हनुमंत रायबाच्या कानामागं ठेवून दिली अन् चवताळून म्हणाली,

"माझा हात धरायला लाज वाटली न्हायी का, भडव्या, तुलाऽऽ. घडीभर तुझ्या मळ्यात काय थांबले; तुझे बांधाखोरं म्या का खंदून नेले का? परक्या बाईचा हात धरायला तुला कायीच कसं वाटलं न्हायी. तुझी बायकोय का म्या. बिनलाज्या, लाज कुडं फेडून ठिवली! या मेलीचं ऐकून हात धरतोय व्हय माझा. ही माती काय उरावर घेवून जानारंय का? उपकार त् वाटावं ठिवलाच; पन अब्रूही गहान ठिवून आला का? असाहय बाईमानसाला दमदाटी करतो. कुनाचं आयकून; ह्या हडळीचं? तुम्चे डोळे बांधले का? तिनं माझ्या आयुष्याचा सत्यानास केला, तो काही तुम्च्या डोळ्या निराळाय? तुमी आले जमून गंमत पाह्यला. तुमाला आयाबैनी न्हायी का?" आईनं ज़मलेल्या लोकांचाही समाचार घेतला. गर्दी थोडी चुळबुळली; पण जागची हलली नाही. हनुमंत रायबा खजील होऊन उभा. आई आजीवर चवताळली.

"तू तरी लाज कुडं फेडली? सुनंचा हात परक्या पुरुषाला धरायला लावते, मावले, थोडं तरी तुझं काळीज पाझरू दे! यवढी कशी निशंग झाली? काय पाप केलं म्या तुझं, म्हनून तू माला आसं गांजून न्हायलीय? नांदन्याचं चांदनं केलं माझ्या! तुझ्या देखण्यादिदूऱ्या लेकाला आणली न् हौसेनं इंद्राची वारंगणा करून; घे न् तिच्याकडून सेवा. माझ्या काय मागं लागली, केरसुनेऽऽ! उलीउली नातीयची कीव येईना तुला, पोटकरपेऽऽ! कुडल्या देवानं घडवलं! पोरी व्हत्यात म्हनून टिमकी वाजवली माझी. आता पोर झालं त् त्याचंबी कौतुक न्हायी. तुम्च्यापेक्शा गिधाडं बरे. ते तरी जनावर मेल्यावर खायला येतं; तुमी त् त्याच्या निपतरी जित्या जिवालाचा खायला टपले."

कुणी वर्दी दिली होती कुणास ठाऊक, एक पोलीस अन् गावचा पोलीसपाटील हजर झाले, जमलेल्या गर्दीवर खेकसत पोलीस म्हणाला,

"काय गर्दीय सुक्कळीच्यांनोऽऽ, निघा इडून, का घालू काठी...?"

गर्दी जागा बदलून हलली; पण उभीच. आता खरी मजा येणार... ती हातची कशी जाऊ देतील. इतक्या वेळ उभं राहण्याचं फळ आता मिळणार, ते पाह्यचं सोडून ते कसे जातील? पोलिसाला पाहिल्यावर मात्र आई घाबरली. माझ्या बहिणी घाबरून आईचा आसरा करून उभ्या. सगळं आधीच पढवून ठेवल्यासारखं. पोलिसाने आईकडं मोर्चा वळवला.

"काय बाई, जीव नकोसा झाला का? काम्हून जिवाला कटाळली?"

"न्हायी, सायब!" आईचा घाबरत घाबरत शब्द फुटला.

"मग इथं काय हवापाण्याला आली का?" पोलीस गुरकावत म्हणाला.

"माझी सासू अन् ननंद जीव घेत होत्या; म्हनून त्यांच्या तावडीतून निसटले म्या?"

"खोटं बोलते का? त्यांनीच कम्प्लेंट केली की तू तुझ्या सासूचे दागिणे घेवून पळाली म्हनून. कुठंय ते?"

"न्हायी सायब, माझ्यावर कुभांड घेतलंय, म्या कशाला घेवू दागिणे?"

"सायब, सोडू नका तिला. दोन काठ्या घातल्या की आपच दावंल बगा!" आजीला संधी सापडली, तिनं ती दवडली नाही.

"तुमी नका सांगू माला, काय करायचं ते! वर्दी का झक मारायला घातली का मी!" पोलीस आजीवर चिडला.

"चल बाई, पोलीसस्टेशनला यावं लागंल तुला!"

"न्हायी सायब, माझ्या लेकरायकडं कोन पाहीन? तान्हं लेकरूय माझं. त्याचं काय?"

"पोलीसस्टेशनला येनार नसशील तर आत्ताच्या आत्ता माहेरी चालती हो!"

हा सौदा आईला मान्य झाला. माहेरची वाट धरायला ती तयार होती. आईला आजीशी खूप बोलायचं होतं, पण तिला पोलिसासमोर बोलता येत नव्हतं; म्हणून लेकींबरोबर तिनं गावाची वाट धरली. पण आजीला एक समाधान वाटत होतं की पोलिसाच्या भेवाभेनं का होईना आपली सून गाव सोडते आहे. खरंतर पोलिसाला आजीचा भोकरडोळ्याचा जावई घेऊन आला होता. तो पोलीस खरा होता की खोटा काही माहीत नाही! कारण, आई म्हणायची की मला हुसकावून देण्यासाठी ते काळ्या बाजारचे पोलीस आणायचे! कदाचित त्यातलाच एखादा असावा....

माझी आई मला घेऊन पुढं चालत होती अन् मागं माझ्या बहिणी. ही पायी निघालेली दिंडी कुठल्या विठोबाच्या भेटीला चाललेली नव्हती. आईच्या माहेरी निघाली होती. या दिंडीला रस्त्यात कुठेही जिवाळ्याचा ठेपा लागणार नव्हता. ती थेट मानोरीला जाऊनच विसावणार होती... तोपर्यंत चालत राहणं, हे इतकंच माझ्या आईच्या अन् बहिणींच्या हातात होत.... तावडी पायातल्या काट्यामुळे लंगडत चालली होती. सगळ्याच्या मागं पमी. तिचे पिन्हूले पाय घेऊन चालत होती.... उजेड असताच आम्हांला मानोरीला पोहोचायचं होतं.... जर तेव्हा मी कळता असतो तर सूर्यालाही सांगितलं असतं की जरा आस्तेआस्ते अस्ताला जा. आम्हांला दिवस असताच मामाच्या गावाला पोहोचायचं आहे.... मी मोठाही असतो तरी सूर्यानं माझं ऐकलं नसतं. कारण, त्याच्यावरही ताबा माझ्या आजीचा अन् बापाचाच असता.

मामाचं गाव अर्धंनिर्धं राहिलं असेल तेव्हाच सूर्याचा दिवा मालवला अन् आमची वाट अंधारात बुडाली. आईला अन् बहिणींना काळोखाची वाट तुडवण्याशिवाय गत्यंतर नव्हतं. बहिणी थकून गेल्या होत्या. मध्येच एखादी बसून घेत होती. आई तिची समजूत काढत पुन्हा तिला चालायला लावत होती. रस्तानं किती गावं मागं टाकली. घरं मागं टाकले. पण ज्या घरी आम्हांला जायचं होतं ते मात्र वाटेत लागत नव्हतं. वाट त्या घराला इतकं लांब कशी ठेवून आली. तावडीचा दुखरा पाय आणखीनंच दुखायला लागला म्हणून तिनं मैलाच्या दगडावर बूड टेकलं; नव्हे खळूनंच बसली अन् आईला म्हणाली,

"आई, आता माझ्याच्यानं न्हायी चालवत बाई! पाय त् कळा मारू लाग्लाय!"

"आगं, आता उलीसक त् चालायचंय तव्हर दम धर! ह्ये आलंच बग जवळ; चाल बाई नको बसू!"

"तू साऱ्या वाटंनं ह्येच त् सांगत आली की उलीसक ऱ्हायलंय, उलीसक ऱ्हायलंय; पन गाव त् कायी लागत न्हायी!"

"मंग यीडंच बसून ऱ्हायचं का रातभर. कानीबानी कुनीकुडची!" आक्का त्राग्यानं म्हणाली

"तुला भरला अस्ता न काटा मंग कळलं अस्तं." तावडी म्हणाली.

"काटा भरायला तुझ्यासारखं वर तोंड करून चालत न्हायी म्या!" आक्का रागानं म्हणाली.

"तू माला सांग्ते काय; डोळमा कुणीकडचा!" तावडीनं आक्कास डिवचलं.

"बायांनो, नका भांडू रस्त्यावर! परसंग काय, येळ काय; काही कळतं का तुमाला!" आई चिडली.

"आई, मला भूक लाग्लीय!" पमी म्हणाली.

"यीला त् साऱ्या जगाच्या भाकरी आणून टाकल्या तरी पोट भरायचं न्हायी. असा कुडला राकशस तिच्या पोटात जाऊन बसलाय!" आक्का पमीवर डाफरली.

"आक्के, नको बाई तोंड टाकू. पमेऽ माझे चिमने, मामाच्या घरी गेल्यागेल्या तुला जेवायला देते बरं!" आई म्हणाली.

"उठ ग तावडे, थोडंच चालायचंय!" माई म्हणाली

"माला न्हायी चालवत बाई." तावडी आडून बसली.

"मावडे, धर ग याला." मला माईकडं देत आई तावडीपुढं वाकत म्हणाली,

"बैस बाई माझ्या पाठकुळी!"

आईनं तावडीला पाठकुळी घेतलं. पुन्हा पायपीट सुरू झाली. आक्कानं पमीचा हात धरला होता अन् माई सगळ्यांच्या मागं. माईच्या कडंवर मी. तसं तर अंधाराचं ओझं सगळ्यांच्याच पाठकुळी होतं. मामाच्या घरी गेल्यावरच ते ओझं उतरून ठेवता आलं

असतं. त्यातून आता तरी कुणाचीच सुटका नव्हती. किरळाची झाडं, सुबाभळीची झाडं भुतासारखी वाटत होती. ती आम्हांला घाबरवू पाहत होती. आईमुळे त्यांची भीती मात्र वाटत नव्हती. रस्त्यानं जाणाऱ्यायेणाऱ्या गाड्या उजेडाचे मळकट फडके धुळीत उडवत जात होत्या. एखादीही गाडी आमच्याजवळ येऊन थांबत नव्हती. बापासारख्या, आजीसारख्या त्याही आमच्याशी फटकूनच वागत होत्या.

कशी काय माहिती नाही. एक जीपगाडी आमच्या जवळ येऊन खडखड करत थांबली. आमच्या दादांसारखा माणूस होता. तो आईस म्हणाला,

"काय बाई, ये पोरं घेवून कुडं निंगाली?"

"मानोरीला चाललेय माझ्या माहेरी!"

"आगं, मग पायीपायी निंगावं का?"

"भाड्यापुरतेही पयसे न्हवते मजजवळ!"

"बस गाडीत. माला तिकडंच जायचं हाये!"

आई अन् बहिणी गाडीत बसल्या. खरंतर देवानंच गाऱ्हाणं ऐकलं होतं. आई आपली कर्मकहाणी न सांगता मुकाट बसली होती. आम्हांला मामाच्या घरी घेऊन जाणाऱ्या माणसाला आईनं बाप आजारी असल्याचं कारण सांगितलं होतं. त्यानंही जास्त काही विचारलं नाही. या घडीला तरी आई अन् बहिणींसाठी तो देवच ठरला होता. आम्हांला अगदी मामाच्या घरासमोरच त्यानं सोडलं. दादा ओट्यावर कंदिलाच्या उजेडात बसले होते. त्यांनी आम्हांला पाहिलं. माझे लहानगे दोन्ही, अंबरमामा आणि पंढरीमामा, पुढं पळत आले. मला आणि पमीला त्यांनी कडंवर घेतलं. आईनं अन् बहिणींनी दादांचं दर्शन घेतलं. दादांच्या आवतीभोवती लेकीचं आभाळ पांगलं. दादा लेकीच्या आभाळाला बिलगले. कंदिलाचा मिणमिणता उजेडही गहिवरून आला.

मुक्कामाला पोहोचलो होतो. मामाचं घर लागलं होतं. आता माझ्या बहिणींना अन् आईला कुणी खोप्यातून हुसकावून देणार नव्हतं. या खोप्यातच माझ्या बहिणींची किलबिल अन् माझी बाळपावलं दुडूदुडू धावणार होती. आई आल्याची जाणीव गोठ्यातल्या गायींनाही झाली होती. त्यांनी हंबर देऊन आनंद व्यक्त केला. माझ्या मोठ्या साऊमामी अन् पारूमामी येऊन आईच्या पाया पडून चुल्याच्या घरात निघून गेल्या. चुल्हं धडाडलं. भाकरीचा थपथप आवाज येऊ लागला. बहिणी भुकेच्या ओढीनं चुलीच्या घरात निघून गेल्या. मला खेळवायला माझे दोन्ही मामा.

"एवढं रातबळी आली. जरा लवकर निंगायचं न, सजा!" दादा म्हणाले.

"त्या मेलीनं कहाडून देलं माला!"

"तिला त् काळीज न्हायीचे! सजा, माझंच चुकलं तुझ्या नवऱ्याला कॉलेजात शिकायला पाठवाया नको व्होतं!"

"तुमी त् दादा तुम्च्या लेकीचं सुख पाह्यला गेले. तुमाला काय माहीत असं व्हईल!"

"म्हण्लं पोरगं हुशारंय. शिकू दे, आपल्याच पोरीला सुखात ठिवील. चितलं काय अन् झालं काय! त्याच्या शिक्षणापायी जमिनीचा तुकडा इकला. कायी उपेग झाला का? उलट त्या कालेजातच त्याच्या गळ्यात ती गद्धड पडली अन् तुझ्या संसारात तिनं इख कालवलं. तो जमिनीचा तुकडा जरी तुझ्या नावावर केला असता त् बरं झालं असतं."

"मागचं पान उलटता येतं दादा; त्यात लिव्हलेलं बदलता येत न्हायी. ती शाई पक्की लडकलीय माझ्या काळजाला. सटवीचा लिखाच तो माझ्या कपाळावरला! म्हनून कैना उगाळून कायीच उपेग न्हायी!"

"सजा, तुझी काळजी कधीकधी मी करत न्हायी. तुझ्या ह्या समजूतपणामुळे लई आगळ घालते मनाला!"

"वारुळात साप निंगाला म्हणून वारूळ काही कुणी खंदून टाकत न्हायी. कितीही मुंग्या धावल्या तरी माला काही ते वारूळ सोडता यायचं न्हायी."

मामाच्या घरचे कसेबसे चार दिवस उलटले असतील. दोघी माम्या चुल्याच्या घरात. इकडं ओसरीत आई तावडीचं डोकं विंचरून देत होती, अंबरमामा जवळच बसला होता. तो आईला म्हणत होता,

"ताई, तू आता इडंच थांब, एवढा सासुरवास करत्यात तुला. कायी जाऊ नको!"

"बबड्या, जेव्हा तू कमवायला लागशील तवा म्या ऱ्हाईन!"

"माझं कारखान्यात काम व्हतंय, तुझ्या मीठमिरचीचे पैसे त् मिळविनच म्या!"

"माझा गुणाचा भाऊ त्यो." म्हणत आईनं अंबरमामाच्या डोक्यावरून हात फिरवला. तेवढ्यात चुलीच्या घरात मोठ्या मामीची चरफड ऐकू आली.

"घरचं झालं थोडं अन् येह्यानं धाडलं घोडं! चार दिस न्हायी झाले की बाई येते पोरींचं लेंढार घेऊन. खायाला काळ अन् भुयीला भार!"

"त्यांच्यावं दिवसच असे आले; त्याला त्या तरी काय करतील!" लहान पारूमामी म्हणाली.

"बरं बाई आपल्याच मढ्यावं येवून आदळतात!"

"आल्यावर कुडं बसून ऱ्हात्या का त्या. काही न काही काम करतच ऱ्हात्या!"

"तुला त् लई पुळका बाई त्यांचा. आगं, आपला नवरा जर ध्यानावं न्हायी त् एवढा पोरवाडा कशाला जल्माला घालायचा. स्वत:चेही हाल करून घ्यायचे अन् दुसऱ्यालाबी त्याचा तरास!"

आई काय समजायचं ते समजली. आवरायच्या कामाला लागली. अंबरमामा आईमागं फिरू लागला... आईची समजूत काढण्यासाठी.

“ताई, काय ग!”

“आयकलं न् बापू तू? लेकीची आई मेली का तिचं माहेर तुटतं, असं म्हणतात ते कायी खोटं न्हायी. माझं माहेर तवाच संपलं जवा आई गेली.”

“आसं नको ना ग बोलू, ताई! म्या राबंल तुझ्यासाठी, माझ्या या भाच्च्यायसाठी!”

“तुला तुझं आयुष्य उभारायचं हाये, माझं दुखणं माझ्यापाशी, माला नको मायात गुंतू!”

“दादांना त् येव दे. ते आल्यावं ठरवू!”

“दादा न्हायी जाऊ द्यायचे माला.”

“तू एवढं मनाला नको लावून घेऊ, ताई!”

“न्हायी बापू, माला तिच्या बोलण्याचं कायीच वायीट वाटलं न्हायी. आपलं दुख आपनच काढायचं आस्तं. त्याचा भार नाहक दुसऱ्यानी का सोसावा? माझ्या आयुष्याची गोधडी फाटली न् त् टाके मालाच घालावे लागतील, बबड्या! तू नको मनाला लावून घेवू की तुझी बहीण भावजयीवर रुसून गेली. अन् दादांना यातलं कायीबी सांगू नकोस. माझी आण हाये तुला!”

अंबरमामाच्या डोळ्यांना पाणी आले. तो आईला बिलगून रडू लागला. आईचेही डोळे ओले झाले होते. माझ्या बहिणी एवढंसं तोंड करून रडणाऱ्या मामाकडं अन् आईकडं गुरुमुरु पाहत होत्या. त्यांचेही डोळे ओले झाले. मामानं पमीला कडंवर घेतलं. पमी मामाचे डोळे पुसत होती. मामाच्या डोळ्यांतून त्यामुळे आणखीनंच पाणी येत होतं. पमीच्यानं तेवढं पुसणं काही शक्य नव्हतं. आईनं पायलीभर बाजरीचं ओझं उचललं, डोक्यावर घेतलं. तशी तर कुठली कुठली अन् कसली कसली ओझी आईच्या खांद्यावर होतीच. उन्हाचं ओझं....

दिवसाचं ओझं....

काळोखाचं ओझं....

बापाच्या जुलमाचं ओझं....

आजीच्या जाचाचं ओझं....

लेकराबाळांचं ओझं....

ह्या ओझ्यांचा भार पेलणारी आईच्या डोक्यावरची चुंबळ कुठल्या देवानं तयार केली होती?

पुन्हा मायलेकींच्या दिंडीनं पाटेगावच्या दिशेनं पाय उचलले....

❑❑

६

मोडलेल्या घराची उशी.... अन् भुईचं अंथरून!

आईच्या आयुष्यात नुसत्या कष्टाच्याच खेपा.
ह्या खेपा मोजायच्या तर माझ्या हाताला तेवढी बोटं नाहीत.
माझी दहाही बोटं कुचकामी ठरतील....

चिमणीनं गवतकाडी जमा करून खोपा करावा तशी आई तिचा खोपा उभारायच्या कामाला लागली. आजीनं मोडून टाकलेलं घर, आई पुन्हा बांधू लागली. गुडघाएवढ्या दोन पोरी आक्का अन् तावडी तिच्या मदतीला. पमी बाहुलीएवढी लहान; तरी तीही तिचा पिन्हुला वाटा उचलत होती. मी तर बाळात्यावरच लोळत होतो चार-सहा महिन्यांचा तान्हा. आई मला आमच्या घराजवळ राहणाऱ्या जिजाईच्या हवाली दिवसभर करू लागली. जिजाई मला झोळीत घालून झोका द्यायची. गाणं म्हणत निजवायची. जागा झालो तर नादी लावायची. राहिना झालो की आईला हाक मारायची. दोन घोट पाज म्हणायची.

जिजाई आईची जणू पाठची बहीण झाली होती. ती हरिजन- वेगळ्या जातीची. पण दोघींची आई एकच असल्यासारख्या वाटायच्या. एकाच झाडाच्या दोन फांद्या. आईला वाटायचं आपल्या जवळच्यांनी चाबलून सोडलं; पण ही बाई आपल्यासाठी किती करते.

"इंदू, लेकराला माझ्याकडं सोडून जा! फकस्त त्याला भूक लागंल तवा पाजून जात जा. त्वा बिनघोर ऱ्हावाऽऽ त्याची काळजी घ्याया म्या हाये त्याची मावंची मावशी!"

"जिजा, तू जातीची ना पातीची, नात्याची ना गोत्याची. आपलं रघताचं नातं नसूनबी तू माझ्यासाठी किती करते पाठच्या भैनीवानी!"

"इंदू, तुझे हाल न्हायी देखवत बाई माझ्याच्यानं. वनवास असावा; पन यवढा? काय हालाचे बाल. नुस्त्या यदनाच तुझ्या नशिबी. म्हनून थोडासा भार हालका झाला त् झाला माझ्याच्यानं. न्हायीतरी मानसाच्या संगं काय यतं ग!" मला हातांवर जोजवत जिजामावशी म्हणाली.

"तुझे उपकार कसे फेडू म्या?"

"उपकाराची भाषा करशील त् सांभाळ तुझं लेकरू!" लटक्या रागात मला आईकडं देऊ लागली.

"तसं न्हायी ग!"

"मंग कसं?"

"जिवाच्या मानसायनी हुर्द्याच्ये टाके तटातटा तोडले; म्हनून कुनी माझ्यासाठी यवढं केलं की जीव भारून जातो बाई!"

"इंदू, जमीनजुमला कुनी कायी उरावं घेवून जात न्हायी! जिवानं जिवाचं दुखणं न्हायी जाणलं त् चारीधामाची फेरीबी फुकाचीच हाये!"

सख्ख्या बहिणीसारखं नातं आई अन् जिजाईत आपोआप विणल्या गेलं. घट्ट झालं. आक्का, तावडी जिजाईला मावशीच म्हणायच्या. तीच आमची मावशी झाली होती. आमचा आडोसा हरपला की आडोसा धरत होती. ऊन चेटायला लागलं की ती आमच्या माथ्यावर सावली धरत होती. तिच्या ऐपतीप्रमाणं आईच्या फाटक्या लक्तराला टाका घालत होती. शिवू पाहत होती. एक बाजू शिवली की दुसरी फाटून येत होती. तरी जिजाई सुईदोरा घेऊन उभीच.

एक झाकत गेलं की दुसरं उघडं पडायचं, हे आईच्या नशिबी लिहिलेलंच. त्याला इलाज नाही. जेवायची उसंत नाही. झोप ठाऊक नाही. जरा बूड टेकायचं नाही. तहान म्हटली नाही, भूक म्हटली नाही. एकच ध्यास... घर आणि घर. या उपर दुसरा विचार आईच्या डोक्यात नव्हताच. आजी नसल्यामुळे कामातही मोडता आला नव्हता. नाहीतर होणारं घर तिनं होऊच दिलं नसतं. माझ्या आईला अन् बहिणींना उन्हात उभं केलं असतं. ती मुंबईच्या बुट्ट्या लेकाकडं जाऊन बसली होती महिना-पंधरा दिवसांसाठी.

आई काम करता करता कावून जायची. तणफणत राहायची आजीच्या नावानं.

"खेळवणीला काय मिळालं माझं घर मोडून! कुडल्या जल्मीचा सूड उगवते माझ्यावर? म्या असं घर सोडायला नको व्हतं. तिनं मारलंच अस्तं. मारून त् नस्तं टाकलं ना! थकली अस्ती बिचारी जाच करून करून. माझा जमारा चाल्लाय तिचा जाच सोसता सोसता. आपसूक ऱ्हायली अस्ती गप. माझं घर त शाबूत ऱ्हायलं अस्तं!"

"ती केरसुनीबी तुझ्यामागं काय लाग्लीय हात धुवून कायी कळत न्हायी बाई. गंज मान्सं पाह्यल्ये पण यायच्या इतके खोडीचे न्हायीच. लईच गद्धाळ खोडीच्येय मेले. आसं वागून काय मिळत आसंल त्यायला. घर पाडून लई मोठी झाली का?" जिजाई मला कडंवर खेळवता खेळवता आईच्या दु:खाशी संवादत होती.

"जिजा, दगडालाबी टाकीचे घाव सोसल्याबिगर देवपन येत न्हायी!" काम करता करता आई म्हणायची.

"बाईऽऽ, पण यवढे घाव का?"

"खऱ्याची कसोटी देव घेत अस्तो!"

"नको नको देवा! इतक्या कसोट्या नको घेवू बाबाऽऽ"

तिघीही मायलेकी काम करून गळून गेल्या. जिजाई कातावली आईवर.

"अग चांडाळी! लेकुरवाळी हायेस तू, कायी भाकरतुकडा खावा का न्हायीऽऽ तुझा नको इचार करू; पन त्या तान्या लेकराचा इचार करशील की न्हायी? आगं, त्यायच्यासाठी दूध उतराया त् हावं. राकीसनीवानी कामच करून ऱ्हायली!"

"जिजा, झाला. आता आखरीचा थर देला की भिंतीयचा तान मिटला. फकस्त छप्पर ऱ्हायील. त्याचीबी तरतूद करील कायीतरी."

"शिपारसंय बाई तुझी! आगं, वल्ली बाळंतीन. त्याचा इचार केला न्हायी. चार दिसात भिंती उभ्या केल्या!"

"तू का थोडी मदत केली माला? अन् माझ्या पिलायनीबी, तोंडं बघ कशी झालीयत त्यायची चिम्नीगत. त्यायला भूक म्हनू देली न्हायी; न तहान म्हनू देली. उभंच्या उभं ठिवलं!"

जिजाईनं पातेल्यात मेथीची भाजी अन् भाकरी आणून दिल्या. आई, आक्का, तावडी, जेवण करू लागल्या. जेवता जेवता आई उभ्या राहिलेल्या भिंतींकडं मन भरून पाहत होती. जणू समद्या दुनियेची दौलत तिच्या समुख ठाकली होती. हे तिच्या चार दिवसांच्या मेहनतीचं फळ. तिच्या दृष्टीनं तिच्या हक्काचा हाच चिरेबंदी वाडा होता. लोकांच्या भाड्याच्या माडीपेक्षा आपला हक्काचा खोपा बरा. त्याच्यातच दोन घास वाढवा खातो अन् सुखाची झोप लागते. हे तिचं अनुभवाच्या शाळेतून गोळा केलेलं तत्त्वज्ञान.

तोंडातला घास खाता खाता आक्का म्हणाली,

"आई, आजी म्हणत व्हती की बघते म्या कशी परत येते ती केरसुनी, ती हाये आन मी हाये!"

"बरं ग म्हना इवशेऽऽ, माझ्या मुळावरच उठली!"

आजीची कहाणी गाता गाता मायलेकींची जेवणं उरकली.

आईच्या डोक्यात दुसरीच चिंता उभी राहिली होती. भिंती तर बांधून झाल्या. मात्र छपरासाठी आता कौलं अन् बांबूची गरज होती. ते कसे मिळतील? कुठं मिळतील? आईची ही चिंता दुसऱ्याच दिवशी जिजाईनं दूर केली. जिजाईनं आईस सांगितलं,

"इंदू, आगं हिरीवर माला चिंधूची सुली भेटली व्हती. म्हणं आम्चं जुनं कौलं अन् बांबू इकाऊ हायेत. गिऱ्हाईक असंल तर पाहाय!"

"बरं झालं जिजा, तू माझी काळजीच मिटवली बग, ह्ये झालं बाई कल्परुक्शाच्या झाडासारखं!"

"त्वा घर झाल्याबिगर माझं बूड धरनीला टेकू देशील का तू!"

दोघीही हसल्या. जणू घराच्या भिंतीही त्यांच्या हास्यविनोदात सहभागी झाल्या होत्या. आई चिंधूच्या घरी गेली. व्यवहार ठरला. व्यवहार असा झाला की आईनं चिंधूच्या मळ्यात शेतीच्या कामास जाऊन पैसे फेडायचे. त्या बदल्यात कौलं अन् बांबू. आईनं होकार दिला. जिजाईच्या दशरथने बैलगाडी गळा घालून कौलं अन् बांबू आणून दिले.

त्याच दिवशी जिजाईच्या मोठ्या लेकाचा निरोप आला की सामानाची बांधाबांध करून ठेवा. मी टेम्पो घेऊन येतोय. जिजामावशीला गाव सोडायचं नव्हतं. दोन वर्षांपूर्वी चांगदेवतात्यानं नापिकीमुळे आत्महत्या केली. जिजामावशीच्या मोठ्या मुलानं इथली शेती विकून टाकली अन् उंबरखेडला बागायती जमीन विकत घेतली. तो गेल्या महिन्यापासून जिजाईच्या मागं लागला होता; पण ती काहीतरी कारणं दाखवून पुढं ढकलत होती. मात्र आता तिला निघावंच लागणार होतं. जिजाईची निघायची वेळ झाली. पण तिचा पाय निघत नव्हता. तिचा जीव इथंच अडकून पडला होता. आईची ही बहीण अन् आमची मावशी आईचा निरोप घेऊन जड पावलांनी निघाली. निघताना माझे मुके घेतले. म्हणाली,

"या लेकराला जप बाई. यानंच तुझा गण नेमलाय! येते म्या!"

आईचा गळा दाटून आला अन् जिजामावशीचाही. तरी स्वत:ला सावरत म्हणाली,

"डोळ्यांत आसवं घेऊन मला निरूप देनार का?"

"जिजा, म्या चार भावात यकटी. पन तुह्या रूपानं माला पाठची बहीणच मिळाली व्हती."

"हायेच न मंग इंदू! आपून सुखदुखाला आहोतच यकमेकीयला!"

"आता कशाच्या भेटीगाटी. आजचा चालला हाच दिस खरा. उद्या कोनी पाह्यला!"

"आगं, म्या गाव सोडून चालले, जग सोडून न्हायी. तुही आठवन येईन तवा दशरथला गाडी गळा घालायला सांगून म्या येते का न्हायी पाहाय!"

"आता अशीच आगळ घालायची. दुसरं काय?"

"आसं नको बोलू बाई निरवानिरवीचं. मंग मालाबी रडवशील बाई तू!" जिजामावशी घोगऱ्या आवाजात म्हणाली.

"आता का तुह्यापरयंत माझी हाक पोचनार का? काही झालं का जिजा आली धावत. घरात कायी काहूर झालं का जिजानं यावं. पायात काटा मोडला जिजानं यावं. पोर दचकून उठलं तरी जिजानं यावं. जिजा अशी तत्पर मदतीलाच उभी!"

आता जिजामावशी खरोखरच आईच्या गळ्यात पडून रडायला लागली अन् आईही. तावडी, आक्की अन् पमीही. मला कुठं काय कळत होतं? नाहीतर मीही रडायला लागलो असतो. आक्का सांगते नं आठवणी जिजामावशीच्या....

तावडेऽऽ व्हय जिजामावशीकून चतकोर भाकर आण.

आक्केऽऽ व्हय जिजामावशीकून विळा आण.

पमे ऽऽव्हय जिजामावशीकून गूळ आण चहापुरता.

आक्के ऽऽव्हय जिजामावशीकून मीठ आण चिमूटभर.

आक्के ऽऽव्हय जिजामावशीकून भाड्यापुरते पयसे आण.

आक्के ऽऽव्हय जिजामावशीकून भगूलं आण. कप आण. आरसा आण. फणी आण. लासखंड आण. सुई आण. दाभण आण. खुरपं आण. ज्वारी आण. बाजरी आण. करंडा आण. लुगडं आण. चिटकं आण. सूप आण. तराजू आण. अन् विशेष म्हणजे जिजामावशीकडं हे सारंच असायचं. ती रित्या हाती कधी पाठवत नव्हती.

आता जिजामावशीकडून काहीच आणता येणार नव्हतं. जिजामावशी निघून गेली. आईची पाठची बहीण अन् आमची मावशी. भावनेचं गाठोडं मात्र मागं ठेवून गेली. म्हणून तर आक्का ते मधूनमधून उचकटू शकायची....

आईचं घर उभं राहिलं. एक काळजी मिटली. राहायला घर तर झालं. हक्काचा आडोसा झाला. कुणापुढं जास्त हात पसरायची गरज आली नाही. चिंधूला काही पैसे मोजायचे नव्हते. फक्त महिन्याभराचे कष्ट मोजायचे होते. कष्टं मोजणं हा आईच्या दृष्टीनं तळहाताचा मळ. म्हणून ते मोल तिनं सहज पेललं. आईनं कष्ट विकून आमच्यासाठी निवारा उभा केला.

उणेपुरे चार दिवस कुठं घरात राहतो नाही तोच आजी तिच्या मुंबईच्या बुढ्या लेकाकडून परतली. दुधदुभतं खाऊन, तूपरोटी खाऊन, जाडी होऊन आईशी लढण्यासाठी तयार झाली. मारुतीच्या देवळापासून घर हाकेच्या अंतरावर. तिथूनच तिच्या तोंडाचा पट्टा सुरू झाला. आईच्या नावाचा गोंधळ मांडला. शिव्यांच्या ओव्या सुरू केल्या :

''ही मादवन कसी आली? कुनाला इचारून आली? यीला यवू कसं देलं? बघते म्या, आता कसी ऱ्हाते गावात. न्हायी हुसकावून लावली त् नावाची यमुना न्हायी!''

आजीचा आवाज ऐकून आक्काच्या अन् तावडीच्या काळजावर चर्रकन ओरखडा ओढला. त्या घाबरल्या. घाबऱ्या घाबऱ्याच आक्का म्हणाली,

''आई, आता कसं करायचं ग?''

''नको घाबरू त्या नडघीलाऽऽ! ती कायी खावून घेनार न्हायी!''

''त्यायनी ठरवलंय आई, तुला इडं ऱ्हावू द्यायचं न्हायीऽऽ''

''तिच्या बापानंच जहागिरी कमवलीय अन् तिच्या जिवावर म्या सुखाचा वारा घेवून ऱ्हायलेय!''

घराजवळ येत आजीनं आईला दात कचकचून हाक घातली.

''ये केरसुने, ये इंदे! घराच्या भायेर येऽऽ! आता का दडून बसलीस पोटकरपे?''

"म्या कशाला दडून बसू? तुम्च्या लेकासंग बामनाच्या साक्शीनं लगन केलंय. म्या कायी त्याचा हात धरून आले न्हायी!"

"पैली घराच्या भायर निंग!"

"माझ्या नवऱ्याच्या घरी ऱ्हायला मालाच चोरी!"

"नवरा हाये का तुला नवरा? त्यो तिकडं शरात बसलाय सौंसार थाटून, त्याचं इडं कायी न्हायी. म्या कमवलीय ही इस्टीट."

"इस्टीट कायी तुझ्या यकटीची न्हायी. माझाबी हक्क हाये तिच्यावर!"

मग मात्र आजीचा संताप संताप झाला.

"आगं रांडेऽऽ, जीभ चालवू नको चरचर! थांब त्या नाम्देवाला पत्र धाडून बोलून घेते. तोच लावीन काय तो सोक्शमोक्श!"

"त्याला नाक हाये का सोक्शमोक्श लावायला!"

आजीचा इलाज खुटला. आखरीचा उपाय म्हणून आजीनं तोंड बडवून घ्यायला सुरुवात केली. बांगड्या फोडून घेतल्या. आईनं तिला मारलं असं ढोंग करायला लागली.

"धावा रे लोकय होऽऽऽ, माझ्या सुनंनं माला मारलं.... आगं आई ग, बय बयऽऽऽ!"

असं म्हणत ऊर बडवून घेऊ लागली. तवशीक गोयंदाबाबा माझा आजोबा चुलत्याच्या घरातून बाहेर आला. त्यानं मागचापुढचा विचार न करता माझ्या आईला मारायला सुरुवात केली. आईच्या झिंज्या धरल्या. ओढत ओढत घराबाहेर आणलं. केसांची बट उपटून त्याच्या हातात आली. भळाभळा रक्त वाहू लागलं. तरी त्याला कीव येईना. माझ्या बहिणींनी रडायचा, ओरडायचा. एकच गलका केला.... गलका वाढला.... इतका वाढला की दगडालाही हुंदका दाटून यावा. हुंदका फुटत नव्हता तेवढा, आजीला, आजोबाला, चुलत्याला, चुलतीला....

गोयंदाबाबाला कुठून बळ आलं होतं माहीत नाही. तो सहजी बांबू उपसून फेकत होता. कौलं बदाबदा भुईवर पडून त्यांच्या खापऱ्या खापऱ्या होत होत्या. नानाही बिलगला अन् मुंबईचा बुट्टा चुलताही. आई सैरावैरा सगळ्यांमध्ये धावत होती. बहिणीही रडत, भेलकांडत आईच्या पदराला धरून. आईचा आवाज त्यांच्या कानापर्यंत पोहोचत नव्हता की त्यांनी कान शिवून घेतले होते काही कळत नव्हतं.

"नका मोडू वोऽऽ नका मोडू माझं घरऽऽ"

असा उठला कल्लोळ. आईनं तोंडात पदराचा बोळा घातला अन् थरथरत राहिली.

गलका तेव्हाच शांत झाला जेव्हा रात्र झाली होती. आजी आजोबा अन् चुलता चुलतीनं आईचं घर मोडून टाकलं होतं. भावकीतले काही हात लागलेच होते या कामाला. त्यांनी असा घराचा एकेक अवयव उपसून टाकताना घरालाही वाईट वाटलं असेल. त्याचेही डोळे ओलावले असतील. घराला जर हात असते तर त्यानंही प्रतिकार केला असता. पण

घरही माझ्या आईसारखंच असाहाय म्हणून त्याची पडझड त्यानं निमूट सहन केली. भुईवर अंग टाकून निपचित झालं. माझ्या उलीउली बहिणींची अन् आईची मेहनत काही वेळातच उद्ध्वस्त झाली.

आईने अन् बहिणींनी मोडक्या घराचाच आसरा केला.

''आई, कुडं जायचं आपून?'' उलीशा तोंडानं आक्का म्हणाली.

''इडंच ऱ्हायचं माझे बाई?'' आई आक्काच्या तोंडावरून हात फिरवत म्हणाली.

''इडं कसं ऱ्हायचं, आई?'' तावडी म्हणाली.

''ऱ्हावू पडून... कुडं जाती तरी!''

''अंथरून न्हायी ना पांघरून...'' आक्का म्हणाली.

''भुईचं अंथरून हाये न बक्कळ...''

आभाळात चांदणं टिपूर पडलेलं होतं. तावडी म्हणाली,

''आभाळाचं पांघरूनय न्! न्हायी का, आई?''

''हाव न बाई!'' असं म्हणत आईनं दोन्ही लेकींना उराशी कवटाळलं.

मायलेकींच्या उतू जाणाऱ्या हुंदक्यावर उजेडाची तिरीप पडली. तिघींनी मान वर उचलून पाहिलं. राजवाड्यातली पमाई आली होती. एका हातात कंदील अन् दुसऱ्या हातात भाकरीचं गाठोडं.

''पमा, तू?''

''आधी दोन घास खा!''

पमाईनं तीन भाकरी अन् कांद्याची चटणी आणली होती. मायलेकींनी जेवणं केली. पमाई म्हणाली,

''इंदू, लेकरांना घेवून चाल बरं माह्या घरी!''

''न्हायी पमा! म्या ही जागा सोडली न त्यायला बरंच व्हईल!''

''मग रातीची इडं झोपती की काय? त्वाजोळ लानलान लेकरं!''

पमाईला आईचा स्वभाव माहीत होता. तिनं आग्रह केला नाही. निघता निघता म्हणाली.

''इंदू, माला हाक घाल कायी लागलंसवरलं त्!'' कंदील मात्र ठेवून गेली. आईनं जिव्हाळ्याची अस्तरं अशी काही टाचून ठेवली होती की कुणीतरी आईसाठी धावत येतच होतं. जिजामावशीची जागा पमाईनं घेतली होती.

मोडलेल्या घराच्या आसऱ्यानं आई अन् बहिणी, भुईचं अंथरूण अन् आभाळाचं पांघरूण करून झोपी गेल्या.... कारण दुसऱ्या दिवशी लवकर उठून पुन्हा घराला, हाताला धरून उभं करायचं होतं. त्याच्या दुखण्यावर मलमपट्टी करायची होती. घर मोडून पडलं होतं तरी त्यानं त्याच्या हातांची उशी केली होती मायलेकींसाठी....

❑❑

७

तान्हं आभाळ... पान्हा चिटू लागलं...!

मी चार-सहा महिन्यांचा तान्हा होतो तेव्हाची गोष्ट. माझ्या काळजात रुतून बसलेली. निघता निघत नाही. कोवळं कुरूप धरलेली. आक्का माहेरपणाला आली की तिला या गोष्टीची हटकून आठवण यायची अन् ती सांगत बसायची. आक्का ही गोष्ट सांगताना हसायचीही अन् रडायचीही. माझ्या काळजावर तिचं टिपण असं झालं की कुणालाच त्यातलं अवाक्षरही खोडता येणार नाही अन् पुसूनही टाकता येणार नाही. गोष्ट अशी...

गावात कुठलंच रोजंदारीचं काम मिळेना झालं की आई लासलगावला कांद्याच्या खळ्यावर कामाला जायची. लासलगाव माझ्या पाटेगावापासून बाराचौदा मैल लांब. तसं तर लासलगावच्या आसपासची जी आठदहा गावं होती त्या सर्वांचीच पोटं भरण्याचा जिम्मा लासलगावनं उचललेला. लासलगावला असलेलं कांद्याचं खळं हे लोकांचं पोट भरण्याचं एकमेव साधन. कोणी उठावं अन् लासलगावला कांद्याच्या खळ्यावर कामाला निघावं. गावातली माणसं गावात कमी अन् खळ्यावरच जास्त. कांद्याच्या खळ्यावरचं काम हे काही सोपं नव्हतं. फार जिकिरीचं, कष्टाचं, अंगमोड मेहनतीचं. व्यापारी मजुरांकडून हाडाचं पाणी करून घ्यायचे. कांद्याचा पाचोळा गळावा तसाच मजुरांचा पाचोळा करून टाकायचे.

दिवसभराचा पाच रुपये रोज. रात्रपाळी केली की आणखी पाच रुपये मिळायचे. मजुरांच्या अडाणीपणाचा फायदा घेऊन, बाराची रात्रपाळी सांगून, हे काळीज नसलेले खळ्याचे मालक, रात्री दोन वाजेपर्यंत मजुरांना गुराढोरासारखं राबवून घ्यायचे. पाठीला पोट लागलेले अन् परिस्थितीमुळे डोळ्यांवर ढापणं ओढलेले हे अडाणी गुलाम, मुकाट अन्याय सहन करायचे. त्यांना ब्र उच्चारायची ताकद नाही. करतील काय? पोटाच्या पुढं जाता येत नाही.

माझी आई त्यातलीच एक. अडलेली, नडलेली. उन्हातान्हात खळ्यावर काम करायची. मी घरी तान्हा, चारसहा महिन्यांचा. आईला पान्हा फुटायचा. तसाच वाया

जायचा. आटायचा. सुकायचा. आईला हातातलं काम सोडून निघावंस वाटायचं. पण मन मारून तसंच काम करत राहायची. तरीही तिच्यातली ममता उफाळून यायची. कांद्याच्या खळ्यावर काम करणाऱ्या रखमाईला आईची कीव वाटायची.

"इंदूऽऽ पोरी, तान्हं लेकरू टाकून आलीय व्हय?"

"काय करू आत्याबाई, पाठीपोटी पाच पोरं, भागेना झालं म्हनून सारा आटापिटा!"

"अगऽऽ, लेकरू अंगावं पेतं तवर गावातल्या गावातच कायीबायी काम करायचं. पेतं लेकरू मायीविना ऱ्हायील का रांडेऽऽ"

"आत्याबाईऽऽ, माला का हौस आली का? पन कामाला त् गावात नाहडा पडला म्हनून इडपतूर आले. लेकरू सारखं डोळ्यांपुडं फिरत ऱ्हातं. कामावरबी मन लागत ऱ्हायीऽऽ"

"नाम्देव बड्या नवकरीला हाये म्हनंऽऽ. पैसे पाठवत ऱ्हायी का?"

"त्या आऊनं चारलं त्याला कायी. त्याला लग्नाची बायको कळत ऱ्हायीऽऽ, ना सोन्यासारख्या पोरांना आपलं म्हणत. फकस्त जल्माला कारण झाला."

"थोडंबहू त् पैसे द्येयाला हवं का ऱ्हायी. चोची निरमान केल्या त् त्यात चाराबी भरावा लागंल न म्हनावं. आसं चाल्तं का? कसं गोड वाटतं त्याच्या जिवाला?"

"त्या आऊची चैन अन् त्याच्या दारूला त् पुरटी पडले पाह्यजेल ना!"

"कसा ग यवढा दगड्या काळजाचा! दगडातबी देव घडवता येतो. याचं दगूड कुडल्या जातीचा त्या यमनाईनं घडवला कायी कळत ऱ्हायी बाईऽऽ"

"त्या यमनाईनंच माझा सत्यानास केला! त्या मेलीचं म्या कुडल्या जल्मात पाप केलं व्हतं म्हनून ह्या जल्मात ते माला फेडावं लाग्तंय..."

"लई उठवळ भवानीय ती. म्या का तिला आजच वळखते? तू लगीन करून ह्या गावात पाय ठिवायच्या आधीपासून म्या तिला वळखूनय!"

"आत्याबाई, कर्मात पडलं त् माला काडावंच लागंल. सोडून त् पळता येत ऱ्हायीऽऽ"

"लयीच रोमड्या ग त्वा जिवालाऽऽ"

"आत्याबाई, माझंच नशीब फुटकं, त्याला कोन काय करील!"

"कायी ऱ्हायी इंदू; आता ह्या यवढ्या लेकराला जतन कर! तुझा पक्का पाय रवला. तोच दावील बग तुला सोन्याचे दिस. माझं नाव काडशील. म्हनशील आत्याबाई म्हन्ल्या व्हत्या..."

"आत्याबाई, आजून त्याला लई दम हाय. तवर त् जिनं हैरान करून सोडतील!"

आई स्वत:च्या नशिबाला दोष द्यायची. स्वत:वरच कावायची. नशिबाच्या नावानं बोट मोडायची. देवाला शिव्या हासडायची. मात्र हे तिचं चटका बसल्यासारखं तेवढ्यापुरतंच. आम्ही पुढ्यात आलो की आईची व्यथा निवायची. आम्हांला आंजारायची गोंजारायची. सारंसारं विसरून तीच आई अन् तीच बाप व्हायची.

कांद्याच्या खळ्यावर आई ऊनऊन व्हायची. तळत राहायची. शिजून निघायची. तरीही कांद्याच्या टरफलागत उडून जायची नाही. झाडाच्या मुळ्या सोडत नाही भुईला सहजी, तशीच चिकटून राहाची. ऊनऊन होणारी आई, पोरांची भुकेली तोंडं नजरेसमोर येताच निवून जायची. सगळं सोसायला तयार व्हायची. या कामाच्या जोरावरच तर तिच्या घरातली मीठमिरची चालायची. चूल पेटती राहायची. पोरांच्या मुखात दोन वेळचे घास भरू शकायची. जरा वेळ गेला अन् आईची उलघाल झाली. तिचं कामात लक्ष लागेना. माझा एवढुसा जीव तिच्या नजरेसमोर फिरायला लागला. मुकरदमीन- हौशाबाईनं आईची घालमेल पाहिली अन् ती म्हणाली,

"काय ग इंदूऽऽ, काम उरकना का तुला?"

"आत्याबाई, म्या कायीऽऽ रातपाळी करत न्हायी!"

"काम्हूनऽऽ?"

"लेकरू तान्हय माझं घरी!"

"आगं, येडी का खुळी! चार पैसे मिळतील. पोराला काय? व्हईल सवय?"

"पदराखालचंय लेकरू आत्याबाई! आंगाव पेतं. खिजलं त् न्हायचं न्हायी. गुडघ्यायवढी माझी आक्की जायील गांगरून."

"मग पदराखालीच घेऊन बसायचं. आली कशाला कामाला?"

"यवढी येळ जाव द्या, आत्याबाई! उद्याच्याला न्हायी जानार!"

"पन काम टाकून जाता येनार न्हायी बाई! न्हायी त् माला उद्या तुह्याजागी दुसरी बाई घ्यावा लागंल!"

"आसं नका करू, आत्याबाई! न्हायी जात म्या!"

हौशाबाई आईचं उत्तरही ऐकायला थांबली नाही. ती पुढच्या मजुरांकडं गेली. हौशाबाईला पोर ना सोर. तिला काय कळणार लेकराची आई. आईचा नाइलाज झाला. रखमाई आईला म्हणाली,

"जी जनते तीच कण्हते! इला काय ग तुझ्या दुखाचं पडलंय? जाड काळजाची मेली!"

"आत्याबाई, तिचीबी मजबुरी हायेच. काम येळेत न्हायी झालं की मालक तिच्यावरच डाफरंल!"

"इंदू, तू लईच भोळी ऱ्हायली बाई!"

"आत्याबाई, कायी भोळी न्हायी म्या. पोटासाठी लई सोंग बदलावे लाग्तात. ज्याच्याशी गाठ बांधली जल्माची, तोच तडकन तोडून गेला. ही त् मार परकीय! इच्याकाही पाठीवरून म्या नळकले न्हायी, म्हनून तिनं माझं दुख जानावं!"

"यवढी शानीसुरती; पन माती झाली बाई तुझी!"

"आत्याबाई, सीतामाईला वनवास चुकला का? म्या त् भारी आले?"

''सीतामाईला त् दोन पोरं व्हते. त्वा मागं पाच पोरं. तुझं दुख त् आणखीन मोठं!''

''पोरंय म्हनून त् म्या हाये! त्यायच्याईत सारं दुख इसरते म्या.''

आई दुःखाला दुःख समजत नव्हती म्हणून डोंगराएवढ्या दुःखाचा भार ती सहजी पाठीवर पेलत होती. तिनं हे ओझं कधीच दुसऱ्याच्या खांद्यावर दिलं नाही. तेच तिचं भागधेय तिला वाटत होतं. मुंगीसारखं सतत काम अन् चिमणीसारखा खोपा जतन करत राहिली.

आई मला घरी आक्कापाशी टाकून जायची. पुंज्यामोठ्याईच्या घरून चार आण्याचं दूध माझ्यासाठी आणलेलं असायचं. मला भूक लागली की ती चमच्यानं पाजायची. दूध संपलंच तर खंडूबाबाच्या दुकानातून पाव घेऊन यायची; पाण्यात भिजवून मला खाऊ घालायची. मी रडायला लागलो की आक्का जोरजोरात टाळ्या पिटायची. थाळा घेऊन वाजवायची. तरीही रडू थांबेना झालं की झोळीत घालून झोका द्यायची. पण त्या दिवशी माझ्या पिन्हुल्या पोटातली भूक डोंगर झाली होती. चार आण्याचं दूधही संपलं होतं अन् खंडूबाबाच्या दुकानातून आणलेले पावही. मी रडून बेजार. आक्का तरी काय करणार? माझ्यासह तीही रडत बसली. शेजारची आवडाई माझा रडं ऐकून धावतच आली.

''काय ग आक्काबाई, काम्हून खिजलं पोर यवढं? आगं बया बयाऽऽ केवडा रे कहर!''

''मोठ्याई, त्याला भूक लाग्ली वाटतं, पन काय देवू म्या?''

''आगं मायच्या पदराखालचं लेकरू ते काय खाईल! इंदूनं निघून यावं नंऽऽ! रातपाळी कराया थांबावा का? तान्हं लेकरू मायीविना ऱ्हायील का बाई! आण माझ्याकं!'' आवडाईनं मला गप करू पाहिलं. पण काहीच उपयोग झाला नाही. मी रडून रडून कोरडा पडलो. आक्काचा नाइलाज झाला. तिला काय करावं कळेना.

''आता ग बाई, पोर त् जराही ऱ्हाईना!''

''हा रेऽऽ हा रेऽऽ वोऽऽ वोऽऽ उगीऽऽ उगीऽऽ'' सारंच करून पाहिलं. तरी रडं काही थांबेना.

''पोरी, माझीबी आक्कल रत झालीया. काय करावं कळंना, बाई. कायी करता कायी झालं म्हन्जे. ह्या गद्धडीनं थांबावं का बरं?''

आक्काही रडायला लागली.

''नको रडू, आक्काबाई! यक कर, चंदरभागाईकडं ने त्याला!''

आक्कानं मला आवडाईकडून घेतलं अन् आमच्या आळीच्या चंद्रभागा चांभारणीच्या घरी घेऊन आली. चंद्रभागाई लेकुरवाळी होती पशाच्या वेळी. पशा माझ्यापेक्षा एखाद्या महिन्यानं मोठा असेल.

''काय ग आक्के, काय झालं? कामून आणलं लेकराला? केवढा खिजला त्यो!''

''आई, माझ्याई रोज आठ वाज्ता येतेऽऽ. आज रातपाळी कराया थांब्ली. भावड्याचा

तू रडून रडून जीव कोरडा पडलाय. माला तू कायीच सुधरना!''

''म्या म्हण्ते ही कैदाशीन लेकराला टाकून गेलीच कसी?''

''पमी आजारीय. तावडीचेबी साळंत कसले तरी पैसे भरायचेत. घरात खाया दाना न्हायी.''

''मेले, त्या लेकराला आण आगूदर मजजवळ; माझं दूध पाज्ते त्याला!''

चंद्रभागा चांभारणीनं एका स्तनाला पशाला पाजलं अन् एकाला मला. मीही माझी आई असल्यासारखं चिटलं दूध... तेव्हा कुठं शांत झालो. आक्काचाही घाबरा झालेला जीव निवला.

रोज रात्री आठ वाजता येणारी माझी आई त्या दिवशी रात्रपाळी करायला थांबली. अकराच्या पुढं वेळ गेली. मग मात्र तिचा जीव ठैरेना. तिची उलघाल झाली. तिच्यातली माय तुडूंब भरून आली. आतल्या आत तिचं मन गायीगत हंबर फोडू लागलं. तिचं अवघं चित्त तान्हेल्या पिलापाशी एकवटलं. माझा पिन्हुला भुकेल्या चेहरा तिच्या नजरेपुढे तरळला. मग काही ती स्वत:ला रोखू शकली नाही. आता जर मुकरदमीन हौशाबाई आडवी आली असती तरी आईनं तिला जुमानलं नसतं. डोंगरही आडवा आला असता तरी आईनं भेदला असता. आई हातातलं काम टाकून तशीच निघाली. रात्रीचे बारा वाजलेले. रस्त्यावर उभी राहिली. एक बाईमाणूस. ट्रकमध्ये बसायला तिचा जीव धजेना. पायीपायीच निघाली. घट्ट काजळाची रात्र. तरीही पोराच्या ओढीनं आई झपाझप पावलं उचलत निघाली. पायाला भिंगरी बांधल्यागत धुधाट... कांद्याचं खळं... रेल्वे स्टेशन... टाकळीचा पूल... भिलफाशी... खाणीचा माथा... सारं सारं मागं पडलं. गाव एकदोन मैल राहिलं असेल आई रस्ता चुकली. तिला भुरळ पडली. नुसती चालतेच आहे. मात्र गाव काही लागत नाही. वेळ तर पुढं सरकत निघाली. तिची दोरी थोडीच आई ओढून धरणार?

आईला भुताखेताचं भेव नाही. चोराचिलटाचं भेव नाही, ना विंचवासापाचं. पायात चप्पल नाही. उन्हाळ्यात खराखरा नांगरून पडलेली जमीन. ढेकळं, धसकटं आई जिवाच्या आकांतानं तुडवत होती. तरीही गाव जवळ येईना. चिटपाखराचा सुगावा नाही. आसपास माणसाचा वावर नाही. रात्र भयाण काळ्याकुट्ट म्हशीवाणी सुस्त. आई काळोखाला फाडत होती. बांधखोरं, वावरंशिवरं तुडवत होती. तिला वाटच सापडेना. गावाच्या शिवारात येऊनही गाव लागेना. कशी अवखदा येऊन पडली होती; ती निस्तरता निस्तरेना. वेळ वैऱ्यासारखी आईची कसोटी पाहत होती. आई भांबावली. तिला काय करावं कळेना? चारी दिशांना धावत सुटली. पण पुन्हा तिथंच येऊन उभी राहत होती. हे कुठलं भुरळ पडलं? आई झाडाकोडांना वाट विचारू लागली. झाडंही जागीच थिजून गेल्यासारखे.

अंधाराच्या भोवरीनं जागच्या जागी दोऱ्या खेचून धरल्यागत. आईची गाय आयरानात येऊन अडकली. हंबरतेय... हंबरतेय पण तिचा हंबर कुणाच्या गावी पोहोचेना. आई रडकुंडीला आली. नुसतंच भुतागत चालून चालून पायाच्या पोटऱ्यांना गोळे चढले.

ढेकळाधसकटांनी आईचे पाय मृदंग बडवावा तसे बडवून काढले. शाई उडावी अन् मृदंगाचं पान फाटावं तशी आईची अवस्था. आईच्या काहुरल्या काळजाला शब्द फुटले...

"देवा, माला वाट सापडू दे रेऽऽ! माझं लेकरू भुकेनं आकांत करून भुकंऽऽ निजलं असंल!"

"देवा, तुझा कुडला रेऽऽ गुन्हा केला म्याऽऽ! माला वाट सापडू दे ना वाट!"

"काय करू बाई आता, ही वाट काय जमिनीनं गुडूप केली पोटात? ये माउले, तू तर आई हायेस ना! का ग सवतीगत छळते मला? कुडं नेवून ठेवली ग वाट? का तुबी दावा धरला माझ्याशी? कशी माझी हाक तुह्या काळजापरयंत पोचं नं? का तुलाबी काळीज न्हायीऽऽ? बिनाकाळजाच्या मान्सागत नको वागू मावलेऽऽ"

"ये देवा, तू त् माझ्या नवऱ्यागत निशंग निघाला! कुडल्या जल्मीचं पाप आसं फेडून घेतोय?"

"तुला माझ्या लेकराची कीव येईना का? का अशी वाट गिळून बसलाऽऽ आरे दाव न माला वाटऽऽ"

आईची कीव येऊन ना धरणीनं आईला वाट दाखवली, ना आईच्या हाकेला देव पावला. आईनं हताश होऊन धरणीवर अंग टाकलं. आई रडायला लागली.

'माझं लेकरूऽऽ... माझं लेकरूऽऽ काय हालत झाली असंल माझ्या लेकराची? म्या मेलीनं बुद्धी कुडं गहाण ठिवली व्हती! पाच रुपै जास्त मिळायच्या नादापायी रातपाळी कराया थांबले. माझ्या लेकराचं काय झालं असंल? माझं तान्हपाऱ्हटं रडून रडून कोरडं पडलं असंल. काय करू रे लेकराऽऽ, तुझ्यासाठी काम सोडून आले पन ही वाट माला काही सुधरू देईना. तुझ्यापरयंत पोचू देईना. कसं पोचूऽऽ आता म्याऽऽ तुझ्यालोकऽऽ? बबड्या, म्या येतेय रडू नकोऽऽ?'

भुलाव्यात हरवून गेलेली आई पुन्हा उठली. चालू लागली. ती आता भुलाव्याला थकून सोडणार होती. चालून चालून ज्या ठिकाणावरून ती निघायची पुन्हा त्याच ठिकाणी येत होती, तरी तिनं चालणं सोडलं नाही. लेकराच्या ओढीनं चालतच राहिली. झाडाकोडांना वाट विचारून झाली होती. पाखरानं त्याच त्याच ठिकाणी घुलताया घालाव्या, त्यागत. चालून चालून चालणार किती? आई मात्र थकली. भोवळ येऊन पडणार तोच लांबवरून येणारा कंदील आईला दिसला. त्याच्या मिणमिणत्या उजेडानं आईच्या मनाला पालवी फुटली. देवच हाकेला पावला. त्यानंच वव दिली. आईच्या गळून पडलेल्या पायात पुन्हा बळ आलं. पान्हा दाटून आला. अख्खं आभाळच कवेत आलं. आई आभाळ झाली! कंदील झाली! आई वाट झाली...!

आईला पाहून रानात पाणी भरायला आलेला केदूअप्पा दचकला. घाबऱ्या घाबऱ्या कंदील आईच्या तोंडासमोर धरत म्हणाला,

"कोऽनय ते!"

"म्या इंदू- नाम्देव कलार्कांची बायको!"

"वैनी, तू होय, यवढ्या रातीचं इकडं काय करतीयास?"

"भावजी, म्या वाट चुकले. गावच गावेना झालं!"

"आरं तिच्या मायला! तू पायलीच्या मळ्यात यीवून पोचलीस!"

"आरं देवा!"

"कुडून आलीस?"

"कांद्याच्या खळ्यावं जाते कामाला लासलगायी."

"मंग पायीपायी निंगावं का, वैनी? येडी का खुळी तू! अशानं आसं झालं आस्तं म्हंजी केवड्याला पडलं आस्तं!"

"भावड्या, तान्हाय त्याच्यासाठी निंगाले व्हते."

"निंगाली कवा?"

"बाराच्या सुमारी!"

"ये तिच्या बायला; पहाटेचं पाच वाजलंत!"

"आता कसं करू!" आई तोंडावर हात ठेवत म्हणाली.

"चल, म्या वाट दावतो तुला!"

"भावजी, देवागत धावून आला तुमी!"

"मोट गळा घालायची म्हनून आलो म्या!"

"दिस उजाडण्यालोक फिरतच ऱ्हायले आस्ते म्या!"

केदूअप्पा कंदील घेऊन आईला रस्ता दाखवत गावापर्यंत सोडायला आला. गावाच्या शिवेवरून केदूअप्पा परतला. आई घारीवानी फिरत होती. पिलाची माया. आई घरात आली. झोळीकडं झेप घेतली. आक्का खडबडून जागी झाली. आईनं मला झोळीतनं काढलं. माझे पटापटा मुके घेतले.

"आईऽऽ, चारची रातपाळी करून आली की काय?" डोळे चोळता चोळता आक्का म्हणाली.

"माझी बाई ती! निज आता. सकाळी सांगते कर्मकहानी!"

आक्का निजली. आईनं मला स्तनाला लावलं. मी चिटू लागलो. आई माझ्या जावळावरून हात फिरवत होती. मला तिच्या डोळ्यांत साठवून घेत होती. मुके घेत होती. तिला वाटलं याला पुन्हा पोटात नेऊन ठेवावं... पुन्हा बाळंत होण्यासाठी.

हंबरून आलेली रात, निवळत जाऊन तांबडफुटीचं वात्सल्य घरभर लोहकून आलं... तान्हं आभाळ आणखीनच तान्हं होऊन... पान्हा चिटू लागलं...

❑❑

८

मोराचे कवळीभर पंख अन् बाभळीचे काटे...

काही दिवस हत्तीच्या पाठीवर बसून आले. ते दमादमानं चालत आले.
काही दिवस मुंगीच्या पाठीवर बसून आले. ते मुंगीएवढालेच पुढं सरकले.
काही दिवस घोड्याच्या पाठीवर बसून आले.
अन् मी तीनचार वर्षांचा कळता झालो... बाप, आजी, आत्या, भोकरडोळ्या यांचा जाच डोळ्यांत साठवू लागलो...

पाखराच्या पायात दोर टाकून त्यास वेठीस धरावे, तसे आईचे कित्येक दिवस बापानं पक्के वेठीस धरले होते. माझ्या अन् पमीच्या जन्माच्या आधीपासून सुरू झालेली कोर्टाची कथा अजूनही संपलेली नव्हती. मधल्या काळात आईची आई वारली. सारे मामा लहान लहान. दादाही भ्रमिष्ट झाल्यासारखे. पाचसहा वर्षं घरातून निघून गेले. बापाला आयतीच फट सापडली. त्यामुळे बापानं आईच्या अन् आमच्या भावनांच्या टिवल्याबावल्या केल्या. आता आमचा अंबरमामा कमावता झाला होता. कोर्टाचे सूत्र मामानं हातात घेतल्यावर बापाला पळता भुई थोडी झाली. नेमकीच आई आम्हां भावंडासह मानोरीला आली होती. आईशिवाय बापाचा गळा मोकळा होणार नव्हता.

बापाच्या मामाचा मुलगा शिरपतमामा हा अंबरमामाचा दोस्त घाईघाईनं आला अन् अंबरमामास म्हणाला,

''अंबर, तो भडवा काव्याडाव्यातंय ब्रं का... म्हनून सावध करायला आलो तुला!''

''तुला कसं कळलं?''

''आरे, आम्ची आत्या आली व्हती. ती चावळत व्हती घरात. म्या आयकलं. म्हन्लं त्वा कानावर घालावं, तू ऱ्हाशील गाफील अन् ते साधायचे डाव!''

''काय म्हनत व्हती ती?''

''आरे, आत्या म्हनत व्हती, का त्या पोटकरपीचा अंगठा घ्यायचाय. यकदा का

अंगठा घेतला का देवू तिच्या गांडीव लाथ हाणून!"

"ताईला म्या त्यायच्या हाती सापडूच देनार न्हायी!"

"आरे, त्यायनी आसंबी ठरवलंय का ह्ये पोरं पळवायचे, म्हन्जे त्यायची आई आपंच मागं येईल!"

"मानलं गड्या त्यायला! लईच चोराच्या अवलादीच्येय!"

"पोरायला जप त्यांच्यापून!"

"शिरपत, पोरायचं नख त् न्हायी नदरं पडू द्यायचो त्यायला."

शिरपतमामा अंबरमामाला सावध करून निघून गेला. शिरपतमामा आमच्या आजीच्या नात्यातला असूनही खूप चांगला होता. अंबरमामाची अन् त्याची फारच दोस्ती होती. राजकारणावर दोघांच्या गप्पा बराच वेळ चालायच्या.

बहिरीससाण्याच्या भेवाभनं कोंबडीनं पंखाखाली पिलं घ्यावे, तसं आई आम्हांला जपत होती. आईला ठाऊक होतं की आपल्या पोरांना एकटं गाठून घेऊन जातील...

दरम्यान बापाला अन् आजीला एक आयतीच संधी चालून आली होती. आजीच्या माहेरी लग्न होतं. आमचे दादा आजीचे आत्येभाऊ असल्यामुळे त्या लग्नाला मामाच्या घरातल्यांना जावंच लागणार होतं. आजीचं माहेर वरची मानोरी आणि आईचं माहेर खालची मानोरी. आजीच्या अन् आईच्या माहेरात फक्त नदी आडवी. बापाला माहीत होतं की आपले पोरं लग्नाला हमखास येतील. त्यांना तिथून पळवलं की आपलं काम फत्ते. आमच्या आईला पक्कं कैचीत पकडता येईल. आमच्या दादांनी अन् आईनं आम्हा भावंडांना तंबी दिली.

"पोरीयवोऽऽ, आयकलं काऽऽ तुमी कुनीच वरच्या मानोरीला लगनाला जायचं न्हायीऽऽ!" दादा म्हणाले.

"काम्हूनऽऽ, दादाऽऽ?" तावडी ऊस खाता खाता म्हणाली.

"अग, तिडं ती चादडी न् तुम्चा बाप येयील अन् तुमाला घेवून जाईल पाटेगावाला. तिडं न्हेवून तुमाला मिरच्यीचा धूर देनारंयऽऽ" आईनं आम्हांला भेव घातलं.

"आंऽऽ आंऽऽ आमी बरं जावू?" तावडी मानीला झटके देत म्हणाली.

"आई, ही तावडी लयी अगूचरंय. जायलाबी बसली. वरून या दोघायलाबी घेवून जाईन." आक्का म्हणाली

"म्या न्हायी जानार बरं का बाई. माला जसं कळतच न्हायीऽऽ" तावडी उसाची चुट्टी टाकताना म्हणाली.

"न्हायी जानार ग आक्के, माझी बाई लई शहाणीय. तीही जानार न्हायी अन् पमीला अन् भावड्यालाबी नेनार न्हायी, हो न् बाईऽऽ" आई तावडीस लाडीगोडी लावत म्हणाली.

"न्हायी आई, म्या खरंच न्हायी जानारऽऽ" तावडी म्हणाली.

आईनं तिच्या कंबराची पिशवी काढली त्यातनं दोन रुपये काढले. तावडीच्या हातावर टेकवत म्हणाली,

"धर बाईऽऽ गवळ्याच्या दुकानातून गूळ घेवून ये. रातच्याला तुमाला गुळवणी करून देते."

आई आम्हांला गुळवणी करून देणार याचा आम्हांला खूप आनंद झाला. आईच्या हातातून दोन रुपये घेत आम्ही गवळ्याच्या दुकानाकडं पळालो. रस्त्याला लागलो. मामाच्या मळ्यापासून गवळ्याचं दुकान अर्धाएक मैल असेल. पण आम्ही गवळ्याच्या दुकानात पोहोचलोही अन् गूळ घेवून मळ्याकडं निघालोही. गुळवणीच्या ओढीनं आताच आमच्या तोंडाला पाणी सुटलं होतं. गुळाचं ताटलीभर ऊनऊन पाणी अन् त्यात भाकर चुरून खाणं म्हणजे आमच्यासाठी मेजवानीच असायची. रात्र कधी होईल, असं होऊन गेलं. ती रात्र अशीतशी असणार होती का? ती गुळवण्याची रात्र असणार होती... गुळचट झालेली...!

रात्री अंबरमामा कोळपेवाडीवरून ड्युटी करून आला. त्यानंही आमच्यासाठी भेळभत्ता आणला होता. खरंतर आम्ही गुळवण्याचा काला खाऊन तट्ट झालो होतो. तरी अंबरमामानं हाक मारताच आम्ही गोल आळं करून भत्ता खायला भिडलोच. अंबरमामा आम्हांला गोंजारत म्हणाला,

"उद्या कुनीच लगनाला जायचं न्हार्यी बरं काऽऽ! म्या उद्या तुमच्यासाठी परत खाऊ घेवून येईन!"

"न्हायी मामा, आमी न्हायी जानार. आमी गेल्याव आम्ची आजी आमाला पकडून नेवून मिरचीचा धूर देनारय!"

"हाऽऽ, मामाऽऽ, आमी न्हायी जानार. आम्ची आजी लई दुष्टंय. ती आमाला मिरचीचा धूर त् देईनंच; चटकेपन देईन. का ग बाईऽऽ, तावडेऽऽ" पमी खाता खाता म्हणाली.

"मामाऽऽ, आत्यापन लई वायीटय. ती त् आईलाबी मारते अन् आमालाबी!" तावडीनं मामाच्या कानावर गाऱ्हाणं घातलं.

"आता न्हायी ते मारनार. फक्त तुमी त्यायच्या तावडीत सापडायचं न्हायी!"

आम्ही खाता खाता मानेनंच होकार दिला. मामा आईस म्हणाला,

"ताई, त्या लोकायचा कायी नेम न्हायी बरं का? कुत्र्यासारखे बोसाळलेत त्ये, त्यायला तुझ्या पायात दावं लावायचं हाये. पन त्यायला नाक न्हायी इडं यायला. माला आपला वकील बोलला. आता त्यायची तळी भरलीच म्हनून समज. पहिली बायको असताना दुसरं लग्न करणं कायद्यानं गुन्हा हाये. पक्के चेपटावलेत त्ये. आता सुटता कामा नये. आता का सुटल्ये पुन्हा कायी आतंगी लागायच्ये न्हायी!"

"बापू, निबर कासरा लागलाय त्यायला. आता न्हायी सुटायचे त्ये!" दादा दोर वळता

वळता म्हणाले.

आम्ही खाऊ केव्हाच संपवून टाकला अन् झोप यायला लागली म्हणून अंथरुणावर लवंडलोही.... मी लग्नाला गेलो होतो वरच्या मानोरीला. हा भला मोठा मंडप. पंगतीच्या पंगती जेवायला बसलेल्या. मी पंगतीत जेवायला बसलो होतो. माझ्या ताटात काय काय वाढलं गेलं होतं. मी खाणार तोच, बाप येतो अन् हात धरून ओढत नेतो. माझी आजी शिव्या देत चाललीय. मी माझ्या बापाच्या हाताला हिसडा देऊन पळायला लागतो. आत्या अन् तिचा भोकरडोळ्याचा नवरा माझ्या पाठीमागं पळतात. मी जीव काढून पळत असतो. अन् जोरजोरात ओरडायला लागतो,

"आईऽऽऽ आईऽऽ, धाव मला पकडून नेतायऽऽ"

आईनं मला झोपेतून उठवलं.

"भावड्याऽऽ भावड्या, उठऽऽ! तुला कोन पकडून नेतंय, बबड्या!"

"आत्या, आत्याचा नवरा, आजी, अण्णा, सारेच माझ्या मागं लागले व्हते."

"बबड्या, तुला सपान पडलं व्हतं!"

तावडी, पमी, आक्का माझ्या अंथरुणाजवळ उभं राहून हसत होत्या. बरं झालं स्वप्नामुळे मी वाचलो होतो. नाहीतर आत्याच्या अन् तिच्या भोकरडोळ्याच्या नवऱ्याच्या तावडीत सापडलो असतो. आधीच आत्याच्या नवऱ्याचे डोळे मोठे. त्यानं मला घाबरवण्यासाठी थोडे जरी मोठे केले असते तरी भीतीनं माझा भुगा होऊन गेला असता अन् पाटेगावला नेऊन त्यांनी मला आढ्याला उलटं टांगलं असतं अन् मिरचीचा धूर दिला असता. मिरचीचा धूर का साधा असतो? आईला दिला होता न् आत्यानं अन् आजीनं, तेव्हा आईला दवाखान्यात भर्ती करावं लागलं होतं.

दहा-साडेदहा वाजले असतील. आम्ही म्हसोबाच्या मंदिराजवळ खेळत होतो. तावडी म्हणाली,

"पमे, जायचं का लगनाला?"

"पाहय बाईऽऽ, लगनाला चालती का म्हंती. वारे वाऽऽ! चाल रे भो त् भावड्या इच्या नको नादी लागू!"

"लाडूऽऽ बुंदीऽऽ घुगरीऽऽ खायला मिळंल न् तिडं!"

माझ्या तर तोंडाला पाणी सुटलं. पण हे चुकीचं आहे. कारण आपल्या मामानं आईनं आपल्याला एवढं समजून सांगितलं ते उगा का? पमी म्हणाली,

"बाईऽऽ बाईऽऽ आईला न् मामाला कळलं त् आप्ली चांगली घुगरी बुंदी भायर पडंल!"

"आगं, आपन कळूच द्यायचं न्हायीऽऽ"

"नको बाईऽऽ म्या न्हायी यनार!"

"नको तावडे, आपला अण्णा आपल्याला धरून नेयील अन् मिरचीचा धूर देईन!" मी म्हणालो.

"आपन त्यायच्या हाती सापडयचंच न्हायी, जेवन करायचं, अन् छू बाल्या, पळून यायचं!"

"छूऽऽ बाल्याऽऽ, नको न् कायी नको. तूच जाय. म्या अन् भावड्या न्हायी येनार!"

"हा भो आपू न्हायी जानारऽऽ" मी म्हणालो.

"बुंदी, घुगरी काय काय खायला मिळंल." तावडीनं लालूच दाखवली.

"कायी नको बुंदी न् फुंदी!"

"हा बाईऽऽ, म्या मुद्दाम म्हन्ले! पाहू बरं यांना जायचंय का? म्या तुम्चं मत पात व्हतेऽऽ"

तावडीचा डाव आमच्या पुढं फसला होता. पण तिला कुठल्याही परिस्थितीत लग्नाला जायचं होतं. खायचे पदार्थ तिला बोलावत होते. खरंतर आम्हांलासुद्धा जावंसं वाटत होतं. पण बापाची अन् आजीची भीती वाटत होती म्हणून नाइलाज झाला. तावडी आम्हास म्हणाली,

"तुमाला मोर पाह्यला यायचं का?"

आम्ही एका पायावर तयार झालो,

"कुडंय ग मोर? म्या त् आजूक पाह्यलाच न्हायी." पमी म्हणाली.

"तिकडं नदीकडं लई मोरय. म्या दादांबरोवर गेले व्हते ना, तवा पाह्यले."

"हांऽऽऽ"

"मंऽऽगऽऽ"

"कसे व्हते ग कसेऽऽ?"

"लई भारीऽऽ! त्यायच्ये पख त् इतके इतकेऽऽ लईच सुंदर आस्त्या बाई!"

"तावडे, माला त्याचं पख मिळेल न्!" मी म्हणालो.

"लई पखं पडलेले असत्यात. तू त् कवळीभर घेवून येशील."

"कवळीभर! आरे बाबोऽऽ लयीच मज्जा!" मी म्हणालो.

"काय ग तावडे, मोराचं पीस पुस्तकात ठिवलं का मोठं व्हतं न्?" पमी म्हणाली.

"म्या त भो संत्याला, पम्यालाबी देईन मोराचं पीस!"

"ह्यो येड्या, आपून त् इडं न्हातोय. कसं देशील संत्याला अन् पम्याला?"

"कधी न् कधी देईनच न्!"

"आजूक मोराचे पीसं मिळालेबी न्हायी त् तुम्चं झालं सुरू! चला लवकर... न्हायी त् लोक नेतील गोळा करून अन् आपल्याला मिळंल मोराचा गू!"

तावडीच्या मागंमागं मी आणि पमी निघालो मोर पाहायला. साऱ्या रस्त्यानं आम्ही तिला विचारायचो कुठंय कुठंय मोर. ती सांगायची पुढंय पुढंय. असं करता करता ती आम्हांला वरच्या मानोरीला थेट लग्नातच घेऊन आली. पमी अन् मी घाबरलो होतो. पंगती बसल्या होत्या. बुंदीचा वास, घुगरीचा वास आमच्या नाकापर्यंत पोहोचला अन् त्याच्या ओढीनं आम्ही सारंच विसरलो. बाप, आजी, आत्या, तिचा भोकरडोळ्याचा नवरा. आम्हांला कुणीच दिसत नव्हतं. फक्त जेवण दिसत होतं. आम्ही पोटभर खाल्लं. आई अन् आक्कासाठी प्लास्टिकच्या पिशवीत बुंदी भरून घेतली. पाणी प्यायला म्हणून पाण्याच्या टँकरकडं आम्ही गेलो. पाणी पिता पिता पमीनं आजीला पाहिलं. "तावडे, आज्यी पाहयऽऽ" असं म्हटल्यावर माझे अन् तावडीचे पाय लटपटायला लागले. ऊर धडधडायला लागलं. आता आपलं काही खरं नाही. आजी आता आपल्याला पकडून नेणारच. आजीनं बापाला हाक मारली. पाण्याच्या टँकरच्या आडून बाप, आत्या अन् आत्याचा भोकरडोळ्याचा नवरा पुढं आले. आम्ही पळू पाहिलं; पण त्यांनी आमच्या भोवती कडं केलं. बापानं तावडीला धरलं अन् आजीनं पमीला अन् भोकरडोळ्यानं मला. मी त्याच्या हाताला हिसके देऊ लागलो. पण त्याची पकडच एवढी होती की नुसता हात हातात धरल्यानं मला वेदना होत होत्या. त्याचा हात दगडासारखाच. मेजरच मिलटरीतला. मी चावलोच त्याच्या हाताला, तरी तो सोडेना.

"सोडाऽऽ मालाऽऽ! माझ्या आईकडंऽऽ जायचंय मालाऽऽऽ" असं म्हणत मी रडू लागलो. माझ्या रडण्याच्या सुरामुळे पमीनंही सूर काढला, अन् तावडीनंही. बाप, आजी गोंधळले अन् घाबरलेही होते. बाप आमच्यावर ओरडला,

"चूप बसा! तुम्हांला काही फाशी द्यायला नेत नाहीये!"

"आमाला न्हायी यायचंय पाटेगावालाऽऽ" तावडी रडत रडत म्हणाली.

"आमाला आईकडं जायचंयऽऽ" पमीनं पुंगानं लावलं.

"रडू नका. नाही तर इथंच फटकून काढीन!"

तरी आम्ही बापाचं ऐकलं नाही. आम्ही रडण्याचा पाढा आणखी जोरात म्हणू लागलो. मग बापाची सहनशीलता संपली. त्यानं आमच्या तिघांच्याही कानफटात लावून दिली. मग तर आम्ही आणखीनच गोंधळ घातला.

"नाम्देवा, येडा झाला का? लोक जमा झाले न् यायच्या काहुरानं, तर सगळाच बेत फसायचा. चुचकारून घे जरा."

"अरे पोरायवो, तुमाला तुम्च्या घरी न्यायचंय. इडं काय ठिवलंय? रोज तुमाला लाडू-पेढे खायला मिळंल. गपा बरं." आत्या फूस देऊ पाहत होती.

"न्हायी, आमाला नको लाडू. आमाला आईकडं जायचंय." असं म्हणत पमी पुन्हा आईच्या नावानं रडायला लागली.

तेवढ्यात वऱ्हाडातले एकदोन जण आले,

"काम्हून पोरायला ओढताय?"

"माझे नातवंय ते! आमाला निगायचंय त् ते मन्ता आमाला इडंच ऱ्हावू द्या."

"काय रे पोरायवो, कवर थांबत्या लगनाला? जायचं आपल्या घरला."

असं म्हणत ती माणसंही निघून गेली. आता आमची सुटका होणार नव्हती. आईनं लाख सांगितलं तरी आम्ही ऐकलं नाही. असे आयतेच वाघाच्या तावडीत सापडलो. तरीही आम्ही निकराचा प्रयत्न करतच होतो. आम्ही जमिनीवर अंग टाकून दिलं, तरी ओढत ओढत त्यांनी जीपगाडीत नेऊन टाकलं. तावडीला ओढत असताना तिच्या हातातली पिशवीही घासत घासत फाटून, सारीच बुंदी मातीत रस्त्याभर विखरून पडली. आईसाठी अन् आक्कासाठी घेतलेली बुंदी आता त्यांच्यापर्यंत पोहोचणार नव्हती...

तावडी आम्हांला मोर दाखवणार होती.

मोराचं पीस देणार होती.

मात्र मोराचं पीस सापडण्याआधीच ते हरवलं होतं.

ते आम्ही सापडायला परत कधी इकडं येणार होतो?

मोराच्या कवळीभर पंखांची आम्ही अपेक्षा केली. एकही पंख मिळालं नाही. उलट बाभूळकाट्यांच्या कवळीत आम्ही सापडलो होतो... अन् मिरचीचा धूर घ्यायला पाटेगावला निघालो होतो....

❑❑

९
पायाखालच्या वाटेलाही टाहो फुटला होता...

आम्हांला पाटेगावला घेऊन आले खरे; पण म्हणून आमच्यावर त्यांची माया होती असं काही नाही. ते काय डावपेच खेळताहेत हे कळण्याचं खरंतर आमच्या तिघांचंही वय नव्हतं. मोर दाखवायच्या निमित्तानं आम्हास लग्नास घेऊन आलेल्या तावडीस असं काही घडेल असं वाटलं नव्हतं. जीपमधून आम्ही उतरलो खरं; पण आमचं मन काही लागत नव्हतं. रडून रडून आमचे चेहरे सुजले होते. आमचीच आजी, आमचाच बाप असून ते घर आम्हास परकं वाटत होतं. चेटकिणाई म्हणाली,

"बरी सापडली ही पोर?"

"सापडले कशाचे; बळंच धरून आणले!" बापानं उसासा टाकला.

"आता आपच येईल पाहा ती मागंमागं. कागद करून ठिवलाय नं? म्हन्जे अंगठा घेवून लाथ मारून काढून देता येईल. नाहीतर चालू द्या तुमचे आयुष्यभर बेचे पाढे!"

"ती काळजी तू नको करू. सगळं व्यवस्थित होईल!"

"तिच्याशी घटस्फोटाच्या अटीवरच म्या तुमच्या गळ्यात माळ घालायला तयार झाले. नस्तं घोंगडं नकोय माला!"

"तू काय काळजी करू नको! तू म्हणशील तसंच होईन."

"कधी होईन? किती वर्षं झाले माळ टाकून?"

"मी कोशिश केली नाही, असं वाटतं का तुला?"

"तुम्ही केली न कोशिश. तुमच्या कोशिशीमुळे तर तिला दोन पोरंही झाले!"

"आता तू निर्धास्त राहा!"

"मी म्हसनात गेल्यावर तिला घटस्फोट देणारंय का? आज उद्याचे वायदे करत तुम्ही ढकलतच आलात. उद्या तुम्च्या जिवाला काही झालं त् माझ्या पोरी अन् मीही उन्हात पडेल. तुम्ही लाख बायको मानता; पण कायद्यानं त् मानलं पाहिजे नं?"

आम्हांला कुणीच विचारेना. आणायची तर मोठी घाई केली. पमी आजीस म्हणाली,

''आजी, माला भूक लागलीय.''

''बुंदी जिरली का? झाली का तुझी खात्रटायची येळ!''

''भावड्यानं त् यायच्या हाताला चावूनच घेतलं.'' कैवाडी वेणूआत्या म्हणाली.

''हा का? माला त् ठावं न्हवतं. बोलव त् बरं त्याला.'' आजी म्हणाली.

मी आजीसमोर उभं राहिलो. मला वाटलं आजी मला म्हणेल, 'तुला भूक लागली का? काही खायला देवू का?' आजी तर तिखट शब्दांचा धूर देऊ लागली.

''का रे गाभराऽऽ, मामाच्या हाताला चावला तू? डाग देवू का तुझ्या तोंडाला? दातच पाडून टाकते थांब तुझे! लईच सळसळ करून ऱ्हायल्ये का?''

''पाडंच त्याचे दात बाई तू!'' वेणूआत्या म्हणाली.

''भडव्याच्या तोंडाला चटका द्या, मामी!'' भोकरडोळ्यानं फर्मान सोडलं.

''आन त्, वेणू, उन्हतली तापून. माझ्या जावयाच्या हाताला चावतो काय?''

मला वाटलं आजी मुद्दामच म्हणतेय उन्हतली आण. आत्या खरोखरच उन्हतली घेऊन आली. आजीच्या हातात दिली. आजीनं एका हातानं मला धरून ठेवलं अन् उन्हतली माझ्या तोंडाजवळ आणत म्हणाली,

''देवू चटका? देवू चटका? हे तोंड चावलं न् माझ्या जावयाला. तुला जल्माची अद्दल घडवते. परत कुनाला चावायचाच ऱ्हायी!'' असं म्हणत तिनं उन्हतली तोंडाजवळ नेली तर तावडी मध्ये आली.

''आजी, माझ्या भावाला नको चटका देवू!''

आजी कसलं ऐकते. तिनं उन्हतली तोंडाजवळ नेलीच. मी आजीच्या हाताला हिसडा देऊन पळालोही असतो तरी आजी चटका दिल्याशिवाय शांत झाली नसती. म्हणून डोळे झाकून चटक्याची वाट पाहू लागलो, तर तावडीच्या हाताला चर्रकन चटका बसला. ती बोंब मारायला लागली. बाप रागंरागं चुल्याच्या घरातून बाहेर आला अन् म्हणाला,

''कुणी मेलंय का तुमचं? मी जिवंतय ना! मग का रडताय?''

''तुझ्या दाजीच्या हाताला चावला भावड्या.'' आजी म्हणाली.

''होय रे, चावला तू!'' असं म्हणत बापानं माझं तोंड हाताच्या पाची बोटात धरलं अन् वेडंवाकडं दाबायला लागला.

''हे तोंड... हे तोंड. चावशील का परत कुणाला!''

''ऱ्हायी नं. आता ऱ्हायी चावणार!''

''ऱ्हायी चावायचा त्यो परत, अण्णा; पन त्याला मारू नका!'' तावडी स्वत:च्या हाताची वेदना विसरून मला वाचवायला धावली.

''लईच भावाच्या मायेची झालीस ग! बापावर हाये का अशी माया?'' वेणूआत्या.

तिला कसं सांगणार की बापाचीच माया आमच्यासाठी आटून गेली. ज्या पोरांना काही हवं का नको हे विचारण्याऐवजी बाप त्याच्या मतलबासाठी आमचा वापर करून घेत होता. कित्येक उन्हं खात पडणाऱ्या खापरालासुद्धा गारवा असतो; पण बापाच्या काळजाच्या खापरात आमच्यासाठी थोडीही ओल शिल्लक नव्हती. नुसता उन्हाळा अन् उन्हाळाच. ज्या आजीनं नातवांना मांडीवर घेऊन चांदोबाच्या गोष्टी सांगायच्या; तर चेटकिणीसारखी केस पिंजारून अन् खदाखदा करत खूपच भयंकर अवसान धारण करून नातवांना छळवते आहे. त्यांना उन्हतली तापवून चटके देते आहे. बापाचीही कथा आजीपेक्षा वेगळी नाहीच. आई वटसावित्री पौर्णिमेला जेव्हा दोरा बांधून सात जन्म हाच नवरा मागायची तेव्हा आक्का चिडून जाऊन म्हणाली होती -

"कशाला मारते ग आई, वडाला गरके?"

"सुवासुनीची रितंय... मारावेच लागतात बाई!"

"तुला सात जल्म हाच नवरा मागायचा असंल त् माग. पोरं म्हनून आमाला नको मागू!"

हळूहळू आक्काचं बोलणं मला उमगत चाललंय. आता जर का आई वडाला गरके मारायला लागली तर मी बिलकूलही तसं करू देणार नाही. पुढच्या जन्मात हा बापही नको, आजीही नको, आत्याही नको.

सारे त्यांच्या सुखात बुडून गेले. इकडं ओट्याच्या कोपऱ्यावर आम्ही तिघं भावंडं. मी तावडीच्या फोड उठलेल्या हातावर फुंकर मारत होतो. तिचा हात आगआग करत होता. पमी तावडीला म्हणाली,

"तावडे, तू आमाला मोर दाखवायला नेते म्हनून घेवून गेली अन् काय झालं पाहय!"

"तुमी म्हन्ले असते न आमाला मोर पाह्यचे न्हायी! मग म्या तुमाला लग्नाला नेलंच नस्तं. तुमी म्हनायला पाह्यजेल व्हतं की आमाला न्हायी पाह्यचे मोर!" तावडी रडकुंडीला येत म्हणाली.

"तावडे, लई दुखतो का ग हात?"

"हा ना ग"

"आपुन आईचं आयकलं न्हायी म्हनून आपल्यायला देवानं अद्दल घडवली!" पमी.

मी अन् पमी तावडीच्या फोडावर फुंकर मारू लागलो. फोड आणखीनंच आगआग करायला लागला. तावडीच्या डोळ्यातून आसवं गळत होती. माझ्या अन् पमीच्याही...

"चला रे खावटायला, खावटून घ्या. न्हायी त् आमाला अख्खंच्या अख्खं गिळाल आजगरासारखं." वेणूआत्या फणकाऱ्यानं म्हणाली.

जेवायची इच्छाच मरून गेलेली असतानाही आम्ही तिच्यामागं गेलो. नसतो गेलो तर आली असती उन्हतली लाललाल तापून आजीला घेऊन... पमीला अन् मलाही दिला असता चटका. मला बापच चटका बसल्यासारखा वाटू लागला, आजीही अन् आत्याही.

आणि भूकही चटका बसल्यासारखीच...
दुसऱ्या दिवशी केळीवाली आली. पमी म्हणाली,

"भावड्या, केळं खायचे का?"

"माला न्हायी खायचे. माला आईकडं जायचंय!"

"तुला कोन नेईल आईकडं?"

"आपला अंबरमामा येयील न, मग तो आला की आपल्याला घेवून जाईन."

"अंबरमामा आला तरी आपल्याला जता येनार न्हायी."

"काम्हून?" मी म्हणालो.

"आपला अण्णा त् किती डेंजरय!"

"कायबी नको सांगू! अंबरमामा त् सगळ्यात डेंजरय!"

"आपल्या आत्याच्या नवऱ्याकडं बंदूकय!"

भोकरडोळ्याच्या बंदुकीचं नाव काढलं अन् मला खरोखरच भीती वाटली. सगळे झोपल्यावर ती बंदूक आपण गुपचूप काढून यसुंताबाबाच्या उकिरड्यावर नेऊन टाकू. यसुंताबाबाच्या उकिरड्यावर सापडली मग? नाहीतर कौशाआत्याच्या नाडग्यात नेऊन टाकू, म्हणजे कुणालाच सापडणार नाही. पण ती मला उचलंल का? तावडी आहे न्! पण तिचा तर हात दुखतो. म्हणजे बंदूक खुंटीलाच राहीन. भोकरडोळ्या आपल्या अंबरमामावर नेम धरीन. पमी म्हणाली,

"भावड्याऽऽ"

"काय ग?"

"सांग न, केळं खायचे का आपन?"

मी तिला 'हा नाही' म्हणायच्या आतच आजी आली. पमी आजीला म्हणाली,

"आजी, आमाला केळं दे नं!"

"केळं खायचे तुमाला. खायचे का केळं?"

"हा, हा!" पमीच्या तोंडाला पाणी सुटलं.

"एकांद्याचा गू खावा, केळायच्याऐवजी. म्हणं केळं खायचे." आजी करवादली.

"यायच्यासाठी केळीची बागच लाव बाई तू आता." वेणूआत्या म्हणाली.

"हा म्या देते त्यायला खेटर. त्यायची आई आली अन् नाम्देवाला तिचा का यकदा अंगठा मिळाला त् देते हुसकून तिच्यासंग. कोन सांभाळील ह्ये गतपन!" आजी म्हणाली.

आत्याचा भोकरडोळ्याचा नवरा घरात घाईघाईनं आला. घरातल्या घरात धावाधाव करू लागला अन् घाबऱ्या घाबऱ्या म्हणाला,

"ह्या पोरांना लपवा घरात. म्या अन् मामा बाहेरच्या बाहेरून त्याला हुसकावून लावतो!"

“कोणाला हुसकावून लावणारंय पाव्हणे?” आजी म्हणाली.

“ह्या पोरीयचा मामा... त्यो शाना अंबऱ्या येतोय.”

“त्या मेल्याला बरा वास लाग्ला!” चेटकिणाई म्हणाली.

“त्याला यवढं काय घाबरायचं? तो तसाच चाल्लाय वाघ आपल्यायला खावून घ्यायला?” वेणूआत्या म्हणाली.

“नाही त् काय! तुम्ही का बांगड्या भरल्या?” चेटकिणाई म्हणाली.

“त्याला एका काठीत पानी पाजा!” आजी नथ सावरता सावरता म्हणाली.

“त्याला यका काठीतच पानी पाजील म्या... मुद्दा तो न्हायी!”

“मंग काय?”

“पोरी आपन आनल्याच न्हायी हे रेटून न्यायचं! उलट त्यायला म्हणायचं की माझे नातवं कुडेय!”

“ह्ये भारी सुचलं तुमाला!” आजीची नथ झळाळून आली.

“लपवा, लपवा त्यायला!”

आजीनं आम्हांला सांदीला नेलं. बाहेरून कडी लावून घेत आमचा आजा, बाप अन् आत्याचा भोकरडोळ्याचा नवरा ओट्यावर उभे राहिले. आजीनं अन् चेटकिणाईनं आमचं तोंड दाबून धरलं होतं. मला माहितीच होतं की माझा अंबरमामा येईल अन् आम्हांला बापाच्या कैदेतून घेऊनच जाईल. अंबरमामाचा आवाज कानावर आला.

“पोरायला न्यायला आलोय म्या.”

“पोरंऽऽ? कुनी आणले?” भोकरडोळ्या म्हणाला.

“लगनातून तुमीच घेवून आले!”

“आम्च्यावर असलं कुभांड घ्यायचं न्हायी! पोरं हरवून आमालाच इच्यारायला आला काय?”

“तुमी पोरांना घेऊन आलाय. पक्की खबरय माला!”

“ये खबरीच्या पोटच्या! बऱ्या बोलानं निंग इडून! पोरंबिरं कायी आणले न्हायी आमी. न्हायी त् पोलीस कम्प्लेट करेन म्या माझ्या नातवायचा तपास लावायला सांगेल!” मानेत डुगूडुगू करणाऱ्या गोयंदाबाबा ह्या माझ्या आजोबातही ताकद आली होती.

“चोर त् चोर वर शिरजोर! ह्ये कैवाड तुमालाच जमू जाणं!” अंबरमामा म्हणाला.

बापातला माणूस जागा झाला. त्याच्या अस्तिवालाच खडा बसला.

“ये, कुणाला चोर म्हणतोय? एका लाथेत पाणी मागायला लावेन!”

“ये पानी मागायला लावनाऱ्या! यवढीच हिंमतय त् मग कशाला खेळतोय लहान पोरांच्या आडून? समोर यायचं न्!”

“नाम्देवा, पोलिसायला बोलून घ्ये!”

“पोलिसायची धमकी माझ्या बहिणीला द्यायची. माला न्हायी, माझे भाचे बऱ्या बोलानं माझ्या ताब्यात द्या. म्या निंघून जाईन!”

“तुला भाषा कळते... का घालू काठी?” आत्याचा भोकरडोळ्याचा नवरा म्हणाला.

“वा रे, मेजर! माझ्या गरीब बहिणीला हुसकून घातलं. लई मोठं युद्ध जिंकला रे तू!”

“नाम्देवा, याची जीभ घे रे हसडून!”

“यवढंच जमतं तुमाला. देवानं सोईचं घडवलंच न्हायी तुमाला!”

अंबरमामा काही केल्या हटायला तयार होईना. माझा अंबरमामा एकटा असून सगळ्यांना भारी पडत होता. फक्त भोकरडोळ्याच्या मेजरला त्याच्या बंदुकीची आठवण यायला नको. नाहीतर साराच खेळ उलटून जायचा. लोक जमले. माझ्या आज्यानं आमचं जल्लद कुत्रं छिवाडलं मामावर. मामानं कुत्र्याला हाडहाड करेपर्यंत आमच्या काळ्यानं मामाच्या पोटरीचा लचका तोडला. मामा ओरडला. मग मात्र आम्ही हिसडा देऊन खिडकीतून मामाला हाका मारू लागलो. आमच्या गल्लीतला चिमाबाबा आज्याला म्हणाला,

“त्या पोरायला द्या धाडून. नायीपासून नका तोडू त्यायला.”

आम्ही खिडकीतून हाका मारतोय, पण आजा बहिरा असल्यामुळे त्याला कळलंच नाही. आजा म्हणाला,

“कुडंय त्याचे भाचरं? आम्ही का मडक्यागाडग्यात घालून ठिवले?” आजा खोटा पडला. चिमाबाबा म्हणाला,

“त्ये काय खिडकीत बसलेय!”

“न्हायी पाठवनार माझे नातू. त्यायच्या आईला न्हायचं त् न्हाव द्या माहेरात पडून.”

“तिला हौस न्हायी. तिच्या मढ्यावर सवत घेवून आले तुमी.” मामा म्हणाला,

आज्यानं अंबरमामाला काठी फेकून मारली. मामानं ती हुकवली. मामाला कळलं हे असं ऐकायचे नाही; म्हणून मामानं शेडावरच्या पोलीसपाटलाला बोलवून आणलं.

पोलीसपाटलानं दरवाज्यावर थाप मारली. पोलीसपाटील म्हटल्यावर आजीनं दार उघडलं. आम्ही दारातून जोरात पळत जाऊन मामाला बिलगलो. तोंडातली शिकार पळवावी तसे आजी, आत्या, बाप आपल्या जिभल्या चाटत बसले.

मामाचा पाय दुखत होता तरी त्यानं मला कडंवर उचलून घेतलं. लंगडत लंगडत चालू लागला. त्याच्या एका बाजूनं तावडी एका बाजूनं पमी चालत होती. आईसाठी टाहो फुटलेली आमची मनं आईच्या भेटीला निघाली होती. पायाखालच्या वाटेलाही टाहो फुटला होता. गावातल्या माणसांनाही अन् घरानांही...

फक्त टाहो फुटला नव्हता आमच्या आजीला, बापाला, आज्याला, आत्याला...!

❑❑

१०
विटीदांडू अन् गाठोडे

विटीदांडूच्या खेळात जशी दांडूनं विटी कोलली जाते तसा खेळ आम्हा मायलेकरांच्या आयुष्यात खेळवला जात होता. मामाच्या गावावरून साऊमामीनं आम्हास कोललं की आम्ही विटीसारखं बापाच्या गावात येऊन पडत होतो. बापाच्या गावावरून आजी, आत्या, बाप, यातला एक जण तरी आमची विटी कोलण्यासाठी तयार असायचाच. पुन्हा आम्ही मामाच्या गावाला येऊन पडायचो. पण आता एक झालं होतं, आमची साऊमामी आमच्या आर्मीतल्या मोठ्या मामाबरोबर दिल्लीला गेलेली होती. म्हणजे आमची विटी ती येईपर्यंत तरी बापाच्या गावाला कोणी कोलणार नव्हतं. अंबरमामा रात्री कामावरून घरी आला. आईनं त्याला जेवायला वाढलं. जेवता जेवता अंबरमामा म्हणाला,

''ताई, तुझा नवरा पक्का कैचीत सापडला, आता खावटी कायी त्याच्या बापाच्यानं त्याला चुकनार न्हायी!''

''तू गुडघ्याएवढा व्हता तसा कोशिश करत व्हता, म्हनून तो मेला आकळला. न्हायी त् त्याचा बैल रान चरायला मोकळा व्हता, तू बरोबर दावं लावलं!''

''दोन सालापूर्वी काय काय नाटकं खेळला. पोरायलाच लगनातून घेवून गेला. तवाबी चांग्ला कैचीत सापडला व्हता; पन आजाराचे खोटेनाटे कागदं देवून दावं ढिल्लं केलं!''

''जाव दे. आलाच न् तावडीत!'' आई भाजी वाढता वाढता म्हणाली.

''मुस्क्याच आवळल्या ताई त्याच्या अन् शिंगही मोडले. लई फुरफुर करत व्हता. लई डरकाळ्या फोडायचा की तुझ्या बहिणीला फुटकी कवडी देनार न्हायी म्हनून!''

''किती तारखा केल्या बापू कोर्टाच्या? भाकर गुंडाळली फडक्यात की कोर्टऽऽ भाकर गुंडाळली फडक्यात की कोर्ट... तारखायची त् मोजदाद व्हनार न्हायी. माझा त् अर्धा सौंसारच कोर्टाच्या दारी व्हता.''

''तुझ्या त्याच कष्टाला फळ त् मिळंल, ताई.''

''सुखाची भाजीभाकर तेवढी माझ्या लेकरायच्या ताटात पडावी यवढीच माझी

आपेक्शा. लई रांडुळी रांडुळी केली माझ्या लेकरायची. इकून हुसकलं तिकडं, तिकून हुसकलं इकडं. नुस्ती हुसकाहुसकी. कुडंच सुखानं बूड टेकवता आलं न्हायी."

"आनि हा... येता येता हरबऱ्यार्च दाळ न् गूळ आनलाय, उद्याच्या गुढी पाडव्यासाठी!" विषय बदलत मामा म्हणाला.

"बरं झालं, बाबा! घरात तेवढंच न्हवतं, माझ्या चिम्णीपाखरायला लई दिसानं गोडाधोडाचं जेवन मिळंल!"

अंबरमामाचं अन् आईचं बोलणं चालू असतानाच आमच्या भावंडांची जेवणंही उरकली होती. दादा उशिरानं खडकीच्या मळ्याकडून आले. येताना आम्हांला उसाचे टिपरं घेऊन आले. आमच्या कोंडाळ्यात टाकले. आम्ही भावंडं उसाला बिलगलो. खाता खाता तावडी म्हणाली,

"पमे, उद्या आपल्यायला पुरनपोळीचं जेवन करनारंय आई!"

"आपुन त् लई दिसाची पुरनपोळी त् खाल्लीच न्हवती!" पमी म्हणाली.

"म्या त् गुढी उतरवली का हाडाकडा खायीन!" मी म्हणालो.

"न्हायी भो म्या त् पुरनपोळीच खानार!" पमी म्हणाली.

"तुला त् खायचा कायी आसपेस न्हायी पमे, कधी न मिळलं अन् गटकन गिळलं. असं नको करू बाई! न्हायीतरी खायला तू डखळी हायेच!" तावडी म्हणाली.

"तूच डखळी. उसाच्या चुट्या पाहय कुनापुढं जास्त पडल्याय!"

"म्या मोठीय तुम्च्या दोघायत!"

बाहेर ओट्यावरच आम्हा भावंडांच्या पथाऱ्या पडल्या. अंथरुणात निजल्या निजल्या आकाश न्याहाळू लागलो. आकाशात एकही चांदणी नव्हती अन् तिचा गुंजभर उजेडही. मला उजेडाचा पदर धरून तिच्या कानात गुढी पाडव्याचं गूज सांगायचं होतं. चांदोबाला पुरणपोळीचा निरोप द्यायचा होता. जरा हिरमुसलो. पुन्हा आनंदून उठलो, कारण माझ्या मनात चांदण्यांची झाडं उजेडाचा लखलखाट करू लागली होती. उद्याचा पाडवा पाहत होतो. सकाळी लवकर उठून सर्वांच्या आधी अंघोळ करून मला तयार राहायचं होतं; अंबरमामाबरोबर गुढी उभारायची होती. पमीच्या मनातही चांदण्याची झाडं असतील का? तावडीच्याही? त्यांना विचारायचं होतं. मात्र गुढी मनात घेऊनच कधीतरी झोप लागली.

जाग आली ती साऊमामीच्या कलकलीनं. आमचा ईश्वरमामा अन् साऊमामी, भल्या पहाटेच आले होते. साऊमामी भलंमोठं पोट घेऊन आली होती.

"पमे, साऊमामी पोटात चिंध्या भरून आली काय ग?" डोळे चोळता चोळता म्हणालो.

"बावळटाची खाण!" माझ्या डोक्यात चापट मारत तावडी म्हणाली.

"काय ग मरकुडेऽऽ ,काम्हून मारलं?" डोकं चोळता चोळता म्हणालो.

"आरे, मामीच्या पोटात बाळय. येडं, कायीबी म्हन्तं!" मला हसत तावडी म्हणाली.

"न्हायी रे भावड्या, इचं नको आयकू. कायीबी सांग्ते." पमी झिपऱ्या सावरता सावरता म्हणाली.

"न्हायी त् काय!" मी म्हणालो.

"बाळ कायऽऽ पोटातून येतं काय!" पमी म्हणाली.

"मग काय ढगातून पडतं का ढम्मेऽऽऽ?" तावडी रागावून म्हणाली.

"उठाऽऽ येड्या धुतळ्यायवोऽऽ, मामामामीनं खाऊ आन्ला असंल!" आक्का गोधड्या उचलता उचलता म्हणाली.

"चला भो पटकशी तोंड धुवून घेवू; न्हायी त् खाऊ जायचा संपून." पमी म्हणाली.

"ये खाऊगुलेऽऽ, खाऊ कायी संपनार न्हायी. कपड्यायच्या घड्या घाल अदुगर. निंगाली तोंड घेवून!" आक्का कपड्यांच्या घड्या घालता घालता म्हणाली.

आम्ही अंथरुणातून उठलो अन् साऊमामीला विचारणार काय खाऊ आणला आमच्यासाठी; तर ते राहिलं बाजूला... साऊमामीनं तोंडाचा पट्टा सुरू केला. आम्ही तोंडंही धुतले नव्हते. तसेच पारोसे तोंड घेऊन, कावरेबावरे होऊन एकमेकांकडं पाहत बसलो. साऊमामीच्या तोंडात शब्द थांबत नव्हते. तिनं आईला अन् आम्हांला पाहिल्यामुळे तिचं डोकं जास्तच गरम झालं होतं. अंबरमामा तिला समजावू पाहत होता. मात्र ती कुणाचंच ऐकायला तयार नव्हती.

"त्या मेल्यानं घेनं यक ना देनं दोन. महामूर बुचकं जनलं. दिलं आमच्या मढ्यावं सोडून. त्यायला संभाळायला आमी जसे रिकामेचय!" साऊमामी तावातावानं म्हणाली.

"वैनी, सनवाराचं नका भांडू. पाया पडतो तुम्च्या!" अंबरमामा म्हणाला.

"तुमी नका पडू पाया. म्याच पडते तुम्च्या बहिनीच्या पाया. आमाला सोड बाई!"

"तिनं काय केलंय तुझं?"

"माझ्या बाळंतपणात मला ह्ये बुचकं नकोय यीड! यवढंच सांग्ते!"

"मामी, माझ्याई बोलत न्हायी त्याचा फायदा घेते व्हय ग? आजी वारली तवा माझ्याईनंच मामायला जतन केलं ह्ये इसरली काय!" आक्का आईचा कैवार घेत म्हणाली.

"आक्काबाई, लयी चरचर जीभ नका चालवू. आमचंच गिळून आमच्यावरच नका पिळकू!"

"तू कायी शिणली न्हायी आम्चं करून करून. आमी कायी बसून न्हायी खात!" आक्काही माघार घ्यायला तयार नाही.

"जाव दे आक्काबाई," आई म्हणाली.

"पाहा पाहा तुम्ची लेक. खाण तसा खाणोटा. दुसरं काय!" साऊमामी हातवारे करून म्हणाली.

"तू त् बाई आभाळातूनच पडली!" आक्का रागानं म्हणाली.

आक्कीचं हे बोलणं माझ्या ईश्वरमामाला फार लागलं. तो अंघोळ करून आला होता. आल्या आल्या त्यानं आक्काच्या एक गालात ठेवून दिली अन् रागानं म्हणाला,

"मामीला असं उलटून बोलते! शोभतं का तुला, तुझ्या यवढीय का ती? तिच्या तोंडी लागून न्हायली!"

"तू गालात मारावी का मग?" अंबरमामा म्हणाला.

"होपलेस कुणीकडची!" ईश्वरमामा खसाखसा डोक्याचे केस टॉवलनं पुसता पुसता म्हणाला.

"दिवस आले न् त्यायच्यावर म्हनून नागवता का?" आई म्हणाली.

"ताई, तुला पटायला पाह्यजे, तुझ्या भावजयीचे दिवस भरत आले. तू समजूनउमजून वागायला हवं का नको."

"हा ना बाबा ते त् लक्ष्यातच आलं न्हायी आम्च्या येड्या बागडायच्या. तू पत्र धाडून तुमी यायाची तारीख कळवली असती, तर आमी तुमी यायच्या आतच इडून आम्चा सपाटा केला असता. आमचं चिंधूक सुधीक तुम्च्या नदरा पडलं नस्तं."

साऊमामी पुन्हा तावातावानं आली,

"तुम्च्या बहिणीला म्हणावं ये बुल्लळ घेवून चालती व्हो."

"सूनबाई, नको असं तिला सणासुदीचं भायेर काढू." साऊमामीला हात जोडत दादा म्हणाले.

"सण आपल्या घरी जाऊन साजरा करावा."

"तिच्या नशिबी वनवास आला, त्याला ती तरी काय करनार?"

"सीतेचा वनवास सीतेनंच काढला. तिच्या माहेरचे आले व्हते का वनवास काढायला?"

"हाव न् बाई, ह्ये त् ध्यानातचं आलं न्हायी. म्या माझ्या वनवासात तुमास नाहक वाटेकरी करून घेते हाये. माझ्या वनवासाची धग तुमाला का?"

"असं नको बोलू, सजा!"

"असं नको बोलू त् कसं बोलू, दादा? उशाखालचा हात निंगाला का जग इसरतं!"

"डोंगरायवढे उपकार झाले आम्च्यावर. आजूक यक करा- आम्चं घर सोडा!"

असं म्हणत साऊमामी घरात निघून गेली. आम्हांला तर वाटलं होतं आमचे मामामामी आमच्यासाठी खाऊ घेऊन आले असतील. त्यांनी तर हा खाऊ ठेवला होता आमच्या काळजावर मूठमूठ. फक्त आम्ही भावंडं तो खाऊ शकत नव्हतो. सगळीकडंच देव दुष्ट माणसं का बरं निर्माण करत असेल? आईचे चुलतकाके गोळा झाले होते. पण साऊमामीला विरोध करण्याची कुणाचीच शामत नव्हती. सात चुलत्यांच्या मांडीवर खेळलेली आई.

आज असाहाय्य होती अन् तिच्या सातही चुलत्यांचे हात गळून पडले होते. ओले डोळे घेऊन उभे होते. आमचा जिव्हाळ्याचा अंबरमामा गुडघ्यात तोंड खुपसून रडत होता... पंढरीमामाही.

"बापू, रडायला आता लानय का तू?"

आई अंबरमामाची समजूत घालत होती. मामाला हुंदका थांबवलाच नाही. "ताईऽऽऽ!" असं म्हणून तो आईच्या गळ्यात पडून रडू लागला. पंढरीमामाही.

आईनं स्वत:चे डोळे पुसत लहानग्या भावांच्या हुंदक्याचं आभाळही सावरलं.

जरा वेळानं आईच्या लुगड्याचं गाठोडं घराबाहेर अंगणातल्या धुळीत येऊन पडलं. पाठोपाठ आमच्या भावंडांच्या कपड्याचंही. दादांचं काळीज चरकलं.

"उचलायचं न रस्त्याला लागायचं!" साऊमामी घरातून बोलली.

"नको नको, सूनबाईऽऽ, माझ्या वनवाशी लेकीचा शाप घेवू!"

"त्यायला म्हना दुवा द्या! शाप नका देवू!" कंबरेवर हात ठेवून साऊमामी म्हणाली.

"दादा, ताईनंच आपलं पाऊल वळखावं. कशाला दुसऱ्याच्या दारी येवून पडायचं, अन् ह्ये कायी एक ना दोन दिसाचंय का? जलमभर सुरूचय!" ईश्वरमामा म्हणाला.

"अरे, तुम्ची आई मेली तवा बाळत्यावच लोळत व्हता. तिनंच तुम्च्या मुखात भाकर तुकडा भरला. न्हायी त् मेले अस्ता पाखरागत चोच वासून!"

"आता ह्ये भारूड आजूक किती दिस ऐकायचं आमी!" ईश्वरमामा म्हणाला.

"वा रेऽऽ निशंगपणाऽऽ! ही बया काल आली त् बहिणीची माया भारूड वाटायला लागली."

आई मात्र कुणालाच काही बोलली नाही. कदाचित तिच्याकडचे सारे शब्दच संपले असावेत. आता जर आजी, आत्या असती तर आई शिव्याशाप देऊन मोकळी झाली असती. पण ही माणसं तिच्या आतड्यातली होती. आईला वाटलं असावं की स्वत:चंच आतडं असं का छिलून घ्यावं. तिनं धुळीत पडलेलं गाठोडं धूळ झटकून डोक्यावर घेतलं. आक्कानं न सांगताच आमच्या कपड्यांचं गाठोडं उचललं. आईला काय आठवलं? तिनं गाठोडं खाली ठेवलं अन् दादांच्या पाया पडली. दादांचे आसवं तिच्या हातावर पडले.

"दादा, मनाला लावून नका घेवू. तुमची लेक दगड झालीय. तिला कुनाच्या शब्दाच्या माराचं किंवा अपमानाचं कायीच वाटत न्हायी. यवढे कडूघोट पचवले; त्याची आता सवय झाली. तुमी आजिबात मनाला खायचं न्हायी. असं कुडायचं न्हायी. तुम्ची लेक काही यवढ्यातेवढ्या शब्दाच्या माऱ्यानं मरत न्हायी. मरन आलंही तरी त्याला आडवा हात करत लोटून घालीन. पर ह्या माझ्या लेकरायसाठी म्या जित्तीच ऱ्हायीन. जगानं जरी माझ्या कसोट्या घेतल्या असतील त् मालाही जग ठाव झालंय. ज्याचं मढं तेच रडं. दुन्यात कुनीच कुनाचा मक्ता घेतलेला नस्तो! आपुनबी आपला भार का कुनाच्या खांद्यावं द्यावा?... येते दादा म्या..."

आम्ही निघालो. मामाच्या गावात घरोघरी गुढ्या उभारल्या जात होत्या. आम्ही भावंडांनी काल रात्री मनात खूप खूप चितलं होतं की सकाळी गुढी उभारू. पण गुढी न उभारताच आम्ही चाललो होतो. खूप दिवसांनी आम्ही पुरणपोळी खाणार होतो. सगळीकडं लोक आज गोडाधोडाचं जेवण करतील. बसस्टँडजवळच्या हॉटेलातून आईनं गोडीशेव विकत घेतली. तिथल्या लिंबाच्या झाडाच्या सावलीत आम्ही कोंडाळं करून बसलो अन् आईनं गोडीशेवचा पुडा सोडला.

"खा, कोकरायवो! हाच आपला गुढीपाडवा!"

गुढीची काठी भेरूडानं पोखरून टाकली होती. गुढी उभारण्यासाठीचं नवं फडकं फाटून विरून त्याच्या चिंध्या झाल्या होत्या. त्याला अडकवलेल्या हड्याकड्याला मुंग्या लागल्या होत्या. तरीही आमच्यासाठी कडूकडू ठरणारा गुढीपाडवा खरोखरच गोड झाला होता. गोडीशेवच्या चवीत विरघळून गेला होता.

आमची आईच गुढी झाल्यासारखी वाटू लागली...

मळक्या लुगड्यातही नवी नवी...

साऊमामीनं आमची विटी कोलली खरी; मात्र बापाच्या गावातून ती पुन्हा ना आजीनं कोलली, ना बापानं. बापाची गोष्टच आवडत्या अन् नावडत्या राण्यात अडकून पडलेल्या राजासारखी. बापानं चेटकिणाईला वचन दिलेलं होतं की कायद्यानं तूच माझी पत्नी ठरशील. घटस्फोटाच्या कागदावर एकदाचा आईचा अंगठा वठवला की बापचं काम फत्ते. मग कसा कोलेल बाप आमची विटी? आता तर खरं त्याला विटीदांडूचा खेळ खेळायचा होता अन् तो मैदान तयार करण्याच्या कामी लागला. अन् सावजही आयतंच जाळ्यात अडकून पडलं म्हटल्यावर ही गोष्ट बापाच्या पथ्यावर पडली होती. हीच संधी साधून विटीला असा काही निबर तडाखा द्यायचा की डाव जिंकलोच म्हणून समजा. गोष्टीतल्या राजासारखाच बापानं विडा उचलला.

आम्हांला येऊन तासदोन तास झाले असतील तरी अजून माझी आजी दाराशी भांडायला का उभी राहिना? आत्याला तरी कसं करमतं आहे आईशी भांडण केल्याशिवाय? आत्याच्या भोकरडोळ्याच्या नवऱ्याला देवानं बुद्धी दिली की काय! नुसतीच रुखरुख आईसकट आम्हा साऱ्यांनाच लागून राहिली. कारण हे चित्र आमच्यासाठी नवीन होतं. याची सवय कुठं होती आम्हांला? एव्हाना आजी किंवा आत्याचा फेरा यायला हवा होता. आक्कानं रुखरुख व्यक्त केलीच.

"आई, आजून कशी ती म्हतारी भांडाया उभी ऱ्हायली ऱ्हायी!"

"सापडलं आसंल त्यायला कायी घबाड! बसले असतील भुजंगासारखे इळखा घालून!" आई म्हणाली.

“पन लईच शांत ऱ्हायल्या त्या. माला त कायी काळंबेरं वाटतंय?” आक्कानं शंका बोलून दाखवली.

“बाई, कायी नको शंका घेत बसू!”

“ऱ्हायलं बाई; न्हायी घेत!” आक्का नाराज झाली.

तेवढ्यात तावडी मध्येच आली अन् फुटका आरसा आक्काच्या तोंडासमोर धरत म्हणाली,

“ये बयाऽऽ आक्केऽऽ, ह्या आरशात पाहयऽऽ दोनदोन तोंड दिसू ऱ्हायले बाई?”

“ये फुटकेऽऽ, फेक बरंऽऽ त्यो आरसा भायरऽऽ. फुटक्या आरशात तोंड पाहू नये! तुला कळत कसं न्हायी!” आई तावडीला दाती आली.

तावडीनं घाईघाईनं आरसा बाहेर फेकायचं नाटक केलं खरं; तिनं परकराच्या ओच्यात तो लपवून धरत तिच्या पुस्तकाच्या खात्यात दडवून ठेवला. मी ते पाहिलं अन् लगोलग आईला चुगली केली.

“आईऽऽऽ...” तावडीनं माझं तोंड दाबलं अन् डोळ्यांनीच म्हणाली सांगू नको म्हणून. पण मी कशाचं ऐकतो.

“येऽऽ, का बरं त्या पोराचं तोंड दाबून ऱ्हयली ग?” आई तावडीवर ओरडली. तावडीनं माझं तोंड सोडलं. तिनं तोंड वेंगाडून मला जीभ दाखवली अन् भेवडून सोडू लागली.

“काय रेऽऽ, काय म्हनत व्हता?”

“आई तावडीनं पाहय त्यो फुटका आरसा तिच्या पुस्तकायीत लपवला!”

“व्हय ग, तावडे?”

तावडी कशाला काय बोलेल. आई उठली अन् तिनं तो आरसा खसकन काढून यसुंताबाबाच्या उकिरड्यावर भिरकावला. आईला फुटकी अशी कुठलीही वस्तू घरात सहनच होत नव्हती. म्हणून फुटका कप, फुटकी बशी, फुटक्या बाटल्या, फुटकी चिमणी सारेच यसुंताबाबाच्या उकिरड्यावर गपगुमान जाऊन राहत होते. ते एकमेकांच्यात आईबद्दल तक्रार करत असतील की तिची फुटकी सासू, फुटकी नणंद, फुटका नवरा बरं फेकून देत नाही. आपल्यावरच हुकमत चालवते. ते खरंही होतं. आईला ही फुटकी माणसं कधीच फेकता आली नाही. आई तावडीवर रागावली,

“आता लान ऱ्हायली का तावडे तू, खेळगापना करायला?”

तावडी फुरंगटून बसली.

“ये उठऽऽ फुटक्यावानाचेऽऽ! तोंड सोडून नको बसू!” आई पुन्हा कावली.

“न्हायी त् काय!” आक्का म्हणाली.

“व्हय... तू आन आक्की दोनदोन खेपा आणा बरं मुरल्याबाबाच्या हिरीवरून. घराचा त् नुस्ता उकाडा झाला. म्या शेन पाते; एकांदी दोन पोहटी मिळते का सजाकाकूकडं?”

आक्का अन् तावडी हंडे उचलून मुरल्याबाबाच्या विहिरीवर पाणी आणायला गेल्या. आई शिरंई घेऊन घराची भुई खराखरा झाडून टाकू लागली. पाण्याचा रांजण धुऊन ठेवला. पमी तव्यावर पडलेले कधीचे उघडेपाघडे वाळलेल्या भाकरीचे कोरके खाऊ लागली. आईच लक्ष जाताच आईनं तिच्या पाठीत धपाटा घातला.

"तुला यवढा नाहडा पडला काय ग? कधीचे न् कधीचे न्हायी ते. खुशाल खाऊन न्हायली. भूकंच लाग्ली व्हती तर सांगायचं न् पोटकरपेऽऽ"

"आई, म्या आवडाईच्या घरून आर्धी भाकर घेवून येवू का?"

"हा व्हय. घीवून ये! इच्या पोटात पडला खड्डा!" आईनं होकार दिल्या दिल्या मी चिंगाट पळालो. आमच्या ओट्यावरून हनुमानासारखी उडी मारली अन् एका टांगेत आवडाईच्या दारात पोहोचलो. आवडाईचा भगा जेवतच व्हता.

"कव्हा आला रे, भावड्या? तुझी आईबी आली का?" भगामामाला कालवण वाढता वाढता आवडाई म्हणाली.

"व्हय, मोठ्याई." मी खाली सरकणारी चड्डी वर ओढत म्हणालो.

"जेवतो का तुझ्या भगामामात? भगा, बसू दे रे तुझ्यात लेकराला."

"न्हायी मोठ्याई, माला भूक न्हायी. पमीला भूक लाग्लीया. आईनं तुम्च्याकून आर्धी भाकर मागाया धाडलं!"

आवडाईनं एक भाकर अन् जर्मनच्या डब्यात उडदाच्या डाळीची आमटी दिली. माझ्या तर तोंडाला तिथंच पाणी सुटलं होतं. पमी त् माझी वाटंच पाहत होती. तिनं मोठी ताटली घेतली. मांडी घालून बसली.

"पमे, आपन यकत्रच खाऊ!"

"न्हयी भो!"

"पाहय ग, आई!"

"ह्ये आयतळे खाव दे त्याला. न्हायी त् बस्ली व्हती कुतऱ्यावानी शिळे कोरके चावत!"

पमीनं भाकरीचा काला चुरला. मी काल्यावर आवडाईकडून आणलेली सारी आमटी ओतून दिली.

"काय ग, पमे! आपल्यायला त् पुरणपोळीबी खायला न्हायी मिळाली!"

"त्या दुष्ट मामीनं देलं न् आपल्यायला हुसकून!"

"पुरणपोळी गेली अन् हारडाकरडाबी!"

"म्या मोठी आस्ते नं त् तिला चांग्लंच पिसवलं आस्तं!"

आक्का अन् तावडी पाण्याची खेप घेऊन आल्या. आम्हांला खाताना पाहून त्यांनी हंडे घाईघाईनं रांजणात ओतले. डोक्यावर चुंबळी तशाच. दोघीही आमच्या काल्यावर तुटून पडल्या.

"आमी फक्त दोनदोन घास खानारय!" तावडी म्हणाली.

"फक्त दोनच घास बरं का?" पमी जड मनानं म्हणाली. त्या मोठेमोठे घास करून खात होत्या. पमीचा जीव खालीवर होऊ लागला. तिला राहवलंच नाही. ती म्हणाली,

"उठा आता... झाले न तुम्च्ये दोन घास!"

"गप ग, ढम्मे!" तावडी म्हणाली अन् खायाचा जोर चालूच. तेवढ्यात घमेल्यात शेण घेऊन आई आली.

"तुमीबी भिडल्या का त्यायच्यात!"

"पाहय न, आई, आयकतीबी न्हायी!"

"नरड्यातलं गिळ; न्हायी त् पडंल अडकून!" तावडी म्हणाली.

"नको सांगू! आमाला जसं खाताच येत न्हायी!"

"बास झालं ग! म्या शांताईकून चार भाकरीपुरतं पीठ आणलंय. सारवून झालं का सोयपाक करून ठिवते."

तावडी अन् आक्का उठल्या. मात्र उठताना तावडीनं दोन घासाचा, एक घास उचललाच. पमीची दौलत लुटल्या गेली. तिनं हळहळ व्यक्त केलीच.

"खादाड्या कुनीकडच्या! कितीक ठिवलं पाहय आपल्यायला!"

"लवकर आवरा रे! घर सारवायचंय माला! गिळा पटापटा." असं म्हणत आईनं शेण भुईवर टाकलं. लुगड्याच्या ओटीतलं पीठ काटूठीत ओतलं.

तेवढ्यात आजीच्या घरातून बाप अन् हरीतात्या आले. आईनं त्यांच्याकडं बिलकूलही लक्ष दिलं नाही. बाप भामट्यागत येऊन बसला. त्याला खरंतर बसायला पाट लागायचा. पण त्यानं भुईवरच फतकल मारलं. हरीतात्या म्हणाला,

"वैनी, भाऊसायबाचं म्हननं त् आयकून घे...."

"त्यायचं म्हननं आता कोर्टाच्या दारीच आयकनार!"

"ह्ये बग वैनी, फाटल्यानं आणखी फाटून जातं, शिवायला हावं का नको!"

"टाके घालून घालून दमले म्या!"

"म्हनून त् सांग्तो नमतं घ्या."

"नमतंच घेत आले इतक्या दिस. म्हनून त् यानी पानी वतलं; पन ते आता पार नाकातोंडापतूर आलं!"

बाप एक शब्द बोलत नव्हता. एकदम धरून आणल्यावानी बसला होता. एकदम गरीब वाटत होता. बापाचं असं रूप तर आम्ही कधीच पाहिलं नव्हतं. आज हा नवाच बाप वाटत होता. आधीच्या बापाचा अन् याचा काही ताळमेळ लागत नव्हता. बाप ढाण्या वाघासारख्या डरकाळ्या फोडायचा. हा बाप तर नुस्ता शेळी झाला. इतका का नरमला होता आपला बाप? एखाद्या वेळेस बापाला त्याची चूक कळली असेल की आपल्या

बायकोला अन् पोरांना आपण फार छळवलं. नाहीतरी गोष्टीत असंच घडतं; तसंच काही घडलं असावं. हरीतात्यानं बिडी पेटवली. झुरका घेतला. धुराचा मोठाच्या मोठा ढग हवेत सोडला अन् म्हणाला,

''वैनी, आतापतूर जे झालं ते पुसून टाक!''

''पुसून टाकायला खापराच्या पाटीवर लिव्हलेलं हाये का त्ये?''

''ह्ये बग जे झालं ते झालं! भाऊसायबाला म्या समजून सांगितलंय. तू आधी आयकून त् घ्ये!''

''काय आयकायचं बाकी हाये?''

''वैनी, तू तुझं घोडं पुढं दामटून न्हायलीय; माह परसूनच घेत न्हायी!''

''बरं! न्हायी दामटत माह घोडं; सांगा काय सांगायचं त्ये!''

''हांगी आस! ह्ये बग वैनी दोन पावलं तू मागं सर, भाऊसायेब दोन पावलं मागं सरतील!''

''म्या त हाजार पावलं मागं गेले; अन् पडले जाऊन निबार काट्याकुट्याच्या नाडघ्यात!''

''ते पाहय! माझं म्हननं त् आयकून घेशीन पैलं?''

''बोला, काय म्हननं हाये तुम्चं?''

''आता कसं!''

तावडी अन् आक्का पाण्याची खेप घेऊन आल्या. त्यांनाही वाटलं की आपला बाप घरात आला असूनही भांडण का झालं नाही? घर एवढं शांत कसं? इतक्या वेळात घराचे कौलही थरथरायला लागतात. घराच्या उभ्या भिंतींनाही फेफरं भरतं. भांडे कानठळ्या बसेपर्यंत वाजायला लागतात. आज तसं काहीच घडत नाहीये. त्यांना नवल वाटू लागलं. हरीतात्या आक्काला म्हणाला,

''आक्के, फक्कडसा च्याहा ठेव.''

''कुडून ठिवायचा च्याहा?'' आक्का घुशातच म्हणाली.

''काम्हुन?''

''घरात च्या साकरीचा हाये का पत्ता!'' आक्कानं बापाला ऐकायला जावा असा टोमणा मारला.

बापानं खिशात हात घातल . दहा रुपयाची नोट अन् एकदोन रुपयाची चिल्लर काढली. मुक्यामुक्याच आक्काच्या हातात दिली. आक्कासह आम्ही अवाक् झालो. आमचे तर डोळे पांढरे व्हायचे राहिले. आमच्या उभ्या आयुष्यात बापानं एक रुपयाही कधी आम्हांस फेकून मारला नव्हता. तो एकदम दहा रुपयाची नोट काढतो. आईला वाटलं आपला नवरा आपली काळजी करायला लागला. आई सुखावली अन् नरमलीही. हरीतात्याला आयतीच

संधी मिळाली होती. तवा गरम झाला होता. भाकर भाजून घ्यायला काहीच हरकत नाही, म्हणून तव्यावर भाकर टाकलीच.

"ह्ये बग वैनी, भाऊसायबाकडून घडू नये ती चूक घडली. त्या बाईलाबी दोनचार पोरी झाल्या. आता तिला कायी वाऱ्यावर सोडता यायचं न्हायी."

"आमाला वाऱ्यावर सोडलं त् चालंल बा!" आईनं ओझरता वार केलाच.

"पुडचं त् ऐक वैनी! न्हायी त् करा बाबा काय करायचं ते."

"बरं सांगा आता... न्हायी कायी म्या म्हनत!" आईनं चुचकारलं.

"आता पाहय, ती बाई सायबाला कायी चुकनार न्हायी, म्हनून असा परस्ताव ठिवतो की तुला सहा बिघे जमीन अन् दोन खणी घर दिलं त्!" हरीतात्यानं हलक्या हातानं भाकर परतवली.

"माझी त् आपेक्शाच ही हाये. माला कायी जास्त लागत न्हायी. माह्या पोरांना हाक्काचं घर अन् जमीन यायला हावी!"

"मग ठरलं त्... तुला दोन खणी घर अन् जमीन दिली असं समज! द्यायची का मग भाऊसायब? तुमास हा सौदा मंजूरय न्!" भाकर टोपल्यातच टाकायची बाकी ठेवली.

बापानं नंदीबैलासारखी मान हलवली. आक्का चहा साखरेचं घेऊन आली.

"वैनी, जायचं न मंग उद्या!"

"कुडं?"

"येवला कोर्टात समजुतीसाठी!"

"पन कायी फसवेगिरी त् न्हायी न् व्हनार?"

"आयच्यान वैनी... माझ्यावर इस्वास ठिव!"

"भावजी, कैक बाऱ्या इस्वासघात झाला, म्हनून जीव खालीवर व्हतो!"

"ह्या बारी न्हायी, वैनी!"

हरीतात्यानं भाकर खरपूस भाजली होती. थोडक्यात, आईच्या पायात फास टाकला. आई नेमकी फासात अडकली. आमची आई मुलखाची भोळी. पण तिला आनंद होत होता की तिला जमीन मिळणार. खरंतर बापानं ज्या दिवशी दुसरं लग्न केलं त्या दिवशी आईचा बापावरचा जीव उडून गेला होता. आईचा जीव गुंतला होता तो जमिनीत. तिची नसन्‌नस जमिनीशी जोडली होती. आईची मातीची नस बरोबर बापानं पकडली. बाप आईच्या भावनांचं चिरगुटं वाऱ्यावर सोडायला मोकळा झाला होता. हरीतात्यानं पुन्हा एकदा बिडी शिलगावली. चांगले दोनतीन बारके बारके धुराचे ढग सोडून झाल्यावर म्हणाला,

"ठिव बाई आता च्या, तोंड गोड कर सगळ्यायचं!"

आक्कानं चहा ठेवला. तसं त्याला दूध नव्हतंच. कोराच चहा तावडीनं सगळ्यांना वाटला. चहा घेऊन बाप अन् हरीतात्या आजीच्या घरी निघून गेले.

जमीन मिळणार म्हणून आई आमच्यात राहिलीच नव्हती. ती कधीच निघून गेली होती तिच्या हक्काच्या वावरात. तिनं मुठीतली स्वप्नं चाड्यावर धरली. मातीत पेरली अन् उगवून आलेल्या हिरव्यात हरखून गेली. बांधमेर निरखत हिंडू लागली. पण आक्कानं आईची तंद्री मोडली.

"आई, च्या घे! तू का आत्ताच वावरात जाऊन पोचली का काय?"

सारं घर हसण्यात बुडून गेलं....

संतू, गुऱ्या, विज्या, आर्ज्या यांची लवकंड घरात घुसली अन् कालवा करत म्हणाली,

"येऽऽ पऱ्याऽऽ भावड्याऽऽ, कधी आलाऽऽ?"

"साऱ्या सकाळचा आलो. तुम्चा व्हता का गावात पत्ता!"

"आरे, आमी पुंजाराम तळेकरच्या वावरात खेळत व्हतो." संतू नाक दंडाला पुसत म्हणाला.

"ये पऱ्या, चालय. चिंचीखाली इटूदांडूचा डाव रंग्लाय; तुहीच कमी व्हती." गुऱ्या म्हणाला.

"काय रे कावसं तुम्चं?" आई ओरडली. त्यासरशी आम्ही सारेच चिंगाट कौशाआत्याच्या चिंचीखाली. सित्या, पग्या, रत्न्या, गण्या आधीच आले होते.

"म्या म्हन्लो व्हतो न् भावड्याचं घर उघडं दिस्तंय; भावड्या आला आसंल म्हनून!" गल करता करता पग्या म्हणाला.

संतूनं पोरं वाटून घेतले. मी संतूच्या बाजूनं. पहिलाच आमचा डाव.

"भावड्या, घ्ये तू आधी!" माझ्या हातात विटूदांडू देता देता संतू म्हणाला.

मी गलीवर विटी ठेवली अन् दांडूनं बळ करून कोलली. विटी जी उडाली ती माझ्या आजीच्या पायावर जाऊन पडली. पोरं लंब पळाली. त्यांना माझ्या आजीचा स्वभाव माहिती होता. मी जागच्या जागी थिजून उभा. आता आजी आपले गालफडं झोडील. आजी जसजशी जवळ येऊ लागली तस्तसं माझं ऊर धडधड करू लागलं. आजी जवळ आली अन् मी डोळे गच्च मिटून घेतले. मार खाण्यासाठी तयार झालो. मार बसण्याऐवजी एकदम आजीचा मऊ आवाज कानावर पडला.

"भावड्या... पोरा, धर इटी! तू कुडं मुद्दाम मारली!" अन् माझ्या हातावर विटी ठेवून आजी निघून गेली. कुठं कुठं लपून बसलेले पोरं गलका करत बाहेर आले,

"माला त् वाटलं भावड्याचा झाला भो भुगाच!"

"हा न् पऱ्या, माला त् वाटलं आल्या आल्या भावड्याच्ये चांग्ले गाल धरील!"

नंतर कोण काय, कोण काय बोलत होतं. माझं तिकडं लक्षच नाही. आपली आजी बदलली कशी? खेळण्याचा मूड गेला.

"मार रे भावड्या इटी!"

मी विटूदांडू खाली टाकला अन् घरी निघालो. काहीतरी कुठंतरी माझं बिनसलं होतं. काय ते कळत नव्हतं. गरगरून आल्यासारखं झालं. अचानक एकच विटी अन् खूप सारे दांडू दिसू लागले.

विटी कधी आई
तर कधी तावडी,
कधी आक्का,
कधी पमी,
कधी मी
असं रूप बदलत होती.
अन् दांडू
कधी बाप,
कधी आजी,
कधी आत्या,
कधी भोकरडोळ्या,
कधी चेटकिणाई,
कधी नाना,
कधी नानी,
कधी साऊमामी,
कधी वेळ,
कधी परिस्थिती...
असं काय काय सारखं सुरू होतं....

❑❑

११
गऊगाईचा शाप... अन् चिमणीचं घर...!

आईला दोन खणी घर अन् सहा बिघे शेती मिळणार असा समझोता बाप आणि आई दरम्यान झाला. हरीतात्या मध्यस्थी होता. बाप अन् हरीतात्या उठून गेल्यावर आईनं शेणानं भुई सरासरा सारवून घेतली. आईला शेतीमातीचा भारीच लळा. तिला तिचं हक्काचं शेत मिळणार म्हणून खूपच खुशीत दिसत होती. तिचं शेत हिरवंगार झालं आहे. पीक वाऱ्यावर डोलू लागलं आहे. आई अन् माझ्या बहिणी आपल्याच शेतात काम करत आहेत असं चित्र तिच्या डोळ्यांना दिसू लागलं होतं. आक्कानं मात्र आईच्या चित्रावर चिरखाड्या ओढू पाहिल्या. ती आईला म्हणाली,

"आई तू भुलली का काय बापाला? आम्चा बाप यवढाही सोयीचा वाटला का तुला? असा सरळ व्यवार करायला?"

"आक्काबाई, कधीतरी चांग्ल बोलावं मानसानं; उगा खुसपट न्हायी काढत बसू!" आई तिच्या स्वप्नाला जराही तडा जाऊ देत नव्हती.

"तो हऱ्या यक नंबरचा भामटा. त्यानं आपलं कधी बरं केलं त् आज करनारंय? माला त् तुला फसवायचा डाव वाटून राह्यलाय."

"कायी फसवायबिसवायचं न्हायी, अन् फसायला माला काय याड लाग्लंय का?" आईनं तिच्या स्वप्नाच्या बुडाशी माती ओतली.

"आई, आक्की म्हन्ते तसं मालाबी वाटतंय. अण्णा त् असे घुम्यासारखे बसले व्हते धरून आनल्यावानी! एक न्हायी का दोन न्हायी." तावडी म्हणाली.

"त्यायनी दिलं हरीतात्याला पुडं करून अन् त्ये दडले त्याच्या मागं. उद्या म्हनतील, म्या कुडं दिला व्हता तुला शब्द? मग बसशील भुई बडवीत!" आईच्या स्वप्नाला आक्कानं खुरपं लावू पाहिलं.

"कायी भुयीबियी बडवायची पाळो येनार न्हायी माझ्यावर!" आईनं तिच्या स्वप्नाला कवळून धरलं.

“व्हवू दे कोर्टानं काय व्हायचं त्ये, यवढी बोर्डावर आलीय केस!” आक्का म्हणाली.

“तारखा करू करू मरते का? त्यात अंबरच्याच जिवाचे हाल. बाकीच्या भावायला बयनीशी कायी घेनं न्हायीच. ती जगली काय अन् मेली काय. त्यात तुम्ची साऊमामी तिला त् वाटतं यीचं वाटुळंच व्हावं. त्यामुळे मिळतंय ना हक्काचं घर त् हाताशी करून घ्यावं. आपल्या घरी हक्काची आर्धी भाकर अंगी लागंल. लोकायच्या पुरनपोळ्याही काय कामाच्या!”

शेवटी आक्कानं माघार घेतली. आईला आमिष दाखवून पक्कं मोहून घेतल्यामुळे आईला कुठलंच वाईटओखटं स्वप्न दिसत नव्हतं किंवा ती पाहू शकत नव्हती. तिला फक्त वावरच दिसत होतं. त्या आपल्या हक्काच्या वावरात आपल्याला राबायचं आहे. तेच वावर आपल्याला कष्टाची भाकर बहाल करणार. मजुरी तर सुटणार नव्हतीच; पण घरचा डाळदाणा तर होईल. आईच्या लेकी पक्क्या स्वप्नाच्या रोपट्याला बिलगल्या होत्या. त्या ते रोपटं खुरपून टाकू पाहत होत्या. पण आईनं लेकींचं एक ऐकलं नाही. आईनं तिचं स्वप्न तळहाताच्या फोडासारखं शाबूत ठेवू पाहिलं.

आई स्वयंपाकाच्या कामाला लागली. माझं अन् पमीचं अर्धंनिर्धं जेवण झालंच होतं. पिठलं भाकरीचा बेत केला. मी अन् पमी जेवलेलो असूनही आक्का अन् तावडीबरोबर परत भिडलो. खूपच चवदार जेवण आईनं बनवलं होतं. शिवाय आईही आमच्याबरोबर भिडली. एरवी असं होत नव्हतं. आम्ही भावंडं जेवणार... उरलं तर आई खाणार.

आम्हांला तर असंच वाटायला लागलं की आई आता घमीलं उचलते अन् मळ्यात जाऊन बसते की काय?

चुल्यापाळी मिसरी लावता लावता आई म्हणाली,

“आक्के, आप्ला दिस उजाडला म्हनून समज!”

“व्हय!” आक्कानं भांडे घासता घासता उपरोधिक होकार दिला.

“तू पाहय वावराला कसं बोलायला लावते म्या!”

“हूंऽऽ!”

“ह्या बुजाऱ्यायला नुस्तं खायाचं अन् हागायचं! मेहनत करायला नको! मग कसं उगंल ग वावरात? हारळीकुंद्यांनी गचावलंच न्! नाना, दाद्यासारखा दाद्या पन हिंडतो गावभर बिड्या फुकत!”

“कर बाई मेहनत; तेच तुह्या हातातंय!”

“आक्के, हात फिरतो तिडंच लक्ष्मी फिरते!”

“आये, यक सांगू का?”

“काय त्ये?”

“त्यायनी ठिवल्यात तुझ्यासमुख उंदराच्या लेंड्या पाखडून; अन् तू मोहरा समजून

बसली येड्यावानी येचीत!''

''त्वा तोंडात त् काय कडू भरून ठिवलंय काय जानू!'' आई आक्कावर चिडचिडली.

''आई तू मान, नको मानू; पन तू त्या सेतीपायी खुळी झालीस!''

''हा म्या झाले खुळी. आगं, लान व्हते तवा बापाबरूबर नांगरावं बसले. पुढं म्याच नांगर हाकला, पांभरी धरल्या. लोक पाह्यला यायचे शबाजी पाटलाची लेक नांगर धरते म्हनून! लगन करून ह्या घरात आले त् पहाटच्याला तुझा आजा तुझ्या बापाला मोट धरायला धाडायचा रानात. त्वा बाप मुलखाचा मुळमुळा. वजनाचा धोंडा न् फुकण्याचा कोंडा! त्ये बसायचं डुकल्या खात, म्याच हाकायचे मोट. पर त्ये सारंच गेलं. अन् ह्या असल्या निंदाया, खुरपायच्या कामात गमत न्हायी माला. म्या पाहय गडीमानसासारखी शेती करून दावंल तुला.''

आईच्या या कामाविषयी आक्का जाणून नव्हती असं नाही. पण बापाचा इरादा ती उमगून होती. बाप आईला वावरातला एक ढेकूळही देणार नाही. म्हणून ती आईला सावध करू पाहत होती. त्यासाठीच तिचा जीव तीळतीळ तुटत होता. आवरसावर करून आम्ही अंथरुणावर पडलोच होतो; तोच यसुंताबाबाचा सुखदेव आईला बोलवायला आला.

''वैनी, तुला दादायनी बोलावलं!''

''काय काम व्हतं?''

''ते माला त् कायी सांगितलं न्हायी बुवा.'' सुखदेव म्हणाला

''तुमी व्हा पुढं. आलेच म्या!''

''न्हायी, पुढं घालून आणायला सांगितलं!''

''यवढं तातडीनं बोलावलं; काय काम असंल त् असू!'' आई स्वतःशीच पुटपुटली अन् लगोलग यसुंताबाबाच्या घरी गेली. मीही माकडासारखा उड्या मारत तिच्या पाठोपाठ.

''काय मंता, मामुजी?''

''म्या काय आयकलं त्ये खरंय का?''

''काय आयकलं तुमी?''

''ह्येच समजोत्याचं!''

''खरं हाय!''

''बघ बरं, पोरी! खिंडीत सापडलाय त्यो. न्हायीतं मान घ्यायचा सोडून अन् परत जे गानं हाये ते हायेच. तुझ्या हाती यायचं धुपाटणं!''

''या बारी फसवनार न्हायी असं वाटतंय!''

''लईच भोळी ऱ्हायली पोरी तू!''

तेवढ्यात शांताआजी पानाचे विडे करून घेऊन आली. यसुंताबाबाला दिला, एक स्वतःला घेतला अन् आईस म्हणाली,

"इंदू, च्याहा ठिवू ग उलंसा?"

"नको, आत्याबाई, आताच जेवन झालं!"

"काय मन्ताय तुझे सासरे?"

"त्येच समजोत्याइषयी."

"म्याच सांगितलं त्यायला. पाण्याच्या टाकीवर तुझी जाव बोलत व्हती! काही पक्करक्क करून घे. फार मवाल्याच्या औलादीचेय तुझे सासऱ्यावाले!"

"बरेच चेपटले. कोर्टामुळे झालेत सुतासारखे सरळ!"

"पोरी, तुला सावध करायचं काम माझं. म्या ते केलं. उद्या तुझा बाप आला त् मालाच म्हनल, तुमी जवळ असून माझ्या लेकीसाठी कायीच केलं न्हायी."

आईनं शांताआजीला अन् यसुंताबाबालाही जुमानलं नाही.

दुसऱ्या दिवशी येवला कोर्टात जायचं म्हणून आई साऱ्या पहाटचीच उठून बसली होती. आजीच्या भोकरडोळ्याच्या जावयानं कुठून माहीत नाही; पण एक खटारा जीप पैदा केली होती. बापाचं गणगोत खुशीत बुडालं होतं. आमची आजी, आत्या अशा तयार झाल्या होत्या जशा लग्नाला निघाल्या होत्या, अगदी नटूनथटून! एकेक करत गाडीत जाऊन बसू लागले. मी तर तयारीतच होतो. आईला बोलवायला यायची देरी होती. बापच आला. दाराशी उभा राहिला. खूपच आनंदात दिसत होता. आई निघाली; मीही बसलो आईबरोबर गाडीत. मला कुणीच आडवलं नाही की तू येऊ नको म्हणून. आम्हांला घेऊन गाडी निघाली येवल्याच्या रस्त्याला धुधाट फुपाटा उडवत.

आम्ही सारे कोर्टाच्या आवारातल्या लिंबाच्या झाडाखाली बसलो. बाप अन् हरीतात्या वकिलाला शोधायला गेले. वकील घेऊन ते आमच्याकडं आले. वकील म्हणाला,

"तुमच्या पत्नीकडून कोण आलंय!"

"कोण!" बाप गोंधळला.

"अहो, तिच्या माहेरचं कुणी आलंय का?"

"नाही!"

"मग कशी होईल समजूत!"

"ती तयार आहे न् पण!"

"ती लाख तयार असेल पण साक्षीदार तर पाहिजे!"

"आता मग!"

"समजूत होणार नाही!"

बापाचा तर खर्रकन चेहरा उतरला. त्याचा मूड गेला. मग आमच्या आजीला काय सुचलं कुणास ठाऊक.

"सायब, घ्या करून!"

"कसं करून घ्यायचं? तो भाजीपाला विकत घ्यायचाय का आजी!"

"नवकरीवाला मानूसय त्यो. कोर्टात किती दिस खेटा घालंल, आमची सून त् तयारय न्! मग कशाला पाह्यजे तिच्या माह्यरचे का टाह्यरचे...!" नाकातल्या नथीला जोरदार हादरा देत अन् दंडातल्या तोळबंद्या सावरत आजी म्हणाली.

"तुमी उन्हानं का म्हाताऱ्या झाल्या? या पोरीला धाकबिक तर नाही न् दाखवला? अरे, गरीब गाय आहे ती, असल्या गवुगाईचा शाप नका घेऊ, काही खोटंनाटं करून. मी तर काही भागीदार होणार नाही याच्यात. तुम्हांला काय करायचं ते करा." असं म्हणत वकील निघून गेला.

"बाऱ्याबोड्याचंय माकड. घ्यायचं करून त् हजार मखलशा काढायला लागलं. न्हायी त् काय?" वकील गेलेल्या दिशेकडं पाहत आजी म्हणाली.

"तुझ्या म्हनन्याप्रमाने नाही चालत बय कोर्ट!"

मग आजीचाही इलाज खुंटला. एवढी सजूनधजून आलेली माझी आजी, तोंडावर खेटरं मारल्यासारखी उभी राह्यली. आम्हांला तिथंच बसवून हरीतात्या बापाला घेऊन बाजूला गेला. त्यांचं काय बोलणं झालं काही कळलं नाही. मात्र बापाच्या चेहऱ्याचा नूर बदलला होता. दोघे तसेच कोर्टात गेले. येताना बाँडपेपर घेऊन आले. आईला म्हणाले,

"तुझा अंगठा दे याच्यावर. दुसरे एक वकिलय त्यांनी सांगितलं की मी करून देतो समझोता. तू याच्यावर अंगठा दिला की स्टॅम्पवेंडर मजकूर लिहून देईल. मग न्यायाधीशाकडं जमा होऊन आपल्यात समजोता घडून येईल!"

"पन ते जमिनीचं, दोन खण घराचं त्यावर लिव्हा लागेल न्!"

"तोच तर मजकूर त्याच्यावर लिहायचा आहे."

आईनं अंगठा दिला. बापानं आणखी एक बाँडपेपर आईसमोर ठेवला.

"याच्यावं काम्हून?"

"एक प्रत तुझ्याकडं राहीन, एक माझ्याकडं; म्हणून!"

"असं व्हय! ते त् माह्या ध्यानातच आलं न्हवतं!"

"कर मग अंगठा."

आईला ते लगेचच पटलं. आईनं त्यावरही अंगठा दिला. आजीचा चेहरा मात्र पडलेलाच होता. तिला तर काहीच कळेना हे काय चाललंय. बापानं आजीला, आत्याला बाजूला घेतलं. काहीतरी आजीला सांगितलं. आजी खूश झालेली दिसली, एवढं मात्र खरं. आक्का म्हणते तसं काहीतरी काळंबेरं शिजत होतं. काय शिजत होतं ते मात्र कळत नव्हतं. आजीची नथ लकाकली अन् दंडातल्या तोळबंद्यांनाही रुबाब आल्यासारखा वाटला.

कोर्टातल्या कामाला बराच वेळ लागला. बाप परतला होता, पण त्याच्या हातात कागद नव्हता.

''कागद देनार व्हते न् माला एक!'' आई म्हणाली.

''अग, ते पोस्टानं पाठवणार आहेत. सरकारी कागद हातात देता येत नाही!''

आईला तेही पटलं. आम्ही घरी पोहोचलो तेव्हा बहिणी धावतच आल्या. आईची पिशवी चाचपळू लागल्या. खाऊ आणलेला नसल्यामुळे हिरमुसल्या. आजीच्या घरी तर शिमग्याचंच वातावरण. माई आजीच्या घरातून पळत आली.

''आई, तू कशावर अंगठे दिले का तुझे?''

''त्यासाठी त् गेले व्हते न् तुझ्या बापाबरोबर येवला कोर्टात!''

माईनं डोक्यावर हात मारून घेतला.

''तुला माहितंय का ते दोन कागदं काय होते?''

''त्याच्या व त् कायी लिव्हलेलंच न्हवतं!''

''नंतर लिहिलं न् आई त्यांनी. एक घटस्फोटाचा कागद, जो अण्णा त्यांच्या संस्थेत देणारंय. ती मेली वारस लागेल आता अण्णांच्या पेन्शनला. दुसऱ्या कागदावर, 'मी खावटीची केस स्वखुशीनं मागं घेत आहे,' असला मजकूर लिहिला आहे. तू तर तुझ्या हातानंच कुऱ्हाड मारून घेतली न् आई पायावर. साऱ्यातूनच बेदखल केलं तुला?''

''माझं न्हायी आयकलं आई तू! झालं न् आता सारंच वाटुळं!'' आक्का म्हणाली.

आई पाणीच पीत होती. आईच्या हातून तांब्या निसटून जमिनीवर. आईही गपकन भुई धरून बसली, वाचा गेल्यासारखी. बापानं पंखच छाटून घेतले आईचे. आईनं तर काय काय चितलं होतं, त्या साऱ्यावरच पाणी फिरलं. बापानं झोपेतच धोंडा घातला होता आईच्या स्वप्नांवर. आई हताश, हिंमत हरल्यासारखी. तिच्या मनातल्या पिकाचं जळीत झालं होतं. आम्ही सारेच आईच्या भोवतीनं बसलो मुकेमुके... दुष्काळात गोठ्यातले गुरंढोरं परागंदा झाल्यानंतर मागं उरलेल्या गव्हाणीतल्या सुनसान खुट्यांसारखे.

माझ्या डोक्यात उठलेलं विटूदांडूचं काहूर खरं झालं होतं...

बापानं आईच्या विटीला असा काही तडाखा दिला होता...!

काही दिवस डोळे बांधून येतात. हात असून हात नसल्यासारखे, पाय असून पांगळं झाल्यासारखे. आईसकट आम्हा भावंडांचे दिवस सारखेच. आपल्याला फसवलं जाईल असं आईला बिलकूलही वाटलं नव्हतं. फसवली गेली तीही आमच्याकरताच. लेकरांना हक्काचं घर मिळेल... आपली म्हणून राबायला जमीन मिळेल... पोरांच्या मुखात सुखाचे दोन घास भरवता येतील. म्हणून बापानं ठेवलेल्या प्रस्तावाला ती बळी पडली. बाप आणि आजी उलट्या काळजाचे. त्याला कोण काय करणार? आईला समजुतीला नेलं तेव्हा बापाच्या वकिलाला आईची कीव येते; पण बापाला नाही. अशी भली माणसंही

आपल्याभोवती उगवून आलेली असतात. त्यानं बापाची कानउघाडणी केली. त्याचे ते शब्द अजूनही माझ्या कानात धरून ठेवल्यासारखे - 'नका रे असल्या गरीब गऊगायीचा शाप घेवू!'

या असाहाय्य गऊगायीचे त्यांनी किती शाप घेतले याची मोजदाद करता येणार नाही. आईच्या नावाच्या दु:खाचा एकेक खडा करत सात रांजणं कधीचेच भरून टाकले. आभाळभर व्यथेचं ओझं काळजात बाळगणाऱ्या या गऊगायीनं त्यांना आता कितीही शाप दिले तर घडून घडून काय घडणार होतं? बापानं सहजी कोर्टाच्या केसमधून गळा मोकळा करत आईला जमिनीतून बेदखल केलं होतं. ज्या पेन्शनला आई वारस म्हणून लागली होती, त्यातूनही तिचं नाव उडवत बेवारस केलं होतं. समजा, आईच्या आधी बाप वारलाच; तर आई त्याच्या कोणत्या चांगल्या आठवणी काढत रडणार होती? म्हणजे बापानं त्याच्या नावानं रडण्याच्या अधिकारापासूनही आईला वंचित ठेवलं.

माईनं आणलेली खबर खरी होती. इतका वेळ भुई धरून बसलेली आई अंगात बळ एकवटून उठली अन् जाब विचारण्यासाठी आजीच्या घराकडं निघाली. आम्ही 'आईऽऽ आईऽऽ' म्हणत तिच्या पाठी. आईनं तोंडातून शब्दही काढला नव्हता; तवशीक आईच्या अंगावर सारेच कुत्र्यासारखे धावून आले, भ्याव भ्याव करत. आई गांगरली. तरीही तिच्या स्वप्नांच्या चिंध्या उधळत ती बोललीच बापाला,

"तू डाव रचून उन्हात पाडलं माला!"

"ये झिंजुरडे, कुडं चालली ऊर काढीत? संपला आता तुझा ताबा माझ्या लेकावरला. केलं तुला मोकळं!" आजीनं तोफ डागली.

"तुमी फसवून केलं आसंल माला मोकळं; पन म्या कशी मोकळं सोडीन!"

"आता तुझं कायीच न्हायलं न्हायी इडंऽऽ. गाशा गुंडाळायचा गुमान!"

"म्या बरं गाशा गुंडाळीन? अन् काय ग, अशा कागदायनी का मानूस तोडता येतं?"

"इस्तू कोंब तिच्या तोंडात, बय!" वेणूआत्या म्हणाली

"ह्ये इस्त्यावाले जास्तच खुशी करत बसू नका. माझा आंगठा घेतला म्हनून माला तोडून फेकाल; पन तुम्च्या उरावर नाचून तुम्च्या झिट्या धरायला माझा लेकय न्!"

आता या लोकांच्या मी कशा झिट्या धरणार? आजीचा भोकरडोळ्याचा जावईच मला मोठे डोळे करून भेवडून सोडील. आजी का पाहत राहीन का? ती चुल्यात उन्हतली तापवून तावडीला दिला तसा चटका माझ्या हातावर देईन. माझा आजोबा तर एका काठीत माझं काम करीन. आत्या तर केवढी मोठी डाकीणच! तिनं नुसतं फूऽऽ केलं तरी मी उडून जाईन. चेटकिणाई उरलीच की! ती हडळीसारखे केस मोकळे सोडून नाचली तरी माझ्या काळजाचा भुगा होऊन जाईल. बापासमोर तर अशीही माझी चड्डी ओली होऊन जाते. आई मला गोत्यात आणते की काय? तिचा लेक अजून मोठा कुठं झाला? मला आईला हे

सांगायचं होतं; तोच आजीला स्फुरण चढलं. तिनं बापाला चिथवलं. म्हणाली,

"नाम्देवा, ही अशी आयकायची न्हायी, तुझ्या हातचा परसाद खाल्याशिवाय!"

बापानं पडत्या फळाची आज्ञा समजून आईला मारायला सुरुवात केली. मार खाता खाता आई म्हणत होती,

"यवढीच मर्दुमकी गाजवायची व्हती त् उजळ माथ्यानं यायचं व्हतं. तू त् कपटी व्हताच; पन यवढंही कपट करशील आसं वाटलं न्हवतं. कसा आला व्हता माझ्याकं भीक मागायला... गरीबगाय व्हऊन. माझ्या गुडघ्यायवढ्या पोरीयला तुझं कपट कळलं व्हतं; पन म्या फसले तुझ्या गायगळ्या आवताराला. माझी मती मारली गेली!"

बाप मारून थकला अन् आईला म्हणाला,

"नवऱ्याकडं खावटी मागते!"

तेवढ्यात चेटकिणाई पुढं होत बापाला पाठीमागं घालत म्हणाली,

"तुझा माझ्या नवऱ्यावर अधिकार नाही. कायद्यानंही तो आता माझाच झाला."

"तू कोण ग कैदाशीन? बाजारबसवेऽऽ, माला नवऱ्याचा अधिकार सिकवते. तुझ्याकडं माझा नवरा मागायला आले का म्या, घरघुश्ये!"

"घर नाही घुसले मी. मला आवडीनं करून आणलं ह्या घरात!"

"हावं ग... पोरासोरायचा धनीच बरा तुला घावला! तशी तू वेसवाच; बसली व्हती लासलगावात पाल मांडून!"

बापाला आपल्या आवडत्या बायकोचा आमच्या आईनं केलेला अवमान सहन झाला नाही. बापानं आईच्या थोबाडात ठेवून दिली. आजीला तर मग खूपच बळ आलं. ती बापाला म्हणाली,

"चांगलं तोंड ठेस तिचं सापावानी. लईच बळ आलं मेलीला. झिपऱ्या धरून वढत ने वेशीबाहेर. थांबू देवू नको आपल्या गावात. आता काय ऱ्हायलं तिचं इडं. झाली म्हना काडीमोड!"

बापाला पुन्हा चेव आला. माई पळत आली अन् म्हणाली,

"अण्णा, का बरं मारताय माझ्या आईला? तिनं काय चूक केली अशी!"

"काय ग! लई आईच्या मायेच्या पोटची झालीस. आम्चेच तुकडं खावून पोसली अन् या केरसुनीचा कड घेती व्हय ग, तूही तिचीच लेक!"

"उपकार नाही करत आजी! मीच करून खाऊ घालते तुम्हांला अन् माझाच बाप किराणा भरून देतोय तुम्हांला. ते कुठं गेलं!" माईनं आजीला शब्दांचा मार दिला.

"पाहा... तुमची लेक कशी डोक्यावर मिऱ्या वाटतेय!" चेटकिणाई म्हणाली.

"माझ्या आईच्या संसारात माती कालवूनही तुझं मन गार नाही झालं का?" माईनं चेटकिणाईचाही समाचार घेतला.

"अहो, पाहिली का कशी सोकावलीय कार्टी!"

"माई, तू नको पडू याच्यात?"

"माझ्या आईचे हालहाल करून सोडले तुम्ही साऱ्यांनी. तुम्ही दुष्ट आहात!"

"तिचं तोंड ठेसा. पाहत काय बसला हिजड्यावानी!" चेटकिणाई गडगडली.

बापाला माईचा राग आला. बापानं तिच्या खाडकन एक ठेवून दिली. आई चवताळून धावली बापाच्या अंगावर.

"माझ्या पोरीला मारायचं काम न्हायी. लईच शिणले तिला वाढवताना. माझी पोर माझ्यापासून तोडली तुमी गोडगोड बोलत. यवढी यवढी लहान व्हती तवाही कोर्टात वापरलं व्हतं माझ्या इरोधात, तवा तिच्यामुळंच सुटला. न्हायी त् बेड्या पडल्या असत्या हातात. तेवढं त् ध्यानात ठिवा! का तिच्या जीवावर उठले?"

बाहेरून आलेला माझा गोयंदाआजोबा आईला म्हणाला,

"लई मस्ती आली का यवढं तोंड चालवून न्हायली?"

"तुम्च्या लेकानं फसवून आंगठा घेतला माझा त्याचं काय!"

"हाताचा तोडून त् न्हायी घेतला न्! तुझं काय ठिवलं ग इडं?"

"न्हायी त् काय! पोराच्या सुखी सौसारात बिबा कालवतेय मेली!" आजीला पुन्हा उबळ आली.

तेवढ्यात चेटकिणाई बापाला म्हणाली,

"चला, इथं एक मिनिटभर थांबू नका. तिकडं पोरं आपण दुसऱ्याच्या भरवशावर टाकून आलोय. ज्या कामासाठी आपण आलो होतो ते त् झालं न्!"

"व्हय ग उठवळ भवाने, चांग्लंच काम केलं! माझ्या गोस्टीचा सोक्शमोक्श लावल्याबिगर म्या इडून हालू देनार न्हायी. कुडल्या पोरांची बात करते. माझे पोरं का आभाळातून पडले का?"

"ये, माझ्या पोरांचं नको काढू. तुझ्या पोरांची अन् त्यांची बरोबरी नाही होणार!"

"कशी व्हईल ग! तुला त् कुंतीसारखे देवाच्या किरपा परसादात मिळालेय पोरं!"

"पाह्यली का कशी बोलते..." म्हगत चेटकिणाई काहूर करत खोटंखोटं रडायला लागली.

बाप रागानं लाल झाला. त्यानं पाट्यावरचा वरवंटा उचलला अन् आईच्या डोक्यात घालण्यासाठी धावला.

"थांब! तुझा आता सोक्षमोक्षच लावतो."

आम्ही एकच गोंगाट केला. आमचा गलका ऐकून यसुंताबाबाच्या घरातून शांताआजी पळतच आली. तिनं तो वरवंटा वरच्या वर धरला अन् बापाच्या हातातून हिसकावून घेत म्हणाली,

“तिच्या डोक्यात घालून मारून टाकतो का तिला? तिचं सारंच हिसकून घेतलं; आता तिचा जीवही हिसकून घेतो का?”

“मोठ्याई, तू मध्ये येऊ नको!”

“का बरं मधी येवू नको. दारच्या मुक्या जनावरावं जीव जडतो मानसाचा. तुमी त् मानूसच मारायला निंगाला. मोलमजुरी करत वाढवते लेकरायला. त्यायची आई त् नका हिसकून घेवू!”

“ये वैने, महागात पडंल!” आजा म्हणाला.

“काय महागात पडंल? काय पोलीस कम्पलीट करायची त् करा माझ्यावर. म्या न्हायी डरत कशाला!”

आईला सावरत शांताआजी म्हणाली,

“उठ इंदू, नको थांबू या कसायापुढं. मारून टाकतील बाई!”

शांताआजीनं आईला पुढं घातलं, मागंमागं उलीसक तोंड करत आम्ही. खरंतर शांताआजी आमची कोण होती? ती दलित समाजाची. पण जिव्हाळ्याचं कातडं असं एक बनतं. शांताआजी यसुंताबाबाची दुसरी बायको. पहिल्या सगुणाआजीला मूल झालं नाही म्हणून शांताआजी केली. माझ्या आईच्याच वयाची. मोठी सगुणाआजी अन् लहान शांताआजी– दोघी सवती बहिणीबहिणीसारख्या राहत होत्या. शांताआजीच्या सुखदेवला अन् माझ्याबरोबरच्या नित्याला सगुणाआजीचाच लळा जास्त; अन् आमच्या बापानं ही बायको करून आणली ती तर आम्हांला मारायलाच टपलेली. आमची चेटकिणाई सगुणाआजीसारखी असायला हवी होती अन् बाप यसुंताबाबासारखा- दोन्हीही बायकांना सांभाळणारा.

शांताआजीच्या घरात आम्ही आलो. यसुंताबाबा संबळ ठीक करत होता. शांताआजी तणफणली,

“म्या नस्ते गेले त् ही पोर काही जगत न्हवती.”

“च्या ठिव त्यायला!” संबळाची दोरी ताणून बांधता बांधता यसुंताबाबा म्हणाला.

म्या यसुंताबाबाच्या जवळ जाऊन बसलो. यसुंताबाबा आईस म्हणाला,

“तुला त् आधीच सावध केलं व्हतं, फसली का न्हायी!”

“माह्यरातही भावजयीनं लई काहूर उठवलं व्हतं; म्हनून रागंबोसं घेतला म्या निरनय. म्या कायी सुखासुकी घेतला न्हवता. माला माहीतंय माझा नवरा खाटीकंय; पन अशी मान कापील असं न्हवतं वाटलं माला!”

“पन अशानं असं व्हऊन बसलं न बाई!” शांताआजी म्हणाली.

यसुंताबाबाचा संबळ ठाकठीक झाला होता. त्याच्यावर यसुंताबाबाच्या काडक्या नाचायला लागल्या. त्या संबळ्याच्या आवाजात शांताआजी आईचं काळजाचं फाटलेलं

अस्तर जिव्हाळ्याच्या चार शब्दांनी शिवू पाहत होती. आईचं ढग तर गच्च भरून आलं होतं. कितीतरी वेळ हे असंच. वातावरण निवळल्यासारखं झालं अन् आम्ही आमच्या घरी परत आलो. आक्का भाकरी करायला बसली. आई चुल्यात जाळ घालू लागली. तावडीनं बरेच दिवस हात न लागलेलं तिच्या शाळेचं दप्तर झटकूनफटकून जवळ घेतलं. बालभारतीचं पुस्तक काढून वाचत बसली. पमीनं पाढे सुरू केले...

बे एकी बे

बे दुनी चार

बे त्रिक सहा

बे चोक आठ...

मी तिच्या पाटीवर पेनीनं चिरखाड्या ओढत बसलो.

झालेल्या साऱ्याच हकिकती पुसून टाकल्यासारखा आईचा चेहरा जाळाच्या उजेडात उजळून निघाला होता... खूप देखणा. आमच्या आईसारखी सुंदर आई जगात कुठं असेल का?

बालभारतीचं पुस्तक मिटवत तावडी मला अन् पमीला म्हणाली,

"कालवण व्हईपर्यंत तुमाला एक गोष्ट सांगते!"

पमीनं पाढे मनातच गुंडाळून ठेवले. मी पाटी तिच्या दप्तरात ठेवून दिली. तावडीच्या तोंडासमोर बसलो, ती सांगत होती,

"एक होतीऽऽ चिमणीऽऽ

एक होताऽऽ कावळाऽऽ

चिमणीचं घर होतंऽऽ शेणाऽऽचं..."

"चिमणीचं घर मेणाचं व्हतं... जराऽऽ चुकीचं सांग्ते." तावडीला थांबवत पमी म्हणाली.

"माझी गोस्ट अशीचंय..."

तावडी पुढं सांगू लागली...

"अन्ऽऽ कावळ्याचं घर होतंऽऽ मेणाऽऽचं

एकदाऽऽ खूपऽऽ खूपऽऽ पाऊस आला

चिमणीचं घर वाहूनऽऽ गेलंऽऽ..."

पुढची गोष्टं काही आम्हांला ऐकता आली नाही. आम्ही जेवायला बसलो होतो. अन् आमची गऊगाय आम्हांला खाताना पाहून सुखावली होती. या गऊगायीचा शाप कुणालाच भोवला नव्हता...

❑❑

१२
कोयींचा डाव अन् बट्टी

आम्ही आज मानोरीत; तर उद्या पाटेगावात. असल्या यवलीजावलीत तावडी अन् पमीची शाळा पार फजित पावली होती. त्यांची शाळा घडोघडी विचारात पडत असेल की ह्या पोरींचं काय चाललंय? आज शाळेत आल्या, तर उद्या नाही. बिचाऱ्या शाळेला काय माहीत की या दोघींचे दिवसच आईच्या पाठीशी बांधून दिलेले. आईचं आयुष्यच उतारकरूसारखं तिच्या जवळच्या माणसांनी करून टाकलेलं. ते काहीही असो, त्यांची शाळा आता तरी सुरळीत सुरू होती. मास्तरांनाही आमची हकिकत माहीत असल्यामुळे ते सांभाळून घेत होते. त्या पुन्हा एकदा पाटीवर पाढे गिरवत होत्या. उजळणी घोकत होत्या. बालभारतीतल्या कविता म्हणत घरभर शब्द पसरवत होत्या.

तावडीची अन् पमीची शाळा सुटायची वेळ झाली होती. आई आणि आक्का रामूअप्पाच्या मळ्यात कांदेलावणीच्या कामाला गेल्या होत्या. मीच होतो एकटा घरी. मी घराला कुलूप लावलं. चावी कंबरेच्या करगोट्याला बांधली. यसुंताबाबाचा नित्या आला. दोन्ही हातानं खाली ओघळणारी चड्डी वर ओढत होता. चड्डीच्या दोन्हीही खिशात कोयी कोंबून कोंबून भरलेल्या. त्यामुळे चड्डी त्याला दोन्ही हातांनी वर ओढून धरावी लागत होती. मला म्हणाला,

"भावड्या, चालंय मारुतीच्या देवळाजवळ कोयीचा डाव चालूय!"

"माझ्याक त् कोयी न्हायी भो!"

"म्या देतो न्! आपल्याकं लई कोयीयेऽऽ" नित्या कोयींनी भरलेल्या खिशांवर हात मारत म्हणाला.

"चाल मंग!"

दोघंही निघालो. आवडाईच्या ओट्याजवळ थांबत नित्या म्हणाला.

"इडं देतो भो कोयी; न्हायी त् पोरं किती डखळेयत. लगेच मांगतील!" असं म्हणत त्यानं खिशात हात घातला. एकेक काढत म्हणाला,

"यऽऽऽकऽऽ

दोऽऽऽनऽऽ

तीऽऽऽनऽऽ

च्याऽऽऽरऽऽ..."

त्यानं चार कोयी मोजत मला दिल्या अन् थांबला. मला अजून कोयी हव्या होत्या. त्याचे खिसे तर बेडकासारखे टम फुगलेले. मला मोह झालाच.

"आजून देनं भो, चारच का?" मी गाल फुगवत म्हणालो.

"फुकट देता त् घे न् मुकाट!" तो मिजास दाखवत म्हणाला.

"काय नको! माला न्हायी यायचं खेळायला. ह्या घे तुझ्या कोयी!" अन् मी त्याच्या कोयी त्याच्यासमोर टाकून दिल्या.

"बास का भावड्या! ह्या घे!"

"आधीच देल्या अस्त्या त्!"

"यक...दोन...तीन...चार... अन् ही पाच!"

"बाबोऽऽ पाऽऽऽच!" असं म्हणत मी नित्याला मिठी मारली.

"आपली दोस्तीय न् भो! म्या तुला कायी चारच कोयी देनार न्हवतो. सज गंमत केली. म्हन्लं पाहू बरं भावड्या काय मन्तो!"

"मालाबी म्हायती व्हतं तू माला जास्त कोयी देनारय! म्याबी नाटक केलं."

"भावड्या, तू त् माला उल्लू बनवलं!" नित्या माझ्या पाठीत गुद्दा मारत म्हणाला.

नित्यानं आधी दिलेल्या चार अन् आताच्या पाच, अशा नऊ कोयींची इस्टेट खिशात कोंबत मी अन् नित्या एकमेकांच्या गळ्यात हात घालून गेलो. मारुतीच्या देवळाजवळ पोरांचा कल्ला सुरू होता. दिनकरचा गुऱ्या, शडावरचा पक्या, बकईचा सित्या, भावकाबाबाचा गण्या, कमळईचा रत्न्या, यदूबाबाचा संतू ही खेळग्या पोरांची फौज, मी अन् नित्याही त्यांच्यात सामील झालो. व्हसकन कुत्रं अंगावर यावं तसा बकईचा सित्या म्हणाला,

"भावड्याला नका घेवू रे खेळात. लई रडी खेळतो त्यो!"

"बास का सित्याऽ, हीच का दोस्ती!" मी त्याला लाडीगोडी लावत म्हणालो.

"दोस्ती गेली उंदराच्या बिळात, काल तुझ्यामुळे संत्याचे दोन गुद्दे खाल्ले!"

"गप रे सित्याऽऽऽ! येडछापऽऽ, लई शहाजूकपना नको करू. खेळू दे त्याला!" गण्यानं माझा कैवार घेतला.

"न्हायी रेऽऽ भोऽऽ त्याला न्हायी घ्यायचं खेळात सांगून ठिवतोऽऽ" सित्यानं जाहीर करून टाकलं.

"भावड्याला जे खेळात घेनार न्हायी त्याच्याईला..." सित्यानं पळत जाऊन संतूचं तोंड दाबलं अन् म्हणाला,

"ह्ये गाडग्याऽ, शिवी न्हायी द्यायची आईवरून!"

"मंग खेळू दे त्याला!" संतू म्हणला.

"न्हायी खेळू द्यायचं भावड्याला. न्हायी त् आपण एका दगडातच काम करनार!" सित्यानं दहशत निर्माण केली.

गण्यानं काही त्याच्या दहशतीला जुमानलं नाही.

"ये हागऱ्या, हागायला पानी नेत न्हायी अन् चाल्ला दम द्यायला. दगडानं तुझंच भुंडं पूस!"

"तू कुडं पानी नेतो मंग!"

गण्यानं सुरू केलं,

"सटऽऽक सीताऽऽरामऽऽ
हागायला गेलाऽऽ लामऽऽ
लेंडूक आटकलंऽऽ जामऽऽ
दगडानं केलंऽऽ कामऽऽ..."

पोरंही झील ओढत सित्याला हर्ऱ्याहुऱ्या करायला लागले. मग काय सित्या बेफाम चिडला अन् दंड थोपटत गण्याला बिलगला. गण्याही भिडला. दोघांची मग ही बाचाबाची. खेळ राहिला बाजूला. संतून अन् गुऱ्यानं भांडण मिटवलं,

"ये सित्याऽऽ आता गप बसायचंऽऽ भावड्या खेळणार!" संतूनं परमिशन दिली.

बाकीच्यांनीही अनुमोदन दिलं. त्यामुळे सित्याला नमतं घ्यावं लागलं. डाव सुरू झाला. मीच घेतला पहिल्यांदा. भुईवर बारीकसं खड्डं केलं की झाली आमची गल. दोन्ही हातात कोयी घेऊन, नेमून दिलेल्या अंतरावरून गलीकडं फेकायच्या. गलीत कोय गेली तर ती आपल्याला मिळायची. पोरं सांगतील ती कोय नेम धरून मारली की आपण डाव जिंकला. डावातल्या साऱ्या कोयी आपल्या. मी कोयी फेकल्या. गलीत एकही कोय गेली नाही. मला जी कोय मारायला सांगितली मी तिच्यावर नेम धरला. असा नेम धरला की अर्जुनासारखी मला तेवढी कोयच दिसत होती.

"ये मार रे लवकरऽऽ येवढा नेम धरू राह्यलाय. जसा नेम लागनारचंय!" भावकाबाबाचा गण्या म्हणाला.

"त्याचं असंचय कवतिक. कवतिक करील करील अन् दुसरीकडंच मारील. लागनार त् न्हायी कायी!" आऱ्ज्या म्हणाला.

"मार ना रे भावड्याऽऽ, कवर नेम धरतो? निष्कारनी टायीम लावून ऱ्हायलाय!" कमळईचा रत्न्या म्हणाला.

"दम न् भो! नेम त् धरू दे न्!"

"ये मारंय येडगांड्याऽऽ नको लई कवतिक करू!" सित्या म्हणला.

"मार... मार... मार हा मार न्. च्यायलाऽऽ काय रेऽऽ" रत्न्या म्हणाला.

'मी एक मोठी झॅप घतली. कोयी जवळ हात नेत कोय मारली. पोरांनी एकच गलका केला. "झॅप घेतली रेऽऽऽ यानंऽऽऽ झॅप घेतलीऽऽऽ"

मी कोयींवर आडवा पडून साऱ्या कोयी माझ्या पोटाखाली घेतल्या. पक्का घोरपडीसारखा. रत्न्या मला पायानं ढकलू पाहत होता; पण मी कशाचा हलतो.

"ये यानं झॅप घेतली!" दिनकरचा गुऱ्या माझ्या तोंडाजवळ बसत म्हणाला.

"कशाची झॅप न्हायी न् बिप न्हायी!" मी कोयींवर पालथा पडल्या पडल्या म्हणालो,

"म्या म्हन्लो व्हतो न, ह्ये गाबरू रडी खेळतं म्हनून; डायरेक कोयीजवळ झॅप घेवून मारलं त्यानं!" सित्यानं असं म्हणताच मग सारेच पोरं मला बिलगले... कल्ला सुरू केला....

तेवढ्यात मारुतीच्या देवळाजवळच्या रस्त्यानं अंबरमामा येताना दिसला. मी कोयी तशाच टाकल्या अन् कपड्यांवरची धूळ झटकत मामाकडं पळत सुटलो. मामानं माझी करामत पाहिली असावी. मामा हसला. म्हणाला,

"भावड्या, ताई घरीय का?"

"न्हयी मामा, आई अन् आक्का रामूअप्पाच्या मळ्यात गेल्याय मजुरीच्या कामाला. आता सवसांजीच येतील!"

"तावडी अन् पमी!"

"त्या साळंत गेल्या. आता त्याबी पाच वाजताच येतील!"

"तू न्हायी गेला मंग साळंत?"

"म्या म्होरल्या साली जाईन; बरं का मामा, माला आक्का घेऊन गेली व्हती साळंत; पन त्यो गावडी गुरुजीय न्ऽऽ त्यो बसू न्हायी देत. म्हने म्या आजूक लहानय. म्या लहानय का रे, मामा?"

"तू त् साळंत जायाजोगा झालाचय!"

"पन त्या गावड्यागुरुजीला कोन सांगंल. आक्का म्हन्ते तो लई मारकुटाय!"

उजव्या हातानं मी मामाचं बोट धरलं होतं. डावा हात जोरजोरात हलवत मामाला घरी घेऊन आलो. कंबरेच्या करगोट्याची चावी सोडून मामाच्या हातात दिली. मामानंच दरवाजा उघडला. आम्ही घरात आलो. त्याच्या हातानंच जर्मनच्या ग्लासात पाणी घेतलं. भिंतीला टेकून भुईवर बसला. भत्ता अन् लाडू घेऊन आला होता. मामानं भत्त्याचा पुडा सोडला. मला म्हणाला,

"खाय रे, भावड्या!"

भूक तर लागलीच होती. मी लगेचच खायला बसलो. मामा म्हणाला,

"भावड्या, शाळा शिकायची न् तुला?"

"व्हय न् मामा! पन माझं नाव शाळेत नोंदून घेत न्हायी न त्यो गावड्या!"

"माझ्याकडं घेवून जाईन म्या कोळपेवाडीला. म्या खोली करनार हाये, कारखान्याची शाळा लई भारीय!"

भत्ता खाता खाता माझ्या डोळ्यापुढं कोळपेवाडीची शाळा तरळू लागली. हीऽऽ मोठी इमारत अन् चांगलेचांगले पोरंपोरी. ऐटीत पाठीवर दप्तर घेतलेले. तावडी, पमी आल्यानं माझं स्वप्न मध्येच तुटलं. आल्या आल्या त्यांनी दप्तरं फेकलं कोपऱ्यात– गाठोडं फेकल्यासारखं. "मामा, कधी आलेय तुमी?" असं विचारत खाऊ खायला बिलगल्या. मामा बाहेर गेला. पमी तर दोन्ही दोन्ही हातांनी भत्त्याचे गपणे भरू लागली. तावडीनं तिच्या हातावर फटका दिला अन् डोळे वटारत म्हणाली,

"ये बकरीसारखा नको खाऊ बकाबका! आमीबी खावून न्हायलो याचं भान ठिव भुतळी कुनीकडच्यी!"

"ये तूचय भुतळीऽऽ! भावड्या, ही पाहय गपागपा खावून न्हायलीय आपल्याला त् यक मुरमुरी उरू द्यायची न्हायी!" पमीच्या तोंडात गपणा असल्यामुळे तिला नीट बोलताही येत नव्हतं.

"आधी तोंडातला गिळ. बकासुराची बहीण!"

"तू बकासुराची मावशी!"

"म्या कोन बकासुराचा!"

"भाऊऽऽ" तावडी म्हणाली.

ओट्यावर यसुंताबाबाचा नित्या डोकवून पाहत होता. मी त्याच्याकडं पाहिलं. तो हातानं खूण करत 'बाहेर ये' म्हणाला. मी खाता खाता बाहेर गेलो तर आडभिंतीला संतू अन् सित्याही उभे होते. मग मी घरात आलो. खाऊ खिशात भरला. तावडी ओरडली,

"दे पोरायला वाटूनऽऽ"

"दोस्तय आपल्येऽऽ" असं म्हणत बाहेर आलो. नित्याच्या हातावर मूठभर खाऊ ठिवला अन् संतूच्याही हातावर. संतू म्हणाला,

"सित्याला नको देवू. तुला खेळात घेत नव्हता न्ऽऽ"

पण मला सित्याची कीव आली. मी त्याच्याही हातावर मूठभर खाऊ ठेवला. सित्या म्हणाला,

"बट्टी झालीऽऽ"

तेवढ्यात कांबळईचा नित्या पळत आला. आल्या आल्या म्हणाला,

"ये काय खावून न्हायल्ये रेऽऽऽ"

"भावड्या, ह्ये आलं पाहय पिसळंऽऽ" संतू म्हणाला.

"बास का भावड्या! आपल्याला न्हायी द्यायचा का भत्ता?"

"नको देवू रे, भावड्या, ह्या डखाळ्यालाऽऽ"

नित्याला खाऊ द्यायला मी खिशात हात घातलाच होता अन् तावडी बाहेर आली. ओरडली,

"दे वाटून साऱ्या गावाला, जसा पोतंभरच भत्ता आन्लाय मामानं! ये जा रेऽऽ डखाळ्यायवोऽऽ"

पोरं निघून गेले. मला वाईट वाटलं. फक्त नित्याला खाऊ मिळाला नाही.

संध्याकाळी आई अन् आक्का आल्या. आक्कानं चुल्हं पेटवलं. चहा ठेवला. आई मामाजवळ बसली.

"कव्हशीक आला बापू?"

"वाजले असतील चार-साडेचार! कारखान्यावरूनच आलो; चारबारा करून!"

"कसं येनं केलं?"

"तुला फसवून सही आंगठे घेतल्याचं कळलं!"

"फसले बाबा खरंच! डोळेच बांधून आले व्हते माझे!"

"माझी वाट पाहायची न् ताई! जाव दे. जे झालं त्ये झालं, आपुन फसवणुकीचा गुन्हा दाखल करू!"

"त्यानं काय व्हईन!"

"मारायचा धाक दाखून यांनी माझ्याकडून आंगठे घेतले. म्या माझ्या मर्जीनं दिले न्हायी! भडव्याला पुन्हा आडकवतो का न्हायी पाहय तू!"

दुसऱ्या दिवशी मामा अन् आई येवला कोर्टात गेले. मामानं बऱ्याच खटपटी केल्या. बापाला अन् चेटकिणाईला पकड वॉरंट सोडण्यात आलं. आईनं कोर्टातून आल्यावर आम्हास सगळी हकिकत सांगितली.

"माला फसवत व्हता मेला. आता चांगली खडी फोडायला लावते!"

माझ्या डोक्यात भुंगा उठला. आई बापाला खडी फोडायला का बरं लावणार? ती अपराधाची शिक्षा असते काय? तसं असेल तर, जवळच्या कोलटेकला जेव्हा दुष्काळात खडी फोडायचं काम निघालं होतं, तेव्हा आई अन् आक्का त्या कामाला जायची. मग त्यांचा असा काय गुन्हा होता की त्यांना ती शिक्षा सुनावली होती? डोक्यात गुंता मात्र झाला. उत्तर काही सापडलं नाही.

कोर्टानं ठरवून दिलेल्या तारखेला बापाचा गोतावळा अन् एका बाजूला आई, अंबरमामा अन् आम्ही हजर होतो. कोर्टातल्या माणसानं बाहेर येऊन आईचं अन् बापाचं नाव पुकारलं,

त्या दोघांबरोबर आम्ही मध्ये घुसलो. आधी चेटकिणाईला पिंजऱ्यात उभं करण्यात आलं अन् तिनं जबानी दिली.

''माझं नाव हिरा चांगदेव मोरे. माझा अन् नामदेव गोविंद या माणसाचा काही संबंध नाही. ते माझे दूरचे नातेवाईक आहेत. मी देवीच्या दर्शनाला चालले होते. रस्त्यात यांचं घर लागलं म्हणून मुक्कामाला थांबले. मी मुळीच या माणसाची बायको नाही. माझ्यावर कुभांड घेवून मला यात गोवण्यात आलंय!'' पाठ केल्यासारखं बोलली.

गर्दीत बसलेली आक्का तावडीच्या कानात कुजबुजल्यासारखी बोलली,

''पाहय इवशी! त्यादिशी त् म्हनी माझा नवराय, तुझा कायी संमंद न्हायी. इडं पाहय काय खोटं बोलते!'' अंबरमामानं डोळ्यांनीच तिला दापलं.

नंतर बापास बोलावलं. बाप जाऊन उभा राहिला. बापास वकिलानं प्रश्न केला.

''तू तुझ्या पत्नीस फसवून तिचा अंगठा घेतला?''

बाप उसळला. रागानं म्हणाला, ''तिनं अंगठा दिला. मी तिला फसवून घेतला नाही.''

त्यासरशी न्यायाधीश बापावर खवळला,

'''हा' किंवा 'नाही'मध्ये उत्तर दे!''

बाप तर कोर्टाला आमचं घरच समजत होता. आम्हांला कसंही त्याला नागवून घेता येत होतं. इथं थोडं असं असणारंय? एक तर बापाला मुंगी होऊन साखर खाणं कमीपणाचं वाटतं. त्यामुळे तो सदोदित हत्ती होऊनच लाकडं फोडायचा अन् वाघ होऊन सारख्या डरकाळ्या फोडत राहायचा. पण आज इथं बापाला मुंगी व्हावं लागलं. पुढचा प्रश्न केला,

''तू बाँडवर केलेलं घटस्फोटपत्र हे खोटं आहे, हे तुला मान्य आहे काय?''

''हा!''

''तुमचा लग्नसंबंध कायम आहे. हे तुला मान्य आहे का?''

''हा!''

बापाला इतकं गरीब, इतकं दीनवाणं आम्ही कधीच पाहिलं नव्हतं. त्यानं माझ्या आईला अतोनात छळलं, आम्हांला लाथाडलं, तरी बापाला मी असं पाहू शकत नव्हतो. त्याची कीव आली! आम्हांला धाक दाखवणारा बाप. आईशी चार शब्द बोलण्यापेक्षाही तिला लाथाबुक्क्यांनी झोडणारा बाप. वाघासारख्या डरकाळ्या फोडणारा बाप. असा गरीब बाप आमच्या अंगवळणी पडलाच नव्हता. बाहेर आल्यावर आक्का म्हणाली,

''आई, पाव्हणीय म्हने म्या!''

''पाव्हनीचय आक्काबाई ती.''

''पाव्हनीला पोरं बरे झाले!''

''बिनलाजी पाव्हनीय न् ती!''

आईच्या अन् आक्काच्या बोलण्याचा मला काहीच उमज होईना. चेटकिणाईला बापाच्या घरी इतकी वर्षं पाव्हणी म्हणून बापानं कशी राहू दिली? आमच्या मामाच्या घरी आम्ही पाव्हणे म्हणून जातो तर साऊमामी आम्हांला हुसकावून देते. घरी गेल्यावर माईलाच

विचारतो. ती आमच्या सगळ्यात हुशारय...

आई केस जिंकली होती...

म्हणून तिला लगेच जमीन मिळाली असं झालं नाही. मात्र ती जी फसवली गेली होती; ते दुःख तिच्या काळजावर ओझं बनून राहिलं होतं. तिनं ते आम्हांला बोलून दाखवलं नव्हतं. पण आतून झुरत होती. आज तिला खूप हलकं झाल्यासारखं वाटत होतं. ओझं उतरल्यासारखं वाटत होतं. पण जोपर्यंत तिचा हक्क तिला मिळत नाही, तोपर्यंत ती लढतच राहणार होती. बापालाही येवला कोर्टाच्या पायऱ्या चढतच राहाव्या लागणार होत्या.... किती दिवस... किती महिने... किती साल... माहीत नाही!

मारुतीच्या देवळापुढं पोरांचा कोयीकोयीचा डाव रंगला होता. त्याची कलकल कानावर आली. सांदीला टाकलेल्या कोयी मी धुंडाळू लागलो अन् विचार करू लागलो. कोयीच्या डावातला माझा दोस्त सित्या बापापेक्षा बरा वाटला. सित्यानं तरी राग विसरून माझ्याशी बट्टी घेतली. मात्र, बाप काही केल्या आमच्याशी बट्टी घ्यायलाच तयार नाही...

बाप एकदमच कट्टीखोर माणूस मला वाटू लागला.

आमच्याशी त्यानं कट्टी घेतली ती घेतलीच... कायमची...!

❑❑

१३
भाकरीच्या खेळामधल्या इवल्या दोन बाहुल्या...

आमच्या चांदवड तालुक्यात दहाबारा गावांच्या डोक्यावर, बारमाही दुष्काळ असायचा. त्यात आमचं पाटेगावही. पावसाळ्यात चारदोन नक्षत्र पडले तर पडले; बाकी सारे नक्षत्र कोरडेच जायचे. पिण्याच्या पाण्यासाठी मैलोन्‌मैल पायपीट करावी लागायची. अशा दिवसात सरकारी काम निघालं गावतळ्याच्या बांधणीचं. साऱ्या गावाचंच आतडं गावतळ्याशी जोडलं गेलं. आमचं घर कसं मागं राहील. आई चुल्याचं भानोसं पोतरता पोतरता म्हणाली,

"लोकायच्या पोरी भराभरा वाढल्या. तुमी आजूक यवढ्या यवढ्या– खुरट्या झुडपागत. आता माला गावतळ्याच्या कामाला मदत झाली अस्ती न् तुम्ची. हजेरी लाग्ली अस्ती त् चार पैसे मिळाले आस्ते."

"यवढ्या यवढ्या पोरी पन जाऊन ऱ्हायल्याय, बरं का आई! अहिल्याईची शिली, सगुणाईची उषी त् माझ्यापेक्शा लहानचय, तरी त्यायला घेतलं कामाला. त्यायच्या हजेऱ्या लावून घेवू ऱ्हायले!" आक्का म्हणाली.

"हा न आई, नारायणबाबाची दुर्गी का माला मोठीय?" तावडीनंही दुजोरा दिला.

"त्यायचे वशिलेय बाई! आपलं काय... अन् त्या वाढल्या कशा? नंदाळ्याच्या नंदाळ्या झाल्या. तुमी राहिल्या उलीउली खोडकं!"

"त्ये का आम्च्या हातातय, आई? त्या नंदाळ्याच्या नंदाळ्या वाढल्या. त्यायला खायलाबी तसंच. इडं बसावं लाग्तं दाताचं पानी गिळीत!" आक्का तणफणत म्हणाली.

"आई, आज येतो आमी. काय करतील काढूनच देतील न्!" तावडी म्हणाली.

"आपल्या गरिबायचा काय कोन लाग लागू द्यायचं ऱ्हायी बाई!"

"आई, माला यक आयड्या सुचलीय!"

"काय ग काय, तावडे!" आक्का म्हणाली.

"आई, तुझं लुगडं मधोमध फाड. अर्धं साडी म्हनून आक्की नेसंल अन् अर्धं म्या. मग दिसतो की ऱ्हायी बघ आमी बाया!" चुल्यातला जाळ सरकवत तावडी म्हणाली,

"हा, आई!"

आईला तावडीचं नवल वाटलं. उगाच आपण पोरींवर तोंड टाकलं. आपल्या पोरी तर किती शहाण्या. पटापटा मोठं होणं थोडंच त्यांच्या हातात आहे. गरिबीला काडी लागली म्हणून आपण आपल्या उलीउली पोरींकडनंही मजुरीची अपेक्षा बाळगतो. आईनं तिचं एक बरमाठं नऊवारी लुगडं फाडलं. पाचवारी अन् चारवारी अशा दोन साड्या तयार केल्या. पाचवारी आक्काला; ती जरा मोठी होती. चारवारी तावडीला. दोघींनी साड्या घातल्या. भातुकलीतली बाहुलीच तावडी वाटत होती. शहाण्या बाईसारखा तिनं डोक्यावर पदर घेत आईला विचारलं,

"आई, दिसते का न्हायी म्या मोठी बाई?"

"हाव ग बाई!" आई लटक्या कवतिकानं म्हणाली.

"आई, आप्ली तावडी त् नवरी झाली!" पमी म्हणाली.

"हाव न बाई! आता त् नवरा पाव्हा लागंल; माझं त् काम वाढलं बाई!" आई चेष्टेनं म्हणाली.

"काय ग आईऽऽ, कायपन म्हन्ते जा! न्हायी त् म्या न्हायी येनार कामाला!" तावडी गाल फुगून बसली.

"आगं, दाटीमुटी म्हन्ले म्या!" आईनं समजूत काढली.

"साडी घालूनबी तावडी कायी मोठी वाटत न्हायी बाई. लईच बुट्टं वांगं ऱ्हायली. त्यात त्यो मस्टर कारकून लईच जातवानय म्हन्त्या बाई!" आक्का म्हणाली.

"माला बुट्टं वांगं म्हन्ते. तू त् लई आभाळाला भिडली!" तावडी रागानं बोलली.

"हायेच बुट्टी; म्हनून म्हन्ले." आक्का म्हणाली,

पमी अन् मी एकमेकांच्या कानात कुजबुजलो अन् एका सुरात तावडीकडं हात दाखवत, नाचत नाचत म्हणालो,

"तावडी रेऽऽ तावडीऽऽ बुट्टं वांगंऽऽ"

तावडीनं येऊन दोघांनाही चिमखुडे घेतले अन् आमचं गाणं संपलं. आक्का कसली गप्प राहते :

"तावडे, पाहय... येवढे येवढे पोरंही तुला बुट्टं वांग म्हनून ऱ्हायले!"

"म्हनू दे. तुला त् न्हायी म्हनत न्!"

"भावड्या, बुट्टी नवरी त् लाजली..." पमी म्हणाली.

"पमेऽऽ, तुझ्या त् यक ठिवूनच देईन!" तावडी बोसाळून म्हणाली.

"तावडे, खरंच तू मोठी बाई दिसून ऱ्हायली!" आक्का सावरून घेत म्हणाली.

त्यांची कावकाव चिवचिव चालू असताना आमच्या ओट्यावरच्या वळणीवर वाळत

घातलेलं माझ्या चुलत्याचं, नानाचं धोतर मी ओढून घेतलं. तसंच जमिनीवर लोळत मी घरात घेऊन आलो. आईपुढं टाकत म्हणालो,

"आई, मालाबी ह्ये नानाचं धोतर फाडून दे! म्या नेसंल नानासारखं. म्हन्जे म्याबी माणूस दिसंल, मालाबी रोज मिळंल!"

आक्कानं भांडण विसरून कवतिकानं मला कडंवर उचलून घेतलं. माझे मुके घेतले अन् म्हणाली,

"हा न बाई, माझा भावू मोठा माणूस व्हईल धोतर घातल्यावं. म्हन्जे टिकावं उचलून निंगल गावतळ्याच्या कामावर."

"आपलं गावतळं झालंच म्हनून समजा!" तावडी म्हणाली.

"आज ना उद्या करीलच त्यो." आई म्हणाली.

"ऱ्हाव दे. परसाकडला जातो त् अजून वट्ट्याजवळ उभं ऱ्हावून हाक मारतो. 'तावडे, तावडे गऽऽ माझं भुंडं धू.' चालला गावतळ्याच्या कामाला!" तावडी माझी चेष्टा करत म्हणाली.

"बबड्या, तू यायच्याआधी जन्माला आला अस्ता त् कहाला त्यायला कामाला जावं लाग्लं आस्तं! माझ्याबी हालभंड्या झाल्या नस्त्या!"

मी आक्काच्या कडंवरून खाली उतरलो अन् भाकरी थापणाऱ्या आईच्या पाठी बिलगत म्हणालो,

"आगं आई, म्या यांच्याआधी यायची लईऽऽ घाई केली. पन ह्या मालाऽऽ येवूच देत न्हवत्या. ह्या मोठ्या व्हत्या ना माझ्यापेक्शा. म्हनून माला लोटून द्यायच्या. आधी माईनं लोटून देलं अन् तिचा नंबर लावला... मग आक्कानं... तावडीनं त् माला बोचकारलंच अन् तिनं माझ्या आधी नंबर लावला. पमी रडायला लागली. माला आली तिची कीव. मग सांग! म्या कसा माझ्या ह्या बहिणीयच्या आधी येयील बरं?"

आईसकट सारं घर हसण्यात बुडून गेलं अन् मी कावराबावरा झालो. आपलं काय चुकलं बाबा, असा विचार करता करता पुन्हा आक्कानं मला कडंवर घेतलं... मग तावडीनं... पमीला मला कडंवर घेणं शक्य नव्हतं, तरी तिनं उचललं. डोक्यावरचं न पेलणारं गाठोडं पडावं तसं आम्ही दोघंही जमिनीवर आदळलो.

"पमेऽऽ जाडेगठुडे, दिलं न भाऊला पाडून!" आक्का म्हणाली.

"भाऊ, लागलं का रे तुला?" असं म्हणत तिनं नानाचं धोतर दोरीवर जसं होतं तसंच वाळत घातलं.

आईचा स्वयंपाक झाला होता. साऱ्यांच्याच भाकरी आईनं बांधून घेतल्या. आईच्या दोघी लेकी कामासाठी तर आधीच साड्या नेसून बाया झाल्या होत्या. नाना खांद्यावर टिकाव घेऊन दाराशी उभा राहिला,

“वैनी, आवरलं का?”

“कुसूम निंगाली का?” आई म्हणाली.

“हा! ही काय आलीच.” असं म्हणेपर्यंत नानी डोक्यावर घमीलं घेऊन उभी.

“कुसूम, म्या आक्कीला अन् तावडीला घेतेय हजरीत.”

“तो मस्टर कारकून लयी बेरडय बाई. तुमाला का मायीत न्हायी. खडखड करत न्हायील. पाणउतारा करायलाबी मागंपुढं पानार न्हायी. पाहा बाई तुम्चं तुमीच!”

“तुझ्याकं यकसटरा घमीलं हाये का? माला अन् आक्कीला हाये. तावडीलाच न्हायीये!”

“हाये न्! व्हय ग तावडे, सांदीला ठिवलंय पाहय!”

तावडी डोक्यावर पदर घेत नानीच्या घरी गेली. तिची बाई दिसण्याची आतापासूनच रंगीत तालीम सुरू झाली होती. नानीनंही तोंडाला पदर लावला. गालातल्या गालात हसली. तावडी शहाण्या बाईसारखं डोक्यावर घमीलं घेऊन दमदार पावलं टाकत आली. नानीनं तिची मजा घेतली,

“चला, तावडाबाई कामाला?”

“काय ग नानीऽऽ?” लाजत तावडी म्हणाली.

रंभाई आली होती तिच्या चंदाला अन् नंदाला घेऊन. दिनकरची पद्माई आली तिच्या मंदीला घेऊन. दिनकरतात्या अन् नाना पुढं निघाले, त्यांचा खांद्यावर टिकाव फावडं. आपण मोठं झालं की असंच नानासारखं खांद्यावर टिकाव फावडं घ्यायचं. टिकाव फावडं खांद्यावर घेण्यासाठी तरी लवकर आपल्याला मोठं व्हावं लागेल. अन् मी असाच ऐटीत गावतळ्याच्या कामाला जाणार. पण अजून आपण लहानय तर गावतळ्याच्या भराव्यावर खेळत बसू. म्हणून आईला म्हणालो,

“आई, म्या पन येनार!”

“तिडं खाऊच दडून ठिवलाय. तू येतोय खायला!”

“हांऽऽअ! म्यापन येनार सांगून ठिवतो!”

“मारीन यक उफराट्या हाताची!”

“जाव द्या, येवू द्या. म्या घेतलंय गुऱ्याला; बसतील तिडं खेळत.” पद्माई म्हणाली.

“पोरी त् घेतल्या खरी बरूबर; पन कामावं घेतलं पाह्यजे!” रंभाई म्हणाली.

“गंज यायच्यापेक्शा लानलान पोरी घेतल्या; मंग आपल्या का नको?” आई.

“आपल्याकून कायी मलिदा त्यायला मिळनार न्हायी न् बाई!” रंभाई म्हणाली.

“गरिबाचा त् कुडच लाग न्हायी लागत!” आई म्हणाली.

“ज्ये व्हईल त्ये व्हईल. देलं त् देलं हुसकून!” रंभाई पान खाता खाता म्हणाली.

रंभाई, नानी, पद्माई, रंजनाकाकू साऱ्याच निघाल्या, मागं त्यांच्या लेकी. डोक्यावर

घमीलं उचलून निघाल्या. त्यात माझ्या दोन बहिणी आक्का अन् तावडी. तावडीला तर साडीत चालताही येत नव्हतं. पण तशीच निघाली. दोघी बहिणी आईची भाकर पेलून धरणार होत्या. त्याच्यासाठी तर साड्या नेसून शहाण्या बाया झाल्या होत्या. भाकर माणसाला बालवयातही असं मोठं करून टाकते.

मागं बिनकामे आम्ही. रंभाईचा संतू, दिनकरचा गुऱ्या, रंजनाकाकूचा मल्या. आम्ही नसतो तर गावतळं सुनं पडलं असतं अशा ऐटीत. जसे काही संध्याकाळलोक आम्ही गावतळं पुरं करूनच परतणार होतो.

''भावड्याऽऽ, भराव्यावर लई मजा येते. काय रे गुऱ्या?''

''हा न भो काल त् आमी घसरगुंड्या खेळलोऽऽ''

''संत्या, ढुंगण साळून निंगालं ते काय सांगत न्हायी.'' मल्या म्हणाला.

''ह्ये तुही हायंदळ सांगू का भावड्याला?''

''हा न भो कसं आडकून पडलं व्हतं?'' गुऱ्या म्हणाला.

''काय झालं व्हतं रे?''

''आरे, ह्ये येड्या बाभळीच्या झाडावं येंगलं व्हतं!'' संतू म्हणाला.

''आसं बोंब मारायला लागलंऽऽ आसं बोंब मारायला लागलं!''

''हां मंग; मुंगळे डसले व्हते न भो!'' मल्या वाकडं तोंड करत सांगायला लागला.

''आसे मुंगळे डसले याच्या गांडीला!''

गावतळं लागलं. संत्याला अन् गुऱ्याला काहीतरी दिसलं ते पळाले तिकडं. त्यांच्यामागं मल्याही. मी आईबरोबर. गावतळ्याचं हे जोरात काम चालू होतं. सारं गाव मला गावतळ्यावरच दिसत होतं. गावात फक्त एकटा मारुती उरला होता. त्याला उगा चालता येत नव्हतं म्हणून; नाहीतर तोही आला असता आमच्याबरोबर. नुसती जत्राच भरली होती. कलकल सुरू होती. दादेमाणसं टिकावानं जमीन खोदत होते. फावड्यानं बायांचे घमिले भरून देत होते. बाया डोक्यावर घमीलं घेऊन- मातीचा मोठा बांध घातलेला होता त्याच्यावर नेऊन टाकत होत्या. तावडीला घमिलंही तोलवत नव्हतं. पण ती तसंच रेटत होती. कारण ती बाई झाली होती. दुपारपर्यंत असंच सुरू होतं. दुपारी मस्टर कारकून हजेरी घ्यायला आला. आईचं काळीज धडधड उडायला लागलं. तावडी अन् आक्का दोघीही बाया वाटाव्या म्हणून आईनं आटापिटा सुरू केला. प्रत्येक टोळीकडं जात मस्टर कारकून हजेरी घेत होता. आमच्या टोळीची पाळी आली. साऱ्या बायामाणसं हजेरी द्यायला घोळक्यानं बसले. आईनं तावडी अन् आक्काखाली घमीलं पालथं घातलं. अन् त्यावर बसायला सांगितलं. माझ्या बारक्या बहिणी मोठ्या बाया दिसण्याची आईची शक्कल मला भारी वाटली. मस्टर कारकूनने टोळीतल्यांची नावं घेतली. मात्र, तावडी अन् आक्काचं नाव घेतलं नाही.

''सायब, या दोन बायांची नाव घ्या!'' आई म्हणाली.

“त्या काय बाया हायेत का? काम्हून येड्यात काढतेय मला? डोक्यावरचे उन्हानं न्हायी ढवळे झाले!”

“सायब, मोठ्याच हायेत त्या. खायाप्यायाची आबळ झाली म्हनून तशा दिसत्याय!”

“खायाप्यायाची आबाळ झाली म्हनून गाईचं वासरू व्हत न्हायी!”

“हाव न् सायेब!”

“बाई, डोळे उघडले तशा हजेऱ्या घेतोय; पन अशा बाया काय म्या आजून पाह्यल्या न्हायी!”

तावडी अन् आक्का डोक्यावर पदर सावरत आणखीनच ताठ बसायचा प्रयत्न करत होत्या. आईच्या भाकरीला पक्की आट लावून तिचा भार तोलू पाहत होत्या. त्यांच्या हातात असतं तर गोष्टीतल्या बेडकिणीसारखं अंगही फुगवलं असतं. मस्टर कारकून ऐकायला तयार होईना. दोघींची हजेरी घेईना. मला वाईट वाटत होतं की भाकरीसाठी मोठं होण्याची माझ्या बहिणीची कसरत फेल जाते की काय? आईनं मस्टर कारकूनमागं लकडाच लावला.

“घ्या न् सायब त्यायची हजरी!”

“कशी घ्यायची? माला वर बोलनारे हाये की न्हायी?”

“घ्या सायब! न्हायी नका म्हनू. आमा गरिबाची दुवा मिळंल तुमाला!”

“तुमा लोकांचं ह्ये असंचय. कामं काढत न्हायी म्हनून सरकारच्या नावानं बोंब मारनार. काम काढलं त् बाळात्यावरचे पोरं उचलून कामाला आणायला लागले. न्हायी... माला न्हायी घेता येनार हजरी. ये पोरीयवो निंगा बरं घरी. घरी जाऊन बाहुलाबाहुलीचा खेळ खेळावा. जा!”

बाहुलाबाहुलीचा खेळ गरिबाला कुठला परवडतो. तिथं भाकरीचाच खेळ असतो. आईची भाकर पेलणारे बहिणींचे चिमकुले हात काढून घेण्यात आले. सगळा भार आईलाच पेलायचा होता. तावडीनं, आक्कानं त्यांचं घमीलं डोक्यावर घेतलं. फ्रॉकवरून गुंडाळलेल्या आईच्या लुगड्याच्या साड्या त्यांनी घमिल्यात घेतल्या होत्या. पोटासाठी केलेल्या नाटकाचा पहिलाच अंक सपशेल कोसळला होता. तरी त्या थबकतच चालल्या होत्या. त्यांना वाटलं मस्टर कारकून कीव येऊन हाक मारील अन् हजेरी घेईल... पण ते चिन्ह बिलकूलही दिसेना. मला तर तो राक्षसासारखा मोठामोठा होत जात आभाळाला भिडलेला वाटला. ओंगळवाणं अवाढव्य शरीर गदागदा हालत होतं अन् तो विकट हास्य करत होता. त्याच्या हातात भाकर होती अन् माझ्या बहिणी मुंगीएवढाल्या होत त्याच्याकडं भाकर मागत होत्या. त्यानं हातातल्या भाकरीचा बारीक भुगा केला. त्या भुग्याची माती गावतळ्याभर विखरून पडली... बहिणींच्या मुंग्या दिसेनाशा झाल्या भुकेच्या वारुळात हरवल्यासारख्या...!

मग भुकेचं वारूळही मोठंमोठंच होत गेलं!

❑❑

१४
बगळ्या, बगळ्या कवडी देऽऽऽ

दुपारची वेळ असेल. मी आणि पमी ओट्यावरच्या तुळशीच्या आडोशाला बसलो होतो. 'बगळ्या बगळ्या कवडी दे'चा खेळ खेळत. हाताच्या बोटांची नखं एकमेकांवर घासत आमचं सुरू होतं. एकदा पमीची पाळी, एकदा माझी. आता माझी पाळी होती -

"बगळ्या बगळ्या कवडी देऽऽ
बगळ्याऽऽ बगळ्याऽऽ कवडी देऽऽ
बगळ्याऽऽऽ बगळ्याऽऽऽ कवडी देऽऽ
दे न् देऽऽ कवडी देऽऽ
दे रेऽऽऽ देऽऽ
देऽऽ न्ऽऽ देऽऽ कवडी देऽऽ..." खरंतर मी पुढंही म्हणतच राहणार होतो. जोपर्यंत बगळा कवडी देत नाही, तोपर्यंत माझं गुऱ्हाळ चालूच ठेवणार होतो; पण पमीनं माझ्या पाठीत बुक्का मारला अन् माझ्यावर तिचे मोठेमोठे डोळे गरागरा फिरवत म्हणाली,

"एकदाच म्हनायचं न्! तू त् वादनच लावलं, पाहू बरं कवडी देली का?"

'मी हात तिच्यासमोर धरले. तिनं माझ्या हाताची नखं खूप निरखून पाहिली, पार तिच्या डोळ्यांच्या जवळ धरली, तरी तिला कवडी सापडेना. कोंबडीचे डोळे करून पाहिले तरी एकही पांढरा ठिपका दिसला नाही. म्हणून माझे हात झटकत ती म्हणाली,

"हाऽऽट! कुडे काय कवडी देली?"

"पमे, आपू इळभर बगळ्याकडं कवडी मागितली तरी तो काही देनार न्हायी!"

"काम्हून रेऽऽ?"

"त्याला काय यवढंच कामय का कवड्या देन्याचं!"

"मंग त्यो काय आपल्या आईसारखं कामावर थोडंच जातो!"

"जात असंल न्, बाई!"

"हाऽऽट! त्यायला थोडाच खंडूबाबाच्या दुकानातून किराणा आणावा लाग्तो?"

"मंग काय करत असतील ग त्ये?"

"आरे, मस्त पाण्यात उभे राहतात अन् किडंमकोडे खातात!"

"पमे, आपण किनी बगळे असायला पाह्यज्येल व्हतं. म्हन्जे आपल्याला आत्या नस्ती अन् आजीही. म्हन्जे आईला कुनाचाच मार खावा लाग्ला नस्ता!"

तेवढ्यात पुन्हा बगळ्यांची रांग उडत जाताना दिसली. आम्ही दोघंही कवडी मागू लागलो. रांग दिसेनाशी झाल्यावर आमचं मागणं थांबलं. पमीनं स्वत:ची नखं निरखून पाहिली अन् मला म्हणाली,

"काय न्हायी देली माला कवडी. तुझे नखं पाहू दे!"

मी पुन्हा बोटं तिच्या डोळ्यासमोर धरले.

तावडीनं येऊन तिच्या डोक्यात टप्पल मारली अन् म्हणाली,

"पमडे, दिस्ल्या का कवड्या?"

"का बरं मारलं गऽऽ तावडेऽऽ ह्यॉ.ह्यॅ..ह्यॅ... !" पमी तोंड वेंगाडून रडू लागली.

"बगळ्यानं तुमाला कवड्या त् देल्या न्हायी; पन अण्णाला मातर धाडून देलं. त्ये चांग्ल्याच कवड्या काढतील आपल्या. चलाऽ पळा घरात, मनचंदे कुडच्ये!"

मारुतीच्या देवळापासून आमचा बाप डुलत डुलत येत होता. एवढ्या वेळं नखांवर नखं घासत बगळ्याकडं कवडी मागण्याची आमची मेहनत फुकट गेली होती. बगळ्यानं कवडी दिली नाही, त्याचं काही नाही. बगळ्यावर आम्ही काही रागं भरलो नसतो. पण त्यानं बापाला का धाडलं असावं? आता आईला फुकट मार खावा लागेल, ते किती वाईट; हे बगळ्याला थोडंच माहीत आहे. बापाच्या हातात नेहमीची चामड्याची बॅग. बापाच्या या चामड्याच्या बॅगेचं आम्हांला फार कुतूहल असायचं. बाप थोडा जरी बाहेर पडला तरी त्या बॅगेवर आम्ही सारेच झडप घालायचो. त्यात सापडायचं दंतमंजन, दारूची बाटली, दाढीचं सामान, एक टॉवेल, इजार-सदरा, सिगारेटची पाकीटं. खाऊ तर काही सापडायचा नाही.

बाप आला तसा घाईघाईनं आजीच्या घरी गेला. आम्ही आजीतनं बाजूला राहायला लागल्यापासून बाप आलाच सुट्टीत एखाददोन दिवस तर आमच्याकडंच राहायचा. दारूचा फड रंगवायचा. पण आता तसं घडलं नाही. सवयीप्रमाणं आईनं चूल पेटवली होती. बापासाठी चहा ठेवला होता. बाप गरम पाण्यानं हातपाय धुतो म्हणून गरम पाणी मोरीतही गेलं होतं. तावडीला काही राहवलं नाही,

"काय ग आई, अण्णा त् तडक आजीच्याच घरी गेले! आपल्याकं त् आले न्हायी!"

"नसंल यायचं त् नको येव देवू बाई. तुला खत वाटली असंल त् ये भेटून!" आईनं चिडचिड व्यक्त केली.

तावडीला आला राग. तावडी फणकाऱ्यानं उठली अन् तिचं दप्तर घेऊन बसली. मी तिच्याजवळ जात तिची रंगपेटी पळवली. पमीला घेऊन बाहेर आलो.

“पमे, गंमत पाह्यची का?” रंगपेटी पाठीमागं लपवत म्हणालो.

“काय गंमतय. दाखव बरं?” पमी उत्सुकतेनं म्हणाली.

मी तिला तावडीची रंगपेटी दाखवली. पमी घाबरली अन् म्हणाली,

“ये तिला कळलं न चांगलं चेंदीलच भो तुला, माला नको सांगू भो! म्या न्हायी पाह्यली तू रंगपेटी घेतली त्ये. ती जर काही बोलली त् आपल्या अंगी न्हायी रे भो!”

मी तावडीच्या रंगपेटीतला एकेक रंग घ्यायचो अन् मिरची वाटायच्या पाट्यावर ठेवून वरवंट्यानं तडाखा देऊन ठेचायचो. असा सगळ्याच रंगाचा एकत्र ठेचा करून टाकला. पमीनं तावडीला सांगितलं,

“तावडे, तावडे, तुझे रंग पाहय!”

“कुडंय?”

“बाह्येर येवून पाहय!”

तावडी घाईघाईनं बाहेर आली अन् तिच्या रंगांचा ठेचा पाहून मला बदडायला सुरुवात केली अन् शिव्या घालू लागली. मी घुम्यासारखा बसून राहिलो. तिनं आईला सांगितलं. आईनं दोघांनाही फुंकणीनं झोडायला सुरुवात केली. बापावरचा राग आमच्यावर निघाला. आक्का मध्ये आली,

“आई, या तावडीला अक्कल नको का? तो त् लानच हाये!”

“खायचं बरं कळतं, माक्कडवानाचं!” तावडी रडता रडता म्हणाली.

“ये माक्कडबिक्कड नको करू!” मी शहाजोगपणानं म्हणालो.

“दे आता माही रंगपेटी भरून!”

“कुडून देवू?”

तावडीनं पुन्हा असा काही चिमटा काढला हाताला... मी कळवळून ओरडलो. तावडी गेली बाहेर पळून. आईनं माझं मनगट धरलं.

“काय रे, खदनसान्या! काम्हून गेतली व्हती तिची रंगपेटी? काम्हून ठेसली रे पाट्यावर? ती का फुकट आली व्हती. म्या मरमर मरते तुमच्च्यायसाठी अन् तुम्ही असे खोडीचे जायल. बाप त् ढुंकून पात न्हायी!”

“आई, नको काढू बाई त्याच्यावर राग. त्या मरकुडीला काय सांभाळता येत न्हायी तिच्या वस्तू!” आक्कानं माझा कैवार घेतला.

आक्कामुळे माझी पुन्हा एकदा सुटका झाली. बऱ्याचदा माझा मार आक्कालाच बसायचा. पण ती मला आईची चापट लागू देत नव्हती. माझी चुकी असली तरी तिला मी चुकलो असं वाटायचं नाही. तिच्यासाठी मी लहानच. कारण आईपेक्षाही मी आक्काच्या जास्त जवळ होतो. आवडाई तर तिला म्हणायची,

“आक्के, तुही लई मायाय लेकरावर; पन तुला मूल झालं की व्हईल माया पातळ!”

"न्हायीच व्हनार मोठ्याई!"

"दम धर. म्या कायी मरत न्हायी!"

मला माहीत होतं आवडाई काही मरत नाही अन् आमच्या आक्काचीही माया माझ्यावरची पातळ होणार नाही. कारण आक्का भावड्याची बहिणय...

आजीच्या घरून संध्याकाळपर्यंतही बाप आला नाही. बरं झालं बाप आला नाही ते; नाहीतर आमच्या मागं मोठंच काम लागलं असतं. एक जणानं खांदे दाबायचे, एका जणानं पाय दाबायचे. एका जणानं बोटं मोडायचे. मला एक कळत नव्हतं, बाप तर आईसारखं मजुरीच्या कामाला जात नाही... मग कसे शिणत असतील त्याचे हातपाय? बाप तर नुसती दारू पितो अन् सिगारेटी ओढतो. त्यानं माणूस थकत असंल का? बरं बापाच्या पायांची बोटं काही आमच्याच्यानं मोडले जात नसत. पायावर फटाक्फटाक् हात मारत बसायचो. असं केल्यानं बोट मोडायला सोप्पं जातं म्हणे. तरीही बोटं मोडलेच जात नव्हते. फटाक्फटाक् करून आमचे हात मात्र दुखून जायचे. शेवटी आईच येऊन बोटं मोडायची. प्रत्येक बोटासाठी बापानं पैसे ठरवलेले असायचे. सगळ्यात जास्त पैसे बाप अंगठ्यावर लावणार त्यामुळे आमची चढाओढ व्हायची. बाप काही पैसे देत नव्हता अन् बोटंही मोडले जात नव्हते. आई बोटं मोडायला लागली की दरबोटागणिक माझी अन् तावडीची बेरीज सुरू व्हायची -

"पाचऽऽ
दहाऽऽ
पंधराऽऽ
वीसऽऽ
एक रुपयाऽऽ
एकूण झाले
एक रुपयाऽऽ वीऽऽस पैसेऽऽ"
उजव्या पायाची गिनती पमीकडं
पाचऽऽ
दहाऽऽ
पंधराऽऽ
वीसऽऽ
एक रुपयाऽऽ
एकूण झाले
एक रुपयाऽऽ वीऽऽस पैसेऽऽ"

"दोन्हीचे मिळून दोन रुपये चाळीस पैसेऽऽ" मी म्हणायचो.

मग तावडी बापाला म्हणायची,

"अण्णा, द्या आता आईचे दोन रुपये चाळीस पैसेऽऽ"

बाप सिगारेटचा धूर सोडत म्हणायचा,

"उधार राहिले!"

तावडीनं, पमीनं बापाच्या आजपर्यंतच्या उधारीचं गणित काही केलं नव्हतं. पण आईची बापाकडं बोटं मोडायची उधारी काही हजार रुपये नक्कीच झाली असेल. वाढत वाढत जाऊन आईचं अमाप कर्ज बापावर झालं असेल. मात्र आईनंही कधी बापाच्या मागं तगादा लावला नाही कर्जाचा. तिला वाटलं असेल बाप कर्जबाजारी शेतकऱ्यासारखी करायचा नाहीतर आत्महत्या.

बाप जरी आला नाही, तरी आक्का खबर घेऊन आली.

"आई, अण्णा कशाला आलेय माहितंय का?"

"कशाला?"

"देव न्यायला."

"काम्हून?"

"त्यायच्या हातावर अन् कपाळावर कोड न्हायी फुटलं का... त्याच्यासाठी!"

कोड शरीरभर कुठं ना कुठं पसरत असतं. बापाच्या कपाळावर झालं. ते तोंडभर पांगत गेलं तर बाप विद्रूप दिसेल. आईचं अन् बापाचं भांडण झालं की आई बापाला देखणादिदूऱ्या म्हणायची. आता विद्रूप झाला तर काय म्हणेल? मला उगाच गंमत वाटली. बाप नेहमी आईला अन् आम्हा भावंडांना म्हणायचा की तुम्ही मला बिलकूलही शोभत नाही. पण बापाला कोड्यानं विद्रूप करून टाकलं तर बापाचं आम्हांला हिणवण्याचं कारणच संपुष्टात येणार होतं. बगळा जर का नखांवर पांढरी कवडी देत असेल, तर बापाला हे पांढरे ठिपके कुठल्या पक्ष्यानं दिले असतील? का बापाला आमच्या आईचा शाप भोवला होता. आईचं आक्काचं बोलणं सुरूच होतं -

"कोड्याचा अन् देवाचा काय संमंध बाई?"

"अग, ते भटुड्याकडं गेले व्हते. त्यानं सांगितलं वाडवडिलांचं हाये. तुम्च्या कुलदैवताला जाऊन या जोडीनं. त् अण्णा आजीला म्हणत होते की भटानं सांगितलं लग्नाच्या बाईबरोबरच जावं लागेल. मग म्हतारी म्हणते कशी- त्या भटुड्यायची पोट भरायची इद्या, इला नको नेवू. हिरालाच घेवून जाय. पाह्यली का चादडी कशीय त्ये!"

"तुजा अण्णा काय म्हनी?"

"काय म्हननार, नंदीबैलावानी मान हालवली. तुझ्यासंग जेजुरीला कशाला जायला आवडंल त्यायला. त्यायनी ती घाऱ्या डोळ्यांची बाणाई उगाच करून आन्ली का?"

"म्हनूनच इकडं आला न्हायी; पन म्याबी पाते कसं देव नेतो त्ये!"

आई उठली. तरातरा निघाली अन् पाठभिंतीला उभी राहिली. आम्हीही उभं राहिलो. वेणूआत्या म्हणत होती,

''तू जेजुरीला जायचं ठरवलं. लई बेस केलं. आन हिरालाच नेतोय, तेबी बरं केलं. या यड्या धुतळीमुळं तुला खंडूबा पावलाबी नस्ता. माला त् वाटतं इच्यामुळंच तुला कोड झालं!''

आईला काही दम निघाला नाही. ती समोर गेलीच. वेणूआत्याला म्हणाली,

''हाव न बाई! म्या भुतळीचय, करणी केली तुम्च्या भावावर!''

''तू हायेच तशी!''

''भुतळंचितळं जर खरं आस्तं न खरंच सिकले अस्ते ती इद्या अन् पैली करनी तुझ्यावं केली अस्ती. केरसुनेऽऽ!''

''म्या बरं तुला सुधं सोडलं आस्त!''

''नाम्देवा, ते देव घे. फडक्यात बांधले म्या. ही डाखीन चांग्ल्या कामात मोडता घालीन. दिवट्या आपन गावातच घालू!''

बापानं देव घेतले अन् निघाला. आई आडवी आली.

''देव नेता येनार न्हायी. लगनाच्या बायकुला मागं ठिवून जाता काय?''

बाप चिडला.

''तू आडवणार का मला? बघतो कशी आडवी येते ते!'' असं म्हणत बाप निघालाच. आईनं बापाच्या हातातून देव हिसकावून घेतले. बापाचं डोकं फिरलं. देव अंगात आल्यावानी आईवर धावला. बापानं आईला लाथ मारली. आई पडवीतचं पाठीवर पडली. बापानं पडवीतला बैलाचा खुंटा उपटला. दैत्यासारखं नाचत म्हणाला,

''थांब आता हिला मारूनच टाकतो,'' बाप आईवर धावला. आम्ही बापाला बिलगलो. बापानं आम्हांलाही ढकलून दिलं. आजीनं अन् आत्यानं आम्हांला धरून ठेवलं. बापानं आईच्या गुडघ्यावर जोरात खुंटा मारला. आईचा गुडघा फुटला तरी आई गप्प बसत नव्हती. आई तोंड करतच होती.

''माराऽऽ, माला माराऽऽ, मारून टाका. पन देव म्या नेवू देनार न्हायी, माझे सारेच हाक्क त्या बिनलग्नाच्या बाईला देले; यवढा त् द्या माला!''

''ये वाटुळे, माझ्या लेकाच्या कामात खोडा घाल्ते. तू त् वाटुळं केलं आम्चं!'' आजीला भरतं आलं.

''म्या आले म्हनून तुम्च्ये पाय धरणीला टेकले. न्हायी त् हिंडत व्हते दिनादिना दोमदोम करीत. म्या न्हायी नेवू द्यायची देव!'' आई देव पक्के काळजाशी धरत म्हणाली.

बापाच्या अंगात मारकुटा देव घुसलाच होता. त्यानं आईला झोडायला सुरुवात केली. आम्ही ओरडायाला लागलो. आईनं बहेर जीव घेऊन पळून जावं असं वाटत होतं. तिचं तोंड चालूच अन् बापाचा हातही. आई ज्या देवांसाठी आडून बसली होती, ते देवही तिला

मदत करत नव्हते. बापाच्या हाताला आडवे येत नव्हते. आपल्या आईला समजत कसं नाही. ज्या जेजुरीला जाण्याचा बापाबरोबर ती हट्ट करून बसली, तिला काय मिळणार जेजुरीला जाऊन? आईच्या हातातलं देवाचं फडकं विसकटून देवही भुईवर इकडंतिकडं पडले होते. वेणूआत्यानं देव गोळा केले. फडक्यात बांधले अन् म्हणाली,

"दादा, हे घे देव! अन् जाय बरं तू. हिला आमी पाहून घेवू."

बापानं देव हातात घेतले. आजीनं, आत्यानं आईला धरून घरात कोंडून ठेवलं. बाप देव घेऊन निघून गेला.

"काय सुद्या मनानं जेजुरीला जातोय? देव तुला पावनारच न्हायी, पुराची पुरा पांढरा व्हशील. देखण्यादिद्र्या, इद्रूप व्हशील इद्रूप!"

आईनं दातओठ खात बापाला शाप दिला. मला आधी प्रश्न पडला होता साऱ्या अंगभर कोड फुटल्यावर बाप कसा दिसेल? मग आई त्याला काय म्हणेल? तोही प्रश्न आईनं सोडवला होता. पण हेही खरं की आजपर्यंत आईचं सारंच हिसकावून घेतलं होतं. आईचं कुंकू हिसकावून घेतलं होतं.... आईचं घर हिसकावून घेतलं होतं.... आईचं वावर हिसकावून घेतलं होतं.... आईचे कष्टही सोडले नाही; तेही हिसकावून घेतले होते.... राहिलेसाहिले देवही तिच्यापासून हिसकावून घेतले. देवांशिवायचा रिकामा देव्हारा तेवढा आईसाठी मागं उरला होता.

आईनं इतके दिवस बापाचे बोटं मोडले. त्याचे कितीतरी पैसे बापावर झाले असतील. म्हणजे मोठंचमोठं कर्ज. समजा, बापाला नसतं फेडता आलं आईचं कर्ज, तरी आई काही म्हटली नसती. पण मग बापानं त्या बदल्यात तरी आईला जेजुरीला न्यायचं न्! सारंच कर्ज फिटून गेलं असतं. जर असंच करायचं होतं, मग बापानं कशाला खेळायचा न् मग खेळ? बाप फारच रडी खेळला. आता आम्ही आईला खेळूच द्यायचो नाही, बोटं मोडण्याचा खेळ.

कौशाआत्याच्या चिंचेवरून बगळ्यांची माळ उडत चालली होती; पुंजाराम तळेकरच्या मळ्याकडं...

पमीचं अन् माझं बगळ्याकडं कवडी मागणं थांबतं थोडंच -

"बगळ्या बगळ्या कवडी देऽऽ
बगळ्या बगळ्या कवडी देऽऽ"

"भावड्या, बघू दे कवडी देली का?"

पमी माझ्या हाताचे नखं पाहत म्हणाली. तिनं नखं न्याहाळले अन् किंचाळलीच-

"देली न् बाबा कवडीऽऽ"

तो बगळाच असावा ज्यानं माझ्या नखांना कवडी अन् बापाच्या अंगाला पांढरं कोड दिलं असावं?

❑❑

१५
चार भाकरीभर पिठाची गोष्ट...

आठवाच्या झाडाच्या मुळ्या उघड्या पडताहेत. उन्मळून येता येता माती सोडताहेत. कुठलं साल... महिना... दिवस... वार... आठवत नाही. पण ती भुकेची वेळ होती. उराच्या वावरात खराखरा नांगर चालवत जाणारी. सगळीकडं दुष्काळ पसरून राहिला होता, तेव्हाची गोष्ट.

आई माझ्या पाठच्या भावाच्या वेळी बाळंतपणासाठी नाशिकच्या कुठल्याशा मोठ्या दवाखान्यात ॲडमिट होती. खरंतर आम्हा सर्व भावंडाचे जन्म इथलेच. ना सुईण ना काही. पण मूल आडवं आल्यामुळे आईला दवाखाना पाहण्याचं नशीब लाभलं होतं. आमचा बाप तसाच परसपैभाऱ्या दवाखान्यात गेला. तोही काही सुखासुखी गेला नव्हता. माझी मोठी बहीण माई बापाकडं गेली. तिनं बापाला गळ घातली.

"अण्णाऽऽ, माझी आई काही वाचत नाही!" असं म्हणत रडाया लागली.

"तिच्या आयुष्यात जे लिहिलेलं असेल ते होईल. पोरी, जैसी करणी वैसी भरणी!" बापाची ही नेहमीची म्हण बाप कुठेही बरोबर त्याच्या सोईनं चपखल बसवायचा.

मला आठवतं न्! बापाला कुणी कुणी काय काय सांगायचं अन् बापाचं एकच उत्तर असायचं...'जैसी करणी वैसी भरणी!'

"भाऊसायेब, नानानं कायी टिकवलं न्हायी, सारं बिडीच्या धुरात गमावलं! आज बिडीकाडी वाचून येजीत झाला!" दाताळ्या दत्तू

"जैसी करणी वैसी भरणी!" बाप

"अवं, माझ्या भावाच्या पायावरून बैलगाडीचं चाक गेलं!" आई

"जैसी करणी वैसी भरणी!" बाप

"दादा, पंताच्ये काय दिवस व्हते. सोन्यानं दात किसायचा पन आता सारं गेलं कायीच ऱ्हायलं न्हायी!" वेणूआत्या

''जैसी करणी वैसी भरणी!'' बाप

एक ना एक दिवस हीच म्हण आपल्या अण्णाला लागू पडेल, असं आक्का म्हणायची. जेव्हा लागू पडायची तेव्हा लागू पडेल. पण आज आमची आई मरणदारी होती.

बापाच्या उत्तरामुळे बापाच्या बरोबर उभे असलेले बापाच्या शाळेतले हिंगमिरे सर अवाक् झाले. ते बापाला म्हणाले,

''भाऊसाहेब, वेळ काय अन् तुम्हांला सुचतं काय!''

''मी काय करू शकतो?'' बाप तुटकपणे म्हणाला,

''भाऊसाहेब! आपल्यापरीनं प्रयत्न करायला काय हरकतय? बाकी वरच्यावर सोडा. अन् एक गोष्ट लक्षात घ्या भाऊसाहेब, बाईंच्या जिवाला जर का काही बरंवाईट झालं, तर ही सारी पोरं तुम्हांला सांभाळावी लागतील?''

ही गोष्ट बापाच्या आधी लक्षातच आली नव्हती. तिकडचे सहा अन् इकडचे पाच पोरं; एकूण अकरा पोरांचं लेंढार म्हटल्यावर बापाचा जीव घाबरा झाला. कारण आमची जबाबदारी बापावर नव्हतीच. हिंगमिरे सर म्हणाले,

''काय करायचं मग, भाऊसाहेब?''

''मी तर कालच पगार तिच्या ताब्यात दिला. माझे त् खिसे रिकामे झाले. सिगारेटच्या पाकिटाइतके पैसे आहेत माझ्याकडं!''

''मी देतो न् भाऊसाहेब तुम्हांला उसने. पुढच्या पगारावर द्या मला!''

हिंगमिरे सरांनी तीनशे रुपये माईच्या हातात दिले. माहीत नाही कसा काय चेटकिणाईला सुगावा लागला. ती आली अन् माईच्या हातातले पैसे हिसकावून घेतले.

''परत आलीच का पैसे मागायला, भिकारडे?''

''वैनी, मी दिलेत तिला पैसे! भाऊसाहेबाकडं होतेच कुठं पैसे?''

''उपकारच केले म्हणायचे! पण पुढच्या पगारात घ्याल काढून. मला कळत का नाही? मला तुम्ही दूधखुळी समजलात का?''

''आसं नको करू गऽऽ! माझी आई तिकडं मरणाच्या दारातय!'' माई काकुळतीनं म्हणाली.

''मेली त् मेली! तिचं सुतकही माझा नवरा पाळणार न्हायी.''

''अण्णा, लवकरात लवकर काही करा. आई मरणाच्या घटका मोजतेय. लवकर इलाज नाही झाला त् हातची जाईन!'' माई रडत रडत म्हणाली.

''त्यांनी काय तुमचं घेवून खाल्लं का?''

''येऽऽ, डोकं नको फिरवू गऽऽ! बिनडोक कुठली. तुला सदा नवरा नवरा. दुसरं काही सुचतच नाही काय ग? आमचाच बाप हिसकावून घेतला तू अन् आम्हांलाच ऐकवते का? माझ्या आईची काय हालत झाली! पण तुला तिचं काय? तू त् बिनकाळजाचीच आहेस!''

माई खूप चिडली होती.

चेटकिणाईनं माईच्या तोंडात ठेवून दिली.

"भाऊसाहेब, थांबवाऽऽ राव हा तमाशा! तिकडं तुमची पत्नी मरणाशी खेळतेय!"

चेटकिणाईनं बापाला पक्कं धरून ठेवलं अन् दम भरला.

"तुम्ही जर का गेले त्या मेलीकडं, त् मी अंगावर रॉकेल ओतून पेटवून घेईन!"

"ओ वैनी, पाया पडतो तुमच्या; असला अविचार करू नका. ती आहे म्हणून पोरं सांभाळते. तिचं काही बरंवाईट झालं तर पोरं इकडंच येतील. मग काय कराल तुम्ही?"

चेटकिणाई गार पडली. मतलबाची गोष्ट तिला लगेच उमगली असावी.

माई, हिंगमिरे सर अन् बाप तातडीनं दवाखान्यात पोहोचले. बापाला सांगण्यात आलं की 'एकतर तुमची पत्नी जिवंत राहीन किंवा मूल. तुम्हांला दोघांपैकी एकालाच वाचवता येईल!'

"काहीही करून माझी पत्नी वाचली पाहिजे!"

बापाच्या असल्या उत्तरानं गणगोतात बापाच्या कौतुकाचे पोवाडे रचले गेले. बापाचं गणगोत कोण? बापाची आई, भाऊ अन् बहिणी.

"नाम्देवाच्या नावानं उगाच बोटं मोडते ही कैवाडी." आजी

"न्हायी त् काय! खुशाल नवऱ्याला कोर्टात खेचलं अवदसेनं." वेणूआत्या

"नाम्देव लई गुणाचा. या मेलीला गुण घेता आले न्हायी."

"त्यानं एकट्यानच जसे काही दोन लग्नं केले."

"हाव त् म्हणी! दुनियेत बऱ्याच जणांचे दोनदोन लग्न झालेच का न्हायी?"

बापाचं गणगोतच अतिशय कैवाडं. बापानं आमची आई जिवंत राहावी, हे अशासाठी म्हटलं की जन्माला कारण झालेलं हे पोरांचं लेंढार फक्त तीच सांभाळू शकेल. नसता उपद्व्याप बाप कशाला मागं लावून घेईल. पण कौतुक व्हायचं ते झालंच बापाचं. काही का असेना आमची आई आता वाचेल, हीच गोष्ट आमच्यासाठी महत्त्वाची होती.

आई तिकडं दवाखान्यात मरणाच्या दारात खाटेवर पडलीय, असह्य कळा सोसत. तरीही आमच्या भुकेची तिला काळजी. तिनं माझ्या चुलत्याला- नानाला सांगितलं,

"माझी पोरं उपाशीय वो, त्यायच्या मुखात कायी भाकर तुकडा घाला!"

"हा वैनी, तू कायी त्यायची काळजी करू नको!"

खोटा का होईना, पण नानानं आईला धीर दिला. ही खूप चांगली गोष्ट झाली. कारण नानाला त्याचंच पोट भरणं जड. आमची काय नवी कथा? तसेही दुष्काळात नात्यागोत्याचे धागेदोरे तटतट तुटून जातात. आम्ही थेट जन्मदात्यापासूनच तुटलेलो. बाकीच्यांनी तरी आमच्यावर का माया धरावी? वेळच अशी बिकट आली होती. आई तिकडं आडव्या आलेल्या मुलाच्या वेदनांनी कळवळतेय. आम्ही इकडं भुकेनं वेडे झालो होतो. असल्या

दिवसांतही आईनं आम्हांला भुकं कधीच ठेवलं नव्हतं. आई कुठूनही हिरवाकंचा पाला घेऊन यायची अन् ढणढणत्या चुलीवर पातेलं ठेवून आम्हास उकडून द्यायची. आम्ही आईनं जमवून आणलेल्या चाऱ्याचा चट्टामट्टा उडवायचो. पण आता आई नव्हती. भूक तर डोंगर झालेली. आमचं भुकेचं भारूड सुरू झालं.

"आक्के, माझ्या पोटात कावळे कोकताय!" पमी म्हणाली.

"'पोटात कावळे कोकताय', म्हन्जे ग काय?" न राहवून मी म्हणालो.

"आरे, ते भुकेचे कावळे असत्यात!" तावडी म्हणाली.

"भुकेचे कावळे ह्या कावळ्यांपेक्शा यगळे असत्यात काय ग, तावडे?" मी म्हणालो.

"हा! ह्ये कावळे कावकाव करत्यात अन् पोटातले भुकेचे कावळे भूकभूक करत्यात!" तावडी हसत म्हणाली.

"हट्! असा कावळा नस्तोच मुळी!" मी म्हणालो.

"मग चूप बैस! नको डोकं पिकवू!" तावडी रागानं म्हणाली.

"माला भूक लागलीय! सांगून ठिवतोय!" मी चिडचिड करत म्हणालो.

"तुला भूक लागलीय न? भूक ना मंग!" तावडी खोडकरपणे म्हणाली.

"काय ग मरकुडेऽऽ, त्याला कशाला भुकायला सांग्ते; यकुलता यक भाऊ आपला. त्याला अशी सतावते का?" पमी तावडीला म्हणाली.

"ये म्हसडेऽऽ, माला नको शिकवू? पाठीत असा बुक्का घालीन त् भुकायलाच लावीन!" तावडी पमीच्या अंगावर धावून आली. मी मध्ये आलो.

"तावडे, माझ्या भयनीला मारायचं न्हायी. सांगून ठिवतो. न्हायी त् माझ्याइतकं वायीट कुनी न्हायी!" तावडीला फुका दम दिला. पण तावडी काय माझ्या दमाला मानते.

"यकच झावडीत लावली न भो त् पानीच मांगशील!"

आक्कानं तावडीच्या लावून दिली अन् रागानं म्हणाली,

"त्याला काय पानी मांगायला लावते ग वाहनतोंडे! इडं भाकरीचा पत्ता न्हायी, तिकडं आपली आई मरनाच्या दारात अन् तुमाला भांडनं सुचून ऱ्हयलेयऽऽ घुबडवानाचे!"

बराच वेळ. आळीमिळी गुपचिळीचा गेला. मात्र भुकेला काही टाके घालता येईना. ती उसवतच चालली एकेक टाक्यानं...

मी आक्काकडं जात तिला म्हणालो,

"आक्का गऽऽ माला जेवायचंय!"

"काय देवू बाबा तुला खायला? घरात त् चिमूटभर पीठ न्हायी!"

"माला खायला दे कायीबीऽऽ दे कायीबीऽऽ दे न खायला." मला भूक गप्प बसू

देईना. त्यामुळे मी आक्काभोवती कावसं सुरू केलं.

"माला खा!" आक्का त्राग्यानं म्हणाली.

"भावड्याऽऽ तिला नको माला खा!" तावडी माझी मजा घेत म्हणाली.

"माला भूक लागलीऽऽ माला भूक लागलीयऽऽ भूक लागलीऽऽ"

"माला खाऽऽ माला खाऽऽऽ माला खाऽऽ" तावडी माझी चेष्टा करत म्हणाली.

मला तावडीचा असा काही राग आला. मी तिची वेणी खेचली. ती काय गप्प राहील का? तिनं दिला माझ्या पाठीत निबर तडाखा ठेवून. मी भोकाड पसरलं. पमी आली अन् तिनं तावडीच्या ठेवून दिली. तावडीनं पुन्हा पमीच्या... पमीनं भोकाड पसरलं. मग मी अन् पमीनं तावडीला कुथवलं... तावडीनं भोकाड पसरलं! भूक अशी भोकाड घेऊन अवतरली. आक्काला काय वाटलं माहीत नाही. आक्का घराच्या बाहेर पडली. मी डोळे पुसत ढुंगणाखाली सरकणारी थिगळाची चड्डी वर खेचत निघालो तिच्या मागं. आक्का झपाझप पावलं उचलत चालली होती. आई घरी नसल्यावर आक्काच आमची आई असायची. आमच्या भुकेचा प्रश्न सोडवण्याची तिची जबाबदारी होती. त्याच शोधात निघाली होती. चालता चालता तिनं मागं वळून पाहिलं. मला पाहिल्यावर तिनं डोळे मोठे केले. माझ्यावर काहीच परिणाम झाला नाही, म्हणून ती चिडली अन् रागानं म्हणाली,

"भावड्याऽऽ, घरी जा बरं, माझ्या मागंमागं यायचं न्हायी; सांगून ठिवते!"

"हंऽऽ म्या यईन!" मी सदऱ्याची कॉलर तोंडात चावता चावता म्हणालो.

"का रे, सतावतो मेल्या!" असं म्हणत तिनं माझ्या दंडाला चिमटा काढला.

मी जागीच कुत्र्याच्या पिलासारखं 'क्यांव' केलं. पण मागं हटायला तयार नाही. आडेलासारखा निघालोच पाय फरफटत. आता मात्र आक्काची सहनशीलता संपली अन् बोसाळून म्हणाली,

"तू माघारी जा बरं माकडतोंड्याऽऽ न्हायीतर फटकूनच काढीन!"

"मार माला! पन म्या ययीनच!"

"कुडं चालला रे तोंडवाशा!"

"तू जाईल तिडं!"

"म्या चालले म्हसनवटीत. मंग तूबी येनार का?"

"हाऽऽ म्याबी येनार म्हसनवटीत!"

ती रडकुंडीला येत म्हणाली,

"ये घुबडाऽ, जा न मागं!"

मी जागच्या जागीच पायानं माती टोकरत उभा. मग मात्र आक्काचा नाइलाज झाला. संताप करत म्हणाली, "ये मेल्या, तिडं ज्येवनच वाढून ठिवलंय. तुझ्यामुळे कायी घोटाळा झाला तं लई कुतरीच्या आईवानी चेंदील भो तुला त्!"

"आक्काऽऽ कुतरीची आई कुतरीच आस्ते न्! मंग कसं ग कुतरीच्या आईवानी?"

"गप चाल बरं. नको चंभारचवकशा करू!"

मला माहीतय आमची आक्का काही मला पाच बोटंही लावणार नाही. आक्काचा माझ्यावर फार जीवय! आक्कानं सांगितलं म्हणून मी मुकाटी चाललो होतो. मारुतीच्या देवळामागं गावड्याच्या दुकानासमोर लगोरीचा डाव सुरू होता. कंथईचा आर्ज्या, कमळईचा रत्न्या, गावड्याचा भावशा, तळेकरचा पग्या, गण्या, विज्या, सुकड्या... असं बलतन जमलेलं. मला पाहिल्यावर रत्न्या म्हणाला,

"ये पऱ्या, भावड्याऽऽ चालय खेळायला. खेळायचं न्हायी का तुला?"

"ये त्याला न्हायी खेळायचं. व्हा जावा, खेळगे कुनीकडच्येऽऽ" आक्का डाफरली.

मलाही कुठं खेळायचं होतं. मला तर भूक लागली होती. त्यामुळे लगोरीच्या जागीही मला भाकरच दिसली असती. लगोरी काही भाकर नव्हती तुकडा मोडून खायला?

आक्का नुसतं चालतच होती. कुठं चाललो आपण हेही विचारायची माझी बिशाद नव्हती. चालता चालता आक्का राघूअप्पाच्या पिठाच्या गिरणीसमोर येऊन उभी राहिली. गिरणीच्या दाराला कडी लावली होती. गिरणीच्या समोरच राघूअप्पाचं मोठं घर. गिरणीत दळायला आलेली दळणं दळून अप्पा घरात जाऊन बसायचा. तिथून त्याची नजर गिरणीवर असायची. एखादं अर्जंट दळण असेल तर लगोलग दळून द्यायचा. आक्कानं इकडंतिकडं पाहत गिरणीची कडी हळूच– आवाज न करता काढली. दळण दळताना बरचसं पीठ जमिनीवर सांडलेलं होतं. आक्कानं ते परकराच्या वट्टीत घाईघाईनं भरलं अन् वाऱ्याच्या वेगानं निघाली. मी तिच्या पाठी पळतच चाललो होतो. हातापायात आपोआपच बळ आलं होतं. कारण आता भाकर मिळणार होती. भाकरीच्या ओढीनं घर कधी आलं कळलं नाही. पमी अन् तावडी कंबरेवर हात ठेवून आमची वाटच पाहत होत्या.

घरात पाय की दारात पाय. तावडी म्हणाली,

"काय आणलंऽऽ बाई, आक्के?"

"बाई, आधी काटवट घे इकडं. मंग सांगते तुला!"

पमीनं काटवट आणली. आक्कानं काटवटीत पीठ सोडलं. तावडी कसली गप्प राहते.

"कुडून आणलं ह्ये पीठ. त्याच्यात त् मातटबी आणलं!"

"राघूअप्पाच्या गिरणीतून!"

"तू चोरी केली का काय, आक्के? आई त् चांग्लच फोडून काढीन तुला!"

"मग माझ्या भाकऱ्या करून खाऊ घालू का तुमाला?" आक्का चिडून म्हणाली.

"आक्केऽऽ, म्या आईला सांगंल बाई!"

"सांग व्हय! भाकरीच्या कुटक्याला त् हात लाव, मंग सांग्ते तुला?"

"तावडेऽऽ, नको शानपना करू. आपल्यायसाठीच आण्लं तिनं पीठ!"

"हाऽऽ हाऽऽ तू त् खादाड म्हैस! तू त् निस्तं पीठ खाया बसली!"

"ह्ये खादाडबिदाड नको म्हणू; माझ्यापेक्शा तूच जास्त खाते!"

"तू त् मारी चिमणीच्या गुवायवढं खाते!"

दोघींचं धुसफूस चालू असतानाच माझं लक्ष राघूअप्पाकडं गेलं. तो तरातरा पावलं उचलत आमच्या घराच्या दिशेनं येत होता. मी घरात जाऊन आक्कास म्हणालो.

"आक्काऽऽ, राघूअप्पा आपल्यायकडं येतोय वाटतं!"

राघूअप्पा तोंडचा घास हिसकावून नेईल या भीतीपोटी आक्कानं काटवटीत टाकलेल्या पिठात पाणी ओतून दिलं. मारलं तरी चालेल पण पीठ हातचं जाणार नाही. एकतर खूप मोठं घबाड आमच्या हाती लागलं होतं. पण ते आता जातं की काय? भाकरीजवळ पोहोचूनही भाकर मिळणार नाही, ही जाणीव काळजाला खाऊ लागली.राघूअप्पा पायऱ्या चढत फणकाऱ्यात घरात आला. "आक्केऽऽ, चोरी करतेस व्हय?" असं म्हणत आक्काच्या एक सणसणीत गालात ओढली. त्यासरशी ती चुल्याजवळच आडवी पडली. आम्हांला काय करावं कळेना. आम्ही रडाया, बोंबलाया लागलो.

जराशानं आक्कानं अवघं रामायण रडत स्फुंदत राघूअप्पाच्या कानावर घातलं. "दोन दिसापून आमी जेवलो न्हायी. घरात दाना न्हायी. आई दवाखान्यात भर्ती झालीय. भावड्या उपाशी व्हता. आमच्या भुका मारल्या, पन त्याला भूक ऱ्हाईना. म्हनून म्या गिरणीतून पीठ आणलंया. पण पिठाची चोरी न्हायी केली म्या. जे पीठ भुईवर सांडलं व्हत त्येच म्या आणलं!"

राघूअप्पाचं काळीज हेलावून गेलं. त्याला गलबलून आलं. जे पीठ दळताना सांडलेलं असतं ते आपण झाडूनझाडून डब्यात भरून ठेवतो अन् जनावरांच्या चंदीत कालवून देतो, ते या लेकरांनी भरून आणलं. त्याला खूप वाईट वाटलं. डोळ्यांत पाणी उभं राहिलं.

"आक्के, यक कर. रोज पिठाचा रिकामा डबा गिरणीत आणून ठिवत जा. चार भाकरीपुरतं पीठ म्या देत जाईन!" असं म्हणत राघूअप्पा निघून गेला.

पमी बाहेरून सरपण घेऊन आली. तात्रडीनं चूल पेटवली. आक्का थपाथपा आवाज करत भाकरी थापू लागली. मी केसरईच्या घरून मिरचीचा ठेचा घेऊन आलो. गिरणीतून आणलेल्या पिठाच्या चार भाकरी झाल्या होत्या. भाकरीच्या पोटावर हिरव्या मिरचीचा ठेचा घेत आम्ही चौघांनी त्या संपवल्या. दोन दिवसांची भूक भागवली.

एकाएकी आक्का जमिनीवर आडवी पडून हसू लागली. ती पीठ चोरल्याच्या फजितीवर हसत होती की कशावर मला काहीच कळलं नाही. नंतर तावडीही हसायला लागली... मग पमीही. मला काही कळलं नसूनही मीही उगाचच्या उगाच हसू लागलो... चुल्यावरचा तवाही हसत होता... आता घरही हसायला लागेल की काय?

असं वाटत असतानाच आक्का रडायला लागली... तावडीही... पमीही... अन् मीही....

❑❑

१६

जत्रेची खर्ची एक रुपयाचा चंद्र आणि कुंकवाचा करंडा

पिरसायबाबाच्या जत्रेची मी अन् पमी सहासहा महिने आधीच तयारी करत असायचो. कुणी पाहुणे घरी आले अन् त्यांनी पाचदहा पैसे समजा हातावर टेकवले की मी ते जत्रेला म्हणून ठेवत असे. पमीही असे कशाचेही पैसे जपून ठेवायची अन् दर वेळी मला सांगत राहायची,

''भावड्या, माझ्याकडं दीड रुपयाची चिल्लर जमा झालीय!''

मीही माझ्याकडं जमा झालेला दहापाच पैशांचा खुर्दा तिच्यासमोर ओतायचो अन् तिला हात न लावू देता मीच हिशेब करून म्हणायचो,

''बग, माझ्याकडं पन एक रुपाया जमा झाला!''

''आपन अजून जमा करू. अजून खूप महिने बाकी हाये पिरसायबाबाच्या जत्रेला!''

''या वेळेस लई पैसे जमा करायचे भोऽऽ लई म्हंजे लईचऽऽ!''

''पन आईला सांगू नको म्हंजे झालं?''

''म्या कशाला सांगू?''

''तू हायेसच फाटक्या तोंडाचा. आईला सांगून टाकतो!''

''न्हायी गऽऽ आता न्हायी सांगायचा म्या!''

''तू आसंच म्हन्तो भोऽऽ अन् देतो सांगून आईला. मग आई घेते झडती! यक पैसाबी मंग आपल्याकडं उरत न्हायी! नेहमीसारखीच मंग बिनाखर्चीची आपली जत्रा!''

''पमे, या बारी खरंच न्हायी सांगणार!''

''कवड्याईची शपथ घ्ये!''

मी कवड्याईची शपथ घेऊनही पमीला खातरी नसायची. म्हणून ती कुणाकुणाच्या शपथा घालायची. मलाही कुठं शपथा घेण्यासाठी पैसे पडत होते?

''भुतू बाबाची घ्येऽऽ''

''भुतू बाबाची शपथ!''

''काशाईची घ्येऽऽ''

''काशाईची शपथ''

''मुंजाबाची घ्येऽऽ खंडूबाची घ्येऽऽ म्हसोबाची घ्येऽऽ मावल्याईची घ्येऽऽ बिरुबाची घ्येऽऽ...'' असतील नसतील तेवढ्या देवांची नावे पमी घ्यायची अन् मी न थकता त्या साऱ्यांच्या शपथा घ्यायचो. मात्र एवढ्या साऱ्या शपथा घेऊनही घेतलेल्या सगळ्या शपथा मी घटक्यात मोडून टाकायचो. पमी मला मग अशी काही अटकळ घालायची नाही. ती या भानगडीत पडायचीच नाही. माझ्यावर दातओठ खाऊन मुकाट व्हायची. पिरसायबाबाच्या जत्रेची तयारी अशी आमची आधीपासूनच झालेली असायची. आणि पमी म्हणते तसा मी गच्च्या करून बसायचो. वेळेवर त्रिचका करून टाकायचो. मग दर वेळेप्रमाणं घरात कधी तेलमिठाचं नसलं की आई मला हमखास विचारायची,

''बबड्या, तुझ्याकडं हाये रे एखाद रुपया?'' आई बरोबर फास टाकायची.

''हाये न आई, अंबरमामानं देलेला.'' मी आईच्या फासात अडकला जायचो.

''दे मंगऽऽ''

''आई म्या तो पिरसायबाबाच्या जत्रंसाठी ठेवलाय बाई!''

''तवा देईन म्याऽऽ. चांगले दोन रुपै देईल माझ्या लेकाला!''

''नक्की दे बरं का, आई!''

मी आईकडून वचन घ्यायचो अन् जड मनानं एक रुपयाचा खुर्दा आईच्या हातावर टेकवायचो. आई तो पुन्हा माझ्या मुठीत ठेवायची अन् खंडूबाबाच्या दुकानातून चहाची फक्की आणायला सांगायची तेवढ्या रुपयाची अन् कंगाल होऊन जायचो. हे झालं माझं. मी खरंच दर वेळी ठरवत असायचो की आईला बिलकूल कबूल व्हायचं नाही. पण वेळेवर मला काय व्हायचं माहीत नाही. मी खुराट होऊन जायचो. मग माझी तगमग वाढायची. पमीचे पैसे डोळ्यांत सलायचे. पमी मग मला लाडीगोडी लावायची.

''माझ्याकं पैसे हायेत सांगू नको बरं का भावड्या आईला!''

''पाहय बाई, माझ्याकडं कुडं हायेत मंग पैसे?''

''जाव दे, नसू दे! हे आपल्या दोघायचे समज. म्या देईन तुला जत्रेच्या दिवशी माझ्यातली आर्धी खर्ची!''

''न्हायी सांगायचो मग आईला!''

असा दृढ निश्चय करूनही आई मला बरोबर फसवायची.

''दादा, साखरीपुरते हायेत का रे!''

''न्हायी त् बाई! माझ्याकडं त् पाच पैसे न्हायीत! व्हते ते देले न तुला!''

''आरे, लई तलफ आलीया च्याहाची. आस्ते त् उलीसाक च्याहा केला आस्ता. म्हनून वाटलं. नसंल त् नसू दे!''

मला आईची कीव यायची. तशी चहाची तलफ मलाही दाटून यायची अन् मी सांगूनच

टाकायचो अन् पमीलाही खोरी करून टाकायचो. मग पमीच्या शिव्या खाव्या लागायच्या. ती माझ्याशी कट्टी घ्यायची

मी फुरंगटून बसायचो. पमीचा राग कशानं जाईल याचा शोध घ्यायचो. पण पमी जास्त हट्टी. माझ्या हातात चार आणे, आठ आणे आले की पमीला नेऊन द्यायचो तेव्हा आमची बट्टी व्हायची. अन् पुन्हा सुरू व्हायची पिरसायबाबाच्या जत्रेची तयारी. जत्रा जसजशी जवळ यायची तसतशी आमच्या दोघांची लिस्ट तयार व्हायची,

''भावड्या, या वेळेस म्या चमकीच्या बांगड्या घेनारय!''

''म्या डबीचा सिनेमा घेनारय भो!''

''अन् बरं का वरवाड्यातल्या शिलीनं घेतला होता न तसा केसांचा च्यापपण!''

''तू झिंग्यांची बंदूक पाह्यलीय का? अगदी तशीच म्या घेणारय!''

''डॉक्टरच्या पक्याचा चावीचा ट्रॅक्टर तसा घे! लईच भारीय तो.''

''हा ना! चावी फिरवली का कसा लांब जातो, म्या घेनारय तो.''

''आईसाठी कुंकवाचा करंडापण म्या घेणार. शोभा वैनीनं घेतलाय, अरे!''

हे झालं वस्तूचं. खायच्या गोष्टींविषयी आम्ही ठरवलेलं असायचं. राजू हलवायची जिलेबी कशी टेस्टी असते तीच घ्यायची. चांगुणाबाईच्या शेवेची सर आमच्या दोघांच्या दृष्टीनं कशालाच येणार नाही. गंमत अशी की आम्ही जत्रेतला खायचा कुठलाच पदार्थ मुळी आजपर्यंत चाखलाच नाही. जत्रा येईपर्यंत आमच्या दोघांच्या डोक्यात पिरसायबाबाची जत्राच असायची. जत्रा येईपर्यंत कल्पनेच्या पातळीवर आमचं सारंकाही खरेदी करून झालेलं असायचं अन् पदार्थही खाऊन झालेले असायचे.

हे झालं आमच्या बहीणभावाचं. संतू, दिवड्या, पग्या, नित्या यांचंही सुरू असायचं. नित्या म्हणायचा,

''संतू, भावड्याला सांग माहा भाऊ कसा माला घोडा घेवून देनारय जत्रेत!''

''हा न भौ.'' संतू म्हणाला.

मग नित्याची गाडी माझ्याकडं वळायची.

''भावड्या, या जत्रेत तरी येनार न भो तुझा चावीचा ट्रॅक्टर?''

''मंग!''

''ह्या वर्षीही त्याचा फुसका बार निंगायचा!''

''घेयीलंच त्यो कारे भो त् भावड्या?'' पग्या म्हणाला.

''हा न''

''तुह्या घोड्याबरोबर शर्यत लावीन!'' पग्यानं नित्याला चिमटा घेतला.

''पग्या, तू त् लई त्याचा कैवार घेवून ऱ्हायलाय. ट्रॅक्टर घेतल्याव तो तुला चावीबी मारू देनार ऱ्हायी!''

"जाव दे! नका का देईना! तुमी नका जोव जाळू. आपला दोस्तय तो."

यांना यंदाच्या साली चावीचा ट्रॅक्टर घेऊनच दाखवतो म्हणजे नित्याची टूरटूर बंद होणार असं मी ठरवायचो. म्हणजे एकट्या पग्याबरोबर तो विडा उचलायचो...

जत्रा जवळ येऊ लागायची अन् माझा खुर्दा मी अन् पमीचा खुर्दा पमी पुन:पुन्हा मोजत राहायचो. प्रत्यक्ष जत्रेचा दिवस उगवायचा तेव्हा आमच्या दोघांकडं एक पैसा उरलेला नसायचा. जत्रेला निघाल्यावर आईनं दोघांत मिळून हातावर खर्ची म्हणून एक रुपयाचा चंद्र ठेवलेला असायचा. काय खरेदी करणार तेवढ्या एक रुपयाच्या ठोकळ्यात? एक तर पमीची भली मोठी लिस्ट तयार झालेली असायची अन् माझीही. आम्ही जत्रेत हिंडायचो, पमीला ज्या बांगड्या घ्यायच्या त्या कितीतरी वेळ हातात घेऊन न्याहाळत बसायची. तिनं ज्या वस्तू घ्यायच्या ठरवलेल्या असतात त्या फक्त न्याहाळत राहणार. तोच नियम मला. हातात घेऊन त्या सिनेमाच्या काडीपेटीएवढ्या डबीचं बटण मी फिरवत राहणार... हेमामालिनी, धर्मेंद्र, राजेश खन्ना असे एकामागून एक यायचे. खेळणीवाला ओरडायचा -

"ये पोऱ्या, घ्यायचं नसेल तर ठिव बरं!"

इवलंसं तोंड करायचं तेवढ्यापुरतंच. काही झालंच नाही असं दाखवत दुसऱ्या खेळणीच्या दुकानात चेहरा फुलवून पाहत बसायचं. मग गावातलं कोणकोण भेटायचं यदूबाबाची चंदा, झापडी उशी, बांगुरी कमळी, भिलआटीतली चंद्रकली, सुताराची संगी अशी पमीच्या मैत्रिणींची फौज. चंदा म्हणायची,

"पमे, म्या बांगड्या घेतल्या. बग न् किती छान हाये."

"म्या पन घेतेय."

"म्हन्जे तू कायीच घेतलं न्हयी अजून..."

"अग, आम्ही आताच तर आलो."

"माझ्याईनं दहा रुपये खर्च्ची दिली."

"आमालापन दहा रुपये दिले. हो न् भावड्याऽ"

"हो न्! आमी त् काय काय घेनारय माह्यती का चावीचा ट्रॅक्टर, चमकीच्या बांगड्या... काय ग बाई पमी" माझी यादी जरा जास्तच वाढत चालली की पमी माझ्या पाठीला बारीकसा चिमखुडा घ्यायची. तेव्हा कुठं माझी सुटलेली मेल थांबायची.

सुताराच्या संगीनं केवढ्या टिकल्या, बांगड्या घेतलेल्या असायच्या. तिला त्या आम्हांला दाखवायची घाई व्हायची. चंद्रकलीनं काही घेतलेलं नसायचं. ती तर येडबुंबाच. गारीगार चोखत न्हायची. झापड्या उषीनं लाकडी फणी घेतलेली असायची, तशा तिच्या डोक्यात उवालिखांचं पीक होतंच. फणी नांगरायला कामी येईल. चिमबाबाची शकू निघताना मुरका मारत म्हणायचो, "ह्ये बचा, माहा हार न्हायी पायला का त्वा?"

"लईच भारीय! कुडं घेतला? मालाबी घ्यायचा!" पमीनं डोळे दिपवत हाराचं कौतुक केलं.

मग साऱ्याच गलका करत निघून जायच्या.

आमची लुटूमुटूची खरेदी सुरू. खेळणीच्या दुकानावर चावीचा ट्रॅक्टर दिसला.

"पमे, ट्रॅक्टरऽऽ" म्हणत मी ट्रॅक्टर हातात घेतला. पमी पुढच्या खेळणीच्या दुकानात. मी चावी फिरवली जमिनीवर सोडणार तोच दुकानदार खेकसला.

"घ्यायचा आसंल त् चालवून पाह्यचा?"

मी न चालवून पाहता ठेवून दिला अन् पुढं निघणार तोच संत्या, पग्या, दिवड्या, पांगळा गौत्या, कांबळंईचा नित्या कुठूनतरी उगवायचेच. संत्या माझ्या कानाजवळ पिपाणीचा मोठा आवाज काढत राहणार. दिवड्याचं भिरकं बिंगतच राहणार. नित्याची ट्रक माझ्याभोवती नित्याच्या हातानं जमिनीवर फिरणार. संतू म्हणणार -

"भावड्या, तू दुपारी पाह्यजेल व्हता. काय टांग्याच्या शर्यती झाल्या?"

"कावण्याखोऱ्यातल्या इशाचं टांगं काय पळायचं. पार घोड्याच्या तोंडाला फेस आणला व्हता. असं जीव काढीत असं जीव काढीत पळालं न भो... त्या इशाला घेवून पार निंबाळकराच्या वावरातून धुधाट!" गौत्या म्हणाला.

"हा ना पऱ्या, आवरंनाच त्ये!"

"ये संत्या, चाल. याच्या काय नादी लाग्लाय. कुस्त्या सुरू झाल्या अस्तीन" संतूचा हात ओढीत नित्या म्हणाला.

संतूची पिपाणी गेली. दिवड्याचं भिरकं. नित्याची ट्रक. पमीची माझी पुन्हा जत्रा सुरू झाली. आम्ही पुन्हा आमच्या आवडत्या खेळण्यांजवळ यायचो, दुकानदारांना एव्हाना कळून चुकलं होतं की हे बहीणभावंडं घेत काहीच नाही, नुसते पाहत बसतात. ते आता डोळे वासायला लागले होते. मला असं वाटायचं की आपला ट्रॅक्टर काही घेता येणार नाहीच. मग पमीच्या बांगड्या तरी घ्यावा. पण त्यांना लागायचे दोन रुपये. आमच्याकडं तर एकच रुपया. आपली आवडती वस्तू आपल्याला घेता येत नाही म्हणून फार वाईट वाटायचं. जत्रेत दिवसभर फिरून आम्ही काहीच घेतलेलं नसायचं. दिवस बुडायला यायचा अन् आम्हांला आठवायचं की आता आम्हांला लाडू खायचे होते... शेव खायची होती... जिलेबी खायची होती. म्हणून जिलेबी काढणाऱ्या राजू हलवायापाशी जाऊन मी उभा राहिलो. मग चांगुणाईच्या शेवाजवळ. गोडीशेव राहिलीच... ती कोण सोडणार...

आमची जत्रा आटोपली. आम्ही निघालो. पमी म्हणाली,

"भावड्या, जिलेबी लई छान लागली!"

"म्या त् पोटभर हाणली."

"चांगुणाईची शेव थोडी आळणी व्हती."

"गोडीशेव ग गोडीशेव."

"ती त् फारच छान"

न खाताही सगळ्या पदार्थांची चव आम्ही पोटात भरली. पमीच्या चमकीच्या बांगड्या, माझा चावीचा ट्रॅक्टर, सिनेमाची डबी, प्लास्टिकच्या गोळ्या उडवणारी बंदूक, आईचा सोनेरी कुंकवाचा करंडा या वस्तूंच्या संदर्भात कुणी विचारलं तर आम्ही काय सांगणार होतो? रुपयाचा चंद्र घट्ट हातात धरून ठेवला अन् रस्त्याला लागलो.

गावात आलो मारुतीच्या देवळाजवळ चव्हाण डॉक्टरचा पक्या त्याच्या सिमेंटच्या ओट्यावर चावीचा ट्रॅक्टर पोरांना फिरवून दाखवत होता. संत्या, हण्त्या, मल्या, नित्या पळणाऱ्या ट्रॅक्टरचं कौतुक करत होते. मीही गेलो. पक्याला लाडीगोडी लावत म्हटलं -

"पकू, माला बगू दे न एक वारी चालवून!"

"काय रे, आमाला त् लई शायनिंगमदी सांगत व्हता, माला ट्रॅक्टर घ्यायचाय. कुडंय तुझा ट्रॅक्टर?" नित्या म्हणाला.

"घ्यायचा व्हता; पन मी जाईपर्यंत संपून गेला." ट्रॅक्टरची चावी फिरवत म्हणालो.

"कायी नको भपाऱ्या मारू. खर्ची व्हती का तुझ्याकडं?" संतू म्हणाला.

संतूकडं लक्ष न देता चावी देऊन झालेला ट्रॅक्टर जमिनीवर उभा करून सोडला तो पार पक्याच्या ओट्याच्या खाली गेला. पलटी झाला.

घरी आलो. आईनं गोडधोड जेवण केलं होतं. आईनं न विचारताही मी तिला अख्खी जत्रा सांगत होतो. जत्रा तिच्या डोळ्यांत उतरून तिचे डोळे ओले झाले होते, की आपण आपल्या लेकरांना खर्ची दिली नाही म्हणून? नेमकं कशानं ते शोधायला वेळ कुठं होता. पमीचं जेवण झाल्यावर आईला मी हात पुढं करायला सांगितलं अन् आईच्या हातावर कुंकवाचा करंडा ठेवला.

"लेका, तुझ्याकं पयसे आले कुडून?"

तेवढ्यात पमी घरात आली.

"भावड्या, कसा घेतला तू हा करंडा?"

"म्या गपचिप खिशात घातला!"

आईचे डोळे आणखीनच ओले झाले. मला जवळ घेत कुरवाळत म्हणाली,

"लेका, आपली आयपत न्हायी अशा गोस्टीचा आपेग करायचा न्हायी, तू जवा कमाई करायला लागशील तवा माझ्यासाठी कुकवाचा करंडा घ्ये!"

मी ओट्यावर उभा राहत कौशाआत्याच्या चिंचेकडच्या गचपनात करंडा भिरकावून दिला... आतापर्यंत जपून ठेवलेला एक रुपयाचा चंद्र पुन्हा आईच्या स्वाधीन केला अन् पुढच्या जत्रेला खूप खूप खर्ची जमा करायची असं मनोमन ठरवलं...

❑❑

१७
गुळाचा शिरा...

माझं नाव शाळेत घातलं तेव्हा गूळखोबरं वाटलं नाही का गावभर दवंडी दिली नाही. शाळेच्या पहिल्या दिवशी अंगात ना नवा सदरा होता ना चड्डी. चड्डी जुनीच... फाटलेली. ढुंगणावर दोन्हीकडून दोन ठिगळं. सदरा होता तसा नव्हता. त्याची पार अवस्था झालेली. गावडेगुरुजीनं मला खालीवर न्याहाळलं अन् माझं नाव शाळेत दाखल करून घेतलं. धड पाटी ना दप्तर. लाकडाचे कोपरे गळून पडलेली पाटी. पाटी तशी आक्काची. मग तावडीनं वापरली. तिच्यापाठच्या पमीनंही. मी पमीच्या पाठचा म्हणून आता मला. आक्कानं सिंधूबाईच्या उकिरड्यावरून हुडकून आणलेल्या लाकडाच्या कोळशानं घासून पाटी लख्खं केली होती. खोबऱ्याचं तेल घरात येत नव्हतं. कुणालाच ते नशीब झालं नाही. आईनं गोडंतेल डोक्याला चोपडून दिलं. ते एवढं की सगळ्या तोंडभर ओघळून आलं. तोंड चमचम करत होतं. शाळेच्या त्या नव्या दुनियेत मी पार भांबावून गेलो. भामटा चोर आणून बळंच बसवावा, तसा मी वर्गात बसलो. आक्का बाहेर व्हरांड्यात बसलेली.

शाळा का शाळा होती? मारुतीचं पडकंझडकं देऊळ. सगळ्यांना या शाळेचं फार अप्रूप. तिला शेंडा न बुडूख. शाळेचं घड्याळही अवचिंद. जराही त्याचा काटा पुढं सरकत नव्हता. नाहीतर शेळ्या चारायला रानात गेलं की कधी दिवस बुडायचा कळत नव्हतं. शाळेतला तर बुडायलाच तयार नाही. तासात बसलेल्या बैलासारखा... आडेल; नाहीतर झिंगाच्या म्हशीसारखा पाण्यात बसल्यावानी जागच्या जागी सुस्त. कसातरी घड्याळाचा काटा पाचावर गेला. शाळा सुटल्याची घंटा झाली. मला फार आनंद झाला. खूप मोठ्या कोंडवाड्यात आपल्याला बळंच आणून बसवलं होतं. अखेर कोंडवाड्याचं दार उघडलं. मी मुक्त झालो!

रस्त्यानं चालता चालता आक्का सांगत होती,

"भाऊ, मोप नाव काढ दुनियेत साळा सिकून."

"व्हय!"

''आपल्या आईनं लई कष्ट केलेत. तिचे पांग फेड.''

''व्हय!''

''सिकून सायब व्हो.''

''व्हय!''

''न्हायीत् तू पोलीसच व्हो.''

''व्हय!''

''आपल्या आजीला बापाला तुरंगात डांब!''

''व्हय!''

''त्या आजीनंच मेलीनं आपल्या बापाचं दुसरं लगन लावून सौसार मोडला आपल्या आईचा. चांग्ला धडा सिकव त्यायला.''

''व्हय!''

''आम्च्ये वाणी गुरजी म्हनायच्ये साळंनंच ग्यान येतं मानसाला!''

''व्हय!''

आणखी खूप खूप उपदेश आक्कानं केले. ते मला कळत नव्हते. डोक्यात शिरत नव्हते. तरी मी आक्कास 'व्हय व्हय' म्हणत होतो. चालता चालता सुताराच्या मेटाजवळ आमच्या गल्लीची रंभाई भेटली. आक्काला म्हणाली,

''काय ग रोहयनाऽऽ, भावड्याचं नाव साळंत घातलं व्हय?''

''व्हय, मोठ्याई.''

''इंदूचा दिस उजाडणार. सीतामाईवानी वनवास भोगला. बापानं मोकललं तुमाला पन इंदूनं जतन केलं. तिचा हा लाल तिचे पांग फेडणार बग!''

असं म्हणत तिनं माझ्या हातावर चार आणे ठेवले. 'गोळ्या घे!', म्हणाली.

रंभाईच्या बोलण्यानं मघाशी आक्का जे काही मला सांगत होती त्यातला शब्द न् शब्द उमगायला लागला. तरीच बाप पहिल्यांदा जेव्हा आमच्या घरी आला अन् चहा पिऊन गेला- एकतर घरी आलेल्या पाव्हण्यांनाच तेवढा चहा करायचा असतो एवढंच मला ठाऊक- मी आईस विचारलंही,

''आई, कोन पाव्हना व्हता ग हा!''

''आरे यड्या, तुझा बापय त्यो.''

''माझा बापय त् मग आपल्याबरुबर क्का न्हायी ऱ्हात?''

''तिकडं नौकरीलाय ना शरात.''

''मंग आपल्यायला का नेत न्हायी त्यच्यासंग?''

''माला न्हायी म्हायती बाबा!''आईनं चिडचिड केली.

पण मी कसला माघार घेतो. मी आईला विचारलंच.

“आई, काय ग बाप यकटाच कसा न्हातो? त्याला भेव न्हायी वाटत का?”

“आरे, आपला बापच भोकाडीय. त्याला काय भेव वाटायचं?”आक्का म्हणाली.

“आक्का तू कायीबी सांग्ते. बाप का भोकाडीय? भोकाडीला मोठमोठे शिंगं अस्त्यात अन् नांगराच्या फाळासारखे दात... कळलं का?”

“कळलं बाबा!” आक्का तुटकपणे म्हणाली.

आई काही बोलली नाही.

मला वाटलं असेल बापडा शहरात, आपल्याला काय त्याचं; पण आज कळलं होतं की आपल्या बापानं दुसरं लग्न केलंय अन् तो शहरात राहतोय. म्हणजे त्याला तिकडं शहरात आपल्या आईसारखीच बायको असेल अन् आमच्यासारखी पोरं. मग कशाला लक्ष देईल तो आमच्याकडं. म्हणूनच आईची अन् आमची अशी हेळसांड केली. शाळेच्या पहिल्याच दिवशी आपल्याला एवढं तरी ज्ञान झालं. शाळेला ज्ञानमंदिर म्हणतात ते उगाच नाही!

घरी आलो. बापानं पिऊन राडा केला. आईला लाथाबुक्क्यानं मारत होता. आई मुकाट गायीवानी मार खात होती. तावडी ओरडत होती... पमीही. माझाही सूर त्यांच्या सुरात मिसळला.. सारं गाव जमा झालं होतं. जत्राच जत्रा. बिनपैशाचा तमाशा...

असा माझा शाळेचा पहिला दिवस...

काही दिवस कसाबसा मन मारून वर्गात बसलो. पण मग मनच लागेना. चित्त ठैरेना. ते पार उडून गेलं झाडाकोडांत, रानावनांत. नदीकाठी अडकू लागलं. झाडाच्या या फांदीवरून त्या फांदीवर उड्या मारू लागलं. नदीत डुंबू लागलं. झिंग्याबरोबर रानात म्हशी वळू लागलं. कंथईच्या आर्ज्याबरोबर भवरा बिंगू लागलं. भिलाच्या वशाबरोबर नदीत खेकडा धरू लागलं. रानात गोफण फिरवत पिकावरचे पाखर उडवू लागलं. शाळेत मजाच वाटेना. गुरुजीचा रिकामा धाक. रोज न चुकता छड्या बसायच्या. शिकण्यापेक्षा शिक्षाच जास्त. मरू दे शाळा. शाळेची गोडीच निघून गेली. क्रिकेटची आवड लागली. शाळेला दांडी मारून दिवसभर मी पुंजाराम तळेकरच्या वावरात क्रिकेट खेळायला जायचो. पम्या, झिंग्या, संतू, सुकड्या होतेच सोबतीला. घरी आल्यावर आई शिव्या घालायची... ओरडायची. आदळआपट करायची. स्वतःचा आसबोस करायची.

एक दिवस रागंबोसं तिनं माझी बॅट जाळून टाकली चुल्यात. क्रिकेट संपलं. राख झालं.

मी वस्ताद. क्रिकेट हे काही माझ्या शाळेच्या आड येत नव्हतं; पण आईला वाटलं की

याचं क्रिकेट संपलं म्हणजे हा आपसूक शाळेला जाईल. कशाचं काय... शाळेत माझा जीव रमत नव्हता, हेच खरं कारण. नंतर वेगळाच फंडा शोधला. शाळेच्या वेळेत संत्याच्या बारभाईच्या मळ्यात पळून जायचो. पम्या अन् सुकड्या कुठूनतरी बिड्यांचे थोटकं गोळा करून आणायचे. आम्ही शानमधी वडायचो. नाकातोंडातून धूर काढायचो. असे सगळे बैतल दिवस... उनाड बैलासारखे. मात्र याही दिवसांचा शेवट केला सुकड्याच्या बापानं. आमच्यावर पाळत ठेवून हेरलं आमचं नेहमीचं ठिकाण. आम्ही थोटकं पेटवले, पहिला झुरका घेतला अन् महाभारतातल्या दैत्यासारखा त्याचा बाप पुढ्यात उभा. कुत्रीच्या आईवानी लाथाबुक्क्यांखाली तुडतुड तुडवलं. पुन्हा थोटकांना हात लावला नाही की बारभाईच्या मळ्यात पाय ठेवला नाही.

एवढं झालं म्हणून शाळेत जाऊ लागलो असं झालं नाही. आई मेटाकुटीला आली. गावडे गुरुजीनं माझ्यावर डूख धरला. मला पाहण्यासाठी पोरं सोडायचा. मी पोरांना गुंगारा भरायचो. धरलंच पोरांनी मला अन् शेळी ओढीत न्यावी तसे चाललेच ओढत तर एखाद्याच्या हाताला कडकडून चावायचो. सुटका करून घ्यायचो. रोज वेगळंवेगळं कारण काढत मी शाळेला जाणं टाळायचो. कधी पोटदुखी तर कधी डोकेदुखी. कधी काय त् कधी काय!

त्या दिवशी शाळेला सुट्टी आहे, अशी थाप मारून घरी बसलो. संप्या, गुण्या बोलवायला आले.

"काकू, भावड्याला शाळेत बोलावलंय गावडे गुरुजीनं."

"म्हन्जे साळंला सुटी न्हायी व्हय?"

"कोन म्हनी?"

"भावड्या म्हन्ला. व्हय की न्हायी रे, कार्ट्या!"

मी मूग गिळून गप बसलो. भामटलो.

"आईसंगं खोटं बोलतो व्हय रे इपेतरा! बापाचंच बेणं. तुही तसाच निपजला. झालं तवाच मेलं बरं न्हायी. ऱ्हायलं माहा जीव खावून!"

माझी अवस्था धरून आणल्यासारखी. माझ्या तोंडून शब्द फुटेना. घसा कोरडा पडला. आता असं वाटलं की धरणीनं दुभंगावं अन् मला पोटात घेऊन टाकावं. म्हणजे तरी शाळेची झंझट संपेल! आई दरडावून म्हणाली,

"भावड्याऽऽ, साळंत निंग. दपतर उचल पैलं!"

मी जागचा हललो नाही. कोपरा धरून बसलो.

"भावड्या, कानात उदरं मुतले का तुझ्या!" आईचा राग अस्मानाला पोहोचला.

"म्या न्हायी जानार." मी रगेलवानी म्हणालो.

"घरी ऱ्हावून डुकरं वळनार का, ढोरा! आता त्येच बाकी ऱ्हायलंय!"

"माला न्हायी जायचं साळंत." मी गमऱ्यापणानं म्हणालो.

"बिनलाज्यासारखा वर तोंड करून बोल्तो."

आईनं गोष्टीतल्या दुष्ट बाईचा अवतार धारण केला. घातला पाठीत धपाटा. तरीही मी ढिम्म. होईल ते होईल, पण शाळेला जायचं नाही, असा निर्धार करून पक्का भुईला रोवून बसलो. आईही जिद्दीला पेटली. माझा खवाटा धरून फराफरा ओढू लागली. संताप संताप करू लागली.

"कसा जात न्हायी पाते म्या. न्हायी साळून कहाडला त् कांहये! वानीतिनीचं म्हनून म्हनून तू त् डोक्यावं हागायला लागला. आज तुला साळाच दाखवते म्या!"

आपली आता काही धडगत नाही. मी हातपाय गाळले. मात्र उंबऱ्याला येऊन आडलो. आईला ओढणं शक्य होईना. आईनं काही उपाय शोधायच्या आतच मी संधी घेतली. उंबऱ्याला पायांची आट लावली. आईच्या हाताला हिसडा देऊन पुन्हा कोपऱ्यात पळालो. कोपऱ्यातला खांब कवळीत धरला. त्याला पक्का चिकटलो घोरपडीसारखा. आता तोच एकमेव माझा आधार. काही झालं तरी खांब सोडायचा नाही. आईनं दप्तर आणलं.

"धर दपतर. धरतो का न्हायी, मेल्या!"

"म्या न्हायी जानार."

आईनं बोसळून जाऊन निबर लाथ घातली. मी खांब सोडला. धुधाट पळत सुटलो दरवाज्यातून बाहेर. आईनं फुकणी उचलली. लागली माझ्या पाठीमागं. ती माघार घेणार नव्हती. मीही तिचाच लेक. आळीतले लोक ओट्यावर उभं राहून पाहू लागले फुकटातला तमाशा. त्यात आवडाई होती. तिला माझा लळा. ती आईला म्हणाली,

"आगं, जात नसंल त् जाव दे. काय मागं लाग्ली त्येच्या. नवसाचं यकुलतं यक!"

"मेलं त् परवडलं! अस्ली ब्याद नको माला. लई तरसावला त्यानं माहा जीव! आज त्याची गय न्हायी!"

"आगं चंडळनी, जिभीला कायी हाडय का तुझ्या!" आवडाई आईवर ओरडली.

"मोठ्याई, तुमी मधी येवू नका. भावड्या मागं फिर. फुकणी पाह्यली का! फेकूनच मारीन भडव्याऽऽ"

मी वळलोच नाही. वळलो असतो तर कोंडवाड्यात रवानगी. मला तो कोंडवाडा नको होता. पळणं एवढंच माझ्या हातात होतं. आईची सहनशीलता संपली.

"भावड्याऽऽ, पुन्हा यकवार सांग्ते... मागं फिर!"

मी कसला मागं फिरतो आला. आईनं मला फुकणी फेकून मारली. लोखंडी धारदार फुकणी माझ्या पोटरीत सहजी रुतली. मी कळवळून पडलो. आईनं खसकन तिच्या लुगड्याचा पदर फाडला. जखमेवर बांधला. म्हटलं आता पायाला एवढं लागलंय तर आपली शाळा चुकणार. पण कशाचं काय? तिनं गुण्याला आवाज दिला.

"गुण्या, पात काय बस्ला! दप्तर आण भावड्याचं!"

"आई, माझा पाय दुखून ऱ्हायलाय?"

"कायी दुखत ऱ्हायी! तुला अद्दल घडिवली. आता ऱ्हायी इसरायचा तू; ऱ्हायी का?"

"आई, खरंच माहा पाय दुखून ऱ्हायलाय!"

"दुखू दे! पुन्हा असं खोटं बोलून घरी ऱ्हायचं ऱ्हायी; ऱ्हायी त् दुसराबी पाय जायबंदी करीन!"

आईनं माझं ऐकलंच नाही.

मी लंगडत लंगडत खूप मोठी शिक्षा भोगायला कोंडवाड्याच्या दिशेनं निघालो...

आता आईपण मला दुष्ट वाटायला लागली.

रात्री कंदिलाच्या मिणमिणत्या उजेडात...

आई माझ्या जखमेवर कुठचे कुठचे गावठी औषधं आणून बांधत होती अन् मी वेदनेनं कळवळत होतो. आईचे डोळे पाणावले होते. आक्का, तावडी, पमी माझ्या भोवतीनं बसलेल्या. आईचा चेहरा हुंबरून आला होता. गलबलून म्हणाली,

"आसा नादीपना का कर्तो माझ्या वासरा! यवढं नादी नसावं. पाह्यलं न केवडं लाग्लं माझ्या बबड्याला!"

"म्या ऱ्हायी जानार साळंत. ना धड सदरा, ना धड चड्डी. पोर हसत्यात माला!"

"तुला नवा सदरा घेयील, न्वी चड्डी घेयील; पन तू साळा सीक."

"माला ऱ्हायी सिकायची साळा. साळा सिकून कुनाचं भलं झालं त् माह व्हनार."

"साळा सिकून शाना व्हशील वासरा!"

"तू ना सिक्ताबी शानी कसी हायेस मंग?"

"कस्याची शानी! परुडे केले माझ्या आयुष्याचे. सिक्ले आस्ते त् लोकायच्या वावरात असी हाडाची माती नस्ती केली. माझ्या अडानीपनाचाच फायदा उचलला तुझ्या बापानं. त्या मवाल्यानं माझं आयुष्य मातीत घातलं. म्हनून तुला तरी देवानं सुबुद्दी द्यावी!"

आई बापाला शिव्या घालत होती. त्याच्या कुळाचा उद्धार करत होती. मी फक्त ऐकत होतो. शाळा शिकायची नव्हती. पण, आईचं दुःखही पाहवत नव्हतं. आईच्या दुःखाला उतारा दुसरा हवा होता. मला शाळा नको होती. त्यापेक्षा मला शेती करावीशी वाटत होती. माझ्या चुलत्याबरोबर मी रानात जायचो. त्यानं वखर धरला की मी वखरावर बसायचो. त्यानं नांगर धरला की मी नांगरून पाहायचो. तो रात्रीचा पाणी भरायला गेला की मीही जायचो. त्याच्याबरोबर मळ्यातली कामं मी करायचो. पण मला शाळा नको वाटायची. करमायचंच नाही शाळेत.

"आई, माला ऱ्हायी सिकायची साळा. म्या सेती करनार."

"मातीत सोनं व्हन्याचे दिस गेलेत, पुता. मातीत माती व्हते आयुष्याची. निखळ माती. आरे, इंगळ्या डसत्यात इंगळ्या. चावून खातात लोक चावून. म्हनून सांग्ते लई आनुभव इकत घ्याया लाग्त्यात. मातीचं नाव काढू नको जिंदगीत. माझं मातेरं दिसत न्हायी का तुला. आरे, आपली करमकहानी बिनबापाची. तिला बाप न्हायी. आजून तरी शाना व्हो. मतीला माती नको खावू देवू. चार बुकं सीक."

असं म्हणून आई रडू लागली. मला काय करावं समजेना. तिचा त्रागा खरा होता. तिची सल खरी होती. मात्र, शाळा मला नको होती. मला माती प्यारी. आईनं मांडलेलं गाऱ्हाणंही खरं होतं. मला ते कळत होतं पण उमगत नव्हतं, हेच खरं!

"तुझ्या बापानं, आजीनं, चुलत्याकाक्यांनी चिंध्या केल्या माझ्या आयुष्याच्या चिंध्या. जोडता जोडवत न्हायी रे. अस्तरावर अस्तर टाचलं जिण्याला. तुझ्यावर सारी मदार, अन् तूच आसा आडून बसलास त् म्या कोनाचं तोंड पायचं! नको सोडू साळा लेका, अस्यानं सत्यानास व्हयील सत्यानास! माती व्हईल रे लेकराऽऽ माती!"

आईनं तोंडाला पदर लावला. आम्ही भावंडं कावरेबावरे झालो. मी पाहत होतो की आई कुठल्याही संकटानं वाकणारी नव्हती. ती आमच्या मोडणाऱ्या घराची मेढ होती. कितीतरी दुःखं तिनं झेलले. रडणं तिला माहीत नव्हतं...

आई बापाचा मार मुकाट खायची, रडायची नाही.

आजीनं झिंज्या उपटल्या, तेव्हाही उसासली नाही.

चुलत्यांनी मारझोड केली, तेव्हाही रडली नाही.

आजोबानं काठी घातली डोक्यात, तरी डोळ्याला आसू नाही.

अन् माझ्या शाळेसाठी आई रडते. माझी मती कुठं पाणी प्यायला गेली. माझं मलाच फार वाईट वाटलं. न रडणाऱ्या आईला आपण रडाया लावलं. मी आईच्या पुढ्यात जाऊन म्हणालो,

"आई, रडू नको ग. खरंच रडू नको. म्या जायीन साळंत. खरंच जायीन साळंत!"

आईनं मला आवेगानं खसकन कुशीत घेतलं. अजूनच हुंदके देत रडली... रडली. शांत झाली. माझ्या पायाच्या पोटरीची जखम निवळत गेली. आक्का, तावडी, पमी तिघीही आम्हांला बिलगल्या. आईच्या आभाळानं साऱ्यांनाच कवेत घेतलं...

आईनं गुळाचा शिरा केला. कडूकडू वाटणारा दिवस गुळचट होत गेला. आणखीनच गुळचट... उद्यापासून नितनेमानं शाळेला जाईन, हा वसा घेऊन आईच्या कुशीत निवांत झोपी गेलो.

पहाटेला स्वप्नं पडलं. स्वप्नात मी पोलीस झालो... बापाला, आजीला, चुलत्यांना साऱ्यांनाच झोडपून काढलं.

❑❑

१८

घरभर रात्र पसरत गेली बिनबापाची...

बाप माझ्या शाळेच्या दाखल्यावर मध्यभागी फतकल मारून बसला. तेवढंच त्याचं माझं नातं... दाखल्यापुरतं. बाकी काही नाही. मीही त्याला कधी माझा बाप समजलो नाही. त्यानंही कधी मला त्याचा मुलगा मानलं नाही. नाही त् नाही. मला खेद ना खंत. त्यानं मला त्याचा मुलगा समजावा असा हेका कधी मी धरला नाही. आईच माझा बाप.

पण शाळेतले पोरं भंडावून सोडायचे. पग्या, झिंग्या, गण्या, संत्या, नित्या, दुसरे कुणी नाही. एवढेच.

''भावड्याला बाप न्हायी रेऽऽ भावड्याला बाप न्हायीऽऽ'' संतू गाणं म्हटल्यासारखं म्हणायचा.

''भावड्या बिनबापाचा हाये रेऽऽ बिनबापाचाऽऽ'' पग्यानंही सूर काढला.

''माला बाप हाये जरा!'' मी म्हणायचो.

''हाये त् दिसत कसा न्हायी! का रे भोतं पग्या!'' संतू पग्याला खवाटा मारत म्हणाला.

''हा ना! अस्ता त् दिस्ला नस्ता काय?'' पग्यानं दुजोरा भरला.

''बाप काय असा अस्तो का?'' गण्या पाय खाजवत म्हणाला.

''कसा अस्तो मंग बाप?'' मी भाबडेपणानं विचारलं.

''जो सकाळी ज्यवनाचा डबा सायकलीला आडकून लासलगावला कांद्याच्या खळ्यावं हमाली कराया जातो अन् दिस बुडला की रिकामा डबा घ्येवून घरी येतो....'' झिंग्या नाक पुसता पुसता म्हणाला.

''याला बाप म्हन्तात, कळ्ळं का, यड्या!'' मला कोपरखळी मारत गण्या म्हणाला.

''माझा बाप तिकडं लांब शरात नौकरीला हाये जरा!''

''मंग कधी का व्हयीना दिसत का न्हायी?'' पग्या म्हणाला.

''तुझा बाप का मिलटरीमधी हाये, न दिसायला!'' संतू म्हणाला.

''साळंमधी मोठा कलार्क हाये, माहीतय का?''

“असं असंन तर आपल्या साळंत काम्हून येत न्हायी?” संतू शेंडी कानामागं ठेवता ठेवता म्हणाला.

“माला काय माहिती?”

“याचा बाप याला माहिती न्हायी रेऽऽ” पग्यान ढुमकं वाजवलं.

“याचा बाप याला माहिती न्हायी रेऽऽ” बाकीच्यांनी सूर धरला.

शाळेच्या पिंपळाच्या ओट्यावर बसून माझ्याकडं हात दाखवत हसू लागले. मध्येच एकमेकांच्या हातावर टाळ्या देत होते. मी चिडलो त्यांना म्हणालो,

“तुमी बोलू नका बरं माझ्या बरोबरऽऽ. तुमी माझे दोस्त न्हायीयेऽऽ”

मी चिडलो हे पाहून पोरं मला आणखीनच चिडवायचे. बाप कुठंय म्हणून विचारायचे. कुठून दाखवू त्यांना? बापाचं येणं ते काय? वर्षभरात एखादी फेरी. वारकऱ्यांच्या आषाढी कार्तिकीच्या वारीसारखी. तेही रातच्याला येणं आणि पहाटच्याला निघून जाणं. मी त्यांना बाप दाखवू शकत नव्हतो. तेही मला चिडवल्याशिवाय राहत नव्हते. खरंतर संत्या, पग्या, गण्या हे माझ्यापेक्षा मोठे होते. दांडगेच्या दांडगे. माझ्या दोनतीन वर्ग पुढं असायला हवे होते. मात्र एकाच वर्गात दोनदा-दोनदा मुक्काम करून राहिले होते. संत्या तर चोरून दाढीमिशासुद्धा काढत होता. गण्यासुद्धा... अन् पग्याही.

मी चिडलो म्हणजे ते जास्तच चेकाळायचे अन् मला चिडवण्यासाठी त्यांना आणखी जोर चढायचा. ते माझ्याभोवती फेर धरून गाणं म्हटल्यासारखं म्हणायचे...

भावड्याचा बाप कुड गेला रे
भावड्याचा बाप कुडं गेलाऽऽऽ
भावड्याचा बाप चोरानं नेला रे
भावड्याचा बाप चोरानं नेलाऽऽऽ
भावड्याचा बाप कुडं गेला रे
भावड्याचा बाप कुडं गेलाऽऽऽ
भावड्याचा बाप बाईमागं गेला रे
भावड्याचा बाप बाईमागं गेलाऽऽऽ
भावड्याचा बाप कुडं गेला रे
भावड्याचा बाप कुडं गेलाऽऽऽ
भावड्याचा बाप दारूगुत्यावं गेला रे
भावड्याचा बाप दारूगुत्यावं गेलाऽऽ
गेला रेऽऽ गेलाऽऽरे गेऽऽलाऽऽरेऽऽऽऽ

पोरं एकच गलका करायचे. मला फार वाईट वाटायचं. बापानं आपल्यावर अशी वेळ आणली. देव असा बाप का पैदा करत असंल बरं! असंल त् असंल पण तो माझा बाप

निघावा, हे आणखी वाईट. मी पोरांना गप्प करू शकत नव्हतो. तब्येतीनं मी त्यांच्यापुढं किरकोळ... तोळामासा... वाऱ्यानंही उडून जाईन असा. सुकडा बोंबीलच. मी गुमान राह्यचो. जास्तच झालं तर आमटे गुरुजींना सांगायचो. तेच अख्ख्या शाळेत माझे कैवारी. घरात आई, बहिणी अन् शाळेत आमटे गुरुजी; एवढेच मला जवळचे वाटायचे. बाकी सगळे दुश्मन, असं माझ्या मनात यायचं. मला सोसंना झालं की मग आमटे गुरुजींकडं गैरत न्यायचो,

"गुरजी, पोरं माला बापावरून चिडवत्यात!"

"कोणते पोरंय सांग त्यांची चांगली कातडी लोंबवतोऽऽ भडव्यांना बापच दाखवतो!" आमटे गुरुजी जमदग्नीचा अवतार धारण करून म्हणायचे. ते मला हात धरून वर्गात घेऊन यायचे अन् साऱ्या पोरांवरून नजर फिरवत मला म्हणायचे,

"सांग यांच्यात कोणकोण तुला बापावरून चिडवतो?" मिशा पिळत पिळत म्हणताना त्यांच्या हातातली छडी मार देण्यासाठी शिवशिवू लागायची.

मी सगळ्यांकडं पाहायचो, संतू, गण्या, झिंग्या, पग्या यांच्या माना खाली गेलेल्या असायच्या. त्यांची मला कीव येऊन जायची. आमटे गुरुजी पुन्हा म्हणायचे,

"सांग लवकरऽऽ जर का तू त्यांची नावं नाही सांगितली तर तुलाच मार खावा लागेल!"

मग माझा नाइलाज व्हायचा.

संतूचं... संतोष यादव चव्हाण

पग्याचं... प्रदीप मोतीराम तळेकर

सुकड्याचं... सुकदेव लहानू शिंदे

नित्याचं... नितीन विठ्ठल कांबळे

झिंग्याचं... लक्ष्मन परसराम चव्हाण

गण्याचं... जनार्दन भावका चव्हाण

अशी नाव सांगून मी थांबायचो. तरी गुरुजींचं मन भरत नव्हतं. ते पुन्हा म्हणायचे,

"अजून कोणय!"

"न्हायी यवढेचय, गुरुजी!"

"उभे राहा भडव्यांनोऽऽ तुम्हांला बाप दाखवतोऽऽ"

आमटे गुरुजीनं पग्या, झिंग्या, संत्या, गण्या, नित्या साऱ्यांना रांगेत उभं करून वेताच्या छड्या दिल्या. घोड्या धरायला लावलं. चांगलंच बदडून काढलं.

"पुन्हा असं काही त्याला म्हणाल का? चांगली चामडीच लोंबवील एकेकाची; याद राखा! पुन्हा त्याच्या वाट्याला जायचं नाही!"

"न्हायी गुरजी."

"आता न्हायी म्हननार."

"यवढी यळ माफ करा. पुना न्हायी त्याला आमी छळनार."

"येऽऽ बयव... न्हायी न् गुरजी."

"नका न् मारू गुरजी. परत न्हायी व्हनार अशी चूक."

"पाहायचा का बाप पाहायचाऽऽ"

"न्हायी न् गुरुजी न्हायी पायचाऽऽ ये बयव..." सारेच कळवळून म्हणायचे.

असा सगळा त्यांचा कांगावा. मला त्यांची कीवही यायची अन् रागही. मी जर त्यांचा दोस्त आहे, मग त्यांनी असं चिडवावं का? त्या दिवशी मी रडत रडतच घरी आलो. आईला झालेली सगळी हकिकत सांगितली. आईच्याही मनाला जास्तच लागलं. आई मला कुशीत घेऊन रडली. जराशानं आई उठली. तिचा राग विस्तवागत ढणढणत होता. कंबरेला पदर खोचत म्हणाली,

"चाल बरं भावड्या! माला दाव; तुला कुनीकुनी बापावरून छळलं त्ये. त्यायची तंगडी तोडून दावते बाप काय अस्तो. मेल्या, मुडद्यांनोऽऽ तुम्च्या बापाला देवाऱ्यात ठिवून पूजा करा सकाळ संध्याकाळ! माझ्या लेकराला का तरास देतात."

"जाव दे, आई! आमटे गुरजीनं लयी मारलं त्यायला."

"चाल तू! पुन्ह्यांदा जल्मात तुला बापावरून छळायचे न्हायी त्ये मुडदे! माझ्या सोन्यासारख्या लेकराचा छळ मांडला छळ. माझं गुणाचं लेकरू कधी कुनाच्या वाट्याला जात न्हायी!"

"नको आई. माझे सोबती हाये त्ये!"

"असे का सोबती बांधले तंगडीला?"

मला कळत होतं. आई सर्व लुटूपुटूचं दाटीमुटी म्हणत होती... माझ्या समाधानासाठी. आईला कुणाशी भांडतातंडता येत नव्हतं. म्हणूनच तिच्या भाबड्या स्वभावाचा फायदा उठवला होता बापानं. आखरीला लुटूपुटूचा राग ओसरून आई निचितीनं खाली बसली. माझ्याकडं डोळे भरून पाहत होती. कसलं तरी समाधान आईच्या डोळ्योत चमकत होतं. आई सायीगत झाली. तावडीला तिनं आवाज दिला,

"तावडेऽऽऽ, माझ्या भाऊला दूधकाला आण ग!"

"आई, दूध शीपभरच व्हतं. त्येबी पेलं मांजरानं."

"जाव दे. यवढंसच व्हतं. गूळकाला खाशील का, भाऊ?"

"हा!"

"तावडे! गूळकाला आण ग करून."

"जसा तुझा भाऊ गडच जिंकून आला. त्याच्या यवढी पुढंपुढं करून न्हायली!" तावडी फणकाऱ्यानं म्हणाली.

"जिकील माहा भाऊ यक दिवस गडबी जिकील!"

"गड जिकून व्हायचा राजा! आमा गरीब बहिणीला जायचा इसरून!"

"न्हायी ग! माहा भाऊ लई मायाळूय. त्याच्या बहिणीयला आंतर द्यायचा न्हायी!"

"हा आसं आसंल त् आन्ते गूळकाला करून!" असं म्हणत तावडी स्वयंपाकघरात गेली अन् मला गूळकाला करून आणला. तो काही आईला पटला नाही. आई तावडीवर डाफरली.

"काय ग, हिमटे!"

"काय झालं?"

"त्यात तेलाचा पत्ता हाये का नखभरबी!"

"किटलीच्या बुडाला यवढंसच व्हतं बाई! रातीच्या कालवनाला ठिवलं."

"आण किटली माझ्याकं. माझ्या पोरासाठी न्हायी मंग कुनासाठी?"

आईनं किटलीतलं सर्व तेल टाकून मला आपल्या हातानं गूळकाला करून दिला. आईच्या हाताला चवच न्यारी. मी गूळकाला खाऊ लागलो. आई माझ्या तोंडाकडं एकटक पाहू लागली. एकाएकी म्हणाली,

"भाऊ, तू मास्तर व्हो. हा, मास्तरच व्हो!"

"न्हायी, आई! म्या पोलीस व्हनार."

"मास्तर का नको?"

"मास्तर फकस्त पोरायला सिकवत्यात. बिड्या पेत्यात. तमाखू खात्यात. पोलीसायचं तसं न्हायी! त्यायचा लई धाक अस्तो. त्यायला समदे भित्यात. म्हनून म्या पोलीसच व्हनार. आनि..."

"आनि काय?"

"म्या पोलीस झालो का माझ्या बापाच्या हापिसात जायीन अन् त्याच्या हातात समद्यासमुख बेड्या घालून पकडून आणीन अन् तुझ्यासमुख उभा करीन."

एवढ्यात तावडी ओट्यावरून ओरडत म्हणाली,

"त्याची कायबी गरज न्हायी. अण्णा येत्याय. संग कुनी मानूसबी हाय सुटाबुटात!"

"आगं बया! पमेऽऽ झाडू आण ग इकडं."

आईनं झराझरा घर झाडून काढलं. तावडीही अस्ताव्यस्त घर आवरायला आईच्या मदतीला धावली. घर कसं चकचक आरशासारखं करून टाकलं.

"पमे! ते केसाचं डालं इचर. त्या झिपऱ्या सावर. त्वा बाप खवळंल त्वावर."

असं म्हणत आई स्वयंपाकघरात गेली. पमीनं डोकंमाथं व्यवस्थित केलं. धुतलेला, पण फाटकाच फ्रॉक घातला. तावडीही वेणीफणी करायला शेजारच्या शांताईच्या घरी पळाली. मी मात्र गुळाचा काला खातोय. माश्यांचा घोळकाच्या घोळका माझ्याभोवती, तो

वारीत खायचा दणका सुरू. बापाच्या येण्याचा अन् जाण्याचा मला कधीही फरक पडला नाही. तो आला काय, नाही आला काय, सारखाच. बाप आला. त्याच्या मागं अजून एक माणूस होता. मास्तर असावा... आमच्या आमटे गुरुजींसारखा. बाप आधी आत आला अन् आमच्या आमटे गुरुजींसारख्या माणसास म्हणाला-

"या, कुलकर्णी सर! मध्ये या. तुझी आई कुठंय रेऽऽ?"

"हाये की घरात. आईऽऽ, अण्णा आलेत!"

"पमे, पाहात काय उभी राहिलीस सोंगासारखी!" बापानं आल्या आल्या पमीची हाडहाड केली.

पमी मध्ये पळाली अन् जरमलच्या ग्लासात पाणी घेऊन आली.

"अजून एक ग्लास आणायचा न् बावळट. आम्ही दोघं आहोत न्!"

"यकचंय!"

"बरं बरं! घ्या, कुलकर्णी सर."

आमच्या आमटे गुरुजींसारख्या दिसणाऱ्या कुलकर्णी सरांनी आमचा गोठा कम घर न्याहाळत पाणी पिलं. बापानं मला जवळ बोलावलं. मी त्याच्या जवळ जात विचारलं,

"काय?"

"नानाच्या घरून अजून एक ग्लास आण जा."

मी तसाच उष्ट्या हातानं पळालो. सोबतीला माश्यांचा घोळकाच्या घोळका! तोही वारला नाही. ग्लास घेऊन आलो. बापाकडं दिला.

"शाब्बास! बस इथं."

बाप काय खुशीत होता माहीत नाही. मी बसलो. बाप त्याची चामड्याची बॅग खोलू लागला. मला वाटलं खाऊ देतो काय? पण कशाचं काय! बॅगमधून भली मोठी देशी दारूची भंप्पर त्यानं बाहेर काढली. नाहीतरी खाऊ आणायची सवय त्याला कधी नव्हतीच म्हणा! कायम रिकामे हात हलवत यायचा. बाटलीचं बूच खोलत दोन ग्लासमध्ये दारू ओतली. एक ग्लास स्वतःला अन् एक कुलकर्णी सरांना. मला फार विशेष वाटलं कुलकर्णी सर ब्राह्मण असूनसुद्धा दारू पितात याचं. तसे आमटे गुरुजी नाही.

बाप म्हणाला,

"जा पळ इथून! तुझ्या आईकडून पापड आण भाजून."

मी जाण्याआधीच आई पापड घेऊन आली. बाप आणि कुलकर्णी सरांनी अख्खी बाटली संपवत आणली. सर चांगलेच झिंगले अन् बडबडायला लागले. माझ्या बापानं परत मला जवळ बोलावलं. त्यानं जवळ बसवलं. मला तर स्वप्नच वाटलं. बापाला अचानक माया कशी फुटली? त्याच्या तोंडाचा दारूचा वास येत होता. पण मी काय म्हणणार! बापच म्हणाला,

"भावड्या तू कुणाचा?"

"म्या..."

"हा! तू कुणाचा?"

"म्या न सावळ्या मांगाऽऽचाऽऽ
माईऽऽ चिंधू घिसाड्याचीऽऽ
आक्काऽऽ नाम्या महाराऽऽचीऽऽ
तावडीऽऽ राम्या वडाऱ्याऽऽचीऽऽ
आन पमीऽऽ गुलब्या नायकाचीऽऽऽ"

मी एका दमात उत्तर दिलं. शाळेत मास्तरला पाठ केलेलं उत्तर द्यावा तसं. का की माझ्याकडून चुलत चुलता शरदतात्यानं पाठ करून घेतलं होतं. त्यानं मला सांगितलं होतं की कुणी विचारलं तर असंच सांगायचं. पुन्हा त्यानं असंही सांगितलं होतं की तुला इंदू वैनीनं, सावळ्या मांगाकडून पायलीभर गव्हाला विकत घेतलंय. माईला चिंधू घिसाड्याकडून दोन शेर ज्वारीला. आक्कीला नाम्या महाराकडून शेरभर बाजरीला. पमी आणि तावडीला, राम्या वडाऱ्याकडून अन् गुलब्या नायकाकडून, चतकोर चतकोर भाकरीला विकत घेतलंय. बापानं पुढं ते विचारलं असतं तर तेही सांगितलं असतं. पण बापानं काही विचारलं नाही. बाप माझ्या उत्तरानं ओशाळला. पाव्हण्यासमोर या पोरानं आपली इज्जत घालवली. त्याला चांगलाच राग आला होता. पण सांगेल कुणाला. तसाच गिळून, सावरून घेत म्हणाला.

"बरं का सर! मी नेहमी येत नाही न् म्हणून! लहानचय. त्याला काय कळतं."

"अण्णा, म्या आता लान न्हायी ऱ्हायलो. आई त् म्हन्ते म्या गड जिकनारय. काय ग, तावडे?"

तावडीनं जीभ चावली अन् माझ्याकडं पाहत डोळे वटारले! बाप म्हणाला,

"चालला गड जिंकायला. चड्डी आवरता येते का?"

"भाऊसाहेब, जाव द्या. नादानय!"

"नाही सर, संस्कार काय म्हणतात?"

"तुझ्या आईकडून ढेकळं फोडायचं शिकून घे! अन् मग जा गड जिंकायला!"

"हा!" मी भोळेपणानं म्हणालो.

"देऊ का मुसकटात ठेवून. वर तोंड करून 'हा' म्हणतो. आनपड कुणीकडचा!"

मी तर कावराबावरा झालो. तावडीनं डोळे का वटारले होते ते आता कळलं अन् शांत बसलो.

बाप आला तसा निघून गेला... जसा दारूगुत्त्यावर आला होता. पिला, जेवलाखावला अन् ढेकर देऊन निघून गेला. खरकटे हात मात्र आईच्या काळजाला पुसून गेला. एवढा वेळ गप्प

असलेली आई बोलली. म्हणाली,

"पाव्हनाय त्यो पाव्हना! पाव्हन्यागत आला अन् गेला!"

आपला बाप पाहुणा कसा असेल? आईनं मला पुन्हा एकदा कोड्यात टाकलं. आमटे गुरुजींसारखा बापाबरोबरचा माणूस पाहुणा होता. बाप तर बापच होता न्. मग आई असं का म्हणाली?

पमी आणि तावडी कढईच्या बुडाला उरलेल्या बोंबलाच्या कालवणाचा रश्श्यात काला चुरून खात होत्या. मांजरीसारख्या एकमेकींवर फिसफिसत होत्या. आई चुल्यापाळी बसली होती विचार करत... एकटक कोपऱ्यात नजर लावून. खूप बडबडत होती. मात्र ओठातल्या ओठात. मी तिच्याजवळ जात म्हणालो,

"खरंच का ग आई माला पायलीभर गव्हाला इकत आन्लंय?"

"व्हय रं बाबा व्हय!" त्राग्यातच आई म्हणाली.

आईपासून बाजूला होत मी तावडी आणि पमीकडं गेलो. तावडीला मागून बिलगत तिच्या खांद्यावर डोकं ठेवून म्हणालो,

"तावडे, तुलासुदीक चतकोर भाकरीवर आन्लंय. माहीतय का?"

"व्हय, ठावूक हाय!"

मधेच पमी म्हणाली,

"अन् मालाही बरं का!"

आम्ही तिघंही लयीत म्हणू लागलो. -

"म्या सावळ्या मांगाचाऽऽऽ"

"म्या राम्या वडाऱ्याचीऽऽऽ"

"म्या गुलब्या नायकाचीऽऽऽ"

मधेच थांबत पुन्हा एकदा माईसाठी अन् आक्कासाठी एका सुरात म्हणालो,

"माईऽऽ चिंधू घिसाड्याचीऽऽऽ
अन् आक्काऽऽ नाम्या महाराचीऽऽऽऽऽ"

असा आमचा गलका पुन:पुन्हा सुरू होता. हळूहळू घरभर रात्र पसरत गेली... बिनबापाची.

❑❑

१९

माझ्या मामाचं पत्र हरवलं!

तो दिवसच तसा होता. असे दिवस आयुष्यात उगवूच नये असं वाटतं. पाखरं उडवता येतात; दिवस का तिनं उडवून लावता येणार का? म्हणून असे दिवस उगवतातच; त्याला आपण काही करू शकत नाही. गुरुजीनं रोज हजेरी घ्यावी, तसे बरेवाईट दिवस आपली हजेरी घेऊन जातात.

चौथीच्या वर्गात शिकत होतो. खेळाचा मोरे गुरुजीचा तास रंगात आलेला. शाळेच्या भल्यामोठ्या पिंपळाच्या झाडाखाली 'माझ्या मामाचं पत्र हरवलं' हा आमचा खेळ सुरू झाला होता. माझ्यावर राज्य आलेलं. पत्र हातात घेऊन मी गोल रिंगण करून बसलेल्या पोरांच्या मागं फिरत होतो अन् तोंडानं म्हणत होतो,

"माझ्या मामाचं पत्रऽऽ हरवलंऽऽ"

"तेच मला सापडलंऽऽऽ" पोरं एकाच सुरात म्हणाले.

"माझ्या मामाचं पऽत्रऽ हरऽऽ"

"पुढं का तुहा बाप म्हनीन का येड्याबुंगाड्याऽ" संतू म्हणाला.

"म्हन ना रे! काम्हून गप ऱ्हायला?"

"तिकडं कुडं पाहून ऱ्हायलाय?"

माझं पोरांकडं कुठं लक्ष होत. माझं लक्ष तर माझ्या आईकडं होतं. ती मला येताना दिसली. बरं लुगडं तिनं घातलं होतं. म्हणजे नक्कीच आई गावाला निघाली होती. आई कुठंही गावाला निघाली की तिच्याबरोबर मी शेपटासारखं असायचो. मामाचं पत्र झालेलं ते कळकटमळकट फडकं खाली टाकून, ढुंगणाखाली नळकणारी खाकी इजार वर ओढत धुधाट पळतच सुटलो. बाहेर गावला जायचा रस्ता माझ्या शाळेसमोरूनच. ना दप्तराची तमा होती ना शाळेची. आपली आई आपल्याला टाकून गावाला निघून गेली तर आपलं काही खरं नाही. तिच्याशिवाय मला गमतच नव्हतं. आईला हाक मारली,

"आईऽऽ, माला पन यायचंय तुझ्यासंगं!"
"अरे, म्या गावाला न्हायी चालले भावड्याऽऽ"
"मग कुडं चालली?"
"त्वा बापाचं कामय. त्यासाठी चाल्लेय!"
"म्या पन येनार!"
"तुझ्यावाचून काम आडून पडंल का? म्हणं म्या पन येतो. तिडं वाढूनच ठिवलंय!"
"हांऽऽअ! म्या येयीन!"
"नको जिद करू लेकरा. बैस बाबा साळंत!"
"म्या न्हायी बसनार."
"थोबाड रंगवंल मंग!" आई चांगलीच चिडली होती.
"तू गेली गावाला निंगून मंग काय करायचं?"
"म्या कुडं गावाला न्हायी चालले! येते परत थोड्या टायमालोक!"
"हां खोटं सांगून न्हायलीय. म्या येयीनच!"
"तू आयकायचाच न्हायी म्हना! आरे, दिघूदला चाल्ले. तुझ्या बापाला दारूच्या बाटल्या आणाया. पायी चालवनार न्हायी तुला."
"म्या येनार!" आई काहीच बोलली नाही म्हणजे आपल्याला होकार मिळाला आहे. म्हणून आईच्या मागंमागं चालत निघालो. आई काही न बोलता झपाझपा पावलं उचलत होती अन् मी तिच्यामागं पळल्यासारखा चालत होतो. एकतर दिघवद माझ्या गावापासून सहा किलोमीटर लांब. एवढं पायी चालायचं म्हणजे माझ्या जिवावर आलं होतं. पण आता आपणच आईला गळ घातली होती. माघार घेऊन उपयोग नव्हता. डांबरी सडकेनं चाललो होतो. अनवाणी पायांना चटाचटा चटके बसत होते. पण चेहऱ्यावर तसं काही दाखवत नव्हतो. रस्त्याच्या कडंनं वडाची तुरळक झाडं. आईच्याही पायात चप्पल नव्हती. आईलाही तो चटका जाणवत असावा. पण आईच ती. देवानं आईला कसं घडवलेलं असतं कोण जाणू. तिच्या पायात काटे मोडले तरी तिला रडू येत नाही. ठेच लागली तरी आईला काहीच वाटत नाही. चुल्यावरचं गरम पातेलं सहजी उचलते तरी तिच्या हाताला चटका बसत नाही. उन्हात कामाला जाते तरी तिला ऊन लागत नाही. देवानं आपल्याला आईसारखं घडवलं पाहिजे होतं. म्हणजे आता माझे पाय पोळले नसते. पण देवाला कुठं आपलं ऐकायला सवड आहे. तो आईपेक्षा मोठा म्हणजे त्याला किती काम असतील. त्याला काय माहीत भावड्या उन्हात तापलेल्या सडकेवरून चालतो आहे. आई म्हणाली,
"भावड्या, सावलीसावलीनं चाल रे... पाय पोळतात न्!"
"तुझेही पोळत असतीलच न्!"
"माझी नको काळजी करू. माला सवये!"

"माला का म्हनून सवय होत न्हायी ग, आई?"

"आरे, तू माझ्यायवढा झाला का मंग व्ह्यीन आपसूक सवय?"

मी आताच्या आत्ता आईपेक्षा मोठा व्हायला पाहिजे. मग काय बिशादय पाय पोळतील म्हणून. अजून खूप यत्ता शिकायच्याय मग मोठा होईल मी. मग मला ऊनही लागणार नाही. ऊन चांगलंच पेटलं होतं. म्हणून आई माझ्या डोक्यावर पदर धरून चालत होती. मला आता दिघवदची ओढ लागली होती. कारण मागंही एकदा मी इथं येऊन गेलो. म्हणजे आमची अख्खी शाळाच आली होती. मी आईस म्हणालो,

"आई, आमी विज्ञान प्रदर्शनाला आलो व्हतो तवा दिघवदच्या वाण्याच्या दुकानात रेवड्या घेतल्या व्हत्या. आजबी घेऊ बरं का?"

"दारूपुरतेच पैसे देलेय तुझ्या बापानं. न्हायीतर आपून काळ्यापिवळ्या जीभड्यानं नस्तो का गेलो!"

"तू जास्तीचे मागायचे ना, आई!"

"तुझा बाप तुला ठाव न्हायी व्हय?"

"तू त् केवढी घाबरते अण्णाला!"

"तू त् त्यायच्या पुडंही उभ ऱ्हात न्हायी. वरडल्यावर देतो चड्डी वली करून!"

"काय गऽऽ, आई!"

"मंग जातो का त्यायच्या पुडं कधी?"

"म्या लहानचय मंग!"

"न्हायी त् काय केलं आस्त रे?"

"म्या मोठा झालो न् आई त् घामच काढील अण्णाचा!"

"लवकर मोठा हो माझ्या राजा! माझा वनवास तरी खतम व्हईल!"

"काय ग आई, संतूचा बाप कसा त्यांच्याच घरी ऱ्हातो. नौकरीला बाहेर जात न्हायी अन् संतूच्या बापानं का बरं केल्या न्हायी दोन बायका?"

"साळात सिकून त् लईच शाना व्हायला लागला. कायीपन इच्यारू नको माला. चाल मुकाटी."

शाळेत का हे शिकवतात गुरुजी? पम्या अन् संतू म्हणत होते ते मी ऐकलं अन् मलासुद्धा कोडंच पडलं. पण आई म्हणते मुकाटी राहा तर राहतो बाबा मुकाटी. बापानं चाराणे आठाणे वाढवाचे दिले असते त् रेवड्या नसत्या का घेता आल्या?

साऱ्या वाटेनं मायलेकाचं बोलणं सुरू असताना कधी दिघवद आलं कळलंही नाही. बोळकांडातल्या सरकारमान्य देशी दारू दुकानात आम्ही गेलो. पंचक्रोशीतल्या खेड्यापाड्यांत जे बारके बारके दारूचे अड्डे चालत, तिथे इथूनच माल विकत घेतला जायचा. हे बारके बारके अड्डेवाले मग त्या दारूत पाणी ओतून विकायचे. आईनंही

आमच्या बापासाठी मोठं खोकंच घेतलं दारूच्या बाटल्यांचं. बापरेऽऽ बाप! एवढी दारू बाप पिणार का? एकदम खोकंच घेतलं म्हणजे बाप आमच्याकडं जास्त दिवस मुक्काम करून राहणार होता की काय? मला तर धस्सच झालं. कारण बाप जेवढे दिवस राहणार तेवढी खंडूबाबाच्या किराण्याची उधारी आईवर होणार होती. मग आईला त्याच्या मळ्यात विनामजुरी कामाला जावं लागणार होतं. शिवाय आम्हांला घरात फिरायची चोरी. बापाचा धाकच तसा होता.

आईनं लुगड्याच्या फडक्यात खोकं बांधलं. बरोबर आणलेल्या टॉवेलची चुंबळ डोक्यावर घेतली. दुकानदारानं हात लावून डोक्यावर ठेवून दिलं. पाण्याचा हंडा घेऊन निघावं तशी आई निघाली. माझं गाव अर्ध्यावर राहिलं असेल. ओहोळाजवळच आई थबकली.

"काय ग, आई? काम्हून थबकली?"

"समोरून पोलीसगाडी येवून ऱ्हायलीय!" आई घाबरत म्हणाली.

"आई त्यायला काय घाबरायचं? तू यवढी मोठी झालीस तरीबी पोलिसायला घाबरते!"

"गप बस मुडद्या!" आई एकदमच माझ्यावर चिडत म्हणाली.

"आपून थोडीच चोरी केली, आई!"

असं म्हणेपर्यंत पोलिसांनी आम्हास गाठलं. गाडी बाजूला थांबवली. दोनतीन पोलीस गाडीतून खाली उतरले. आई त्यांची दखल न घेता चालतच होती. तेवढ्यात पोलिसाचा आवाज कानावर आला -

"ये बाईऽऽ थांब. पळती कुडं?"

"म्या कुडं पळती, सायेब." आई जागीच उभी राहत म्हणाली.

"काये त्या खोकड्यात?"

आई खूप घाबरली होती. तिची त त फ फ व्हायला लागली. तो पोलीस तंबाखूची पिचकारी मारत पुन्हा दरडावून म्हणाला,

"काये त्या खोकड्यात? चालऽऽ इकडं आण त्ये!"

शेवटी आईच्या तोंडून शब्द फुटले,

"कायी न्हायी, सायब! कुरडाया हाये त्यात. लेकीच्या घरी गेले व्हते."

एकतर ते खोकं आम्ही आत्ताच विकत घेतलं होतं. त्यामध्ये दारू आहे. आई या पोलिसांना का सांगत नाही. अन् आईच्या लेकीचं घर इथं कसं? माझ्या एकाही बहिणीचं अजून लग्नं झालं नव्हतं. आई असं का सांगते? खरं का सांगून टाकत नाही? दारू आहे म्हटल्यावर पोलीस काय करणार? ती घ्यायला थोडेच पोलिसांनी पैसे दिले होते. पैसे माझ्या बापानं दिले होते. म्हणजे ती दारू माझ्या बापाची झाली. पोलिसांचा काय संबंध.

आईला घाम फुटला होता. आई थरथर कापत होती. कधी कशाला न घाबरणारी आपली आई पोलिसांना घाबरत होती. मग मला वाटलं बाप आम्हांला कायम धाक घालायचा पोलीस आणून तुम्हास हुसकावून देणार. म्हणून तर आई घाबरली नाही! पण असं असेल तर आईनं बापाची दारू आणली होती. मग आज कसा तो आम्हास हुसकावून लावणार? पुन्हा पोलीस ओरडला,

''आण ते खोकडं इकडं! लोखंडे, घे रे तिच्या डोक्यावरून. आपल्यायला येडं बनवून न्हायलीय!''

तेव्हा न राहवून मीच म्हणालो,

''माझ्या बापाची दारू आणलीय त्या खोकड्यात!''

तेवढ्यासरशी तो संभाजीच्या मिशावाला पोलीस म्हणाला -

''मोरे, टाक रे ते खोकं गाडीत. ये बाई बस गाडीत. त्या पोऱ्यालाही घे. ते एकटं कसं जाईल घरी!''

''न्हायी वो, सायब, माला सोडा!'' आई गयावया करू लागली.

''धंदा करते न दारूचा? तवा लाज न्हायी वाटत? आता मुकाट्यानं पोलीस स्टेशनला यायचं!''

''न्हायी माझ्या नवऱ्यासाठी घेतलीय!''

''आम्हांला उल्लू बनवते का? चल बस गाडीत!''

आईन लाख विनवण्या केल्या पण पोलिसांनी एक ऐकून घेतलं नाही. मला अन् आईला गाडीत कोंबून पोलीसगाडी निघाली पोलीस स्टेशनला. मला तर काहीच कळेना. आम्हांला पोलीस का घेऊन चालले? बाप तर आमच्या ओट्यावर बसून दारू पितो तेव्हा पोलिसांना दिसत नसेल का बरं? त्याला तर कधीच पोलीसगाडी न्यायला आली नाही. आईनं तर नुसतं डोक्यावर दारूचं खोकं आणलं तरी पोलिसांनी पकडलं. या पोलिसांना सांगाया पाहिजे की बाप जेव्हा आमच्या घरी येतो तेव्हा दारू पीत असतो अन् आईलाच धमक्या देत असतो की तुला पोलीस आणून हुसकावून देईल. हा कुठला नेव. तुम्ही आमच्या घरी चला अन् बापालाच पकडून आणा. तो दारूबी पेतो अन् आम्हांला मारतोबी. म्हणजे त्याला एकदा दम दिला की तो दारू प्यायचा नाही अन् आईवरही खंडूबाबाची उधारी व्हायची नाही. पण माझी जीभ कुठं उचलते? मी आईला म्हणालो,

''आई, आपल्याला का बरं पोलिसांनी धरून आणलं?''

''तुह्या बापाला निरोप धाडलाय. तुहा बाप आला की सोडून देतील!''

मलाही आईचं खरंच वाटलं. आपला बाप आला की हे सगळेच पोलीस टरकतील अन् देतील सोडून.

दिवस बुडाला. रात्र झाली; तरी बापाचा तपास नाही.

''काय ग आई, तू त् म्हणाली व्हती न माहा बाप येईन अन् सोडवून नेईन? बाप त् कायी येतबी न्हायी. केवढा टायीम झाला!''

''आल्यावाचून राह्यले नस्ते. एकांद येळी निरोपच त्यायला लागला नसंल!''

एवढं होऊनही आईचा बापावर विश्वास होता. आम्ही अख्खी रात्र पोलीस स्टेशनला काढली. सकाळी दहा वाजता बाप आला. त्याच्याबरोबर हरीतात्या होता. पोलिसांनी बापाची विचारपूस सुरू केली. तर बाप म्हणाला,

''मी सांगितलंच नाही दारू आणायला. मी दारू पीत नाही. मी माळकरी माणूस; हिचाच दारूचा धंदाय, माझ्यावर सोपवतीय.''

झाली का पंचाईत. आई तोंड ठोकून घ्यायला लागली अन् बापाला म्हणाली,

''काम्हून खोटं सांगून ऱ्हायलेय?''

''काय गऽऽ दारूचा धंदा करते तू अन् माझं नाव बदनाम करते का?''

''घ्या बरं तुम्च्या लेकराची शपथ...''

बापान माझी शपथ घेतली.

''तुला काय घेशील तू शपथ. लेकरू मेलं काय जगलं काय? लईच वाईटय. तुझ्यामुळे ह्ये बालंट आलं माझ्यावं. माला वाटलं तू येशील अन् यातून सोडवशील उलट तूच बालंट घ्याया लाग्ला!''

''ए बाई, काय नाटक चाललंय?'' पोलीस आईवर चिडला.

''सायेब, म्या काही नाटक करत न्हायी. माझा हा दादला नाटक करतोय! बहुरुप्याय हा. यानंच माला दारू आणाया धाडलं आन आता बदलून पडला. पक्का सरड्याच्या औलादीचा हाये. माझी अक्कल दर येळी गहान पडते याच्याकडं!''

''ही कोण तुमची?''

''बायकोय!''

''बायकोय?''

''हा पण मी तिला टाकून दिलंय?''

आई तोंडात मारून घ्यायला लागली. पोलीस दरडावला. मग कोपऱ्यात मान खाली घालून बसली. बाप आम्हांला न सोडवता निघून गेला.

त्या वेळेस देवासारखा मदतीला धावून आला आमच्या गावचा भला माणूस सुखाअण्णा. आई त्याच्या मळ्यात मजुरीच्या कामाला जायची. कसला तरी कागद साहेबांना देत म्हणाला,

''सायेब, सोडा या मायलेकरांना!''

''तुमी कोन त्यायच्ये?''

''म्या कोनीच न्हायी! ही बिचारी माझ्या मळ्यात मजुरी करते!''

"त्यांचा नवरा त् म्हणाला!"

"यक नंबरचा खोटारडाय तो. वणीला हायस्कूलात नौकरीलाय तो. त्यानं तिकडंच यक बाई ठिवलीय. लग्नाच्या बायकोची अन् पोरांची मात्र रांडोळी केली. ही बिचारी पाटेगावात राहते. तिच्या चार पोरीचे अन् पोराचे मोलमजुरीवर पोट भरते. हा यक कवडी फेकून मारत न्हायी. त्या आऊबरोबर भांडण झालं का दोनचार दिवसासांठी येतो. इच्याच मजुरीची दारू पितो. ह्या येड्याबागड्यांना घाबरून सोडतो. या गरीब माउलीची दैनादैना केली त्यानं!"

"त्याचे भाऊबिऊ असतील न्?" पोलीस म्हणाला.

"काय सांगत्या, सायेब! सारे यकाच माळेचे मणी. याच्या निपत्तरीयेत त्ये."

मोरे पोलिसाच्याही डोळ्यांत पाणी उभं राहिलं. बाप आम्हांला कायम पोलिसांची धमकी घालायचा, की पोलीस बोलवून तुम्हास हुसकून देईन. त्यामुळे पोलिसांची जाम भीती वाटायची. मात्र त्या दिवशी पोलिसांमधला बापमाणूस मी अनुभवला. बिस्कीट, भेळ, भजी असं काय काय खायला दिलं. आईलाही कुठला त्रास दिला नाही. उलट ज्या पोलिसांची आम्हास भीती घालायचा; तोच बाप पोलिसांना जाम टरकला होता. याच गोष्टीचं मला कौतुक वाटलं. त्यानं केलेली चूक आईवर थोपवून मोकळा झाला. सुखाअण्णामुळे बापाचा साराच नाही पण थोडाबहू इतिहास मला ठाऊक झाला.

माझ्या शाळेतल्या खेळातलं मामाचं पत्र जर हरवतं, मग आपला बाप का हरवून जात नाही. तो आईला त्रास देण्यासाठी कुठून ना कुठून, परत परत उगवूनच येतो. माझी आईही मातीसारखी उन्हाळ्यात भेगाडून जाईन; पण पावसाळ्यात पुन्हा हिरवी होऊन येते अन् तग धरून राहतेच...

शाळेजवळून मी अन् आई येत होतो. शाळेत आजही तोच खेळ सुरू होता. रत्न्यावर राज्य आलं होतं,

"माझ्याऽऽ मामाचं पत्रऽऽ हरवलं!"

"तेच मला सापडलंऽऽ" संत्या, दिवट्या यांनी मला पाहिलं होतं म्हणून आणखीनच मोठ्यानं म्हणाले.

शाळा मागं पडली. पार आफिसालोक आलो तरी मामाच्या पत्राचा आवाज कानावर येत होता. मला मोरे गुरुजींना सांगावंसं वाटलं की मामाच्या पत्राऐवजी नवाच खेळ घ्या "बाप माझाऽऽ हरऽऽवलाऽऽ" म्हणजे पोरांना तो सापडेल तरी. म्हणजे पोलिसांच्या ताब्यात त्याला देता येईल....

□□

२०

चिमणीच्या थेंबभर उजेडात मी कवी झालो...

शब्दाला शब्द टाचत मी लिहू लागलो कविता. असं करता करता एक अख्खी कवितेची गोधडीच शिवून टाकली. म्हणजे ते मला वेडंच लागलं. झालं असं पाचवीच्या वर्गात शिकत असताना एक रोज पवार गुरुजी वर्गात आले. सारे पोरं उभं राहून एका सुरात म्हणाले,

"एक साथ नमस्ते गुरुजी!"

"बसाऽऽ बसाऽऽ" पवार गुरुजींच्या मिशा म्हणजे शिवाजी कटच. मिशांना सावकाशीनं पिळे मारले.

पोरं बसले खरे; पण सगळ्यांत चुळबुळ सुरू झाली. संतू कुजबुजला,

"या मारकुट्याचा त् तासबी न्हायी. मंग कहाला आलं काय म्हायीत? लावीन भो इंग्रजीची पिरपिर!"

"गपय संत्या, स्टंडप म्हनंन अन् झोडीन निबार गालफड!" नित्या संतूच्या कानाशी पुटपुटला.

"आज छडी माझ्या हातायवरच तुटनार आसं दिस्तंय!" पग्या म्हणाला.

पवार गुरुजी आम्हांला इंग्रजी शिकवायचे. अतिशय कडक अन् मारकुटे; स्पेलिंग पाठ करून यायला लावणार. दुसऱ्या दिवशी वर्गात आले की ते स्पेलिंग विचारणार. नाही आलं की हातावर, पायावर सगळीकडंच त्यांची छडी फिरायची. त्यामुळे पवार गुरुजीच्या इंग्रजीचा साऱ्यांनीच धसका घेतलेला. मी तर झोपेतही आरंदळून उठायचो,

"सी फॉर कॅट"

"भावड्याऽऽ भावड्याऽऽ उठ!"

मी झोपेतून उठायचो तर माझ्या अंथरुणाच्या बाजूला बहिणी अन् आई उठून बसलेली. मी गांगरून जायचो अन् म्हणायचो,

"म्या त् साळंत व्हतो. घरी कसा आलो?"

"येड्या, सपान पडलं तुला!" तावडी म्हणाली.

"सपनातही पवार गुरुजी काही तुझा पिछा सोडत न्हायी. तुझं चालूच ऱ्हातं क्याट न् ब्याट!" पमी म्हणाली

"त्या मास्तरनंबी यवढं धाकवावं का पोरायला!" आई म्हणाली.

मी, संतू, गावड्याचा भावशा, दिवड्या गावतळ्यात परसाकडला जायचो, तेव्हाही स्पेलिंग पाठ करत जायचो; अन् परसाकडला बसलो तरी स्पेलिंग सुरू असायचे. एवढं पवार गुरुजींचं इंग्रजी आमच्या मानगुटीवर बसलं होत. आज तर त्यांचा तास नव्हता. मग गुरुजी कसे आले?

गुरुजी म्हणाले,

"तुमच्यासाठी खुशखबरय?"

पोरांचा जीव भांड्यात पडला अन् सारेच म्हणाले,

"काय गुरुजीऽऽ काय गुरुजीऽऽ"

"आपल्या शाळेचं 'प्रेरणा' नावाचं हस्तलिखित आपण काढणार आहोत. त्यात कविता, कथा, लेख, निबंध प्रसिद्ध होतील. तेव्हा तुम्ही त्याच्यात लिहायचं आहे. मात्र, तुम्ही जे लिहाल ते स्वरचित असलं पाहिजे. कशातनं उतरून घेतलेलं नसावं," अशी सूचना देऊन गुरुजी निघूनही गेले. त्यांचं इंग्रजी माझ्या डोक्यात काही केल्या घुसत नव्हतं; तशी त्यांनी दिलेली सूचनाही डोक्यावरून गेली. काहीच उमज झाला नाही. मी गोसावी गुरुजीच्या दादाला विचारलं,

"काय रे दादा, कशाचं हास्तलिखित म्हन्त्याय गुरुजी?"

दादाच्या तोंडात खोबऱ्याचा तोबरा होता. त्याच्याजवळ कायम खोबऱ्याची वाटी असायची. कधीकधी त्या खोबऱ्याचं कुटकं मला मिळायचं अन् गावड्याच्या भावशालाही. पुऱ्या वर्गात मी अन् भावशाच नशीबवान. बाकी पोरांच्या नशिबी काही खोबऱ्याचं उलीसंही खांड नव्हतं. त्यामुळे पोरं काट खायचे.

"ये दादा, सांग न्?"

तोंडातला घास बळजबरी गिळत दादा म्हणाला,

"अरे, तू माझ्याकडून 'छोटा दोस्त', 'चंपक', 'चांदोबा' हे मासिकं वाचायला नेतो न्, तसंच असणारय."

"हा का?"

"ते तर छापलेले असतात अन् ह्ये हातानं लिव्हलेलं..." मी शंका उपस्थित केली.

"म्हणून हस्तलिखित होय."

पुन्हा आठवून त्याला म्हणालो,

"काय रे चांदोबामधल्या गोस्टी आपल्यासारख्यायनीच लिव्हलेल्या असत्या?"

“मग कोणी लिहिलेल्या असतात?”

“न्हायी, माला वाटलं देवांनी लिव्हल्याय!”

“देव कशाला लिहितील?”

“मंग म्या पन लिव्हतो बघ कविता!”

नाहीतरी पमीचं अन् तावडीचं तर मी कायम डोकं उठवत असायचो काहीबाही गात.

“ह्ये पोरायवो आयकलं का?” संतूनं आमचं बोलणं ऐकलं अन् त्यानं पोरांना वर्दी दिली.

“काय रेऽऽ काय?” पोरांच्या कोंडाळ्यानं संतूला घेरलं.

“भावड्या कविता लिव्हणारय म्हने?”

“हो रे भावड्याऽऽ” नित्या म्हणाला.

“हा लिव्हनारय?”

“भिलाचा अशा यका दगडात लाव्हरी मारतो तेवढं सोप्पंय का कविता लिहिनं?” संतू म्हणाला.

“ह्ये चाल... कायपन फेकू नको!” पग्या म्हणाला.

“न्हायी त् काय!” गुऱ्यानं अनुमोदन दिलं

“चाल्ला कविता लिव्हायला!” नित्याच्याही अंगात आलं. तो कशाला मागं राहील.

“कविता लिव्हनं म्हन्जे गावतळ्यात परसाकडं जायचं का? का रेऽऽ भो त् पग्या?” पग्याच्या हातावर टाळी देत संतू म्हणाला.

“लिहीन म्या! उद्या दावतो तुमा सगळ्यायला मंग कळंल? मंग त् म्हनाल, हा रेऽऽ लई भारी कविता लिव्हतोय भावड्याऽऽ”

पण पोरांना कुठला आला विश्वास. त्यांना वाटतच नव्हतं की भावड्या कविता लिहू शकेल. जाऊ दे. उद्या सारेच तोंडात बोटं घालतील अन् त्यांना पश्चात्तापही होईल की उगाच आपण भावड्याला असंतसं समजलो. त्याला नाहक चिडवलं.

शाळेतून घरी आलो. कविता माझ्या पाठीच लागली. मी आईवर, बापावर, बहिणींवर लिहिण्याचा सपाटाच लावला.

पमी पमी नुस्तीच ढम्मीऽऽ
कामाला कमीऽऽ
तावडी तावडी भांडकुदाळऽऽ
आक्का आमची कामाला जातेऽऽ
येताना मला खाऊ आणतेऽऽ
माईचा आम्हांला धाक फारऽऽ
चुकल्यावर करते छडीचा वार

असली शब्दांची गाडी घेऊन कविता धावू लागली. बहिणींना ऐकवली तर त्यांचा मारही खावा लागला.

रात्रीचाच बसलो कविता लिहायला. घासलेटच्या दिव्यात जेमतेम घासलेट. सारेच झोपी गेले होते. वहीवर गिरवत बसलो कवितेची बाराखडी. ज्या वयात पाढे तोंडपाठ म्हणायचे, गणिताची सूत्रं ध्यानात ठेवायची, इतिहास भूगोलात रमायचं ते सोडून कवितेच्या हिरव्या फांदीला लोंबकळून मी हिंदोळे घ्यायला लागलो. आईची चुळबुळ जाणवली. मी पाणी प्यायला चुल्याच्या घरात गेलो. तिथं अंधारबुडूख. काही दिसलं नाही. थेट तांब्यालाच ठोकर लागली. तांब्या घरंगळत मोरीच्या भिंतीवर आदळला अन् चांगलाच कानठळ्या बसावा असा आवाज झाला. काम करून थकलेली आई चिडली. तिची झोपमोड झाली.

"काय रे भावड्याऽऽ काय खुडबुड सुडबुड करून ऱ्हायलाय? घ्यायचं झोपून त् राह्यला डोळे फोडून! काय करून ऱ्हायलाय?"

"आई, कविता लिव्हतोय म्या!"

"अरे, त्या चिमणीला घासतेल कमीय. घे झोपून! सकाळी लिव्ह तुला काय लिव्हायचं त्ये."

"साळात कसा लिव्हनार म्या?"

"माझी झोपमोड केली माकडानं, काय खूळ लागलंय याला!" तावडी म्हणाली.

"झोप बरं, तावडे! तुला न्हायी कळायचं म्या काय करत्योय त्ये!"

"आमच्यावरच लिव्हून ऱ्हायलाय कायीबायी. कविता का अशा असतात का?"

"घे बाई झोपून. नको नादी लागू त्याच्या!" आई तावडीला म्हणाली.

तावडी म्हणते तशी कवितेची वही मी भरवत आणली होती. थोडीच शिल्लक राहिली होती. पण घासलेटच्या चिमणीचं घासलेट संपलं, तेव्हाच माझं कविता लिखाण थांबलं. उद्या आईचा घासलेटवरून सणकून मार खावा लागणार होता. अजूनही कविता सुचत होत्या, पण त्यांना डोक्यात गुंडाळून ठेवत झोपून घेतलं.

शाळेची घंटा होऊन शाळा कधी भरते अन् मी वही पवार गुरुजींना कधी दाखवतो असं होऊन गेलं होतं. इतके दिवस शाळेला जाताना जिवावर आल्यासारखं पाय ओढत जात होतो. आज पायांना नुसती गती फुटली होती. साऱ्याच गोष्टींमध्ये मला कविता दिसत होती. संतू, पग्या, नित्या यांना दाखवायच्या का? नाही त्यांना आधी नाही दाखवायच्या; त्यांना थेट हस्तलिखितात आल्यावर. आश्चर्यचकीत करून सोडायचं.

शाळेत गेल्या गेल्या दादाला म्हणालो.

"दादा, म्या कविता लिव्हल्यात!"

"बघू दे बरं!" दादा उत्सुकतेनं म्हणाला.

मी दप्तरातून वही काढत त्याच्या हातावर ठेवली. तो वाचू लागला अन् म्हणाला,

“खरंच छान लिहिलंय तू. फक्त आता पवार गुरुजींना आवडल्या पाहिजेत! मग तुझ्याही कविता माझ्या अन् निशासारख्या स्वीकारतील.”

“तुमच्या आवडल्या का गुरुजींना?”

तेवढ्यात गावड्याच्या भावशानं वही दादाच्या हातातनं घेतली अन् म्हणाला,

“ह्यॅऽऽ ह्या काय कविता हाये काय. भारूड लिव्हलंय नुस्तं.”

मी वही त्याच्याकडून रागानं हिसकावून घेतली. भावशा जोरजोरात हसायला लागला खोखो करत. हसता हसता म्हणाला,

“पोरायवो, यानं काय लिव्हलंय माह्यती का?”

मी त्याचं तोंड दाबलं.

“भावशा, पाहय बरं काऽ माझ्याइतकं वायीट कुनी न्हायी.”

भावशा बळ देऊन माझे हात हिसकून टाकत बाजूला झाला. पग्या, संत्या, झिंग्या त्याच्याभोवती कडं करत म्हणाले,

“काय लिव्हलंय रेऽऽ काय लिव्हलंयऽऽ सांग सांगऽऽ सांग ना गावड्याऽऽ काम्हून गुळणी धरून बसला?”

“नको बाबाऽऽ, भावड्या मारील माला.”

“न्हायी मारनार रेऽऽ न्हायी मारनारऽऽ तू सांग त् खरं!” सगळे म्हणाले.

“मारील भोऽऽ त्याचा कायी नेम न्हायी.” भावशा म्हणाला.

“म्या हमी देतो तुला त्याची काय टप्परय. भावड्यानं तुला बोट त् लावून पाहू दे!” संतूनं जोर काढत त्याला शब्द दिला.

“नको बाबा, माझा जिगरी दोस्तय तो.”

“त्याला ठावंय त्याला माझ्याच गल्लीतून जावं लागतं.” मी म्हणालो.

“भावशा सांग्तो का न्हायी? देवू गुद्दा!” संतू त्याला बिलगलाच.

“दे रे दे रेऽऽ गुद्दा देच त्याच्या! मान घेवू न्हायलंय.” पग्यानं दुजोरा दिला.

“ये त्याला मारायचं काम न्हायी.” मी म्हणालो.

संतूनं अन् पग्यानं भावशाला सोडलं अन् माझ्यासमोर ऊर काढत म्हणाले,

“न्हायी त् तू काय करशील?”

मी काही बोलणार एवढ्यात पवार गुरुजी आले. जो तो ज्याच्या त्याच्या जागेवर जाऊन बसला. सारा वर्ग चिडीचिप. मी दादाच्या कानात कुजबुजलो,

“देवू का वही गुरुजीला?”

“दे!” दादा पुटपुटत म्हणाला,

पवार गुरुजींचं आमच्याकडं लक्ष गेलं. मिशा पिळतच ते म्हणाले,

"काय चाल्लंय दोघांचं?"

"गुरुजी, ह्यानं कविता लिव्हल्यात!" संतू हाताची घडी घालून उभा राहत म्हणाला.

"चल रेऽऽ आण इकडं वही!"

मी उठलो. भीतभीतच वही गुरुजींच्या हातात ठेवून परत जागेवर येऊन बसलो. गुरुजी एकेक पान पलटत वाचत होते अन् मी त्यांचा चेहरा वाचत होतो. जरा वेळानं त्यांनी वही मिटली. मिशांवरून हात फिरवला. मला जवळ बोलवून घेतलं. म्हटलं आपल्याला शाबासकी मिळेल. गुरुजी पाठ थोपटतील. तसं काही झालं नाही. माझ्या मनातले मांडे मनातच जळाले. गुरुजी म्हणाले,

"हे तू लिहिलंस?"

"हा गुरुजी!"

"कशात पाहून लिहिलंस?"

"नाही गुरुजी! मी माझ्या मनानं लिहिलं."

"माझ्याशी खोटं बोलतोस?"

"हवं तर मी माझ्या बहिणीला पमीला बोलवून आणतो."

"त्याची काही आवश्यकता नाही."

"माझ्या कविता येतील का गुरुजी हास्तलिखितात?"

"नाही. त्यात स्वरचित कविता पाह्यजे. तू या कशातून तरी लिहिल्या आहेस. एवढ्या छान कविता कसा लिहू शकशील."

आता या गुरुजीला कसं सांगावं तेच मला कळेना. जिवाची कालवाकालव झाली. गुरुजी तर ऐकायलाच तयार नाही. मला वाटायचं की तावडीला बोलवून आणावं, पमीला बोलवून आणावं, लीलाकाकूच्या हणत्याला बोलवून आणावं; म्हणजे ते सांगतील की त्या कविता मीच लिहून आणल्या म्हणून.

खरंतर कवितेला बोलता यायला पाहिजे होतं. म्हणजे तिनं माझं नाव सांगितलं असतं. माझा खूप मोठा अपमान झाला होता. संत्यानं, पग्यानं, झिंग्यानं खूपच चिडवलं होतं मला. शाळा सुटल्यावर गोंगाट करत पळाले,

"एका जनाची कविता न्हायी घेतली रेऽऽ न्हायी घेतलीऽऽ"

"एका जनानं कविता चोरल्या रे चोरल्याऽऽ"

"कुडून चोरल्या रेऽऽ कुडून चोरल्याऽऽ"

"पुस्तकातून चोरल्या रेऽऽ पुस्तकातून चोरल्याऽऽ"

"एक जन चोरटा रेऽऽ चोरटाऽऽ"

मी रागानं संत्याला आम्ही साऱ्यांनी पाडलेल्या चिडीनं हिणवलं.

"गाडगंऽऽ गाडगंऽऽ गाडगंऽऽ"

"अय, आमी तुला न्हायी म्हणत कायी" संतू म्हणाला.

"मंग कोनाला म्हनू न्हायले?"

"ज्यानं चोरल्या अस्तील त्याला लागंल. तू कशाला अंगी लावून घेवू न्हायला."

त्यांनी पुन्हा गलका केला. मी रागानं कवितेची वही दप्तरातून काढून त्यांच्या अंगावर भिरकावली अन् रडायला लागलो. संतूनं साऱ्या पोरांना गप्प केलं. त्याला माझी कीव आली. म्हणाला,

"येऽऽ भावड्याला कुनीच काही म्हणायचं न्हायी रे!" तो वही घेऊन आला अन् म्हणाला, "आमाला माहीतय तूच केल्या ह्या कविता. गुरुजीला काही कळत न्हायी." संतूनं मला खांद्यावर उचलून घेतलं अन् सारे पोरं त्याच्यामागं. आमच्या ओट्यावरच आणून उतरवलं.

दोन दिवसांनंतर मी विसरलोही होतो गुरुजींच्या हस्तलिखितासंदर्भात. पण पवार गुरुजी जेव्हा ते सुंदर हस्तलिखित वर्गात घेऊन आले. ते पाहिलं अन् मला हुंदका दाटून आला. आपली कविता असती याच्यात. खूप खूप वाईट वाटत राहिलं. घरी आल्यावर त्या रात्री मी जेवण केलं नाही. माझा चुलत चुलता मधूतात्या खूप शिकलेला होता. तो आईला मजुरीच्या कामासाठी बोलवायला आला होता. मला पाहिल्यावर म्हणाला,

"वैनी, याच्या गायी काम्हून पाण्यावर आल्या?"

"त्याच्या कविता का फविता घेतल्या न्हायी गुरुजीनं कुडलं पुस्तक बनवलं त्याच्यात. कायीतरी येडा नाद!"

"काय रे भावड्याऽऽ, काय झालं?"

मी तात्याला सगळी हकिकत सांगितली.

"हात्तीच्या! एवढंच. आरे, तुझ्या मनाला त् माह्यतीय न् त्या कविता तू लिहिल्या! याचा अर्थ तुला कविता लिहिता येतात. तू लिहीत राहा."

असं म्हणून तात्या निघून गेला. पण ते हस्तलिखित काही केल्या माझ्या मनातून हटायला तयार होईना. हस्तलिखित माझ्या डोळ्यांत तरळून आलं. डोळ्यांतल्या पाण्यातून वाहून जाऊ लागली, मी लिहिलेली एकेक कविता... पमी येऊन माझे डोळे पुसू लागली. तावडी माझ्या वहितल्या कविता मोठ्यानं वाचू लागली अन् आक्का येऊन मला घास भरवू लागली. आईही चुल्यात जाळ सरकवायचा सोडून ऐकत होती माझ्या कविता... पवार गुरुजीच्या हस्तलिखितापेक्षाही माझ्या आईबहिणीचं 'काळजाचं हस्तलिखित' माझ्या कविता जास्तच देखण्या करून गेलं...

...अन् मी कवी झालो!

❑❑

२१
पावसाचं घर... अन् गवती चहा

पाणकळ्याच्या दिवसांत घर गळायचं. मोप पाऊस. जागोजागी मांडून घरातलं भगूनन् भगूनं संपून जायचं. पाऊस स्वत:त साठवून ठेवू शकणारी अशी कुठलीच चीजवस्तू उरायची नाही. अगदी माझ्या आवडीचा उंदीरकाना कप. तोही कुठंतरी आपली आवडीची जागा घेऊन बसलेला. थेंबन् थेंब टिपतोय. तोंडोतोंड भरला की तोही रडत राहायचा भुईभर! माझ्या शाळेच्या दप्तरावरही तो यायचा. पुस्तकात बसायचा लपून. दप्तर ठेवायचं कुठं त्याच्यापासून! कारण त्यानं कुठलीच जागा सोडलेली नसायची. तो माझ्या कवितेच्या वहीवरही यायचा. म्हणून पोटाच्या बाजूनं मी खोचायची वही इजारीत. तो तर माझ्या अंगभरही असायचा...

उरलीसुरली भाकरी करायची काटवठही आक्का ठेवायची चुलीवर. चूल ओली होऊ नये म्हणून. तावडी म्हणायची,

"काटुठीला वायीट वाटत असंल. आपून भाकरी करायचं सोडून आपल्यात पानी साठून ठिवतोय!"

"कायीबी सांग्ते. काटुठीला का बोल्ता येतं का?"

"पमे, येतं बरं त्वासारखे सगळेच ढ न्हायीये. का रे भो त् भावड्याऽऽ"

"हा बरं का पमेऽऽ माहा उंदीरकाना कपबी रडून ऱ्हायलाय! म्या त्याला गप करायला गेलो त् म्हन्तो कसा! भावड्याऽऽ हे रे भो कायऽऽ माहात चहा वतायचं सोडून माला तू थेंबाचा मार देवून ऱ्हायलाय?" मी म्हणालो.

"कढईबी म्हन्ते, म्या कालवन करायचं सोडून बसले माझ्यात पानी तुंबीत!" तावडीचं तर आता अतीच झालं. आई कावून गेलेली.

"तुहं डोस्कं! मनचंदी कुडची. जा बाह्येरच्या गवऱ्या आण, पोरायला कायीबी सांगून ऱ्हायली!" असं म्हणत आईनं तिच्या पाठीत धपाटा घातला.

"तिला त् कशातबी खेळच सुचतो. येडपट न्हायी त् काय!" आक्का म्हणाली.

"न्हाव दे बरं का शाने!" आक्काला वेंगाडून दाखवत तावडी म्हणाली.

"तुझ्या त् यक ठिवूनच देयील! जाय व्हय त्या गवऱ्या आण! घुबडवानाचं." आक्का तावडीवर चिडत म्हणाली.

"तूच आण व्हयऽऽ माला सांगून न्हायलीय."

"तावडे, जास्त झालं का तुला? कामुन जुंदती ग? काम करायचं सोडून हुऱ्याभाऱ्या घेवून न्हायलीय!" आई म्हणाली.

"ती पाहय न् मंग. तिचं न्हायी दिसत बाई तुला, तावडीच सोप्पीय जिडं तिडं!"

"तुला कायी भोकं पडलं न्हायीऽऽ. यवढी कुशीद काम्हून ग तू?"

रागानं तावडी थयथय पाय आपटत गवऱ्या आणायला गेली.

पमीला मात्र एकच काम, भांड्यामागून भांडं पाण्यानं भरलं की पाणी घराबाहेर फेकायचं. तोंडावर येणाऱ्या झिपऱ्या सावरत ती तिचं काम मन लावून करत होती. जणू देवानं तिला याच कामासाठी निर्माण केलंय. घरातला अख्खा पाऊस उपसून फेकण्याची जशी काय तिनं शपथ घेतलेली. तरी त्याचा घरातला मुक्काम हलायचा नाही. तो भरून असायचाच बासणात, पमीला थकवण्यासाठी.

पमी उपसून उपसून किती उपसून फेकणार, जर पाऊस जराही थांबायला तयार नाही.

असा दारचा पाऊस आमच्या घरभर. घरच म्हणावं का त्याला! खरंतर बैलांचा गोठा. आईनं तो राहण्याजोगा केला. या गोठ्यात शेणामुताचा वास. तो भित्ताडाभित्ताडात मुरलेला. तसाच आमच्या साऱ्याच्या जिंदगानीतही तोच वास रुतून बसला. निघता निघत नाही. आताशा तो सरावाचा झालेला... अंगवळणी पडलेला! हा गोठाही आजी आईला राहायला देत नव्हती. आईनं भांडण करून मिळवला अन् गोठ्याचं घर केलं. तेच घर पावसात रडतंय मुळूमुळू!

अख्खं घरच पावसाचं झालंय. आमच्यासाठी कुठलीच कोरडी जागा घरात उरत नव्हती. मला पावसाचाही राग यायचा. सुखासुखी जगताच येत नव्हतं आम्हा मायलेकरांना. पाऊसही जाचच करायचा. त्यात भुकेचाही जाच. भाकरीसाठी मरमर मरावं लागायचं. नुसतेच कष्टच कष्ट नशिबी. आक्का तर म्हणायची,

"मी जर गाय असते ना त् लई बरं झालं अस्तं. आयतामायता चारा खायचा. गव्हाणीत पानी आणलं का प्यायचं. कशाचीबी काळजी न्हायी. कुनाच्या कामाला जाणं नको का कुनाचं बोलणं खाणं नको. बारा मळे पुजावे लागतात. जीव नकोसा व्हतो!"

"तू गाय न्हायी, लुबरी शेळी पाह्यजेल व्हती!" तावडी म्हणायची.

"अन् तू ग! तू मारकी म्हैस." आक्का चिडून म्हणायची.

"तूचय जाफराबादी काळी म्हैस!" तावडी

दोघींची जुंपायची. एकमेकींच्या झिट्या धराधरी व्हायची. यानं काम भागंना झालं की घरात साचलेला गाळ एकमेकींच्या अंगावर फेकायच्या. कोंबड्यांची झुंज लागावी तशा दोघी झुंजायच्या. आईच्या चारदोन फटक्यांनी अन् शिव्यांनी त्या जागेवर यायच्या.

"कोंबड्यायवानी काय झुंजताय. यीड पावसानं कहार मांडला अन् तुम्चं काय ग!"

विजेचा कडकडाट अन् ढगांचा गडगडाट भेवडून सोडायचा. सारेच घडीभर गडीगुप. साऱ्याच कुरबुरी शांत होऊन जायच्या.

घरभर पाणीच पाणी. तावडी बिलगली... आक्काही... अन् मीही. पमी तर आधीचीच उपसत होती. जेवढं उपसायचो तेवढं ते साचतच जायचं घरभर... घडीघडी. आईनंही हेच काम शिरावर घेतलं. एका मागून एक भरलेलं भांडं आम्ही फेकू लागलो. सारेच हात बिलगूनही पाणी आहेच. आक्का कावली,

"आई, ह्या घरात राहन्यापेक्शा भाह्यर बरं. तिडं तरी झाडाझुडाचा आडोसा करता येतो!"

"न्हायी त् काय आई! नुस्तच येड्याधुतळ्यावानी पानी उपसत बसायचं!"

"पावसाळा सुरू झाला का धाक उभा ऱ्हातो!"

"म्हातारी त लई माझंमाझं घर करत राहते. दे तिच्या बोकांडी ठिवून ह्ये पावसाचं घर! मेलीला म्हना घ्ये डोक्यावं पावूस! न्हायी त् काय ग!"

आता पाऊस कमी होईल, मग पाऊस कमी होईल; पण कमी व्हायचं नावं नाही. थोडी तरी 'जू' खावी न त्यानं; पण नाहीच. भरीला भर ढग गडगडायचे. विजा कडकडायच्या. पावसाची अवकाळी रात. पमी घाबरून जायची. मीही भ्यायचो. भीतऱ्या सशाचे व्हायचो. आक्का मात्र धीराची. आमचे कान दाबायची, कानात फुंकर मारायची अन् एवढ्यात एकाएकी काहीतरी धपकन पडल्याचा आवाज...

"मेल्या मुडद्यानूऽऽ, भिताड ढसाळलंय जनू!" आई म्हणाली.

"व्हय, आईऽऽ, भगदाड पडलंय भितीला!" पमी

घरालाच शेज लागला होता. सारं घरच पडून जाईल की काय? घर पडलं तर एवढ्या मोठ्या दुनियेत जायचं कुठं? राह्यचं कुठं? उघडेच पडू साऱ्या बाजूनं. आधीच उघडं आयुष्य. त्यात घर पडलं तर? भीतीनं पोटात गोळा उभा राहिला. ढासळलेल्या भिंतीतून सळंगधार पाऊस दिसू लागला. विजेचा गप्पकन उजेड घरात येऊ लागला. वादळाला तोंड फुटलं. ते भगदाडातून जिभल्या दाखवू लागलं. त्याचं अकराळविकराळ स्वरूप घराला ढुसण्या देऊ लागलं.

तावडीला मात्र त्या भगदाडाचं भलतं कुतूहल. ती त्यातून डोकावून पाहत म्हणाली,

"पमे, पमेऽऽ, भावड्या ये भावड्याऽऽ"

आम्ही तावडीजवळ जाऊन उभे राहिलो. दोघंही म्हणालो,

''काय ग काय, तावडे?''

''आरे, पाऊस पाहा कसा सळंगधार कोसळतोय!''

''तुहं मढं बसविलं तुहं! कुडचा पाऊस घेवून बसलीस ग मादवनी. इडं घर कोसळतंय त्याचं कायी न्हायी.''

''माह्या अंगावर तोलू व्हय! पडलं त् पडलं.''

तावडीनं आईला उद्धट उत्तर दिल्यामुळे आईनं तिच्या ओल्या हाताची चापट ठेवून दिली. तावडी बोलायला आत्राब. तिला सहनच व्हायचा नाही कुणाचा बोल. ती कुणालाही फिरून बोलायची. तिला लहानमोठं काही कळायचं नाही. म्हणून तिला आई म्हणायची नेहमी की ''वडील ना धाकलं, का रं शिदडं मातलं.''

घरभर पाण्याचा राडा. वरनं असल्या कुरबुरी. पावसाची जोरकस सर यावी तशा मध्येच येऊन जात होत्या अन् शांत होत होत्या. पाऊस मात्र शांत होत नव्हता. त्यानं तर मुक्कामच ठोकला. कुत्र्याच्या पाठीत काठी घालून हुसकावून दिलं जातं, तशी या पावसाला कोण काठी मारणार?

अचानक घराची मेढ मोडल्याचा कडाडऽऽ आवाज झाला. आईनं अंगावर रेलून येणारं छप्पर वरच्यावर दोन हातांनी तोललं. तेवढ्याही धांदलीत आई आम्हांला म्हणाली,

''पळा नानाच्या घरीऽऽ! थांबू नका इडंऽऽ!''

''आमीऽऽ न्हायी जानार!'' आक्का

''अशानं मरशाल. नका उशीर करू. निगा बरं तुमी!''

''तुला यकटीला मरायला सोडून जाऊ व्हय आमी!''

आक्काच्या मताशी एकमत होत आम्ही सारेच आडून बसलो. आईला एकटीला संकटात सोडून जायला आम्ही तयार नव्हतो. आई जायला सांगत होती. आम्ही मात्र मोडू पाहणाऱ्या घराची सोबत करायला थांबून राहिलो. कृष्णानं गोवर्धन पर्वताचं ओझं आपल्या करंगळीवर तोलून धरलं, तसं आईनं कोसळणाऱ्या छपराला आपल्या दोन्ही हातांवर तोलून धरलं. आई कृष्ण झाली... आई मेढ झाली!

आक्काही पाणी उपसायला बिलगली. मीही... पमीही... तावडीही... अख्खी रात डोक्यावर घेत आम्ही त्या पावसाशी झुंजतोय. तो आमच्याशी. अशी न्यारीच झुंज!

घरात गाळच गाळ. गाळात रुतून आमचं जिणं गाळ गाळ. आणखी रुतत... आणखी रुतत चिखल चिखल झालं!

आईनं पुन्हा एकदा आम्हांला गळ घातली. आई म्हणाली,

''पोरांनो, माला कायी कळ सोसवेना. तुमी तुम्चा जीव वाचवाऽऽ, कुडं आसऱ्याला पळा!''

''कुडं पळनार?'' आक्का

''कुडंही जा. म्या कायी मरत न्हायी!''

''आई, म्या तावडीच्या खांद्यावं बसून तुला मदद कर्ते पाखं तोलाया.''

पमी तावडीच्या खांद्यावर बसली. छपराला रेटा देऊ लागली. अंगावर रेलून येणारं संकट तिनं तिच्या पिन्हुल्या हातांनी लावून धरलं. आता कसं पाखं पडते बघते म्या. त्ये हाये आनि म्या हाये! या जोशात पमी झाशीच्या राणीगत.

आई, पमी, तावडी साऱ्या एकाच कामात गुंतल्या. मी आणि आक्का उरलो. आक्का नेटानं गाळ उपसू लागली. तो काही केल्या संपेना. तरी झपाटल्यागत उपसतेच आहे.

वादळाचा जोर वाढला. आधीच दुखणकरू झालेल्या कुडाचा दरवाजा तुटून पडला. आधी भिंत... मग मेढ... अन् आता दरवाजा... असे एकेक करत घराचे अवयव गळून पडू लागले. आम्ही त्याचे अवयव झेलून त्याला शाबूत ठेवण्यासाठी झटू लागलो.

मी हळूचकन दरवाजाच्या बाहेर डोकं काढलं. गारांचा पटारा पडलेला. सगळीकडं गाराच गारा विजेच्या उजेडात चमकल्या. असल्याही अवखदेत मी दाराच्या बाहेर पाऊल टाकलं. एक गार तोंडात टाकली. कसली न् काय चव? मच्याळ लागली नुस्ती. आक्का ओरडली माझ्यावर... ''इजा कडकडू न्हायल्यानं भावड्या, घरात ये!'' मी घाईघाईत वेचल्या चारदोन गारा. खूप मोठं धन हातात घेऊन मी घरात आलो. विरघळून जाणारं ते धन आईला दाखवत म्हणालो,

''आई गऽऽ गारा पाहय न कशायत!''

''आरं हात अडकलेय माझे, सोडले त् घर अंगावं येयीन!''

''कायी न्हायी येनार, पाहय त् खरं!''

मी हट्टाला पेटलो. आई काही दाद देईना. खूप मोठं गुपित दृष्टिआड होऊन जाईन म्हणून हळहळलो.

पमी एक नंबरची खादाड. खायचं म्हटलं की पमी काहीही करायला तयार. पमीनं झटक्यानं छपराचे हात काढले अन् म्हणाली,

''पाहू दे कशा आस्त्यात गारा!''

मी तिच्या हातावर गार ठेवली. तावडीला राग आला. तिनं पमीला धप्पकन सोडून दिलं. पमी भुईवर आदळली. तिनं भोकाड पसरलं.

''आऽऽ! माझी मान किती दुखली. जाडी म्हैस कुडली. इडं माझा जीव जातोय. बाई मस्त गारा खातेय, माझ्या खांद्यावं बसून!''

''तावडे, शिप्तरतोंडे! काम्हून पाडलं ग तिला खाली?'' आक्का तावडीवर चिडली.

''त्वा खांद्यावं घेऊन पाहय. माला सांग्ती!''

''त्वा तोंडात त् काय भिजत घातल्यालं आस्तं... तिडं आई यकटी मरते त्याचं कायी

न्हायी.'' असं म्हणत आक्का आईकडं गेली. पिठाचा डबा पालथा घातला.

''आई, तू सोड. त्वा हाताला कळा लागून आल्या असतील. म्या तोलते.''

''येडी झाली का? महामूर जडय त्ये!''

''कवर कळ सोसशील, आई!''

''म्या त् तुमाला सांगू ऱ्हायले, पन तुमी कायी घर सोडायला तयार न्हायी!''

''जे व्हायचं ते सगळ्यायचं व्हईल. तुला मराया सोडून आमी जीव घेऊन पळायचं का आई?''

आक्का पिठाच्या डब्यावर उभी राहिली. तावडीनं पमीला खांद्यावर घेतलं. तिनंही पाख्याला टेकू दिला. उरलो मी एकटा. माझीही मदत व्हायला हवी का नको. तेवढ्यात यसुंताबाबाच्या घराकडल्या भिंतीनं धपकन अंग टाकलं अन् बोळातलं सारं पाणी घरात कुदलं. आई म्हणाली,

''आक्के, तू सोड. म्या धरलंय. अगुदर फावडं घेवून भरावा घाल. न्हायी त् घरात उभंही ऱ्हाता येनार न्हायी. सारंच पानी कुदल!''

आक्कानं फावडं घेतलं अन् ती बांध घालू लागली. तावडीही बिलगली... पमीही अन् मीही.

पाऊस थांबला तेव्हा पहाट झाली होती. वल्लीकिच्चं पहाट! आईच्या हाताला मरणाच्या कळा लागून आल्या. आईनं अंदाज घेत घेत पाखं सोडलं. पण ते पडलंच नाही. आई रात्रभर अवघडून उभी होती मेढीसारखी... मेढ होऊन; चिखलात पाय रोवून. जागची हलली नाही की चालली नाही... लेकरांचा जीव वाचावा म्हणून...

आक्कानं ओली चूल पेटवली. ओली गवरी धुपत होती. आक्कानं फुंकणीनं फुंकत फुंकत जाळ केला. गवती चहा उकळवला. आम्ही गोणपाट टाकून चहा प्यायलो.

चहा पिऊन तरतरी आली, पुन्हा नव्या पावसाशी झुंजायासाठी... मोडून येणारं घर तोलून धरण्यासाठी. फाटत जाणारं आभाळ टाका टाका घालून सांधण्यासाठी... भिंतीचं भगदाड लिंपण्यासाठी... घराची मेढ होण्यासाठी...

❑❑

२२
तीन काटक्यांचं घर

दिवस आपल्या गळ्यात दोर बांधून आपल्याला ओढत पुढंपुढं नेत असतात अन् आपण दिवसाच्या मागंमागं जात असतो. आमच्या शेवऱ्या शेळीला जसा मी खुट्याला बांधून घालत होतो तसं दिवसाला बांधून घालता यायला पाहिजे होतं. म्हणजे या दिवसापाशी आम्ही पोहोचलो नसतो. दिवस काही शेळीबकरू नाही, म्हणून आमचेही दिवस जरा पुढं सरकले.

आमच्या आक्काचं लग्न ठरलं. लग्न कसलं? माळच ती! चांदवडच्या देवीच्या देवळात जाऊन दोन फुलांचे हार एकमेकांना घातले की झालं लग्न. कुणाला आवतणं धाडायचं नाही की मानपान द्यायचा नाही. देण्याघेण्याची बोली नाही. फक्त नवऱ्याकडचे चारपाच माणसं अन् आम्ही चारपाच माणसं. बाकी काही नाही. कुणी या, का नका येऊ. कुणावर रुसायचं ना पुसायचं. अशी बोली झाली. मी तसा खुशीत. आपल्या बहिणीचं लग्न. मला नवा सदरा मिळणार. चांदवडला जायला मिळणार. लहान पोराला काय कुठलीही गोष्ट मौजेचीच.

खरंतर आक्का माईपेक्षा लहान. तरीही आक्काचंच लग्न आधी का? तर, माई शिकत होती, आक्का शिकत नव्हती. आक्कावर तसा अन्यायच झाला. मला सांभाळण्यासाठी तिला शाळेतून काढून घेतलं. माझ्यामुळेच आक्का शाळेच्या दप्तराला दुरावली. याचं मलाही वाईट वाटायचं. मला सांभाळण्यासाठी आक्का घरी राहिली खरी; पण लवकरच मजुरीचं जू तिच्या खांद्यावर आलं. दोघींच्या मजुरीवर आमचं घर चालायचं. ती आईला हरकामात उपयोगी पडायची. एवढुशी होती, तशी ती आईबरोबर रोजंदारीच्या कामाला जायची. रोजंदारीचं असं कुठलं काम नाही, जे आक्कानं केलं नाही. एवढासा जीव थकून जायचा. मग कधीकधी कामावरून घरी आली की रडत बसायची. आई तिची समजूत काढायची. तिसरी इयत्तेपर्यंत शिकलेली अक्षरंही कामात बुजून गेली. कष्टाचीच अक्षरं चिरखाडीत बसली. आक्का लहानपणातच प्रौढ झाली. आई गावागवत्रीला गेली की आक्काच आमची आई व्हायची अन् आम्हा भावंडांना आईच्या काळजीनं सांभाळायची.

पुढंपुढं आई आक्काला लासलगावला कांद्याच्या खळ्यावर कामाला नेऊ लागली. काम आक्काच्या अंगवळणी पडलं. जणू काम करण्यासाठीच आपला जन्म झाला असं तिला वाटू लागलं. आक्का काम झाली. आक्काचा माझ्यावर फार जीव. कांद्याच्या खळ्यावर कामाला जायची, तेव्हा माझ्यासाठी दररोज न चुकता खाऊ घेऊन यायची. मी तिची रोज रात्री वाट पाहत ओट्यावर बसून असायचो. चाऱ्ही बहिणींत माझाही आक्कावरच जीव जास्त. आक्काला साडी मिळायची नाही. ती आईचंच लुगडं साडी म्हणून गुंडाळायची. म्हणून मी तिला म्हणायचो,

"आक्का, म्या मोठा झालो न त् तुला साड्या घेयीन बरं का?"

"माझा भाऊ सुखाचा ऱ्हायला त् माला साड्या मिळाल्या सारख्याचय!" माझ्या तोंडावरून हात फिरवत आक्का म्हणायची.

होताकरता आक्काचं लग्न ठरलं. ही हर्षानं काळीज सुपाएवढं होण्याची गोष्ट; पण आक्का नाराज झाली. दु:खीकष्टी झाली. आक्का मुकाट गाय. परिस्थितीच्या खुट्याला बांधलेली. दावं तोडता येत नाही म्हणून तडफडणारी. नाइलाजानं का होईना असलं काही बंड करता येत नाही. तो रिवाज नाही. तिनं खुटा सोडला नाही. खुट्यावरच तडफडत राहिली. चरफडत राहिली.

ते तिचं का लग्नाचं वय होतं? लग्नाची तशी घाईच. आक्काच्या मनाचा विचार न घेता तिला संसाराच्या औताला जुंपायचं ठरवलं. तिच्या मागेही तीन पोरी खपायच्यात म्हणून लवकर उजवून टाकायची, अशी घरातल्यांची भावना. आक्का नाराज व्हायचं कारणही खरं होतं. तिला जो नवरा पाहिला तो भयाण बेवडा. सकाळ संध्याकाळ पिऊन तराट. गावठी दारू सदान्कदा ढोसलेला असायचा. रस्त्याच्या कडंला, गटारात पडलेला दिसायचा. आमच्याच गावातला सुक्या. असला ओंगळवाणा नवरा आक्काला नको होता; पण दारूड्या बापाच्या पुढं जाता येत नव्हतं. त्याच्यापुढं शब्द बोलायची बिशाद नाही. पमी आणि तावडी आक्काच्या पुढ्यात बसल्या.

"आक्के, जेवन करून घे ना गऽऽ" तावडी आक्काला आग्रह करत म्हणाली,

"माला ऱ्हायी जेवायचं!" आक्का तोंड फिरवत खोल गेलेल्या आवाजात म्हणाली.

"मंग आमीपन ऱ्हायी जेवनार." पमी म्हणाली.

"हा बाई, तू जेवली त् आमी जेवू." तावडीनं गळ घातली.

आक्कानं बहिणींसाठी कडूमडू तोंड करत बळंबळं दोन घास खाल्ले अन् तिघीही एकमेकींच्या गळ्यात पडून रडल्या. मी फक्त कावराबावरा होऊन त्यांच्यापाशी उभा.

बाप उन्हाळ्याच्या सुट्टीत दोनचार दिवसांसाठी आला अन् दारूच्या गुत्त्यावरच आक्काचं

लग्न ठरवलं. हरीतात्यानंच या सोयरिकीत पुढाकार घेतला.

"भाऊसायेब, म्या काय म्हन्तो... हा सुकदेव यकलाचय!"

"म्हणणं काये तात्या तुमचं!"

"आक्की लग्नाजोगी झालीय. गावातल्या गावात देवून टाका! म्हन्जे तुमाला पटलं तर बुवा; आपन काय सुचवलं फकस्त. बळजोरी न्हायी आज्याबात!"

"लग्नाला माझ्याकडं फुटकी कवडी नाही!" बाप सिगारेट ओढता ओढता म्हणाला.

"मामा, तुमी फक्त पोर द्या. बाकी काही नको!" सुक्या तर लग्नाला उतावळाच!

"असं असेल तर इथल्या इथं सुपारी फोडून टाका!" बाप खुशीत म्हणाला.

बापाला काय फुकटचा सौदा लगेचच मंजूर झाला. दारूगुत्त्यावरच आक्काची सुपारी फुटली. सुपारी फोडायला मामा लागतो. आमच्या अंबरमामालाही बोलावलं नाही.

लग्न आठेक दिवस पुढं राहिलं असेल; तेव्हाच आक्कानं अन्नपाणी बंद केलं. ती कुणाशी काही बोलायची नाही. वाचा गेल्यासारखी... हाडळीवानी अवसान करून घेतलं. दिवसेंदिवस काटकीगत वाळू लागली. तरी बापाला तिची कीव येईना. आईच्या जिवाला लागत होतं. पण ती सांगणार कुणाला? एकटी का पोर होती. सगळा पोरवाडा. एकीला चार. जीव कावून गेला की कधीकधी आई म्हणायची,

"झाल्या तशा जगल्या. मेल्या कशा न्हायी! माझ्याच मढ्यावं यवून पडल्या. मेला हिंडतोय आऊमागं गावूगाव. माला ठिवलं राखीनदारीन करून!"

आईचं हे तेवढ्यापुरतच असायचं. तिचा समदा जीव आमच्यातच तर वाटला गेला होता...

आईनं आक्काला गोंजारलं. डोक्यावरून हात फिरवला. जेवणाचं ताट आक्कापुढं ठेवत आई म्हणाली,

"काय बाई अवसान करून घेतलं आक्का तू? आसं येड्यावानी करू नको. दोन घास खावून घे, वासरे!"

आक्कानं जेवणाचं ताट रागानं दूर लोटून दिलं.

"माला न्हायी जेवायचं. मरनच न् म्या; त् मरू दे माला!"

"आसं ग काय करते वासरेऽऽ अन्नाचा आसा अवमान करू नयेऽऽ" आई आक्काला चुचकारत म्हणाली.

"माझा केला न् अवमान त्याचं हाये तुला कायी? माझ्या मनाचा कोन करतं इच्यार? म्या काय दगडामातीचीच त् हाये!"

"तू आधी दोन घास खाय बरं! आठ दिसापासून अन्नाला शिवली न्हायी!"

कशी जेवेल आक्का? तिला तिच्या विद्रूप आयुष्याचं स्वप्नं आधीच दिसू लागलं

होतं. म्हणून कावून जाऊन ती आईला म्हणाली,

"आई, माझ्या गळ्यात दगड बांधून हिरीत ढकलून दे माला; पन त्या सुक्याला माला देवू नको!"

"म्या तरी काय करू बाई. माझेही हात बांधलेत!"

"माला कसलाही नवरा पाहय... आंधळा, पांगळा! त्याचा सौसार मी नेकीनं करीन; पन सुक्या नको!"

"आक्के! तू माला जड झाली व्हय!"

"मंग का माझं सरण रचून ऱ्हायलात तुमी?"

"सारं कळतंय ग, वासरे! पन करू काय?"

आक्कानं लाख नाकुस्त्या मारल्या. पण आखरीला सुक्याबरोबर तिचं लग्न झालं. त्याच्या गव्हाणीची गाय आक्का झाली. त्यानं पाणी प्यायला दिलं... प्यायचं. त्यानं चारा टाकला... खायचा. त्यानं लाथा मारल्या; मुकाट सहन करायच्या. त्यानं उठ म्हटलं... उठायचं. त्यानं बस म्हटलं... बसायचं. आक्काची अवस्था खाटकाच्या गायीगत. आक्का हंबरली; पण तिचं दुखणं कुणाच्याच गावाला पोहोचलं नाही. तिच्या दुःखालाच वाचा नव्हती, म्हणून आक्काची हाक कुणालाच ऐकायला आली नाही.

एक दिवस बाहेरच्या दगडावर तावडी धुणं धूत होती. मी अन् पमी तिच्याजवळ बसलो होतो.

"तावडेऽऽ, आक्काची आठवन येत ऱ्हायी का तुला?"

"येते न बाईऽऽ! म्हनून त् म्या आन चिमबाबाची शकू सरपनाला गेलो व्हतो तवा आक्कीकडं जाऊन आलो!"

"सुखातय न आपली आक्की?" पमीनं उत्सुकतेनं विचारलं.

"कहाची आली बाई सुखात? त्या सुक्यानं मारलं व्हतं तिला. माझ्या न् शकूच्या त् डोळ्यात टचकन पानी आलं! तिचे हालबी पाहवले ऱ्हायी..."

"तिला आणायचं न तावडे तू तुझ्यासंग!" मी म्हणालो.

"म्या गंज तिला आगरह केला. पन ती ऱ्हायी म्हन्ली; अन् माला म्हनी आईला नको सांगू, ऱ्हायी त् ऱ्हायील काळजी करत. तो मेला रोज दारू पेवून मारतो तिला. तू त् तिला आता पाह्यलं न वळखायचीबी ऱ्हायी; लई काटकीसारखी बारीक व्हऊन गेलीय. आपल्या आक्कीचं लईच वायीट झालं!"

मला असा राग आला सुक्याचा. मी ताडकन उठून घरात आलो. आईला म्हणालो,

"आईऽऽ, तू आत्ताच्या आत्ता माला आक्काच्या घरी घेवून चाल!"

"तुला खत वाटली का आक्कीची?" आई चुलीस भानोसं पोतरता पोतरता म्हणाली,

"सुक्या मारतो आपल्या आक्कीला. त्यांच्या चांगल्या बाडग्यात देवून येतो!"

"तुला कोन म्हन्लं?"

"तावडी गेली व्हती न तिच्या घरी!"

"व्हय ग, तावडेऽऽ"

"हा, सरपणाला गेले व्हते म्या तवा पानी प्यायाच्या निमितानं गेले व्हते बाईऽऽ"

पोताऱ्याचं फडकं आईनं खाली टाकलं. चूलही पेटवली नाही. लुगडंही बदललं नाही. आई तवताक आक्काच्या घरी जाऊन सुक्याला चांगलाच दम भरून आली. अन् सुक्यानंही आईला शपथ घेऊन सांगितलं की आता आक्काच्या अंगाला पाच बोटं लावणार नाही. आम्ही निर्धास्त झालो. आईच्या दमानं तरी सुक्या ध्यानावर वागेल अन् आपल्या आक्काला सुखात ठेवील.

लग्न होऊन जेमतेम दोन महिनेही झाले नसतील, रात्री नऊच्या सुमारास सुक्यादाजी आला. घाबऱ्या घाबऱ्या म्हणाला,

"मामीऽऽ, रोह्यनी इकडं आली व्हय?"

"न्हायी बाऽऽ!"

"मग कुडं गेली म्हनायचीऽऽ?"

"तुमी मारलंबिरलं व्हतं काय?"

"आयच्यान!"

दारूचा भप्पकन वास सगळ्या घरभर.

"मंग गेली कुडं म्हनायची?" आई काळजीच्या सुरात म्हणाली.

सुक्या झोकांड्या खात निघून गेला. आईचं धाबं दणाणलं. आक्कीनं जिवाचं काही बरंवाईट तर करून घेतलं नसेल. आक्कीनं कुठं विहिरीबिहिरीत जीव तर दिला नसेल? असं वाईटसाईट आईस वाटू लागलं. आभाळाला चराचरा धस गेला अन् ते फाटू लागलं. आक्का होतीच त्या स्वभावाची. आईला ती म्हटलीही होती- 'आता तू माझं मेलेलं तोंड पाहशील, मी जित्ती ऱ्हानार न्हायी!' ते शब्द आठवून आईच्या पायाखालची भुई सरकली. पायातलं बळ गेलं. भुईवर मटकन बसली. जराशानं उठली. अडगळीतनं कंदील घेतला. त्यात घासलेट भरलं. माझ्या चुलत्याला, नानाला सोबतीला घ्यावं म्हणून आजीच्या दारी गेली. नानाला हाक मारली. चुलतीनं दार उघडलं. आई म्हणाली,

"कुसूम, नाना हायेत का घरात?"

"हाये बाई! पन त्यायच्या त् पायात काटा भरलाय!"

आईचं तर तोंड एवढं एवढं झालं.

"आई, चाल म्या येतो तुह्यासंग!"

"तू नको येवू दादा अंधाराचं!"

यसुंताबाबानं त्यांच्या सुकदेवला आईबरोबर पाठवलं. सगळीकडं शोधाशोध. आक्काचा काही केल्या तपास लागेना. इथं सापडेल का तिथं सापडेल अशी सगळी अवस्था. त्या रात्री कुणीच जेवलं नाही. शिजवलेलं अन्नपाणी तसंच पडून होतं. रिकाम्या पोटानं आम्ही भावंडं घरीच बसलो. आई मोरावानी शोधतेय आक्काला. सोबतीला सुकदेव. गावातल्या विहिरीबारवा कंदिलाच्या उजेडात पाहिल्या. सारा शिवार पिंजून काढला. पण आक्काचा कुठेच काही ठावठिकाणा लागला नाही.

आम्ही भावंडं चिमणीएवढाले तोंड करून बसलेलो.

''कुडं गेली असेल ग आपली आक्का?'' मी म्हणालो.

''त्या मेल्या सुक्यानं मारूनबी टाकली असंन. हायेच गुंड!'' तावडी म्हणाली.

''असं ग काय म्हन्ते, तावडे! आपली आक्का येईन परत!''

''येईन रे येईन. त्या माकडाची काय टप्परय आक्काला मारायची!'' पमी म्हणाली.

अख्खी रात्र पायाखाली घेऊन पहाटे पहाटे आई अन् यसुंताबाबाचा सुकदेव रिकाम्या हाती परतले. मी आईला बिलगलो.

''आई, सापडली का आपली आक्का?''

''न्हायी रे बाबा! त्या रांडकीच्यानं कुडं दडून ठिवली काय जणू!''

''सारा गाव पालथा घातला पन आक्कीचा काही तपास न्हायी!'' सुकदेव म्हणाला.

''माझ्या मेलीची मती मारली व्हती त्या वखती. त्या मुडद्याच्या हवाली केली माझी सोन्यासारखी पोर. दारूड्या मढ्याच्या तिच्या बापानंच तिचा घात केला. आता ये ना म्हनावं माझ्या लेकराला शोधाया!'' आई तोंड ठोकून घ्यायला लागली. आयाबाया घवाघवा गोळा झाल्या. शांताआजीनं आईला सावरलं,

''ए इंदू, येडी झाली का? सापडंल पोर. नको आसं येड्यावानी करू बाईऽऽ''

''कुडं म्हनून न्हायी पाह्यलं आत्याबाईऽऽ. माझ्या पोरीचा कुडंच तपास न्हायी!''

''गवसंल गवसंल. तू धीर धर ह्या लेकरायकडं पाहय.'' शांताआजी आईला धीराचा शब्द देऊ पाहत होती पण आतून तीही हादरलेलीच होती.

सकाळी सकाळी वार्ता गावभर पसरली. कुणाच्या दाराशी मौतीला जावं तसं समदं गाव जमा झालं. आवडाई, राधाई, तानुताई, कौसाकाकू, सीतावहिनी, आन्साई समद्या आयाबाया जमून आल्या.

''बया, माझं त् काळीजच पालथं पडलं ग बाई!''

''सोन्यासारखी पोर माय, दारूड्याच्या हाती देली!''

''लई गुणाची आक्की, हाकेला वव द्यायची!''

''सटवीनं काय लिहून ठिवलंय पोरीच्या नशिबी!''

“आक्काबाई लई कामाठी. गड्यावानी काम करायची!”

“देवा, सुखरूप घरी धाड रे पोरीला!”

“सोताहूनच खाटकाच्या दारी नेवून बांधली ग बाई!”

“दारूड्या बापानं नास केला पोरीचा!”

“आक्काबाईनं कुनालाही व्हवाच लई आस्रभ!”

“कायी वायीट नको आयकायला येवू रे देवा!”

“रोह्यना, कुडंही भेटू; बोल नं लई तोंडभरून!”

“सोन्यासारख्या पोरीची रांडुळी रे देवा!”

आयाबाया आक्काचं गुणगान गाऊ लागल्या. हळहळ व्यक्त करू लागल्या. काळीज आक्काला हाका मारत होतं. काळजाच्या हाका आमच्या आक्कापर्यंत पोहोचतील कशा? आमच्या घराला मौतीच्या दाराची कळा आली.

दुपारच्याला चुकलेल्या वासरावानी आक्का स्वतःच परत आली. आल्या आल्या आईला बिलगली. हुंदके देत देत रडली.

“कुडं गेली व्हती ग, माझ्या वासरेऽऽ! कुडंकुडं न्हायी शोधलं तुला. झाडाकोडालाच इचारनं बाकी न्हाईलं!”

आक्का नुसतीच रडत होती. तिच्या अवसानाचं बेअवसान झालं होतं. आम्ही तिच्याकडं नुसतंच पाहत होतो गुरूमुरू तोंडानं. आक्काचं रडू थांबलं. आक्का उसासली.

“त्या सुक्यानं मारलं माला गुराढोरासारखं!”

आक्कानं पाठीवरले वळ दाखवले. घावांनी काळीनिळी झालेली पाठ. एकादशीच्या दिवशी त्याला मटण करून द्यायला नकार दिला, म्हणून सुक्यानं लाकडाच्या धपलीखाली मारलं.

“मी त्यायच्याकडं नांदायला जित्ती जाणार न्हायी, माला मारून माझा मुडदा पाठव त्याच्या दारी!

“तू माला जड न्हायी, वासरे! जाव दे. तुझं घरच तीन काडक्यांचं; आलं वारं गेलं उडून. तुझ्या नशिबी असंलच तर तीन काडक्याआडचा संसारही तू सुखाचा करून दावशील दुनियाला!”

एक गोष्ट आनंदाची! आक्का परतली होती. तिच्या मोडक्या गोतावळ्यात... एक भाकर पाच जणांमध्ये वाटून खाण्यासाठी... सुखाला सुख आणि दुःखालाही सुख म्हणण्यासाठी. काट्याकुट्यात हिरवळ शोधण्यासाठी... आम्ही सारेच आक्काला बिलगलो. हुंदक्यांचं रान आणखीन हुंदकून हंबर झालेलं.

❑❑

२३
सोन्या बोकड अन् गिधाड

त्या दिवशी कुणीच जेवलं नाही. तावडीही... पमीही... आक्काही... अन् मीही. आम्हांला नुसतं कुणी विचारायचं उशीर की काय झालं? तरी आम्ही भोकाड पसरून रडायला लागलो असतो. आमची कितीही समजूत घातली गेली असती तरी आमचं रडू शांत झालं नसतं; एवढे आम्ही हळवे झालो होतो. काळजातून हुंबरून आलो होतो. त्याला कारणही तसंच होतं....

ज्याला आम्ही अंगाखांद्यावर खेळवलं... ज्याला रानावनात हिरवं गवत चारत आम्ही घेऊन हिंडलो... त्याच्याबरोबर आम्ही बागडलो... त्याच्या सोनेरी भुरूभुरू जावळावर हात फिरवत, त्याच्या मऊमऊ दिवसांबरोबर आम्ही खेळलो... तो आमचा सोन्या बोकड आज म्हसोबाला बळी जाणार होता. आता आमचा सोन्या बोकड आम्हांला कधीच दिसणार नव्हता. त्याचा ब्याऽऽ ब्याऽऽ आवाज ऐकण्यासाठी आम्ही तरसून जाणार होतो.

बापानं नवस केला होता म्हसोबाला, की मला मुलगा होऊ दे, मी तुला बोकडाचा बळी देईन. कालपासून बाप त्यासाठीच आला होता. बापाच्या नवसाला जर म्हसोबा पावला होता तर बापानं स्वत:च्या पैशात आणायचं न बकरू विकत. एकतर बाप आईच्या संसाराला कवडीचीही मदत करत नव्हता. मग कशासाठी आईनं पाळलेल्या शेळीचं बकरू बळी देत होता? तावडीनं आईला याविषयी विचारू पाहिलं,

"आई, तू बोलत का न्हायी की कशापायी देता माझ्या बकराचा बळी?"

"त्यायच्या पुढं कोन बोलनार बाई!"

"आई, तू कशापायी घाबरते त्यायला?" आक्का म्हणाली.

"ते देतात हाग्या दम!" तावडी म्हणाली.

"नवस काही तुला मुलगा झाला म्हनून न्हायी. तुझ्या सवतीला झाला." आक्का तणफणत म्हणाली.

“माला सारं कळतं बाई; पन न्हायीये माझी हिम्मत; अन् कसंबी झालं तरी त्यायच्या नावाच्या आड आपल्यायला इडं न्हाता येतं.”

“तुझ्या याच सोभावाचा फायदा उचलला त्यायनी.” तावडीला राहवलंच नाही.

“कायबी कर सोन्याला वाचव!” पमी आईला बिलगत म्हणाली.

“हा आई! माझ्या सोन्याचा बळी नके. वाटल्यास माझा बळी द्या म्हनावं!” मी म्हणालो.

आईनं मारायला हात उगारला. आक्कानं तो घाईघाईनं धरला अन् म्हणाली,

“त्याच्यावं कशाला राग काढते?”

“मंग काय करू? त्यो म्हन्तो माझा बळी द्या. आसं का अभद्र बोलावं मान्सानं!”

आई रडकुंडीला आली होती. तिला पोरांचं दु:ख कळत होतं. फक्त आईची असाहायपणाची दुखरी जागा आम्हांला उमगत नव्हती. काहीही असो, आमची सर्व मदार आईवर होती. पण आईनंच जर बापापुढं हात टेकले होते, मग आमची काय बिशाद होती बापासमोर? सोन्याचं मरण पाहण्याशिवाय गत्यंतर नव्हतं. काळजावर दगड ठेवायचा तरी कसा?

सोन्या बोकड आमच्या चाऱ्ही भावंडांचा आवडता. तो आमच्या घरातलाच एक. आमच्या झांबऱ्या शेळीचं ते बकरू. झांबऱ्या शेळीला आतापर्यंत अनेक बोकड झाले होते. पण त्यांचा आम्हांला कधी लळा लागला नव्हता. पण सोन्याची गोष्टच निराळी. त्याचा जन्म झाला तेव्हा सशासारखा मऊसूत. रंग असा की सोन्याचा वर्ख. आक्कानंच त्याचं नाव ‘सोन्या’ असं ठेवलं. त्याला आमची भाषा कळायची. सोन्या म्हटलं की समोर हजर. जणू तो विचारतोय, ‘कशाला बोलवलं मला? मी तर छान हरळीचा नाष्टा करत होतो. तुम्ही उगाच व्यत्यय आणला. गेला न माझा खाण्याचा मूड!’

शेळीला झालेली पाट ही पुढं जाऊन आप्ल्याच खुट्यावरची शेळी होते. मात्र, बोकड हा खाटकालाच विकला जातो. त्याचं मटण पाडून तो लोकांना विकतो, हे माहीत असूनही आम्ही आमच्या मनाला समज घालून त्याचा मृत्यू दूर ठेवायचा प्रयत्न करायचो. आपला सोन्या खाटकाला विकला जाईल ही कल्पनाच आम्हांला सहन व्हायची नाही. मी आईला म्हणायचोही -

“आई, आपला सोन्या खाटकाला न्हार्य, एखाद्या शेतकऱ्याला इकायचा.”

“यड्या! सेतकरी त्याला इकत घेवून त्याचं का दूध काढणारय?”

मी रडायला लागायचो. मग आई माझी समजूत घालू पाहायची.

“बरं का भावड्या! कायी कायी सेतकरी बोकडं पाळतात. आपण त्यायलाच इकू. खाटकाला बिलकूल द्यायचा न्हायी!”

“खरंच पाळतात न, आई!” मी भाबडेपणानं आईला विचारायचो.

“मंग!” आई खातरीच द्यायची.

“हां मंग अशाच लोकांना इकायचा भो!”

खरोखरच माझं समाधान व्हायचं अन् माझा चेहरा आनंदानं फुलून यायचा. त्या दिवशी आई सांगेल ते काम मी हुरूपानं करायचो. 'नाही' म्हणायचो नाही. आईलाही एक शस्त्र आयतच हाताशी सापडायचं. त्याचा जमेल तसा जमेल तेवढा फायदा आई करून घ्यायची.

“भावड्या, मळ्यात सरपन तोडून ठिवलंय. साळा सुटल्यावं घ्यायला ये!”

“हं अ! म्या न्हायी येनार. पमीला सांग बाई!”

“पाहय बरं न्हायी त् म्या सोन्याला खाटकाला इकीन!”

“म्या येयीन संध्याकाळी सरपण घ्यायला; पन सोन्याला खाटकाला नको इकू.”

“भावड्या, आज शेळ्या वळायला जाय बरं का रे!”

“न्हायी माझी किरकेटची मॅचये!”

“पाहय बरं न्हायी त...”

“बरं बरं जायीन आई म्या, पन सोन्याला खाटकाला इकायचं न्हायी!”

“भावड्या, खंडूबाबाच्या दुकानातून गूळ आन्तो का पावशेर?”

“न्हायी भो आई! म्या तं लिहून ऱ्हायलोय!”

“न्हायीच जानार का?”

“न्हायी!”

“पाहय बरं! म्या सोन्याला खाटकाला इकीन अशानं!”

“दे आई पैसे. म्या जातो गूळ आनायला. माझं लिहून झालंय!”

शाळेच्या बाबतीतही हेच. एखाद दिवशी शाळेचा कंटाळा आला की आईनं सोन्याचं शस्त्र उगारलंच म्हणून समजा. मी गुमान दप्तर घेऊन निघायचो. सोन्याच्या नावाखाली आई खूप पिदडून घ्यायची. कितीही कंटाळा आला असेल कामाचा, तरी नाही म्हणता येत नव्हतं. कारण माझ्या सोन्याचा सवाल होता. तो खाटकाला विकला जाऊ नये म्हणून माझी काहीही करायची तयारी असायची. मला सोन्याला बिलकूलही गमवायचं नव्हतं. खाटीक म्हटला की मला सोन्याचं मरण दिसू लागायचं. सोन्याचं मरण माझ्यापरीनं ढकलत राहायचा प्रयत्न करायचो.

अन् एकदा तर मी कहरच केला. पोळ्याच्या सणाला मारुतीच्या मंदिराजवळ पोळा भरायचा. मीही ठरवलं की आपल्या सोन्यालाही मारुतीची सलामी द्यायला न्यायचं. मी सोन्याला सजवायच्या तयारीला. तावडी अन् पमीही सामील झाली होती. खंडूबाबाच्या दुकानातून हिंगूळ आणून मी सोन्यासाठी गोंडे रंगवले.

“भावड्या, पाहय बरं का! न्हायी त् सोन्याला दिष्ट व्हायच्ये!”

“व्हऊ दे. आई कशी माला दिष्ट झाले की माझ्यावरून मीठमोहऱ्या ववाळून टाकते.”

"तशाच आपल्या सोन्यावरून ववाळून टाकायच्या. का रे भोतं भावड्या!" सोन्याला सजवता सजवता पमी म्हणायची.

"हा ना!"

"तावडे बास झाला यवढा साज. त्याला न्हायी पेलवायचा!" पमी म्हणाली.

"ये येडी झाली का सोन्याय तो! सांग तावडे इला!" मी म्हणायचो.

आईनं जेव्हा आमचा हा थाट पाहिला अन् ती चिडली.

"ये येडपटयवो, बकरू कधी मिरवता का पोळ्याला?"

"काय झालं मंग आई? आपन मिरवायचं. लोकायचं काय भेव आलं?"

"करा बाबा काय करायचं त्ये. यडधुतळे कुनीकडचे!" असं म्हणत आई घरात निघून गेली. मी अन् पमी निघालो सोन्याला घेऊन. बैलांची ही गर्दी. मारुतीच्या मंदिराला गरका घालून मारुतीसमोर सलामी द्यायला पुढं उभं केलं जायचं. पण बैल काही केल्या सलामी देत नव्हते. पग्याचाच बैल होता. पग्या खांद्याला आळंगला, घामाघूम झाला तरी त्याच्या बैलानं काही सलामी दिली नाही. पग्यानं माघार घेतली. बैल घेऊन रांगेत जाऊन उभा राहिला. मला पोरांनी पाहिलं अन् हसायला लागले. कंथईचा आर्ज्या म्हणाला,

"ये पऱ्या, संत्याऽऽ ते भावडे पाहय... मिरवायला काय घेऊन आलंय?"

"ये भावड्या, तुहा बैल त् लई लान न्हायला!"

"हा बैल कुडल्या देशाचा म्हनावं गड्या!"

"भावड्या, ह्ये येड्या बोकड्याला आणलं का?"

"ये बोकड्या न्हायी. माहा सोन्याय ज्रा!"

"भावड्याच्या बैलाची त् शेपूट यवढीयवढी!"

"त्याची शेपूट घरी ठिवून आला काय रे!"

मी पोरांकडं बिलकूलही लक्ष दिलं नाही. सोन्याला सलामी द्यायला सांगितली. एकदा नाही, दोनदा नाही, सोन्यानं पाचदा सलामी दिली मारुतीला. पोरांची अशी जिरली अन् मग पोळा सोडून माझ्याच सोन्याचं कौतुक ज्याच्या त्याच्या तोंडी. सोन्या आहेच तसा गुणाचा. नंतर आले होते कंथईचा आर्ज्या, जगनचा निंब्या लाड लावत. त्यांना म्हणालो,

"तुमी माझ्या सोन्याला हासले! तुम्च्याशी कट्टी; आपल्याशी बोलायचं न्हायी."

संतूनं समझोता केला म्हणून त्यांना माफ केलं!

एकदा तर काय झालं! सोन्या दुपारचा सुटून चिंचीखालच्या खंडूमामाच्या वावरात चरला. कडुळाची नासधूस केली. त्यामुळे खंडूमामा चिडला. त्यानं सोन्याला त्याच्या खुट्याला बांधून काठीनं मारमार मारलं. खंडूमामासमोर जायची हिम्मत होईना. मात्र सोन्यासाठी गेलो. कारण, सोन्याच्या पाठीवर पडणारा मार माझ्या काळजावर पडत होता. सोन्यासाठी जीव खालीवर होत होता. खंडूमामानं खूप शिव्या घातल्या. तंबी दिली, की परत कडूळात

जर हे बकरू आलं तर त्याचं तंगडंच मोडून टाकीन. खंडूमामाच्या वाक्यासरशी, मला सोन्याचे पाय तुटले आहेत अन् तो लंगडत लंगडत चालतो आहे, असं दिसू लागलं होतं. आपला सोन्या लंगडा होणार ही कल्पनाच मला सहन होईना. सोन्याला चांगलंच दुखणं खंडूमामानं करून ठेवलं होतं. त्यानंतर चारपाच दिवस सोन्या सारखा भुळकांडत होता. आईला कोण कोण काय काय औषध सुचवत होतं आणि तो औषधी पाला धुंडाळण्यासाठी आम्ही भावंडं रानंवनं तुडवत होतो. ज्या दिवशी सोन्यानं लेंड्या टाकल्या, तेव्हाच आमचा जीव भांड्यात पडला.

त्या दिवसांत बाप काही आला नव्हता सोन्याचं दुखणं काढायला. बापानं आल्यागेलेल्या आवतणही देऊन ठेवलं होतं. मला तर सगळीकडंच सोन्याचे मारेकरी दिसू लागले होते. बाप, आत्या, आजी, नाना, नानी, आत्याचा भोकरडोळ्याचा नवरा जरी आता इथं नव्हता पण यांच्यात तोही दिसू लागला. या प्रत्येकाच्या हातात सुरी आहे अन् सोन्याच्या भोवतीनं दैत्यासारखे नाचताहेत, हातभर जिभा बाहेर काढून. सोन्याला रिंगणच घातलं आहे. त्यांच्या या अवतारानं सोन्या गांगरून गेला आहे. मला, तावडीला, पमीला, आक्काला शोधतो आहे. आम्ही त्याला दिसत नाही म्हणून त्या साऱ्यांना न जुमानता ढुसण्या देऊन आम्हा भावंडांच्या आड येऊन लपला आहे; अन् सारेच दैत्य येऊन पोहोचतात. आम्हांला बाजूला खेचलं जातं. सोन्या त्यांच्या तावडीत सापडतो. असाहाय्य सोन्या...

आई आली अन् म्हणाली,

"आवरा रे! तुमाला जायचं न म्हसुबाच्या जत्रंला!"

"जत्रंला की सोन्याच्या मौतीला!" तावडी घुशातच आईला म्हणाली.

"जाव दे बाई, काय करते मंग; बापचय तुम्चा!"

"असा कसा बाप ग! ज्यानं आमाला खेळणी त् कधी आणली न्हायी. वर आमचीच खेळणी हिरावून घेतोय."

"शाळा शिकली त लईच हुशार झाली ग!"

"तावडी बरोबरच बोल्ते, आई!" पमी तावडीचा कैवार घेत म्हणाली.

"हा आई! आमी न्हायी जानार जत्रंला!"

"तुम्चा बाप तुमाला चांगलं फोडून काढंल मंग कळंल!"

"बापाला फोडून काडण्याचंच काम जमतं. दुसरं येत तरी काय?" आक्का म्हणाली.

"हा न आई, आपला भावड्या झाला तवा झाला व्हता का यायला आनंद?" तावडी म्हणाली.

"ह्या पोरासाठी मारे नवस केला. आपल्या भाऊसाठी नवस त् सोड मारायला टपले व्हते सारे, अन् तुला त् हुसकून देलं व्हतं, आई! इसरली का काय?"

"कायी इसरले न्हायी बाई. चांग्ल काळजावं वारूळ झालंय?"

“काम्हून त्यायच्या हा मधी हा मिळवू न्हायली मंग?”

“तुम्च्यासाठी लेकरायवो. सडी आस्ते तर ठोकरून गेले आस्ते. आता माला पक्का खुटा ठोकला, तोबी तुम्च्यामुळंच?”

“जाव दे. आम्चा नको इच्यार करू?”

“आक्के, ते लानय. तू का लान न्हायलीय असा नाद करायला!”

तेवढ्यात बाप आला. म्हणाला,

“काय रेऽऽ तुम्हांला आनंद नाही झाला का, तुम्हांला भाऊ झाला ते?”

“...........”

“मग अशी थोबाडं पडलीत का? कुणी मेलंय का? होपलेस कुठले!”

बाप नाहक भाऊ आमच्यावर थोपत होता. बापच आमचा राहिला नव्हता; मग भाऊ तरी आमचा कसा? पण या गोष्टीला इलाज नव्हता. थोडक्यात सोन्याचं मरण आम्हांला पाहावंच लागणार होतं.

बाप, आमची आजी, आत्या, मोठ्या नटूनथटून निघाल्या होत्या. आमच्या आजीनं तर नाकात भली मोठी नथ घातली होती. काही पाहुणेराऊळे गोळा झालेले होते. सोन्याचं मटण खाण्यासाठी सगळेच आतूर झालेले. त्यांच्या तोंडाला आतापासूनच पाणी सुटलेलं. आक्का तर रागारागानं म्हणाली,

“किती सालाचे भुकेले मेले! आले सोन्याला खान्यासाठी कावळ्यासारखे जमून!”

आपल्या सोन्याचा घास खाण्यासाठी हे कावळे नाही तर गिधाडासारखे जमून आलेत. गावात गाय, बैल मेला की नदीच्या थडीला ओढून टाकलं जायचं, तेव्हाही गिधाडांची गर्दी व्हायची. तीच गर्दी आज जमलीय. आज जरी नाही तरी पुढच्या जन्मात ही सारीच गिधाडं होऊन जातील.

आजीचं गिधाड.

बापाचं गिधाड.

आत्याचं गिधाड.

भोकरडोळ्याचं गिधाड.

चेटकिणाईचं गिधाड.

पुढचा जन्म आपण स्वतःहून कॅन्सल करायचा, म्हणजे हे गिधाडं आपल्याला भेटणार नाहीत.

माझ्या हातात सोन्याचं दावं. त्याला बिचाऱ्याला माहीत झालं होतं की काय कुणास ठाऊक. तो खूर जमिनीत पक्के रुतवून मला मागेमागे खेचायचा. बाप पाठीमागून. हातात निबर काठी. सोन्याच्या पाठीत काठीचा तडाखा द्यायचा. सोन्या तेवढ्यापुरतं थोडं चालायचा. गळ्यातून करुण रडण्यासारखे सूर काढायचा.

“भावड्याऽऽ, काही खातो की नाही? ओढ जरा माणसासारखं!” बाप दरडावून

म्हणाला.

"मरतुकडं पोरय ह्ये नाम्देवा तुझं! तू याच्यायवढा व्हता तवा मोटा हाकायचा अन् हे पाहय पाप्याचं पितर!" आजी नथ सावरत म्हणाली.

पाहिली का आमची आजी कसं खोटं सांगून राहिलीय. आईनं सांगितलं न आम्हांला की बाप मुळमुळा होता. आमची आईच मोटा हाकायची!

"पमे, तू ओढ ग!" बापानं पमीस सांगितलं.

नाइलाजास्तव पमी सोन्याचं दाव ओढू लागली. सोन्याला त्याचं मरण दिसू लागलं. सोन्या हलायला तयार नाही. मग दाव्याला तावडीही बिलगली... अन् मीही. आम्ही ओढत चाललोय. बाप त्याच्या पाठीवर काठीमागून काठी घालतोय. मला तर सोन्याची अवस्था पाहवेना. एक वेळ वाटलं बापाच्या हातातली काठी घेऊन बदडून काढावं सोन्याचं मरण साजरं करायला निघालेल्या बापाला आजीला, आलेल्या पाव्हण्यारावळ्यांना.

जत्रा तुंबाड भरली होती. खेळणीवाले, खाऊवाले. पण आमचं कुणाकडंच लक्ष नाही. म्हसोबाच्या चौथऱ्याजवळ आलो. आमच्या सोन्यासारखे अनेक बकरं तिथं होते. कित्येकाचे बळी दिले होते अन् बळी द्यायला अनेक रांगेत उभे होते. थोड्या वेळात आमचा सोन्याही बळी जाणार होता.

आमचा नंबर लागला. सोन्याला आजीनं हळदकुंकू लावलं. त्याची पूजा केली. बापाच्या मनात आनंदाच्या उकळ्या फुटत होत्या की या म्हसोबानं त्याचं म्हणणं ऐकलं होतं. बापाच्या ओटीत पोरगं घातलं होतं. खाटकानं सुऱ्याला धार दिली. सोन्याच्या मानेवर चालवणार; तोच एकाच वेळी आमच्या भावंडांच्या काळजात त्याच्याविषयीची माया उफाळून आली. आम्ही चौघंही सोन्याला बिलगलो. मोठ्याल्यानं रडाया लागलो. बापानं पमीला अन् तावडीला एक फटका लावून बाजूला केलं. मी मात्र सोन्याच्या गळ्यात पडूनच. बाप ओढतोय मला बाजूला. मी सोन्याला सोडायला तयार नाही. बापानं त्याची असेल नसेल ती शक्ती एकवटून माझ्या डोक्यात चापट हाणली. माझ्या समोरचा म्हसोबाचा चौथरा जमलेल्या सगळ्यांसकट गरगरला. मी पाणी मागितलं.

मला एक बाजूला धरून सोन्याच्या गळ्यावर सुरा चालवला. सोन्याच्या तोंडून अखेरचा चित्कार बाहेर पडला. रक्ताची चिळकांडी माझ्या अंगावर उडाली. कितीतरी वेळ सोन्याचं शरीर धडधड उडत होतं अन् नंतर गपगार झालं.

बापानं एकट्या सोन्याचाच बळी दिला नव्हता; तर तावडीच्या, पमीच्या, आक्काच्या अन् माझ्या भावनांचा बळी दिला होता.

नवस फिटला असं बापास वाटलं असंल; पण आमच्या काळजात उतरलेल्या सोन्याचा बळी बाप कसा देऊ शकणार होता? सोन्याला आम्ही आमच्यात जिवंतच ठेवणार होतो... अनेक दिवस... अनेक वर्षं...

❑❑

२४
तांडव

बाप आणि त्याचं गणगोत म्हसोबाला नवस फेडून परतलं होतं अन् आम्ही भावंडं सोन्याच्या मौतीला जाऊन आल्यासारखे सुतकी चेहरे घेऊन परतलो होतो. हा दुखवटा आम्ही आणखी किती दिवस पाळणार होतो; ठाऊक नाही. मी सोन्याचं दावं मात्र उचलून आणलं होतं. तेवढीच सोन्याची आठवण. अजूनही आम्हा भावंडांना असं वाटत होतं, की आमचा सोन्या परत येईल. त्याचा आवाज कानावर येईल. सोन्याचा बळी गेलेला असूनही आमचं मन मात्र घरभर कानोसा घेत होतं. इथं असेल का तिथं असेल. आमची नजर सारखी भिरभिरत होती. पण आमचा सोन्या आता कुठंच असणार नव्हता. आमच्या डोळ्यांसमोर त्याचं शीर धडावेगळं केलं होतं. त्याच्या एकाएका अवयवाचे वाटे घातले होते. बापानं आमच्या आयुष्याचे असेच वाटे केले.

"किती दुष्टय न् आपला बाप! सोन्याला मारताना त्याला थोडीसुदीक दया आली न्हायी!" पमी ओल्या डोळ्यानं म्हणाली.

"हो न्! अन् आजी?"

"आत्या अन् ती घाऱ्या डोळ्याची चेटकिणाई. सारेच दुष्ट!" पमी फुंदत म्हणाली.

"म्या त् मोठा झालो का बापाचा अन् आजीचा बळी देनार म्हसोबाला."

"आसं न्हायी म्हन्ती रे!" आक्का म्हणाली,

"का बरं न्हायी ग, आक्का?"

"ते दुष्ट झाले. आपन न्हायी व्हायचं."

"सोन्याला मारलं तरीबी!"

"हां दादा!" खोल गेलेल्या आवाजात आक्का म्हणाली.

पण मला आक्काचं पटलंच नाही. तीही आईसारखीच भोळी. म्हणून तर सुक्यानं संसार मोडला आपल्या आक्काचा, जसा बापानं आईचा मोडला. सुक्याचं एक बरं होतं. त्यानं परत आम्हांला त्याचं तोंड दाखवलं नव्हतं. बाप तर कधीही छळायला टपलेलाच

असायचा. आक्कानं जशी काडीमोड घेतली तशी आईनं बापाशी का घेतली नाही? घेतली असती तर बापानं त्याचं तोंड आम्हांला दाखवलंच नसतं. अंबरमामा आला की मी त्याला म्हणेलच की मामा तू तरी आईची अन् बापाची काडीमोड करून दे! आमच्या सोन्याचं कालवण करून खाणारा बाप नको आम्हांला. तेवढ्यात पमी म्हणाली,

''तुमी आयकला का सोन्याचा आवाज!''

''न्हायी त्?'' तावडी म्हणाली.

''म्या आयकला!''

''गप बाई, तुला भ्रम झाला!'' आक्का म्हणाली.

अन् बसलो रडत...

आम्ही भावंडं जरी सोन्याच्या हत्येनं दुःखात बुडालेले होतो, तरी बाप मात्र खुशीत होता; अन् घाऱ्या डोळ्याची चेटकिणाईही. माझी आजी अन् वेणूआत्या नवससायास करून झालेला नातू मांडीवर खेळवत होत्या. त्याला कुठं ठेवू अन् कुठं नको असं त्यांना होऊन गेलेलं होतं. आम्हा भावंडांना आजोबाआजीची मांडी तर कधी नशीब झाली नाही अन् बापाचा खांदाही. जशी आमच्या अंगाला खरूज झाली होती, अन् तशी अपेक्षाही आम्ही कधी ठेवलीच नव्हती. या घडीला तर आमच्या सोन्याचा बळी दिला असल्यामुळे आम्ही नाराज होतो अन् त्याच दुःखात होतो. कोडकौतुक आमचं झालंही असतं तरी आम्ही हुरळून गेलो नसतो. बाप आणि बापाचं गणगोत गप्पाटप्पामध्येच चांगलं रंगलं होतं. बापाला खूश करण्याचा प्रयत्न आजी अन् आत्या करत होत्या. बापही खूश खूश होऊन जात होता. आम्ही मात्र उदास बसलेलो... बाप आमच्याकडं पाहून म्हणाला,

''तुम्हांला काय झालं रे! असे उदास चेहरे घेऊन बसलेत?''

''निव्वळ कडू बेणंय! तू काही म्हन; हे पोरं काही तुला शोभत न्हायी.'' आजी म्हणाली.

''बाई म्हन्ते ते खरंय दादा!'' वेणूआत्यानं दुजोरा दिला.

''बायको तरी कुठं शोभते!'' बाप मिशा पिळता पिळता म्हणाला.

''जाव दे. दुसरी त् मिळाली न तुला मनासारखी!'' आजी म्हणाली.

रात्र झाली. आम्हा भावंडांच्या समोरून सोन्या हटायलाच तयार नाही. आम्ही अंथरुणावर बसून सोन्याच्या आठवणी काढून डोळे ओले करत होतो.

''आक्के, आपला सोन्या आपल्याला कधीच दिसनार न्हायी!'' तावडी म्हणाली,

''आपला सोन्या पुन्हा जल्माला आला असंल माहितय का?'' पमीला ठाऊक असलेली माहिती तिनं आम्हास पुरवली.

"आपला सोन्या मोर झाला असंल न्हायी त् कावळा!" तावडी म्हणाली.

"मोर झाला असेल पन कावळा त् बिलकूल न्हायी. का की सोन्याला कावळा आवडत न्हवता." मी म्हणालो.

"कशाच्या तरी जल्मात आलाच असंल न्! न्हायी तावडे?"

"ते आपल्या हातात थोडंच आस्तं."

"मंग कुनाच्या हातात असतं?"

"देवाच्या. त्योच ठरवतो कुनाला कुनाच्या जल्मात धाडायचं!"

"मंग म्या देवाला सांगेल की सोन्याला तू कशाच्याही जल्मात घाल."

"तुझं ऐकेल का देव?"

"काम्हून न्हायी ऐकनार? माई म्हन्ते न् शहाण्या मुलांना देव पावतो. मग म्या शहाणा न्हायी काय?"

"देव तुझं आयकनार आसंल त् त्याला बापाला, आजीला शिक्षा द्यायला सांग. न्हायी त् म्हनावं त्यायचा बेडूक करून टाक!"

तावडीच्या या कल्पनेमुळे मला आजीचा अन् बापाचा 'डराव डराव' आवाज ऐकायला यायला लागला. आजीच्या बेडकाची 'डराव डराव' न संपणारी. बापाचा बेडूक तरी दारू प्यायल्यानंतर शांत झाला. बापाच्या बेडकानं सिगारेट प्यायला मागितली तर कसा दिसेल तो सिगारेट ओढताना? आजीच्या बेडकाला तर नाकात नथही घालता येणार नाही अन् तोळबंद्या घालण्यासाठी तर आजीच्या बेडकाला दंडही नसणार. आजीच्या बेडकाला मिरवताच येणार नाही. मोठीच गोची होईल आजीच्या बेडकाची.

"कायी नका मनचंदा इच्यार करत बसू. घ्या झोपून!"

आक्का बोलल्यामुळे आम्ही चिडीचिप झालो होतो. आईनं आम्हांला गोधड्या आणून दिल्या. आम्ही प्रत्येकानं आपापली आवडती गोधडी पांघरून घेतली अन् सोन्याचा विचार करता करता झोपूनही गेलो. मला जाग तेव्हाच आली... ती मध्यरात्रीची वेळ असेल. माझ्या गळ्यावर कुणीतरी दाब देत आहे; नव्हे गळाच आवळला जातोय. मी जोरात ओरडू लागलो. पाय झाडू लागलो. माझ्या शेजारी झोपलेली तावडी उठली. तिनं पाहिलं की घाऱ्या डोळ्यांची चेटकिणाई माझा गळा दाबते आहे. तावडीनं बळ एकवटून चेटकिणाईचं जाडंजुडं धूड लोटू पाहिलं. तेव्हा चेटकिणाई म्हणाली,

"मी पांघरून घालत होते अंगावर!"

आईनं कंदिलाची वात मोठी केली. चेटकिणाईला दरदरून घाम फुटला होता. तिची त त प प होऊ लागली. तिची चोरी उघडकीस आली होती. सारे जागे झाले. बाप डोळे चोळत चोळत आला.

"काय झालं एवढं बोंबलून उठायला!"

''त्यांना बोंबलून उठायला कायीच कारण न्हायी लागत बाबा. तसं ते बोकडंही आलं असंल सपनात! झोपा रे काट्यींनो उगामुगी. झोप मोडली... सोंगं कुडले.''

''सोंगं हायेत न त् मग कशाला जाता त्यायच्या वाट्याला!'' आई रागानं थरथरत म्हणाली.

''काय झालं तुला एवढं?

''मंग या इवशीला इच्यारा. काय करत व्हती ही डाकीन?''

''मी काय केलं? भावड्याच्या अंगावर पांघरून टाकत होते मी!''

''पांघरून टाकत व्हती का गळा दाबत व्हती?''

''मी कशाला गळा दाबू? काहीतरी कुभांड घेते माझ्यावर? मला मुलगा झाला तो तुला सहन होत नाही!''

''म्या आले का तुझ्या मुलाला निम्या रातीचं पाह्यला?''

''नको कायीबायी कुभांड घेऊ वली; तिचा सोन्यासारखा पोरगा सोडून तुझ्या मरतुकड्या पोराकं कशाला येयील!'' आजी म्हणाली,

''कसा का असंना तुम्चा नातूच हाये त्यो. अन् यवढ्यात इसरला असंल आत्याबाई तुमी. चार मैन्यांचाबी झाला न्हवता तवा जहर देत व्हती ही पोटकरपी. साऱ्या गावानं पाहिलं व्हतं!''

चेटकिणाई रडायला लागली. तिनं तिचं पाप लपवण्यासाठी काहूर केलं. खरंतर बापालाही माहिती होतं, तिनं मला एकदोनदा जिवे मारायचा प्रयत्न केला होता. पण आज बाप ते सारं विसरला होता. चेटकिणाईच्या घाऱ्या डोळ्यांतले आसवं बापाला पाहवत नव्हते. तिला समजावत म्हणाला,

''नको रडू. आम्ही काही म्हणालो का तुला? हिचं काय मनावर घेते?''

''न्हायतर काय! तिला सवयच नस्तं खुसपट काढायची!''

''हा येडच लाग्लय माला!''

''इची जीभ हासड रे, नाम्देवा!''

''तुझ्या म्हसणी गवऱ्या गेल्या त्यायची त् आब राख.'' आई चवताळून म्हणाली.

बापानं रागंरागं आईच्या मुसकटात मारली. मग आत्याही बिलगली अन् आजीही. भर मध्यरात्री आमच्या घरी तांडव सुरू झालं. आईची काहीही चूक नसताना मार खात होती अन् आम्ही भावंडं रडण्यापलीकडं काहीच करू शकत नव्हतो. सोन्याच्या मौतीच्या वेळी जे दृश्य होतं तेच पुन्हा आमच्या डोळ्यांसमोर तरळलं. बाप, आजी, आत्या खाटीक झाले होते. सोन्यानंतर आमच्या आईचा बळी घेण्यासाठी सरसावले होते. सोन्याला तरी मारताना हळदीकुंकू वाहिलं होतं; आईला तेही नाही.

बाप, आत्या आजीच्या घरी निघून गेले. चुल्यापाळी मार खाल्लेल्या आईच्या भोवती आम्ही उलीउली तोंड करून बसलो. आई तावडीच्या डोक्यावरून हात फिरवत म्हणाली,

"आज माझ्या बाईमुळे माझा सोन्या वाचला!"

"पाहय न आई ती मेली गळा दाबत होती!" आक्का म्हणाली.

भीतीचा काटा साऱ्यांच्याच अंगावर सरसरून गेल्यानंतर... साऱ्यांच्याच डोळ्यांत आनंद तरळून आला होता. माझ्या बहिणी मला गोंजारत होत्या. जणू माझा नवा जन्म झाला होता.

तांडव आमच्या आतआत निवत गेलं.

अन् मी सोन्यासारखा हुंदडू लागलो.

घरभर चिवचिव दौडू लागली.

फक्त आक्काच तेवढी सोन्याचं दावं काळजाशी घट्ट धरून बसली होती मुकी मुकी...

❑❑

२५

दुःखाचं फूल अन् खाकसाचा दाणा...

पहाटेच उठलो होतो. चिंचीखालचा विज्या, लिलाकाकूचा हण्त्या, यदूबाबाचा संतू, शांताईचा नित्या, भालेरावचा दिवड्या, तळेकराचा पग्या, आम्ही बैलगाडीत जाऊन सांगीओहळाच्या आंब्याचे डहाळे आणले. बैलगाडी यसुंताबाबाच्या संबळाच्या गजरात गावभर मिरवली. मारुतीच्या देवळावर काही डहाळ्या टाकल्या... काही आमच्या घरावर... काही मांडवावर... माझ्या अंगावर नवे कपडे. त्याचं कौतुक तर वेगळंच. हण्त्या, दिवड्या किती वेळ माझ्या कपड्यांचं कौतुक करत होते.

"पाहय न भोऽऽ भावड्याचे कपडे?" तोंडावर हात ठेवत कौतुकानं हण्त्या म्हणाला.

"हा न भोऽऽ भावड्या त् लईच भारी दिसून ऱ्हायलाय!" दिवड्यानं हण्त्याच्या हातावर टाळी देत दुजोरा दिला.

"आम्च्या नंदाताईच्या लगनात मालाबी व्हते न नवे कपडे." संतू

"असतील भोऽऽ संतू! पन भावड्याच्या कपड्यायची सर न्हायी येनार!" हण्त्या

"बरं का पोरायवोऽऽ डाक्टरच्या पक्यालासुदीक आसे कपडे न्हवते!" दिवड्या

"भावड्या, म्या गावाला जानार आसल्यावर माला दे बरं का घालायला?" हण्त्या

"मंग देईन भो हण्त्या!"

"तवर टिकव न्हायी त् जातील फाटून!" संतू

"येडा झाला का पऱ्या संत्या! ते का फाटतील का?" गण्या म्हणाला.

सनईचौघड्याचे सूर मांडवभर. नुसतंच आनंदाचं काहूर उठलेलं. नात्या-गोत्यातल्या माणसांबायांचा जिव्हाळ्याचा गलका. सारंच मंगलमय. अशी इतकी लगबग माईच्या लग्नाची सुरू होती. मी एकुलता एक माईचा भाऊ. त्यामुळे मला उगाच जबाबदारी वाटत होती. कुणाला काही हवं नको मलाच पाहावं लागणार होतं. मन जरा खट्टू झालं की माई आता आमचं घर सोडून जाईन, आम्हांला करमेल का? आम्हा भावंडांची भांडणं कोण सोडवणार? माईचा आम्हा सर्वांनाच धाक वाटायचा. माझे गणिताचे पाढे तोंडपाठ

माईमुळेच झाले. ती छडी घेऊन बसायची माझ्यासमोर. आता माझं काही चुकलं तर माईची छडी हातावर बसणार नाही. आपली माई आज जाणार या विचारानं डोळेच भरून आले असते; पण संतूची हाक कानावर पडली.

"भावड्या, वऱ्हाड आलं रेऽऽऽ!" असं म्हणत शेंडी उडवत संतू पळाला. मग आम्ही सारेच त्याच्यामागे चिंगाट पळलो. कौशाआत्याच्या चिंचेखाली जाऊन उभे राहिलो. संतू मोजू लागला वऱ्हाडाच्या बैलगाड्या. 'यक...दोन... तीन...' असे आकडं मोजत तो सतरापर्यंत पोहोचला. तोंडावर हात ठेवत म्हणाला,

"ये बाबोऽऽ, सत्रा बैलगाड्या आल्या न भो,"

"ये यड्या, आठरावं टांगं कोण धरील? यदूबाबा का रंभाई?" भावकाबाबाचा गण्या संतूच्या डोक्यात मारत म्हणाला.

संतू गण्यावर चिडला.

"भावकाबाबाच धरील! न्हायी त् हौशाई!" संतूनही गण्याचा उद्धार केलाच.

दोघांची गुद्दागुद्दी. तेवढ्यात वऱ्हाड मिरवायासाठी संबळापिपाणीचे नाद. दिवड्या कुठं गप राहतो का? तो बोंबललाच,

"ये गाबरायवो, चला नाचायला! इडं काय बावळ्यावानी मारामारी करून ऱ्हायलेय!"

सारेच तिकडं पळाले. संतू, गण्याही हातात हात घालून; अन् मी मात्र घराकडं पळालो. मला आईला, अंबरमामाला सांगायचं होतं की माईच्या लग्नाचं वऱ्हाड आलं. माझी गाडी गिअर टाकून जोरात सुटली होती. पण उंबरठ्यातच मी कचकन ब्रेक दाबले. जागच्या जागी उभा राहिलो. आईसाठी आणलेलं महागडं लुगडं बाप उभं चिरत होता. अंबरमामाला वाटलं आपल्या बहिणीला चांगलं ल्यायला नेसायला मिळालं नाही, पोरीच्या लग्नात तरी हौस भागंल. पण बापानं हौसेच्या चिंध्या केल्या. अंबरमामाच्या स्वप्नाचे चिरगुटंचिरगुटं बापानं करून टाकले. बापालाही आपल्यासारखं मुंजाबानं झपाटलंय की काय कुणास ठाऊक? वेड्यासारखं वागतो. मी नाही का वेड्यावानी वागायला लागलो की आई गूळदाळ्या करायची. मला अन् पमीला मुंजाबाला गूळदाळ्यांचा नैवेद्य वाहायला सांगायची अन् गल्लीतल्या पोरांना मी गूळदाळ्या वाटल्या की झालो चांगला. आई म्हणायची 'गेलं पाहय येडपन!' आपण तर लहान आहोत. बाप तर एवढा मोठा. मग त्याला कुठलं आलं येडपन? मुंजाबा मोठ्या माणसांना थोडंच धरतो? तरी पण आईला सांगावं लागंल गूळदाळ्या करायला. गेलं त् गेलं बापाचं येडपन!

अंबरमामाविषयी मात्र मला खूप वाईट वाटलं.

मागल्याच आठवड्यातली गोष्ट. अंबरमामा तांदळाच्या गोण्या घेऊन आला तेव्हाच आईला म्हणाला होता-

"ताई, तुझा नवरा तांदूळ टाकायलाबी यतो का न्हायी!"

"बापू, न्हायी आला तरी तिचं लगन कायी थांबत न्हायी. न्हायीतरी त्यानं कुडल्या चार कवड्या फेकून मारल्या पोरीच्या लगनासाठी!"

"ह्ये आपलं म्हननं झालं; पन पाव्हण्यारावळ्यात हे बरं दिसनार न्हायी! नको कायी फट सापडायला!"

"येवूनही लई धड ऱ्हानारय त्यो; दारू घेयील ढोसून, करील शिमगा! त्यालाच आवरत बसावं लागंल बाबा! येत न्हायी तेच चांग्लं! म्या त् कायी बाबा त्याचे पाय धरनार न्हायी. जलमभर त्याची लूलूथुपूच करत आले. तोबी घोड्यावानी लाथाच झाडत आला!"

"बरं! म्या धरतो पाय त्याच्ये."

आमच्या याच अंबरमामानं हातापाया पडून बापाला बोलावलं. मात्र आज बाप त्याचा असा अपमान करतोय. चेटकिणाईला साडी आणली नसल्याचा राग बापाच्या डोक्यात गेला. शिवाय आईला त्यानं कधी नव्या लुगड्यात पाहिलंच नव्हतं. तेही त्याला आज पाहावलं नसतं. बापानं लुगड्याच्या चिंध्या केल्या अन् अंबरमामाच्या अंगावर फेकल्या. कानठळ्या बसतील अशा आवाजात म्हणाला,

"उचल ते चिरगुटं, भडव्याऽऽ! निघ इथून. माझ्या पोरीच्या लग्नाला थांबायचं नाही!"

"दाजी, हाळू बोला! पाव्हणेरावळे आयकत्याय!" अंबरमामा हात जोडत म्हणाला.

"ये भडव्याऽऽ, मला सांगतो का?"

"मग दुसरं कुनाला सांगनार?"

बापाला कुणी आज्ञा दिलेली खपायची नाही. त्यामुळे बाप आणखीनच चिडला.

"निघ म्हणतो ना इथून. माझ्या पोरीच्या लग्नात तुझं काय काम, भडव्याऽऽ"

तेवढ्यात आमचे दादा आले.

"का निघून जाईन तो. हे लग्न करण्यासाठी त्यानंच नात्यागोत्यात झोळी फिरवली. पै पै गोळा केले. त्याचे आभार मानायचे सोडून, त्याचा असा अवमान करताय? हा कुडला नेव?"

मुंबईचा बुट्टा चुलता अप्पा झोकांड्या खात आला. त्याला दारू जास्त झाली होती. धड उभंही राहता येत नव्हतं. तरी त्यानं दादांवर रोब केलाच.

"मामा, तुम्ही मधी बोलू नका!"

दादा त्याच्यावर बेफाम चिडले,

"काय रे चोद्या! तुला धड उभ ऱ्हाहता येयीना; तू शिकवतो का आमाला. चाराण्याचा मूत पेवून आम्च्यावर हुभरू ऱ्हायला?"

"मामा, तोंड सांभाळून बोला!"

तेवढ्यात आजीचा भोकरडोळ्याचा जावई पळत आला. आल्यासरशी गरजला,

"वेणू, माझी बंदूक आन ग. यायला दाखवतो!"

"ये बंदुकीवाल्या, गच पड! चालला बंदूक आणायला?" दादा म्हणाले.

"मामा, माझ्या पोरीचं लग्नय!" बाप म्हणाला.

"तू फक्त जन्माला कारण तेवढा झाला. बाकी काय जिम्मा उचलला पोरायचा तू? किती थकला बाबा पोरीच्या लग्नाची धावाधाव करून?" बापाचा घोडा असा काही चवताळला की तो चौखूर उधळत खिंकाळला,

"येऽऽ आग लावीन मंडपाला... आग! तुम्हांला मी बापच दाखवतो!"

माझे चाऱ्ही मामा, आईचे चुलते सारेच बाह्या सरसावून आले. बापाची अन् चुलत्याची लगेच शेळी झाली. माझी तर 'वऱ्हाड आले!' हे सांगायची मजाच निघून गेली.

संतू पळत आला. त्याच्या मागं विज्या, गण्या, हण्त्या सारेच. संतू म्हणाला,

"भावड्या, इकडं काय करतोय बावळ्या? नवरदेव शेंवती चढायला चाल्ला न्!"

माझा हात धरून सारेच पळत सुटले. नवरदेव घोड्यावर बसला होता. लोक नाचत होते. यसुंताबाबाचं संबळ गुंऽऽगुंऽऽ करत होतं. नुस्त्या काटक्या संबळावर नाचत होत्या. त्या इतक्या की त्याचे हात तेवढे दिसत होते; एवढी गती. लोक तर असे काही नाचत होते. सारीच धुळकंड. पण माझं मन काही लागेना. बापानं माझ्या आनंदाचा पार विचका करून टाकला होता. सारख्या सारख्या आईच्या नव्या लुगड्याच्या चिंध्या माझ्या डोळ्यांसमोर येत होत्या. त्या काही केल्या हटायला तयार नव्हत्या. माईच्या लग्नाची किती स्वप्नं आम्ही भावंडांनी पाहिली होती. पमी म्हणाली होती,

"भावड्या, मी किनई माईच्या लग्नात झालरीझालरीचा फराक घेणारय!"

"म्या त् बाई, उडत्या बाह्याचा फराक घेणारय." तावडी म्हणाली.

"म्या त् भो, नेहरू डरेस घेनारय! आमच्ये पवार गुरजी घालत्यान् तसा."

अंबरमामानं आमची हौस पूर्ण केली होती. पण आज मला हा ड्रेस काढून फेकून द्यावासा वाटत होता. आपली आई जुन्या लुगड्यात अन् आपण असं मिरवत फिरायचं? माझ्या मनाला काही बरं वाटेना. आईचं सगळं गणगोत एकवटलं होतं लग्नाला. मला तरीही गमेना. हवा भरलेला मोठाच्या मोठा फुगा दाखवण्यासाठी एखाद्या पोरानं मोठीच दौलत हाती लागल्यासारखं यावं; अन् कुणीतरी त्या फुग्यास टाचणी लावावी. त्या पोराच्या गमतीची हवाच काढून घ्यावी. तशीच टाचणी बापानं आमच्या फुग्यास लावली.

लग्न लागलं. माईवर अक्षता पडल्या; तरी मला कळलं नाही. संतू, गण्या, दिवड्या पंगतीत वाढण्याचं काम करत होते. माझं कशातच मन लागेना. नवरानवरीचे फोटो काढत होते तिकडं गेलो; तर बाप चेटकिणाईला बरोबर घेऊन नवरानवरीबरोबर फोटो काढत होता. मग तर तिथं थांबवलंच नाही मला. कोपऱ्यात येऊन बसलो. पमी आलीच हुडकत.

''भावड्या, फोटू न्हायी काढायचे का? चाल तिकडं!''

''तूच जाय. माला न्हायी काढायचे फोटू न बिटू!'' मी घुश्शात म्हणालो.

''तू त् म्हन्ला व्हता माईच्या लग्नात यवढे फोटू काढील न तेवढे फोटू काढील!''

तावडी आली अन् तिनं मला ओढूनच नेलं.

फोटोवाल्यानं सांगितलं तुमच्या आईवडिलांच्या पाया पडतानाचा फोटो घेऊ. माईनं आईला बोलावलं. आईला तर बिलकूल आवड नाही या गोष्टीची; पण पोरीचा हट्ट म्हणून आली... तर बापानं आईला लोटून दिलं. किती वाईट बाप! आईचं नवं लुगडं फाडून टाकलं. आता फोटो तर काढायचा होता... तेवढाही नाही. आईचा अन् बापाचा एकत्रित एकही फोटो आमच्या घरात नव्हता. तावडीनं एकदा विचारलं होतं आईला...

''आई, तुझा न् अण्णाचा त् यकबी फोटू न्हायी!''

''माला न्हायी आवडत फोटू न बिटू. काय करती त्या कागदायला?''

''पन यक तरी एकतरीत फोटू पाह्यजे न, आई?''

''तो न्हायी तोच बरा; न्हायी त् फोटूतबी छळवील माला त्वा बाप!''

फोटोचा कार्यक्रम तिथेच आटोपला माझ्यापुरता तरी! बापाला म्हणा काढत बैस फोटो लागेल तेवढे. आम्ही नाही काढणार. आमच्या आईचाच फोटो नाही. मग आम्ही कशाला काढू? आम्ही आमची हौस मारली.

आई लुगड्यांच्या, साड्यांच्या घड्या आहेर केलेल्या बायांना अन् भाऊबंदिनींना नेसवत होती. तिचं तोंड दिसत नव्हतं. तरी वाट काढत तिच्यापर्यंत पोहोचलोच. म्हणालो,

''आई, तू नवं लुगडं का घातलं न्हायी!''

''नको हट करू, बाबा!'' असं म्हणत ती तिच्या कामात गढून गेली.

मी मात्र गालाचा चंबू करत तिथून निघून आलो. बऱ्याचशा पंगती उठल्या होत्या. मी तर अजूनही जेवलो नव्हतो अन् भूकही लागली नव्हती. म्हणून कौशाआत्याच्या चिंचेखाली येऊन वऱ्हाडाच्या बैलगाडीत येऊन बसलो. जरा वेळानं कानपिळ्यासाठी माझ्या नावाचा गागट झाला म्हणून गेलो. माईच्या नवऱ्याचा कान पिळायचा? मलाच घाम फुटला. हा आडदांड गडी अन् डोळे लालभडक. त्याला पाहूनच माझी फाटली होती. याचा कान पिळायचा? माझी हिंमतच झाली नाही. मी फक्त कानाला हात लावल्यासारखं केलं. सदरा चड्डीचे कपडे मिळाले. कन्यादानाच्या कार्यक्रमासाठी भटजीनं नवरीच्या आईवडिलांना बोलावलं. आम्ही सगळेच तिकडं गेलो. आक्का आईला बोलवायला गेली. मात्र बाप चेटकिणाईला घेऊन तवताक हजर होता. कन्यादानालाही बसला. आई आली, बापाशेजारी बसली; तर बाप उठला अन् त्यानं आईच्या कंबरेत लाथ घातली.

''तू न्हायी बसायचं कन्यादानाला. तुझा हाट्टच असेल तर मी बसणार नाही!''

माझा चुलत चुलता, रामूअप्पा चिडला बापावर -

"अरे, तिचा अधिकारय, असं काय करतो मूर्खासारखं!"

पण आईच म्हणाली रामूअप्पाला-

"जाव द्या अप्पा! म्या बसले काय नि न्हायी बसले काय, माझ्या पोरीचं लग्न व्हतंय हाच आनंदय माला!"

"अशी काय करते इंदू, तुझा अधिकारय. तो असा डावलू न्हायी शकत!"

"अप्पा, आजपरयंत कुडले अधिकार माला मिळाले त् आज मिळनारय. माझ्या पोरीचा सवसार सुखाचा व्हावा, यवढीच आशाय. माला काही नको तो मानपान! त्यानं काय व्हतंय?"

"असं न्हायी चालत पोरी! ज्याचा मान त्याला!" रामूअप्पानं पुन्हा आईला गळ घातली.

आईचं मनच नव्हतं. पण रामूअप्पाचा शब्द कसा डावलायचा, म्हणून आई बसायला गेली तर बाप पुन्हा चवताळला.

"ये खोपडीच्येऽऽ, तुला एकदा सांगितलेलं कळलं नाही का? तुझ्या टाळक्यात घुसलं नाही का? होपलेस कुणीकडची!"

आई बापाच्या डाव्या बाजूला मुकाटी बसली. पण बापाला काही सहन होईना. बाप फणकाऱ्यानं उठला. बसायला घेतलेल्या पाटाला जोराची लाथ हाणली अन् म्हणाला,

"मी नाही बसणार कन्यादानालाऽऽ! कर तू एकटी कन्यादान!"

बाप रुसला अन् मंडपाच्या बाहेर सिगारेटी फुंकत बसला. बाप धुराच्या ढगात बुडून गेला. बुट्टा चुलता, नकटी आत्या आणखीनच बापाच्या रागात विस्तू टाकत त्याच्याभोवती. सगळे बापाला समजावयाला. बाप कुणाचच ऐकेना. आयाबायांची कुजबुज झाली. त्या एकमेकीच्या कानगी लागल्या-

"कसाय बाई बिनलाज्या बाप? पोरीच्या लग्नात रुसला!"

"म्या त् असा नवरीचा बाप त् पैल्यानच पाहू न्हायले!"

"लग्नाच्या बाईला लाथ घातली अन् आऊला खांद्यावं घेवून मिरवू न्हायला!"

"हा वं न बाई, पोरीच्या आईला कन्यादानाला बसू देईन!"

"आसेबी बाप आस्ता का कधी दुन्यात!"

"लई पाह्यले पन याच्या खालीच!"

"असा का उंडरेलपना करावा पोरीच्या लग्नात?"

"मान घ्ये उड्या म्हनी मारीतं उड्या! तरफडू द्या त्याला तिकडंच!"

शेवटी आईच गेली बापाकडं बापाच्या हातापाया पडत म्हणाली,

"तुम्च्यापुडं पदर पसरिते, नका असा इचका करू."

बाप हूं नाही चूं नाही.

''बसा तुमी कन्यादानाला. माला कायी हौस न्हायी!''

माईचं कन्यादान आईशिवाय झालं.

मी चुलांगणाकडं गेलो. त्यातला विझलेला कोळसा घेतला अन् रागानं माझ्या नेहरू ड्रेसवर चिरखाड्या ओढू लागलो. पमी अन् तावडी पळत आली. माझ्या हातातला कोळसा हिसकून फेकून देत तावडी म्हणाली,

''येडा झाला का? यवढे छान कपडे खराब करून न्हायलाय?''

मी एक नाही की दोन नाही. नुसताच उभा घुम्यासारखा.

''आपल्या मामानं यवढे भारी कपडे आन्ले!''

''काय रे भावड्या! घुम्याऽऽ, काम्हून खतनसान्यासारखा करून न्हायलाय?''

''अण्णानं आईचं लुगडं फाडून टाकलं. त्यायला कायी का म्हनाल्या न्हायी तुमी?''

दोघींनाही कळलं अन् तिघेही एकमेकांच्या गळ्यात पडून रडायला लागलो...

माईच्या पाठवणीची वेळ झाली. सारं गाव जमा झालेलं. साऱ्या आयाबाया. माई कुणाकुणाच्या गळ्यात पडून रडत होती. सारेच रडत होते. माई आईच्या गळ्यात पडून रडू लागली. आई रडली नाही. आई खरंतर आक्काचं लग्न झालं तेव्हाही रडली नव्हती. सारी निरवानिरव झाल्यावर अंबरमामा आईला म्हणाला,

''ताई, तुला रडू का आलं न्हायी?''

''माझ्या पोरीचं लगन एवढं हाजीगाजीनं झालं. म्या का रडू? त्यायचा चुलता म्हणाला व्हता तिच्या पोरीयचे कशाचे लग्न व्हतील. त्या निघून जातील वाटंच्या वाटसराचा हात धरून. सांग, एकीचं त् झालं म्हन्जे बाकीच्यांची व्हतीलच. म्हणनाऱ्याचे दात गेले न घशात. मंग सांग बापू, का रडायचं म्या?''

जुन्या लुगड्यातली माझी आई; मग मला डोंगरापेक्षाही मोठी वाटली. अन् आपोआपच बाप खूप छोटाछोटा होत गेला तिच्यासमोर... इतका छोटा इतका छोटा की एवढा एवढा खाकसाचा दाणाच. आईच्या पदराच्या गाठीत बांधून ठेवलेल्या दुःखाचं असं फूल झालं होतं... त्याचा दरवळ मनभर... आईचं घर सुखावलं होतं.

काळजाच्या कॅमेऱ्यानं आईचा फोटो इतका देखणा काढला होता की बापाचे सारेच फोटो आईच्या देखण्या फोटोपुढे फिके फिके...

❑❑

२६
पीळ

आक्काचं बाशिंग सुटलं. ते तोडून फेकलं. नवऱ्याच्या जाचाचं जू तिनं खांद्यावरून उतरवून ठेवलं. पण कोणत्या न् कोणत्या रूपानं दुःखानं तिची पाठ काही सोडली नाही. ते पक्कं लडकून राहिलं गोचिडासारखं. सुक्याशी काडीमोड झाल्यावर आक्कानं बसून खावं असं काही तिचं माहेर नव्हतं. मजुरीचं 'जू' आक्काच्या खांद्यावर होतंच! आक्का कांद्याच्या खळ्यावर लासलगावला जाऊ लागली तेव्हाची गोष्ट...

लासलगाव पाटेगावापासून चौदाएक मैल लांब. त्यातून रात्रीबेरात्री आक्का घरी यायची. गावातल्याच मंजाक्काच्या टोळीत ती कामाला जायची. मंजाक्का चाळीवर मुकरदमीन होती. आक्का घरी येईपर्यंत आईच्या जिवाला घोर लागून राह्यचा. तरणीताठी पोर टाईमाबेटाईमाला येते. काही अनुचित झालं तर? वाईट विचारांचं मोहळ भणभण करायचं. मोहळच्या मोहळ आईच्या मनाला डसायचं. मोहळाच्या माश्या वारीत आई मंजाक्काला म्हणायची,

"मंजाक्का! माझ्या लेकीला जपून नेत जा!"

"नवलपरी तुलाच पोर हाये व्हय? आमी का वांझुट्या हावोत? म्हनं जपून नेत जा! जपून न्याया ती काय सोन्यानाण्याची हाये का कचकड्याची बाहुलीय?"

"मंजाबाई! अंगावं नका वढून घेऊ. माझा आईचा जीव."

"मंग घरात ठिवून घे! पूजा कर तिची. यवढीच आयनीची हायेस तं"

"घरात ठिवून खायाचं काय? माही अवखदा का तुम्च्यापून लपूनय का?"

"यवढं तं कळतं!" मंजाक्का पानाची पिचकरी मारत तोऱ्यात म्हणाली.

"न्हायी... आपलं वाटलं मनाला!"

"कायीऽऽ वाटू नको देवू बाईऽऽ तुझं मन तुला जर यवढं खात आसंल त् माझ्यासंग धाडू नको तुह्या लेकीला. म्या चाळीवं मुकरदमीन हाये. तिची राखणदारीन न्हायी. माझ्यावं

नाहक कुठली बला आणू नको बाई!''

''बला न्हायी आणायची! तसंच कायी झालं त् उबी चिरून टाकीन म्या!''

''घरचं खायाचं अन् लोकायचा धाक पाळायचा, असलं नको बाई माला. माझ्यावर इस्वास असंल त् पाठव; न्हायीतर ऱ्हावू दे घरी!'' मंजाक्का घोंगडं झटकीत म्हणाली.

''मंज्याक्का, माला तसं न्हवतं म्हनायचं. माझ्या येडीबागडीचं कायी चुकलं आसंल त् पदरात घ्या; पन आक्कीला घेवून जा कामाला!'' आई गयावया करत म्हणाली.

''आता कशी बोलली?'' मंजाक्का स्वत:ला झटकून मोकळी झाली.

आईचा इलाज खुटला. आपल्यावर वेळच तशी आली होती. मंजाक्कानं का म्हणून आपल्या लेकीचा मक्ता घ्यावा? अशी स्वत:चीच समजूत आई घालत होती. मन फार वाईट. त्यानं तसं का नसावं. आईला चाळीच्या कामाचा अनुभव होता. तिथले मालक, मुकरदम, हमाल हे कुठल्या जातीचे असतात हे आईला ठाऊक होतं. ते कामावर येणाऱ्या पोरींना गटवायचे. त्यांच्या गरिबीचा फायदा उठवायचे. त्या पोरी त्यांच्या गळाला लागल्या नाही तर त्यांना कामावरून कमी करायचे. पोरींची अवस्था मुकी धरली हाक ना बोंब अशी. त्या बिचाऱ्या कुणाला सांगणार? परिस्थितीला आग लागलेली. आईबापाचं मुलखाचं दारिद्र्य. त्यांचे चांगले ल्याया-नेसायचे दिवस. पण त्या चाळीतल्या कांद्याशी खेळता खेळता आयुष्याचा पाचोळा करून बसायच्या. तो पाचोळा पुन्हा कधीच सावरला जात नव्हता. जिंदगीची टरफलं उडत राहायची वाऱ्यावर.

आपल्या आक्कीचं असं काही होऊ नाही! एकतर दारूड्या नवऱ्यानं संसार विसकटून टाकला. लोकांच्या तोंडाला हात लावता येत नाही. ते मनाला येईल ते बकतात- म्हणे हिलाच नांदणं गोड लागलं नाही. त्यांच्या तोंडाला कोण टाका घालणार? अजून तीन पोरी गळ्याला तात लावून बसल्या. त्यात बाप शिरावर नाही. आईचं मन आईला खात राहायचं. जोपर्यंत आक्का कामावरून घरी येत नाही तोपर्यंत आईच्या डोळ्याला डोळा लागत नव्हता. घरात जाय, बाहेर ये असं सुरूच असायचं.

''आई, तू लई चिंता करीत बसते. लहानय का आक्की आता?''

''तुला न्हायी कळायचं बाई! आईचं काळीजय माझं!''

''आपली आक्की वायीट वागंल का? ती किती शानीय.'' पमी म्हणाली.

''ती शानीय... पन जग न्हायी न बाई शानं! ते त् बाबा खाऊन उठंल.''

''तुझा त् इस्वास हाये ना आक्कीवर!'' तावडी म्हणाली.

''माझा लाख इस्वासय; पन तरण्याताठ्या पोरीची जात म्हन्जे काचेचं भांडं! ते का तडकलं, मंग कायी खरं न्हायी... निव्वळ काचा काचा!''

''.......''

तावडीनं तिच्या पुस्तकात डोकं खुपसवलं.

"लई जग पाह्यलंय पोरी म्या. नांदतीला पळायला लावतं! ती मंजी लई उठवळ भवानीय! चुल्ते, काके त् मजा पाह्यलाच टपलेय. ते त् वाकडं पाऊल पडायचीच वाट पाहून ऱ्हायलेय. यकदा का निमित मिळालं मग गावभर फडके उडवीत फिरायला मोकळे. मेला त् बसला तोंड लपून! माझ्या सोन्यासारख्या पोरीला बाध लावला! ते का लगनाचं वय व्हतं? आता पावी लागेल दुसऱ्याची वाट..."

आईचं एकटीचंच चुल्यापाळी बसून सुरू होतं... ते किती वेळ चाललं माहीत नाही. मध्येच कधीतरी डोळा लागला. बाराएक वाजायच्या दरम्यान आक्काच्या रडण्यानं आम्हास जाग आली. आम्ही डोळे चोळत अंथरुणावर उठून बसलो. आक्का ढसाढसा रडत होती. बाराची रात्रपाळी करून आली होती. आम्ही सारे आचारे का बिचारे होऊन पाहतोय. ती नुसतीच रडतेय. बोलत काहीच नाही. आईनं तिला विचारलं,

"आगंऽऽ, काय झालं अक्केऽऽ तुला?"

आक्काच्या रडण्याचा सूर आणखीनच वाढला. ती जास्तच हुंदके देऊन रडू लागली.

"आगंऽऽ, काय झालंऽऽ ते त् कळू देशील की न्हायीऽऽ? असं कुनी मेल्यागत काय रडतेय!" आई आक्कावर कावत घाबऱ्या मनानं म्हणाली.

आक्काचं रडं थांबलं. ती मुसमुसत बोलू लागली.

"तो मुडदा हऱ्या मंजीला म्हन्ला, आक्कीला इच्यार आप्लं काम करशील का?"

त्यासरशी उकळत्या तेलात पाणी पडावं तशी आई तडतडली. वाघिणीगत चवताळली.

"त्याचा मुडदा बशिवला त्याचा! आयाभैनीला इच्यार न म्हना सोताच्या! रांडकीचा!" असं म्हणत जरा थांबत आईनं आक्कास विचारलं,

"मंजाक्का काय म्हन्ली?"

"ती हाडळ मालाच इचारते..."

"छिनालला म्हना! सोता छिनालक्या कर्ते त् कर्ते दुसऱ्याला शिकवते का पोटकरपेऽऽ गावहेलपाटेऽऽ छिनालगवश्येऽऽ!"

आईचा आत्मा फारच चवताळून उठला अन् ती मंजाक्काला शिव्या देऊ लागली. पण त्यातली एकही शिवी मंजाक्कापर्यंत पोहोचणार नव्हती.

"माला म्हन्ली, 'अक्के, काय सोताला उन्हात वाळत घाल्ते?' माला वाटलं उन्हात काम करते म्हणून काळजीनं इच्यारते की काय. नंतर म्हन्ली..."

"हाव ग म्हना हेलपटगवरेऽऽ तुझ्यासारखं सारं जग छिनालचय! केरसुनीच्या अशा झिपऱ्या धरते अन् खडकावरच आपटवते धरून!"

दोघी मायलेकी समद्या रातभर जाग्याच होत्या. मंजाक्का अन् हऱ्याच्या नावानं बोटं मोडले. शिव्याशाप दिले. मायलेकींचा कल्लोळ, घराच्या भिंती आयाबाया होऊन ऐकत होत्या. भिंतीना जर हातपाय फुटले असते तर मायलेकींच्या आधी जाऊन मंजाक्काचं

तोंड ठेचलं असतं; अन् हऱ्याला निबार लाथाळून काढलं असतं. वरनं भिंती मंजाक्काला म्हणाल्या असत्या,

'का गऽऽ वाटुळेऽऽ गरीबदुबळ्यायच्या लेकीयला वाईट मार्गावर नेशील त् याद राख! तुझे पायच काढून घेवू. मंग कहाची मुकरदमीन? बसशील घरात. सडकं कुतरंबी तुला हुंगायचं न्हायी!'

मायलेकींचा कल्लोळ कधी शांत झाला माहीत नाही. आम्ही मात्र बसल्या बसल्या झोपी गेलो.

सकाळ होताच आई मंजाक्काच्या घरी गेली अन् दोघींचं कडकावडकी भांडण झालं.

"मंजाबाई, तू नुस्तीच उन्हानं म्हतारी झाली काय ग!"

"काय केलं म्याऽऽ? यवढी आली गल्ली गरजीत?"

"करूनसवरून हात झटकून मोकळी व्हऊ नगं. काय झालं तुला चांगलं ठावं हाये. उगच्या उगं यड पांघरून पेडगावला जाऊ नगं!"

"काय बोलायचं ते सपष्ट बोल, माला कामावं निंगाया यळ व्हतोय!" पानाला चुना लावता लावता मंजाक्का मुजोरपणे म्हणाली.

"हऱ्याऽऽ तुला काय म्हन्ला व्हता?"

"ते म्या बोलले की तुझ्या लेकीला!" मंजाक्का बिनधास्त बोलली.

"तुझ्या जिभीला कायी का झालं न्हायी म्हन्ते म्या! चांग्ला लहऱ्या झोंबायला पाह्यज्ये व्हता. तुला हे पटलं का? तुझ्या लेकीला इच्च्यारलं आस्तं त्यानं त् केलं आस्तं का त्याचं काम?"

"येऽऽ कायीच्या बाही बकू नकोस! माला टायीम न्हायी. तुझं पुंगानं आयकाया."

"ये कामवाले, लईच कामवाली झालीस ग!"

"हायेच!"

"लईच टेबाजा मिरवू नको, तू मुकरदमीन कमी अन् अशा कामात दलालक्याच जास्त करते!"

"तोंड सांभाळ बरं!" पानाला काथ लावता लावता मंजाक्का म्हणाली.

"न्हायी त् काय करशील ग?" आईनं चप्पल काढली.

चार आयाबायांनी मध्यस्थी करून भांडणाची मिटवामिटव केली. पण आईच्या तोंडाचा पट्टा चालूच होता. 'माझ्या लेकीला वायीट मार्गावर नेतीय ही गावभवानीऽऽ गावहेलपाटीऽऽ छिनालगवशीऽऽ!' असं काहीबाही बोलत होती. मंजाक्काचा भोद भरूनही आईची चवताळलेली वाघीण शांत झाली नाही. हऱ्या हमाल तिच्या डोळ्यांत सलत होता. कधी एकदा त्याच्या नरडीचा घोट घेईन असं तिला झालं होतं. 'माझ्या लेकीला इच्यारतो

काय! वाकड्या नजरेनं पाहशील त डोळे काढून घेयीन!'

"इंदू, नको बाई तिच्या तोंडी लागून आपल्याच तोंडाचा खराबा करून घेवू!" आवडाई दबक्या आवाजात आईला समजावत म्हणाली.

"मोठ्याई, ती लाख छिनालय; पन म्या कधी तिच्याइषयी आपशबद बोल्ले का? माहा लेकीला काम्हून वायीट वाटावं घेवून जाती, ही पोटकरपीऽऽ"

"हे इंदू बास कर आता, ती का ध्यानावय का? गंज लासलगावला पाटी लावून आलीय. तिला न्हायी इज्जत आबरू!" शांताई म्हणाली.

मी तर गुंत्यात हरवलो. पाटी घेऊन आपण शाळेत जातो. मग शांताई का बरं असं म्हणाली की लासलगावला पाटी लावून आलीय? झिंग्या म्हणायचा 'आमची म्हैस लावून आणलीय.' पण पाटी लावून मी पहिल्यांदाच ऐकत होतो. एवढ्या काहूरातही मी तावडीला विचारलंच,

"तावडेऽऽ, पाटी लावून आली म्हन्जे काय ग?"

"तुला काय करायचंय मुस्कडतोंड्याऽऽ" तावडी माझ्यावर ओरडली.

पण मी कशाचं ऐकतो तिचं. मी तिला म्हणालोच,

"सांग न्, तावडेऽऽ, पाटी लावून..." पुढचं काही बोलायच्या आतच तावडीनं माझ्या एक ठेवून दिली. मी रडायला लागलो. एवढ्या कावस्यातही आवडाई म्हणाली,

"काय ग, तावडेऽऽ, काम्हून मारलं लेकराला?"

"मोठ्याई तो म्हंतो, 'पाटी लावनं म्हन्जे काय?'"

"आगं, नादानय. काय कळतं लेकराला. उगी... नको रडू."

आई माझ्यावर चिडत म्हणाली,

"उमगूनही घेवू नको. आपली शाळा कर गुमान!"

आईनं रामूअप्पाची समजूत काढून, गयावया करून तिच्या बदली कामाला आक्काला धाडलं अन् आई मंजाक्काच्या विरोधी टोळीतल्या सुमनबाईकडं चाळीच्या कामावर गेली. जसं काही झालंच नाही असं दाखवत आई गपचिप आपलं काम करत होती. कांदे चाळत होती. चांगले चांगले कांदे निवडून टोकरीत टाकत होती. पण तिची नजर मात्र हऱ्याला शोधत होती. तो अजून कामावर आला नव्हता. तांबरलेल्या डोळ्याचा हऱ्या आला. इकडंतिकडं टगरमगर पाहत त्यानं मंजाक्काला विचारलं,

"काय मंजाक्का! आक्की आज आली न्हायी व्हय?"

त्याला काय माहीत तिच्याऐवजी तिची आई आलीय. बस! आईला तर निमित्तच लागत होतं. आई तडकन उठली. तुटक्या वाहणेनं हऱ्याच्या मुसकटात ठेवून दिली. हऱ्या गाल चोळत चरफडत राहिला. आई उसळून त्याला म्हणाली,

"म्या आली नव्हं तिच्याजागी!"

हऱ्या खजील. काहीच बोलला नाही. बोलायला त्याला तोंड कुठं होतं?

"माझ्या पोरीकं नदर उचलून पाहशील त् डोळं काढून घेईन भडव्याऽऽ आयाभैनी कुडल्यात का तुला! त्यायला इच्यारऽऽ! माझ्या लेकीच्या नादाला कशाला जातो रेऽऽ म्हसण्याऽऽ"

सुमनबाईनं आईला समजावलं. आई चरफडतच पाचोळा झाडायचं काम करू लागली.

संध्याकाळी मालकाला काय झालं कुणास ठाऊक. तो आईवर डाफरला.

"इंदूबाई कोणय तुम्च्यातऽऽ?"

"म्याऽऽ हायेऽऽ, सायेब!"

"काय बाई! एक दिवस कामाला आली नाही तर तुझ्या तक्रारी यायला लागल्यात माझ्याकडं. तू काम करते की भांडणं करते?"

आई गांगरली... कावरीबावरी झाली. अन् म्हणाली,

"मी कुडलं भांडण केलं? कुनाशीच भांडले न्हायीऽऽ सुमनबाईला इच्यारा खरखोटंऽऽ सुमनबाई मी कुनाशी भांडले तरी का?"

सुमनबाईनं पटकशी अंगावर येणारं घोंगडं झटकून फेकलं. "मला नको वढू बाई मधी!" असं म्हणत आईच्या पायाखालची मातीच काढून घेतली. आई एकटी पडली. इथं जर शांताई, पमाई, नाही त् आवडाई असती तर लगेच आईचा कैवार घेतला असता; पण देवही नेमकं चांगल्याला पाठीमागं दडवतो अन् वाइटाला पुढं करतो. मालकानं फर्मान सोडलं...

"तू उद्यापासून कामाला येऊ नको!"

"पन माझी काय चूक झाली ती त् कळायला हावी न्!"

"तुला काम करण्याचे पैसे मिळतात, भांडणाचे नाही."

"पर सायब! म्या भांडलेच न्हायी कुनासंग निष्कारणी!"

मालक घोड्यावरच. घोड्यावरून काही केल्या उतरायला तयार नाही. तो आईचं काही परसून घ्यायलाच तयार नाही. आईची वाऱ्यात सापडल्यावानी अवस्था. हातची भाजीभाकरही निसटत होती. मालकाला काय त्याचं?

"मला काही सांगू नको. उद्यापासनं कामावर येऊ नको. तू उद्या खळ्यावर दिसली नाही पाहिजे. सुमनबाई! उद्यापासून या बाईला आणू नको. तुझ्या टोळीतनं काढून टाक. नाहीतर तुझाच रोज कापीन!"

"बरं!"

आई हबकली. मालक काही केल्या ऐकायला तयार नाही. ऊर चिरून मधलं दुःख

याला दाखवावं का, असं आईला होऊन गेलं. चिमणीगत तोंड झालं. केविलवाणी झाली. पण कुणाला दया न माया.

"सायब, आसं करू नका. पोटावर मारू नका. माझे लेकरं उपाशी मरतील. गावात काम मिळत नाही. काय खायाचं पोटाला?

"दगड खाऊन जग, मला नको सांगू रडतकहाणी!"

दगड विरघळतो; पण मालक विरघळायला तयार नाही. तो बुटाच्या पायानं पाचोळा उडवत त्याच्या केबिनच्या दिशेनं निघाला. आई पदर पसरू लागली... पाय धरू लागली... तरी मालकाचं मन काही द्रवलं नाही. ह्या हमाल आणि मंजाक्का एकमेकांकडं पाहून कुत्सित हसत होते. आईच्या काळजावर उकळतं पाणी पडलं. डोळ्यांतून विस्तू फुटू लागला. शब्द आग झाले.

"तुझा सत्यानाश व्हईल मंज्जेऽऽ! माझ्या पोटावर पाय दिला तू, छिनालकीचेऽऽ, माझ्या मुळावं उठलीस केरसुनेऽऽ, तू उन्हानंच पांढरी झालीस का अवदसेऽऽ? या बोहचक भवऱ्याचं काम तूच का करत न्हायी रांडकीचेऽऽ. माझ्या पोरीला वायीट नादाला लावते का खेळवणी?"

कांद्याच्या चाळीवर घासलेट ओतून आईनं घराचा रस्ता धरला. तरी चालता चालता मालकाच्या केबिनकडं पाहत म्हणत होती -

"सायब, माझ्या तरण्याताठ्या पोरीला धाडते कामाला. म्हन्जे तुम्ची सोय व्हईन आन माला चार पैसे मिळतील... आरे मेल्यानोऽऽ, लई भोगाल तुमी. काट्याबोराट्या लागतील तुम्च्या घराला. टाचा घासून मराल. नरकात जाऊन पडाल. तळतळाट भवल माझा तळतळाट! गरीब दुबळ्याची आबरू जशी काही रस्त्यावरच पडलीय, हलकटायवोऽऽ कुनी उठाव अन् फडके फाडीत जावं..."

दाव्याचा पीळ गळ्याभोवती आवळावा तसंच खुट्याशी तळमळून पडावं! तडफडत राहावं अन् भोवती कुणी नसावं, अशी अवखदा आईची झाली. पिळ्यावर पिळे बसत चालले. आढ्यावर आढे. निघता निघत नाही. भुकेच पीळ... व्यथेचा पीळ... परिस्थितीचा पीळ... नात्यागोत्याचा पीळ... साराच पीळ... आणि पीळ... आतड्यालाही पीळ अन् गळ्यालाही पीळ... कुठला सोडावा?

खाटकानं गळ्यावर सुरी चालवायच्या आधीच भावनांचं मरण आईच्या वाट्याला....

□□

२७
चुल्यावरची भाकर भुकेशिवाय करपून गेली...!

विस्तवाची वाट चालायची; पण किती? चालून चालून पाय होरपळतात. नुसते पायच होरपळतात असं नव्हे; तर काळजापर्यंत होरपळीचा दाह बिलगतो. विस्तवावर पाणी टाकणारे हात भेटत नाही. विस्तव ढणढणतच राहील अशी परिस्थिती पाठीत नखं रुतवत येते.

आमच्या सगळ्यात हुशार असलेली माई. शाळेची दर परीक्षा पास होत गेली अन् गावात कौतुकाचा विषय झाली. मात्र आयुष्याच्या शाळेत मात्र नापास ठरली. माईचं सासर जातेगाव आमच्या गावापासून अवघं चार मैल. तिचा नवरा मिलट्रीत सैनिक. त्या वेळेस माईला दोनतीन ठिकाणची स्थळं सांगून आली होती. त्यापैकी जातेगावच्या या स्थळाला माईनं होकार यासाठी दिला की दुबळ्या माहेराकडं लक्ष देता येईल. पण झालं उलटंच. माईचं तर आयुष्य अंधारात बुडालं. त्यात आम्हीही गटांगळ्या खायला लागलो.

माई अन् तिचा नवरा जेव्हा पहिल्यांदा आमच्या घरी आले तेव्हाची गोष्ट. माईचं दुसरंच परतमूळ. माई आली म्हणून मारुतीच्या देवळापर्यंत पळत गेलो. माईला घेऊन घरी आलो. पिशवी ठेवली. पमी, तावडी तिला बिलगली. तावडी म्हणाली,

‘‘दाजी न्हायी आले का तुझ्यासंग? यकटीच आली?’’

‘‘आमाला त् तुझ्याशिवाय घर सुनंसुनं लाग्तं बाई, माई!’’ पमी म्हणाली.

‘‘हा न बाई, माई! आमाला त् त्वाशिवाय करमतच न्हायी; तुला करमतं काय ग?’’

आई ओरडली पमीवर अन् तावडीवर...

‘‘काय ग, तिला जरा इसवा घेवून द्याल का न्हायी. आल्या आल्या तुमची झाली उलटतपासणी सुरू!’’

माई काहीच बोलली नाही. आई स्वयंपाकघरात गेली. माई आईच्या मागं चुल्याजवळ बसली. आम्हीही जाऊन बसलो. माई रडायला लागली.

“काय झालं मावडे तुला रडाया? अग, नवंनवं असंच व्हतं. रुळायला येळ लागतोच. व्हते आपाप सवय! म्या न्हायी आले म्हायेर सोडून.” आई चूल पेटवता पेटवता म्हणाली.

आम्ही माईकडं नुसतं पाहत होतो. आम्हो कावरेबावरे. माई का रडतेय त्याचा उलगडा होत नव्हता. तीही काही सांगत नव्हती. आई म्हणते तसंच असेल. अजून तिला सासर नवीन आहे. तिला करमत नसावं. झाडाचंसुद्धा असंच असतं. संतूनं नाही का यसुंताबाबाच्या उकिरड्यावरून विलायती चिंचाचं झाड उपटून आणलं अन् त्याच्या दारापुढच्या आळूच्या आळ्यात लावलं. ते सुकून गेलं तेव्हा आम्ही पोरं जमा झाला होतो. मी संतूला म्हणालो,

“ये पोऱ्या संतू, तुही चिच वाळली भो!”

“हा न त् भो काय ऱ्हायलं त्याच्यात; नुस्ती काडकी!” गण्या म्हणाला.

“टाकय उपटून, येड्या! ऱ्हायीलंय काडकीला पानी घालून!” सुकड्या म्हणाला.

“ह्ये येड्यायवो, झाडाचं हे आसंच आस्तं; साताठ दिसानं पाहा; ऱ्हायले माला ग्यान शिकून!”

साताठ दिवस उलटल्यावर दिवड्याची हाक आलीच-

“ये पऱ्या भावड्याऽऽ आर्ज्याऽऽव इकडं या!”

आम्ही पळतच गेलो. हण्त्याही आला अन् नवल पाहू लागलो.

“ये पऱ्या, झाड जितलं न खरंच!”

“हा न भोऽऽ”

संतूच्या चिंचेला हिरवीपोपटी पाने फुटली होती. तसंच माईचं झालं. इथं आम्ही सारी भावंडं गोळ्यामेळ्यानं राहत होतो. तिथं तसं नव्हतं. त्यामुळे माईला आमची आठवण येत असेल. मात्र कारण वेगळंच होतं. माईनं आईला तिची पाठ उघडी करून दाखवली. मारल्याचे काळेनिळे वळ. काही ताजे, काही सुकलेले. डोक्याच्या केसांची एक बट उपटून आलेली. तिथं रक्त साकळलं होतं. आम्हांला वाटलं आमची माई सुखात आहे. पण कशाचं काय? हळदीचं अंग सुकलंही नव्हतं; तोच तिचा वनवास सुरू झाला होता. आधीच आईच्या आयुष्याचे झालेले परवडे. त्यात आपली भर नको म्हणून ती मुकाट सोसत होती. चुल्यातला जाळ सावरत आई म्हणाली,

“तुझे सासूसासरे काही म्हनती न्हायी का?”

“हा त्यांनाही मारायला धावतो. त्यांनी आधीच हात टेकलेत त्याच्यापुढं!”

“यवढा कसा राक्शस निंगाला बाई?”

“आई, पीत नाही तोपर्यंत खूप चांगला वागतो. प्यायला की स्वत:चाही राहात नाही!”

“दारूचाच व्हतो. ती मेली घोड्यावानी स्वार व्हते पिनाऱ्यावर. मंग तीच त्याला हाकते, हे माला कायी नवं न्हायी. माझ्यागत नशीब काढून आली बाई!”

“माझ्या कर्मात कसा लिहून ठेवला होता?”

''कर्माच्या पुढं न्हायी जाता येत, धृपतीनं गंज पाच नवरे केले, पन जिवाचे परवडे वाचले का?'' आई म्हणाली.

''...''

''जाव दे. सुधरंल आज ना उद्या. तो काय तसाच ऱ्हाईल का? वाल्याचाबी वाल्मीकी झालाच व्हता न्!''

आई स्वतःच्या मनाला आगळ घालताना माईच्या मनाची समजूत घालत होती. त्यासाठी रामायण, महाभारत वाचून दाखवत होती. माईच्या दुःखावर उतारा शोधू पाहत होती. खाऊसाठी आम्ही भावंडं माईच्या पिशव्या चाचपळणार होतो... माईशी गुजगोष्टी करणार होतो; पण तिच्या दुःखाचाच अध्याय वाचायची वेळ आमच्यावर आली होती. काळेनिळे वळ उठलेली पाठ आम्हास मुकी करून गेली. शब्द गळ्यातच घुसमटून गेले.

मी ओसरीत आलो. माईच्या लग्नात घातलेला माझा आवडता नेहरू ड्रेस मला आवडेनासा झाला. काळजात काट्यासारखा तो सलू लागला. आता मी तो परत कधीच घालणार नाही. कशासाठी घालायचा तो? सगळ्याच वाईट आठवणी त्याच्याभोवती गोळा झालेल्या आहेत. झटकन उठलो अन् लाकडी पेटी उघडली. नेहरू ड्रेस बाहेर काढला. तेवढ्यात तावडी अन् पमीही आली.

''काय करतो, भावड्या?''

''जाळून टाकायचाय माला!''

''त्यानं काय व्हईल!''

''माला न्हायी म्हायती!''

तावडीनं तिचा उडत्या बाह्यांचा फ्रॉक आणला अन् पमीनंही तिचा झालरींचा फ्रॉक. माझ्यासमोर टाकले. अन् तावडी म्हणाली,

''माईचा नवरा चांग्ला व्हनार आसेल त् हेबी जाळून टाकू.''

माई आमच्या मागं येऊन उभी होती. तिनं ऐकलं अन् म्हणाली,

''दादा, अशानं माणूस कधी सुधारतो का?''

आम्ही माईला बिलगलो अन् रडायलाच लागलो. बऱ्याच वेळानं आमचं आभाळ गदगद करत शांत झालं. मी माईला म्हणालो,

''माई, दाजीला दवाखान्यात नेलं त् डाक्टर इंजेक्शन देईन न्!''

''त्यानं काय व्हईल, दादा?''

''त्याच्या दारूचा आजार बरा व्हऊन जाईन!''

''येड्या, आसं झालं आस्तं त आपल्या अण्णाला नस्त नेलं का दवाखान्यात?'' तावडी म्हणाली.

''कायी का व्हईना, इलाज आसंनच न्! का ग माई?''

“नाही दादा, असा काही इलाज करणारा दवाखाना नाहीये जगात!”

“माई म्या खूप शिकंन. तुह्यापेक्शाही जास्त; पुंजाराम तळेकरच्या भास्कर पेक्शाई खूप खूप, खूपपेक्षा खूप; लई लई म्हन्जे लईच; अन् काढील दवाखाना!”

माईनं मला छातीशी धरलं अन् आणखीनच रडायला लागली. मला काहीच कळेना आपल्या बहिणीच्या आयुष्यातलं दु:ख कसं काढता येईल? त्याला उपाय शोधत होतो. पण काहीच उपाय हाती लागत नव्हता. माई तर आणखीनंच रडायला लागली. मग कांबळईनं सांगितलेल्या देवादिकांच्या गोष्टी आठवल्या. माणसानं खूप खूप तप केलं की कसा देव प्रसन्न होतो. तसं करायचं का? खूप खूप तप करायचं अन् देवाला प्रसन्न करून घ्यायचं. देव प्रसन्न होऊन म्हणाला, ‘माग बाळा तुला काय हवं ते?’ तर आपण देवाला म्हणायचं, ‘माईच्या नवऱ्याला चांगलं कर! म्हणजे तो दारू पिणार नाही अन् आपल्या माईला त्रास देणार नाही.’ असं मनात ठरवत असताना ओट्यावर गलका ऐकू आला म्हणून मी बाहेर आलो; तर कोयींवरनं गण्याची अन् सुकड्याची जुंपली होती. गण्या सुकड्यावर धावला. मल्यानं गण्याला धरलं,

“ह्ये गण्याऽऽ, जाव दे न भो!”

“न्हायी रे! तू सोड माला. याचं लई झालं. डाव माझा व्हता यानं घेतलाच कसा?”

“गण्या, लई शहाजोगपणा नको करू! म्या डाव जितला, म्हनून म्हनू न्हायला का?” सुकड्याही माघार घेत नव्हता.

“आय मल्या, सोड रे गण्याला; लई यायच्या गांडीत दमय त् करा म्हनावं मारामाऱ्या. मारा रे मारा यकमेकायला, घाला दगडं डोक्यात!” संतूनं मुभा दिली.

त्यांचं भांडण मिटलं. गण्यानही सरतं घेतलं अन् मल्यानंही. पुन्हा कोयींचा डाव सुरू झाला. अन् देवळाकडं माझं लक्ष गेलं. माईचा नवरा डोलत डोलत येत होता. मी आईला सांगितलं,

“आई, माईचा नवरा आलाय!”

“ढोसूनच आला असेल मेला!” माई म्हणाली.

“आता काय करायचं ग, माई?” तावडी घाबरत म्हणाली.

“तुम्ही नका घाबरू. तुम्हांला नाही काही करायचा!”

दारात येऊन उभा राहिला. देशी दारूचा भनकन वास आला. डोळे लालभडक. कपडे धुळीत माखलेले. आई आम्ही नादानपणा केला की मवाल्याची भीती घालायची. तो आम्ही कधी पाहिला नव्हता. माईच्या नवऱ्याला पाहिल्यावर वाटलं की मवाली हा असा असावा. हातात दारूची बाटली, घरात आल्या आल्या माईला म्हणाला,

“तुझ्यायला तुझ्याऽऽ, पात काय बस्ली? डोळे काढून घेयीन, चाल माला जेवायला वाढ! खोपडीच्येऽऽ”

असं म्हणत पुन्हा ग्लासात दारू ओतली. घटाघटा करत ग्लास रिकामा करून टाकला. बरं झालं बाबा लग्नाच्या दिवशी कानपिळ्याच्या कार्यक्रमात याचा कान पिळला नाही; नाहीतर त्यानं आज माझं भुरेंडेल पाडलं असतं. म्हणाला असता,

"तुझ्यायला तुझ्याऽऽ, तूच का तो माहा कान पिळनारा... पिळू का तुला! खोपडीच्या!"

नुसत्या कल्पनेनंच मला थरथरायला झालं. त्यानं पुन्हा ग्लासात दारू ओतली. माई पुढं होऊन म्हणाली,

"बाऽऽस! आता खूप झाली!"

मग तो असा काही चिडला की हिडीस दिसू लागला. खूप चिडला. त्याचा मवाल्याचा चेहरा आणखीनच भयानक दिसू लागला. मवाल्याचा बापच. त्याच्या डोक्याला तेवढे वेडेवाकडं शिंगं फुटायचे बाकी होते. राक्षसानं भेवडण्यासाठी खदाखदा हसावं तसा त्यानं शिवी हासडली,

"तुझ्याईच्या नवऱ्यानं घेवून देली का माला? माह्या पयशाची पेवून ऱ्हायलोयऽऽ हरामाची ऱ्हायी! माला आडवते का?"

"मारून टाका मला; पण आता प्यायची नाही म्हणजे नाही!" माईनं माघार घेतली नाही. तो उठला, बाटलीच माईच्या पाठीत घातली. अन् बाटलीतली दारू तिच्या डोक्यावर ओतून देत म्हणाला,

"तू म्हन्ते तर पिणं कॅन्सल... यकदम कॅन्सल! आपण आयकतो बायकोचं हां! तू माला धाकात ठिवणार का, तुझ्यायला तुझ्याऽऽ" पुन्हा बाटली घेऊन मारायला धावला.

आई स्वयंपाक करता करता तशीच आली. भाकर तव्यावर टाकलेली. त्याच्या हातून बाटली हिसकून घेतली अन् रागानं म्हणाली, "तुमाला पटतं का ह्ये! चार दिस ऱ्हायी उलटले लगनाला? आन असे रंग उधाळायला लागले काय?"

माईच्या नवऱ्यानं आईला धक्का दिला. आई कोपऱ्यातल्या खांबावर जाऊन पडली, आई चिडली. कढईतल्या तेलावर पाण्याचे थेंब पडावे तसे शब्द तडतडत आले,

"कुडल्या जल्माचा सूड उगवतो मेल्या! अन् तुझा असा काय गुन्हा केलाय म्हनून असा छळून ऱ्हायलाय? तुझ्या आईच्या जागेवर म्या! माझी कीव करीना त् माझ्या लेकीची काय अवस्था करत असशील?"

त्याला एवढा राग आला की आईच्या डोक्यात बाटली घालण्यासाठी धावला. तो बाटली डोक्यात मारणार तोच माईनं त्याचा हात धरला. मी, पमी, तावडी त्याच्या पायाला बिलगलो. तो आम्ही आकळवला होता असं नव्हे; त्यानं जोराचा झटका देत स्वत:भोवती फिरला, तसे आम्ही कोंबडीसारखे जीव लांब फेकल्या गेलो. गल्लीतून चाललेले यशवंत, सुभाष, मनोहर हे कॉलेजात शिकणारे पोरं धावतच आले. त्यांनी माईच्या नवऱ्याला बाहेर ओढलं अन् फटकवायला सुरुवात केली. पण तो तिघांनाही आवरेना. मग एकेक करता

सारी गल्लीच बिलगली. हुसकावून दिलं. वाटलं निघाला त्याच्या गावाकडं. मारुतीच्या देवळाच्या पुढं गेल्यावर बाळू दुकानदाराच्या दुकानाकडं वळला. बाळू दुकानदार खूप गरीब माणूस. कुणाच्या अध्यात न नध्यात. त्याच्या दुकानात किराणा अन् गोळ्या फुटाणे. त्याच्याकडं दारू मागू लागला.

"पाव्हणे, म्या दारू इकत न्हायी, काय च्यहा साखरीचं लागत असंल ते देतो!"

माईच्या नवऱ्याला मग आणखीनच राग आला,

"भडव्या, दारू ठिवायला काय झालं? दारू इकायची. गोळ्या बिस्कीटं न्हायी!"

"पाव्हणे, पोटापाण्यापुरतं इकतो म्या. नका गरीब मानसाला दमदाट्या करू."

"माला शिकवतो का भडव्या?"

"पाव्हणे, आवाज कमी करा!"

"माला सांग्तो! तुझी यवढी हिंमत? गांडू, तुकडंतुकडं करून टाकीन!"

"पाव्हणे, नका गरिबाच्या पेटावं पाय देवू!"

"थांब भडव्या तुला पायच दाखवतोऽऽ" असं म्हणत गोळ्या बिस्किटाच्या बरण्या फोडायला सुरुवात केली. एका बुक्कीत एक बरणी असा शेजच त्यानं लावला. तिथं सिगारेट पीत असलेला आमच्या गावचा अशोक फौजी उभा होता. अशोक फौजीनं माईच्या नवऱ्याला समजावू पाहिलं.

"वो पाव्हणे, कशाला गरिबाचा नास करता?"

"ये मादरच्योतऽऽ, तू कोन सांगनारा माला? यका फौजीला दम देतो काय?" असं म्हणत अशोक फौजीला ठोसा लगावला. अशोक फौजी ओट्यावरून खाली पडला. मग तोही चवताळला. मोठ्यानं ओरडत म्हणाला,

"ये भ्यानच्योद, तुझा फौर्जाच काढतो भायेर!" अशोक फौजीनं पळत येऊन माईच्या नवऱ्याची गच्ची धरली. दोघांची लगदालगदी झाली. दोघंही आडदांड. कोण भारी अन् कोण हलकं कसं ठरवणार? गर्दी जमली. गर्दीला काहीच कळेना काय चाल्लंय. दोघंही ओट्यावरून खाली गरबडत गेले, तरी एकमेकांना सोडलं नव्हतं. माईच्या नवऱ्यानं झटापट घातली. अशोक फौजीची पकड ढिली पडली. माईचा नवरा छातीवर बसला अन् ठोसे देऊ लागला. मग एकच गागट झाला.

"ये धावा रेऽऽ, माईचा नवरा अशाभ ऊला मारून राह्यलाऽऽ"

"ये वछीलाऽऽ, पळ तुझ्या नवऱ्याला तो कुदळ मारू राह्यला."

"वो वसंत, वो शिवाभाऊ, वो सुभास पळा हो पळा!"

वच्छीलाआक्काच्या हाकेसरशी गावातील चव्हाणाची अन् शिंदेवाडीतली मंडळी एकेक करता करता घरातल्या लहानमोठ्यासकट एक झाली. शिंदेवाडीकडून माणसांची रीघ लागली. चपला, बुटं, काठ्या यासकट निबर मार माईच्या नवऱ्याला पडू लागला.

त्यानं चूकच तशी केली होती. अशोक फौजी हा दिलदार माणूस. तो गावातल्या गरीब दुबळ्यांच्या हाकेला धावून जायचा. अशा देवमाणसाला माईच्या नवऱ्यानं लाथ लावली होती. मग कोण गय करणार त्याची? माईचा नवरा ओरडत होता... कण्हत होता. आता काही तो वाचू शकत नव्हता.

"माई, त्वा नवरा कायी आता जगत न्हायी बाई!"

"माई, तुझंच आयकतील बाई हे लोक!"

माई जी पळत सुटली अन् गर्दीत घुसली. अशोक फौजीला हात जोडत म्हणाली,

"दाजी, मी तुमच्यापुढं पदर पसरते, पण याला माफ करा!"

अशोक फौजीनं साऱ्यांना थांबवलं अन् सर्वांनी ऐकलं माईसाठी. कारण माईच्या नवऱ्यासारखे ते राक्षस नव्हते.

दुसऱ्या दिवशी माईचा नवरा जम्मू-काश्मीरला जाणार होता. मात्र, पोलीसगाडी येऊन त्याला उचलून घेऊन गेली.

गावात सुताराऱ्या मेटावर, भिलआटीत, मारुतीच्या देवळाजवळ जागोजागी माणसं उभी राहून माईच्या नवऱ्याविषयी बोलत होते. आमच्या घरातही बायामाणसांची गर्दी झाली होतीच,

"बाप यकपट दारूड्या, नवरा दुप्पट."

"काय बाई नशीब असतं यकयकाचं..."

"मायलेकीयच्या आयुष्यात काय लिहून ठिवलंय?"

"पोरीच्या अंगाची हळद अजून वाळली न्हायी त लागला चटके द्यायला!"

गाव जमलं तसं पांगलही. व्यथेचे कढ मात्र उरले. साऱ्या घरालाच हुंदका फुटला... आधी बापाची दहशत घेऊन आम्ही जगत होतो. आता माईच्या नवऱ्याचीही दहशत... चुल्यावरच्या भाकरीवर पाणी फिरवून परतण्याआधीच माईच्या नवऱ्यानं कहर उभा केला होता. ती भाकर करपून तिचा कोळसा झाला होता अन् कुणालाच जेवणाची इच्छा उरली नव्हती...

❑❑

२८

रिपीटर होऊन परत परत बसत राहिलो परीक्षेला...

राजाराणीची, परीची गोष्ट लहानपणी कुणी आम्हा भावंडांना सांगितली नाही. त्यामुळे परीच्या राज्याची कधीच कल्पना करता आली नाही. भुकेच्या मात्र खूप गोष्टी. खरंतर त्या कुणी सांगितल्या नाही. या गोष्टी सांगायच्या नसतात त्या फक्त भोगायच्या असतात. अशाच एका भोगवट्याची गोष्ट...

अजूनही काळजात तिचा जाळभाज सुरूच आहे. खूप खूप भूक लागलेली असावी अन् पुढ्यातल्या ताटात भाकर वाढल्यावाढल्या घास उचलणार, तोच कुणीतरी हिसकावून घ्यावा तसंच झालं. भरल्या ताटात वेळ माती कालवून गेली...

"आई, दरोबस लादन्या सुरू झाल्या आपलीही लादनी करून घेऊ, बाई!" आक्का म्हणाली.

"हाव न बाई! म्याबी त्याच इच्यारातय; पन मजूर मिळतील का?" आई लुगड्याचा दांड हातावर टाचता टाचता म्हणाली.

"मजुरायच्या हातावं का फुटक्या कवड्या देनार का आई? इडं आपलेच वांदे!" कंदिलाची काच पुसता पुसता आक्का म्हणाली.

"मंग काय म्हन्ती? काय इच्यारय तुझा?"

"हातुपाती घेवू घरच्या घरी लादनी करून! कुडं जाती मजूर पाह्यला?"

"आक्का म्हन्ते तसंच करू. यीड आपलेच वांदे. मजुरी देनं परवडंल का आपल्यायला?" तावडी म्हणाली.

"न्हायी, बाई! माही घटक चाचनीची परीक्शाय!" पमी पुस्तकातून डोकं वर काढत म्हणाली.

"ये घटक चाचनीवालेऽऽ माला माहीतय लई दिवे लावनारय!" तावडी म्हणाली.

"म्या हुशारय जरा साळंत!"

"न्हाव दे! बरं का बाई, तुही हुशारी त् उतू चालली. पास त् व्हनार न्हायी. आमाला सांगू न्हायलीय!" तावडीला तर पमीला छळवायला कारणच लागत होतं.

"ह्येऽऽ करकोच्च्यायवोऽऽ, तुम्चं झालं का सुरू!" आई दोघींवरही ओरडली.

त्या गप्प बसल्या अन् मी आक्काला म्हणालो,

"म्यापन येईल बरं का, आक्का!"

"मंग तू त् हावाच. त्वा शिवाय त् लादनी व्हनार न्हायी!" तावडीनं माझी खोड काढलीच.

"सांग ग आक्का तावडीला!" मी फुशारकीनं म्हणालो.

"तावडेऽऽ, तुला म्हायीत न्हायी. माहा भाऊ त् लादनी करायला तुमा दोघीयलाबी फुकट खानार न्हायी!" आक्का तावडीला डोळे मिचकावत म्हणाली.

"हं अन् सांगतेऽऽ पाह्यलं न तावडे?" मी तावडीला म्हणालो.

"माझा भाऊ हायेच तेवढा कामाटा." आक्का म्हणाली.

"माला कमी न्हायी समजायचं, तावडे. माईच्या नवऱ्यालासुदीक ऊठबश्या काडायला लावीन. तेबी कान धरून!"

"हां!" तावडी तोंडावर हात ठेवत म्हणाली.

"हायेस कुठं? न्हायी त् गावडे गुरुजी पोरायला जशा घोड्या धरायला लावतो, तसंच त्याला घोड्या धरायला लावीन!"

"भाऊ, आता जरा जास्त झालं बरं का; थोडं कमी कर! माईच्या नवऱ्याला पाह्यल्यावर व्हते चड्डी वली!"

"पाहय ग, आईऽऽ"

"ये तावडे नको हासू त्याला!"

दुसऱ्या दिवशी आम्ही साऱ्यांनी विळे उचलले अन् घरच्या घरी बिलगून आमच्या चंदनपट्टीच्या वावरातल्या एक एकर बाजरीची लादणी सुरू केली. हायब्रीड बाजरीचा तो पहिलाच हंगाम होता. हे एकएक कणीस हातभर लांब अन् मोत्यासारखे टपोरे दाणे. त्याआधी गावठी बाजरी म्हणजे आरा टापू बारा टापू उगायची. असलं हायब्रीड बाजरीचं पीक त्याआधी कुणी पाहिलंच नव्हतं. ज्या वावरात आम्ही बाजरी केली होती, तिथं आजपर्यंत कांद्याचंच पीक घेत आलो होतो. खतामुताचं रान असल्यामुळे बाजरी अशी काही वगली की जात्यायेत्याच्या नजरेत भरायची. आई तर म्हणायची, 'कुणाची दिठ नाही लागली म्हणजे देव पावला.' आतापर्यंत तरी कुणाची दृष्ट लागली नव्हती.

आई, आक्का, तावडी यांनी लादणी करायची, मी अन् पमीनं खोळीवर जमा झालेल्या कणसांचा शेणानं सारवलेल्या जागेवर गंज घालायचा, अशी कामाची विभागणी. ऊन लागायचं, अंगाचा घामघाम निघायचा. एका भाकरीसाठी किती आटापिटा. तावडीला काय

सुचलं काय माहीत. तिनं आक्काला हाक घातली-

"आक्केऽऽ आयक न्!"

"काय सांगून ऱ्हायली ग?"

"कण्सं कापायचं न् यंत्र पाह्यजेल व्हत बाई. त्यानं आसे सरासरा कण्सं कापून टाकले अस्ते न्! हे आसं मानगुट घेवून उभं ऱ्हावं लागलं नस्तं आपल्यायला."

"यक कर!"

"काय ग काय?" तावडी उत्सुकतेनं म्हणाली.

"ते यंत्र तूच सोधून कहाड!"

आम्ही सगळेच तावडीकडं हात दाखवून खी खी करत हसू लागलो. तावडी गांगरली. तरी सावरून म्हणाली,

"नका दाताड कहाडू. म्या शोधीलच यंत्र!"

एकेक दिवस करता करता चौथा दिवस उजाडला तरी लादणी काही झाली नव्हती. हात साळून निघाले होते. कुठंकुठं कुणाला न कुणाला लागलं होतं. मी अन् पमी ताटात पाय अडकून कितीदा खोळ घेऊन पडलो असेल याची गणती नाही. मजुरीच्या कामाला तरी बूड ठेकून बसलं जातं. आम्ही जराही विसावा घेतला नव्हता. आई म्हणाली,

"चला रे लवकर. आता ही यवढी यक खोळ टाकून आले की यकच. मंग संपलं काम!"

"यकच खोळ टाकायची आई?" मो उत्साहात म्हणालो.

"हा रे माझ्या बबड्या!"

"मंग संपली लादनी?"

"व्हय!"

"बरं झालं भो. लईच जीवावर आलं व्हतं माझ्या त्!" पमी म्हणाली.

"तुला कधी उत्साह असतो ग, ढम्मेऽऽ! अशीबी तू कामाला गमरीच. आता त् तुला वाटत आसंल म्याच केली सारी लादणी!" तावडीला तर संधीच हवी असते पमीला खिजवण्यासाठी. पमी तोंड वेंगाडत आईला म्हणाली,

"पाहय ग, आईऽऽ, ही काय म्हन्ती?"

"तावडेऽऽ, काय माझ्या बाईच्या मागं लागली!" आईनं गोंजारून घेतलं.

"तीच तुझी लाडाची; आमी त् कुनीच न्हायी!" तावडी तोंड वाकडं करत म्हणाली.

आईनं तिला डोळ्यांनी खुणावलं.

मी अन् पमीनं खोळ आणून गंजावर ओतली. पमीला म्हणालो,

"पमे, तू जाय बारदान घेऊन; म्या कण्सं दत्ताळानं जरा सावरून देतो."

मी दत्ताळ उचलला. काहीतरी हालचाल झाली. मला वाटलं सरड्या असेल.

कानाडोळा करत मी कणसं चाळू लागलो अन् बाजूला पाहतो तर भलामोठा काळा नाग. त्याला पाहिल्यावर अंगावर सर्रकन काटा उभा राहिला. काळीज वरखाली होऊ लागलं. घसा कोरडा पडला. साऱ्या अंगभर थरकाप. आईला हाक घालावी का? मी कणसाच्या गंजावर अडकून पडलो. मागच्या बाजून पळावं तर जागा नाही. नानाची चाऱ्याची वळाई. दुसऱ्या बाजूला नेवरती शिंद्याचं बाभळीच्या काट्याचं उलगं. मी कणसाच्या गंजावर अडकून पडलो. नागानं मला असं काही खिंडीत पकडलं होतं. माझ्या साऱ्याचा वाटा बंद करून टाकल्या होत्या. आता माझी काही धडगत नाही. नागानं फणा काढला तेव्हा तर तेहतीस कोटी देव आठवले. आपल्याला एक तरी सोडवील का या नागाच्या तावडीतनं? आपल्या राजवाड्यातली कवाड्याई ती तरी धावून येईल का मदतीला? नाग गंजापासून काही केल्या हटेना. शेवटी मी आईला हाक घातलीच.

"आयवऽऽऽऽ नाऽऽग!"

"आरे देवाऽऽ!" म्हणत आई पळत आली. बहिणी तिच्या पाठोपाठ. आई जागीच थबकली.

"आरे देवा, लेकराला त् खिंडीतच धरलं व् बाईऽऽ! आता कसं करू?"

"ये आई, केवडाय पाहय त्यो!" तावडी म्हणाली.

"ये गलका नका करू आज्याबात. पायही वाजू नका देवू माझ्या साळकायवो!"

"रामाची धाईऽऽ रामाची धाईऽऽ" आक्कानं सुरू केलं.

"तावडे, पळ धावेवरचं लाकूड आन!" आई म्हणाली.

"तू मारती का काय, आई!"

"ये माझे बाई, ही येळ न्हायीये सवालजबाबाची. जा लवकर!"

तावडी धावेवर गेली अन् लाकूड घेऊन आली. आईनं अंदाज घेतला. मला तर खूप भीती वाटू लागली. आईच्या अंगावर उडी घेतली तर... आपल्याला आई राहील का? मी भीतभीतच आईला म्हणालो,

"आयेऽऽ, नको मारू बाई. माला त् भ्याव वाटतंय!" मी असं म्हणेपर्यंत आईनं तडाखा दिला होता. त्याचं तोंड ठेचलं. आईनं गंजावर पळत येऊन मला कवळीत घेतलं. माझे मुके घेत होती कितीतरी वेळ. आक्का म्हणाली,

"आई, तुझी बरी हिंमत झाली बाई!"

"माझं लेकरू नजरत बांधलं व्हत. त्याला कायी करता कायी झालं अस्तं म्?"

तावडी मेलेल्या नागावर तडाखे देऊ लागली. आक्का तिला म्हणाली,

"ऱ्हाव दे. मेला तो!"

"म्याच मारला. काय ग, आई!"

"हा माझ्या बाईनं येळवं काठी आनली म्हनून त् मारता आला."

“लईच जबर जनवर व्हतं, आईऽऽ! आपल्या भाऊचा त् नवा जलम झाला!”

“बला टळली माह्या दादावरची. रातच्याला खंडोबाची तळी भरून टाकू!”

खंडोबाची तळीही भरली होती अन् लादणीही आवरली होती. आईला डोक्यावरचं ओझं खांद्यावर उतरल्यासारखं वाटलं. मात्र ओझं तेव्हाच आमच्या खांद्यावरून खाली उतरेल जेव्हा बाजरी मशीनमधून काढून होईल. संध्याकाळी ओट्यावर शिणवटा उतरवत आम्ही सारे बसलो होतो. आक्कानं ज्वारीच्या लाह्या भाजल्या होत्या. खाता खाता पमी म्हणाली,

“आई, आम्च्या शाळेची सहल जानारय वेरुळ अजिंठ्याला. म्याबी जावू काय?”

“जाय हं माझे बबडे! यवढं काम केलं माझ्या बाईनं!”

“मंग त्याला चाळीस रुपै फी पाह्यजे.”

“कधी जानारय तुझी सहल?”

“पुढल्या महिन्यात!”

“हां, मग कायी चिंता न्हायी. तवर बाजरी कसीही निंगल मसीनमधून!”

मध्येच आक्का म्हणाली,

“आई यंदाच्या दिवाळीला लाडू करंज्याबी करू बरं का?”

“करू बाई! यंदा दिवाळी चांगलीच साजरी करू. बाजरीला चांगलाच झडवा न्हाईल. यकयक कणीस भारूंभार दान्यानं भरलंय.”

“म्या त् बाई, थोड्या लाडू, करंज्या नानीलाबी नेवून देनार!”

“काम्हून ग?”

“मागल्या दिवाळीला म्या नानीकडं पिठाची चाळनी मागाया गेल्ते, तवा तिडं वरवाड्यातली कौसाई बसली व्हती. ती म्हन्ली, ‘काय आक्काबाई लाडू, करंज्या झाल्या का करून?’ तर नानी म्हन्ली, ‘त्यायला काय माहीत लाडूबिडू, भाजीभाकरीवरच त्यायची दिवाळी साजरी व्हईल!’”

“हो ग म्हना कैवाडे! तू त् दिवाळीत साऱ्या गावालाच आवतण देते गोडाधोडाचं!”

तावडी कशाला मागं राहील. तोंडात लाह्याचा तोबरा भरून घास चावता चावता म्हणाली,

“आई, पमी वेरुळ अजिंठ्याच्या सहलीला जानार त् म्या पन जानार. म्या त् आपलं गाव सोडून दुसरं गाव कधीबी पाह्यलं न्हायी!”

“जाय बाई!”

“न्हायी त् आई म्या न्हायी जात सहलीला!”

“मंग ग?” आई म्हणाली.

“माला परकर पोलकं घे!”

"बरं!"

सगळ्यांच्याच एकामागून एक मागण्या सुरू होत्या. मग मीही सुरू केलं-

"आई, दिवाळीत मलाही रिंगारिंगाचा ड्रेस घ्यायचाय. हाफ पॅन्ट आता मी घालनार न्हायी. फुलपॅन्टीचाच ड्रेस घ्यायचाय!"

"अरे, तुम्च्या नशिबानं बाजरीचं पीक चांगलंच वगलंय!"

बाजरीचं पीक जणू आईसाठी कुबेराचं धन. या धनाच्या भरवशावर आई आमच्या कुठल्याच गोष्टीला नाही म्हणत नव्हती. सर्वांच्याच मागण्या पूर्ण होताना तिला दिसत होत्या. दिवाळीच्या पणत्यांनी घरअंगणात केलेला लखलखाट आई आजच पाहत होती. आमच्या अंगावर आलेले नवे कपडे पाहत होती. दिवाळीच्या फराळांचा वास आजच साऱ्या घरभर सुटला होता....

एकेक दिवस म्हणता म्हणता लादणी होऊन दहा दिवस उलटले, तरी धान्य काढायचं सायको मशीन काही मिळालं नव्हतं. मी आणि पमी रोज चंदनपट्टीच्या मळ्यात जाऊन कणसांची राखण करायचो. ऊन पडलं की कणसं दत्ताळाने पसरून ठेवायचो अन् जरासंही आभाळ भरून आलं की प्लास्टिकच्या कागदानं झाकून ठेवायचो. हे रोजचं काम. आई वणवण करत मशीन पाहात हिंडायची. मशीनवाला दत्तू वायदा करूनही आमच्या मळ्यात येत नव्हता. तशी त्याचीही चूक नव्हतीच. रात्री एकदोन वाजता त्याचं एखाद्याच्या खळ्यावर कणसं काढायचं काम पूर्ण व्हायचं. तेव्हा दुसरं कुणी बैल घेऊन तयारच असायचं. मशीनला बैलं गळा घालून आपल्या खळ्यावर घेऊन जायचं. आमच्याकडं तर एकच बैल.

त्या दिवशी केदू गणपतच्या मळ्यात मशीन आलं. केदू गणपतचं वावर आमच्या मळ्यापासून दोन वावरं ओलांडून. म्हणजे तसं जवळच. केदू गणपतची बाजरी रात्री बाराएकपर्यंत काढायला जाणार होती. म्हणून जेवणखाण उरकून आम्ही दहाअकरा वाजताच मळ्यात जाऊन बसलो. रात्री एकपर्यंत केदू गणपतची बाजरी काढायला गेली. आमचा हरण्या बैल मशीनच्या 'जू'ला एका बाजूने जुंपला अन् एका बाजूनं आई अन् आक्का. आम्ही मागून मशीन लोटायला. काही वावरं सोंगलेली होती, तर काही वावरं गहू, हरभऱ्यासाठी वखरून ठेवलेली. धसकटं पायांना चावत होती. ढेकळं रुतत होती. ठेचकाळत होती. हेलपाटत होती. तसंच ओढत ओढत मशीन आमच्या खळ्यावर आणलं अन् पुंजा तळेकरच्या वावरात असलेल्या इलेक्ट्रिक डीपीवर मोठा बार झाला. लाईट गेली. मशीनवाला दत्तू म्हणाला,

"इंदूकाकू, आता कायी रातीची लाईट यनार न्हायी. उद्याच्याला काढू बाजरी. आता काय, मशीनबी तुमच्याच खळ्यावर हाये." असं म्हणत दत्तू सायकलवर टांग मारत निघूनही गेला. आलेल्या वेळेवर आक्का मात्र तणफणली,

"आई, आपल्या कुडच्याबी कामाला मोडता आला न्हायी असं कधी झालं न्हायी. त्या मेल्या लायटीला बरं आत्ताच जायचं व्हतं! आपल्या आयुष्यात त् नुस्तेच परवडे लिव्हलेले हायेत बाई!"

"आक्काबाई, आयुष्य मानसाची घडूत्रटक्या कसोटी पाहत असतं. त्याला कायी इलाज न्हायी!"

"कसोट्या पाह्यला आयुष्याला बरं आपुनच सापडतो. सारं जग कुडलच जसं!"

"यवढे दिस गेले बाई. आता आजची रात त् आडवी जायचीय."

आवतण न धाडताही ढगांनी गर्दी करायला सुरुवात केली. खरंतर पावसाचे दिवस संपले होते. पण त्याचा कोण धनी? आम्ही गावाकडं जाणारी वाट अंधारात ठेचकाळत तुडवत निघालो. विजेनं गडागडाट करून अवसानघातकी वर्दी दिली अन् आईचं काळीज लखकन हाललं.

"येतो का काय हा मेला... हातातोंडातला घास हिसकायला?"

"कायी यनार न्हायी. अन् आपु कण्संही झाकून ठिवलेत!" मी म्हणालो.

"तुझ्या तोंडात साखर पडो मूठभर!"

मूठभर साखरीनं माझ्या तोंडात पडावं असं आमचं काही नशीब नव्हतं. आमचा घरात पाय की दारात पाय, पावसानं कोसळायला सुरुवात केली होती. त्यानं आईची विनंती सपशेल धुडकावली होतो. त्याचा जोरच असा काही होता की तो उघडायचं नाव घेत नव्हता. आम्ही घडीघडी त्यांचा अंदाज घेत होतो. नंतर आशाच सोडली. आमच्या कणसांचं काय झालं असेल मळ्यात, याचीही जाणीव झाली. सारे कणसं पाण्यावर तरंगत वाहून जात आहेत. आम्ही पोरं कागदाच्या होड्या करून पाण्यावर सोडायचो तसे कणसंच पाण्यावर होडी होऊन चालले वाहत आमच्या हातून दूरदूर...

आमच्या सगळ्यांच्याच तोंडचं पाणी पळालं. आशा कोमेजल्या. मी म्हणालो,

"पमे, तू मला सहलीवरून आणणाऱ्या चावीच्या ट्रॅक्टरचं काय?

आक्काच्या लाडू करंज्यांचं काय?

तावडीच्या परकर पोलक्याचं काय?

माझ्या रिंगारिंगाच्या ड्रेसचं काय?..."

"ये काळजीभ्याऽऽ, नको आसं कयी बोलूस!" आई रागारागानं म्हणाली.

गेल्या दहा वर्षांत असा पाऊस आमच्या भागात कधी झाला नव्हता. असा काही कोसळला की महापूरासारखी परिस्थिती गावाची झाली. मोठमोठे झाडं उन्मळून पडले. गावात अनेकांची घरं पडली. नुसती पडझड. रात्रभर तसा आमच्या डोळ्यांला डोळा नव्हताच. सकाळी उठून तोंड न धुताचा मळ्यात गेलो तर काही कणसं दामूअण्णाच्या वावरात, काही विठोबातात्याच्या वावरात... काही आमच्या वावरात साचलेल्या डबक्यात

तरंगून आलेले... तर काही चिखलात. आई तर गपकन खालीच बसली.

"झोपातच धोंडा घातला ग मेल्यानं!"

"ताटातलंच हिसकून नेलं बाई!"असं म्हणत आक्का रडायला लागली. तिला सावरत आई म्हणाली,

"ये अक्के, आसं रडावं का मंग? पोरी, किती चाल झरझर दोन्ही पाय बराबर! किती काही करायचं ठरू दे पन आहले येतातच. एकांद्याच्या कमाईला बरकता नस्तेच बाई!"

"सारं मातीमेळवण झालं, आई! कायीसुदीक उरलं न्हायी!"

"गप बाई! साऱ्या जगाचंच झालं. आपुन यकटेच सापडलो न्हायी त्याच्या तडाख्यात!"

"जगाची प्रस्थिती आपल्यासारखी थोडीच हाये?"

"जाव दे. माला हायती मांगा!"

शाळेत जशी परीक्षा द्यावी लागते तसं आयुष्य दरघडी परीक्षा घेतं... अन् या परीक्षेला बसलेलो आम्ही सारेच नापास झालो होतो... उमेद होतीच की रिपीटर होऊन परत परत परीक्षेला बसण्याची... अजून किती परीक्षा द्याव्या लागतील तेवढं फक्त माहीत नाही....!

❑❑

२९
पाच बोटांचा ठसा...

कितीतरी आठवणी दिवाळीनं काळजात कोरून ठेवलेल्या आहेत. आता त्यातल्या काही आठवणी उकरायच्या म्हटलं तर काळजाला मुंगेर लागेल, दाबून ठेवायच्या म्हटल्या तर मनाला उधई लागून येईन; म्हणून उकरलेल्याच बऱ्या.

सर्वत्र दिवाळीचे दिवे पेटले जाणार; माझ्या घरी मात्र दिवाळीची चिंता सुरू होती. ज्या बाजरीच्या पिकावर आमची दिवाळी साजरी होणार होती ते पीकच पावसानं हिसकावून नेलं होतं. आक्का अन् आई बोलत बसल्या होत्या-

"आई, यंदाबी आपली दिवाळी सुनीच जानार बाईऽऽ!"

"कशानं सुनी जानार? गेलं त्याच्या मागं जाता येत न्हायी, आक्काबाई!"

"पन आई तोंडातला घास त् नेला न शिंदाळ्या पावसानं. काय काय चितलं व्हतं आपू. आपल्या त् साऱ्या सपनाचच मातेरं झालं!"

"असं नको बाई चितागती बसू कुनी मेल्यासारखं. म्या वरवाडातल्या मुक्ताईची दीड एकर बाजरी सोंगाया घेतलीय उक्ती. हाताला बळ मागायचं, कायी न कायी पदरात पडतंच; पन अशी हायपत खावून का कुडं जमतं का?"

"आई, माला न् पमीलाबी यावं लागंल का कामाला?" तावडी म्हणाली.

"त्याशिवाय का उरकंल काम? सगळे बिलगले त् येळेवं व्हईल!"

"मंग तुझं काय मत व्हतं ग? आईनंन् म्याच जायचं अन् तुमी बसायचं घरी!"

"आम्ची परीक्शा व्हती म्हनून म्हन्ले; तुला त् लगेच नेट पडलं बाईऽऽ"

"न्हायी तरी तुमी कुडं रोज कामाला येत्या. म्याच यकटी जाते न आईसंगं; तुम्चं शाळेचं डुमडं आस्तंच तुमाला वाजवायला." आक्कानं तावडीला शब्दांचा फटका ओढला.

"त्वाबी जायचं न शाळेत; तुझा कुनी रस्ता आडवला? काय ग, पमे!"

"हा न्! न्हायी त् काय?" पमीनं झिल ओढली.

मी कसला गप्प राहतो.

"आक्का काय तुम्च्यायवढीय? तिला बोलून न्हायल्या. आग्गाव कुडच्या त्!"

"ह्ये काशाखवड्या, नको लई कैवार घेवू तिचा. यका हाताचा न्हायी माझ्या! देईल थोबाडीत ठिवून!" तावडी माझ्यावर डाफरली.

"लाव बरं! त्याच्या कसी लावते त्ये म्या पाते! काय टप्परय तुझी? त्याच्या अंगाला पाच बोटं त् लाव मंग सांग्ते तुला!" आक्का आडवी येत म्हणाली.

"लई भावाच्या मायेचीय. जसी लगन झाल्यावं तुझ्या घरी घेऊन जानारय?"

"नेईनच माझ्या भाऊला माझ्या घरी!"

"आक्के, आता लई टमाटमा बोलून न्हायली; पन जर का सुक्यासारखाच नवरा मिळाला त् काय करशील ग? बसशील कोपरा धरून!"

आक्का काहीच बोलली नाही. ती मुकाट झाली. जुन्या जखमेवरची खपलीच जर तावडीनं अशी नखलून काढली होती! त्यानं आक्काच्या मनाचं तळं ढवळल्या गेलं होतं. तिचे डोळे ओले झाले होते. मी आक्काचे डोळे पुसत म्हणालो,

"आक्काऽऽ, तावडीचं नको मनाला लावून घेवू! तुला परत न्हायी मिळायचा सुक्यासारखा नवरा! आता मी शाना झालोय! बापानं का असा कायी नवरा शोधला त् बापाच्या कंबरातच लाथ घालीन अन् त्या नवऱ्याच्याबी!

आक्का खुदकन हसली अन् माझे मुके घेतले. तिच्या डोळ्यांत मला तिचं नवं घर चमकून गेलं. खूप खूप सुख भरलेलं...

आमचं झालेलं नुकसान विसरून पुन्हा एकदा कामाला जुंपून घेतलं. विसाव्याला बसलो नाही. सारखं काम आणि काम. बसून आम्हांला भागणार नव्हतं. डोळ्यांसमोर दिवाळी दिसत होती. मात्र, पमीनं हाताला विळा लावून घेतला. आईनं लुगड्याच्या पदरानं तिच्या भळभळत्या जखमेवर फडकं बांधलं. तिला एकटीला विसावा मिळाला. ती बाभळीच्या झाडाखाली बसली. तावडीला काही ते सहन झालं नाही. ती म्हणाली,

"आईऽऽ, इचं कामच धांधरट हाये!"

"तिनं कायी मुद्दाम केलं न्हायी बाई. गेला लाग्ला सबागती."

"मुद्दामच केलं असंल! म्या का तिला वळखत न्हायी का?"

"माला त् बाई यड लाग्लं सोताच्या हातावं इळा मारून घ्यायला."

"नको कैवाडं करू!"

"तुला त् कामाचं नेटच पडतंय; येतजात कायी न्हायी."

"ये ढम्मेऽऽ, त्वासारखी बसले न्हायी म्या बूड टेकून. म्या हाये म्हनून सोंगनी उरकून न्हायलीय!"

"कुतरं गाडीखाली चालतं, त्याला वाटतं का म्याच गाडी चालून न्हायलंय!"

आक्कानं तावडीला टोमणा मारला.

"आक्के, तू नको घेऊ तिचा कैवार?"

"मंग काम सोडून कहाला तिच्याशी डोकं लावून ऱ्हायलीय?"

"ऱ्हायी त् काय! माझ्याशिवाय तिला करमतच ऱ्हायी!" पमी म्हणाली.

"कामधाम ऱ्हायी त् ऱ्हायी वर शानपना करून ऱ्हायली का, ढम्मे!" तावडी पमीवर दात खात म्हणाली.

"तावडेऽऽ, तुला जिवावर आलं असंल त बसून घे बरंऽऽ. नको कटकट करू!" आई तावडीवर रागावली.

तरी तावडी का शांत राहील. आई जरा पुढं सरकली अन् तावडी मला कुजबुजीच्या आवाजात म्हणाली,

"भावड्या ये भावड्याऽऽ"

"काय म्हन्ती ग?"

"तुही ती कविता?"

"कोन्ची ग?"

तावडीनं पमीकडं पाहत सुरू केली तिला चिडवण्यासाठी. तेवढ्यात आईही परतली होती. हे काही तावडीनं पाहिलं नाही. ती दबक्या आवाजात म्हणू लागली...

"पमी आम्ची पम्मीऽऽ
कामाला कम्मीऽऽ
खावून खावून झाली ढम्मीऽऽ"

"कशी ग यवढी कुशीद!" असं म्हणत आईनं दिला तिच्या पाठीत बतका.

तावडी गुमान सोंगायचं काम करू लागली. मला बाजरीत वाळूक सापडलं. मी आईला हाक मारली -

"आयवंऽऽ"

"काय रेऽऽऽ" आई घाबऱ्या घाबऱ्या पळतच आली. तिचा ऊर वरखाली होत होता. पदर मातीत लोळत होता.

"वाळूकऽऽ"

"म्या म्हन्लं कायऽऽ" आईनं सुस्कारा टाकला.

"तुला वाटलं, दिसलं पुन्हा भावड्याला किरकूड?" आक्का म्हणाली.

"आस्तबी तरी म्या रठ्ठ्यात काम तमाम केलं आस्त त्याचं?" मी काटकुळ्या अंगात शक्ती भरत म्हणालो.

"ऱ्हाव दे; दम खा. सास पाहय फुलू ऱ्हायला! आई नस्ती थोड्या वेळ आली त् झाली अस्ती लेंडी पातळ!" तावडी म्हणाली.

मी वाळूक कापलं. त्याच्या छोट्या छोट्या खापा केल्या. तावडी लाडीगोडी लावत म्हणाली,

"भावड्दादा, मला मोठी खाप द्यायची भोऽऽ! तू माझा भाऊ न..."

"आमी कोन आहोत? यदूळ त्याची चेष्टा करत व्हती. लागली लाड लावायला. लयीच कैवाडं येत्या ग तुला!" आक्का तावडीला म्हणाली.

वाळूक म्हटल्यावर पमी पळतच आली.

"काय ग, हात झाला का बरा? आली धावत." तावडीनं पमीला चिमटा घेतलाच.

"माझ्या भावाला सापडलं त्ये तुला न्हायी. का रे भो त्, भावड्या? तावडेऽऽ, रिकामा दिमाक न्हायी दाखवायचा!" पमी कसलं ऐकते तिचं.

सगळ्यांनी वाळकावर ताव मारला. आईनं तिच्या वाटची खाप खाल्ली नाही. मी पुन्हा त्याचे चार भाग केले अन् चौघांमध्ये वाटून घेतले.

पुन्हा कामाला बिलगलो...

"चला न्याहरीचा वखुद झाला. चाल ग, आक्केऽऽ, जेवन घेऊ! पोटात भर असली की कामाचं कायी वाटत न्हायी."

आम्ही सारेच गोल आळं करून न्याहरीला बसलो. न्याहरी करता करता आईला म्हणालो,

"आई, मला फटाके घेवून देशील नं? वाटल्यास नवे कपडे नको घेऊ."

"आई, मालाबी फराक घ्ये बाई!"

"माला?" तावडी म्हणाली.

"तुलाबी परकर पोलकं घेते. तू कशी जुनी ऱ्हाशील?"

"काय ग, आई, अन् आक्काला न्हायी घ्यायच्ये का?" मी म्हणालो.

"माला ऱ्हाव दे, दादाऽऽ"

"काम्हूनऽऽ? आई, आक्कालाबी साडी घ्येऽऽ"

"आरे, पैसे तरी किती मिळनारय तीनशे रुपडे? त्यात दिवाळीचा बाजारबी करावा लागनार! सगळंच इकत घ्यायचं त् पैशानं तरी कसं पुरटी पडावं? यक शिवलं त् दुसरं फाटतं. काये धड आपल्याकं?"

आक्का कधीच कशाचा हट्ट करत नव्हती. एकच साडी पुन:पुन्हा धुऊन घालत होती. आक्का मोठी समजूतदार. तिही मनाला आगळ घालून घ्यायची. 'माला कुडे साळंत जायचंय? कामात कोन पातं कपडे!' आक्काच्या वेळेसच सगळ्या गोष्टींच आखडतं येणार. म्हणून ठरवलं की आपण फक्त फटाके घ्यायचे, कपडे नाही घ्यायचे. म्हणजे आक्काची साडी घेता येईल. दिवाळीला सगळेच नवे होऊन जातील.

संवसांजी मजुरीचे तीनशे रुपये हातात पडले. मग कष्ट, कष्ट वाटलेच नाही. कारण आता आमची दिवाळी साजरी होणार होती. आईनं मला फटाके घेऊन द्यायचं कबूल केलं

होतं. अजून एकाही दिवाळीला फटाके मिळाले नव्हते; कितीही रडलोगागलो तरी. खरंतर असा गावात मी काही एकटाच नव्हतो. शांताईचा नित्या, भामईचा हण्त्या, येदूबाबाचा संत्या, चंद्रभागाईचा पशा, मोतीरामचा पग्या, आम्हांला कुणालाच फटाके वाजवायला मिळायचे नाही. सगळ्यांची परिस्थिती हलाखीचीच. आम्ही करायचो काय? आमच्या गावात मुसळे गुरुजींच्या दारी, कौशाआत्याच्या दारी, खूप सारे फटाके रात्री फोडले जायचे. आम्ही पोरं दिवस उजाडायलाच त्यांचं अंगण धुंडाळायचो. एकूण एक अंगण पायाखाली घ्यायचो, फुस्से गेलेले फटाके गोळा करायचो. एखाददुसरा फटाका वातीसकट सापडला तर घबाडच हाती आल्यागत वाटायचं. एकाच वेळी सगळ्यांच्या नजरा त्याच्यावर खिळायच्या. एकच लवकंड सुटायची. ज्याला सापडला तो जग जिंकल्याच्या मिजाशीत. बाकीचे पुन्हा फटाके गोळा करायला लागायचे. खूप सारे फुसके गेलेले फटाके हाताशी लागायचे. आम्ही सर्व मिळून त्यातली दारू एका ठिकाणी ओतायचो. काडी लावून तो निळा अद्‌भुत जाळ पाहायचो! आता मात्र स्वत:चे फटाके वाजवता येतील म्हणून मी खूश होतो.

आई आणि आक्का दिवाळीच्या बाजाराची खरेदी करायला लासलगावला निघायची तयारी करत होत्या. त्या दोघींची केव्हाची तीच लगबग सुरू होती. मी पमी अन् तावडी; आम्हांला घर आवरायचं काम दिलं होतं. बाजाराला निघता निघता आई म्हणाली,

"तावडे, पमे! हुस्त्यामस्त्या खेळू नका! संवसांजीपर्यंत सारं आवरून टाका!"

"आई, माजे फटाके आणाया विसरू नको!"

"आक्के, लिसटं करून घेतली न् बाई काय काय घ्यायचंय त्याची?"

"आई, जसं आपुन लासलगावच खरेदी करून आननारय!" आक्का नाराजून.

आई अन् आक्का गेल्या अन् मारुतीच्या मंदिरापासून परतूनही आल्या. मी म्हणालो,

"काय ग आई, काही इसरली का?"

"कायी इसरले न्हायी बाबा!"

"मंग तुमी काम्हून परत आल्या?"

"तुझा बाप येतोय!"

"आता कशाची दिवाळी. आता बसा मनाचे लाडू खात!" तावडी म्हणाली.

"उलट तुमचा बाप येतोय, म्हन्जे दिवाळी चांगलीच व्हईल. यवढ्या दिवाळ्या गेल्या पन एकदाही तुमचा बाप आला न्हवता."

आई इतकी भोळी की तिला बाप येण्याचा आनंद झाला. पण आम्हांला बाप माहिती होता. त्यामुळे खारकन आमच्या सगळ्यांचेच चेहरे उतरले. दिवाळीच्या आनंदावर विरजण पडलं. मोठ्या कौतुकानं फटाका पेटवावा, आता त्याचा आवाज होईल... मग त्याचा आवाज होईल... म्हणून वाट पाहावी अन् फटाकाच फुसका निघावा तसं बापाच्या येण्यानं झालं. आमचे सारेच फटाके फुस्से...

"काय ग, कुडेय अण्णा?" तावडी डोकावून पाहत म्हणाली.

"सुताराच्या मेटावर उभं राहून सिगरेट फुकू ऱ्हायलेय. दीडकीचा खाऊ आन्ला नसंल. बाता मात्र पायलीच्या पायली झोडत असंल!" आक्का कुरकुरली.

"पमे, कशाचा मिळतो आता तुला फराक! वाट पात बस!" तावडी म्हणाली.

"काम्हून मिळनार ऱ्हायी! तुम्चा बाप काय घर लुटायला आला का?"

"पावसानं जसा तोंडातला घास हिसकून नेला; तसंच व्हईल, आई! गंमत पाहय!" आक्का म्हणाली.

बाप डुलत डुलत घरी आला. बरोबर फुकटखाऊ हरीतात्या अन् दाताळा दत्तूही. तोपर्यंत तावडीनं गोधडी अंथरून ठेवलीच होती. तिघांनी बस्तान मांडलं. बापानं दोघांना सिगारेट देत एक स्वत:ला घेतली. हरीतात्याला तीस नंबर विडी विकत घेऊन प्यायची दानत नव्हती. सिगारेट म्हणजे त्याच्यासाठी अद्‌भुत गोष्टच. पण ओढत अशा ऐटीत होता की त्याच्या बापजादांपासून सिगारेटची फॅक्टरीच खोललीय. फुकटची सिगारेट पिता पिता बापास म्हणाला.

"भाऊसायेब, तुम्च्यासारखी हुशार यक्ती व्होल तालुक्यात ऱ्हवती; पन नानाला कायी जमलं ऱ्हायी!"

बाप सिगारेटवरची राख मिजासीत चुटकी वाजवत झटकत म्हणाला,

"भिकेचे डोहाळे दुसरे काय!"

"तुमी काय केलं ऱ्हायी गावात? पैल्यासुट हीर तुम्च्याय मळ्यात खंदली. भकभक करणारं इंजिनही तुमीच बसवलं, आन गावात इजेवरची मोटारही तुमच्याच हिरीवर. कुनाची टाप ऱ्हवती तुम्च्यापुडं उभं ऱ्हायची. पर ह्या पांडवनानानं सारं कायी माती मेळवाण केलं. ऱ्हायी त् आज सोन्याचा धूर निगाला अस्ता!"

बापानं सिगारेटचा मोठा कश भरून घेतला.

"भाऊसायेब, तुमाला चांग्ली साथ मिळाली अस्ती त् तुमी तालुक्याचे आमदारसुदीक झाले असता; पन आपलं गाव धड ऱ्हायी!" दाताळ्या दत्तूने दात इचकले.

"दत्तोबा, आमदाराची कुडं गोस्ट करून ऱ्हायला. भाऊसायेब पार दिल्लीत जाऊन बसले आस्ते. तिडं बसून आप्ल्या तालुक्याचं राजकारन खेळले आस्ते!"

बापाचा बेडूक नाहकच फुगत चालला होता. त्या दोघांचं खास दारूसाठी हरिकीर्तन चाल्लेलं होतं; अन् हे दर वेळचं आहे.

बापानं आईस हाक मारली. आई येऊन उभी राहिली अवघडल्यासारखी उंबऱ्यात. बापानं सिगारेटचं थोटूक जमिनीवर घासत विझून टाकलं अन् आईस म्हणाला,

"तुझ्याकडं काही दोनतीनशे रुपये आहे का?"

"हाये न्!"

"दे त् बरं!"

"दिवाळीचा बाजार कराचाय!" आई दबलेल्या आवाजात म्हणाली.

"उद्या देतो न तुला मी! निघताना तिनं पैसे काढून घेतले वाटतं खिशातून; भाड्यापुरते ठेवले. तेवढं तरी बरं! नाही तर मला येताही आलं नसतं."

आक्का मधल्या घरात पुटपुटल्यावानी हळू आवाजात म्हणत होती. 'तुमी आले म्हन्जे आमच्यावर उपकारच केले. तुमी यावं म्हनून जसं आमी रडतच व्हतो. तुमी आले हात्तीघोडा न् देवम्हारुडा घेवून!'

आई मधल्या घरात आली. आक्का तर बिलगूनच पडली आईला.

"कशाला सांगितलं ग पैसे हाये म्हनून; आपल्या मोलमजुरीचे पैसे घाल आता त्यायच्या भंजाळी. दिवाळीत ठिव आमाला भाजीभाकरीवर?"

"काय करती मंग. त्या मेलीनं घेतले त्यायच्या खिशातून पैसे कहाडून!"

"तू कशी इस्वास ठिवते आई; तुझा जनमच याच्यात चाल्ला बाई?"

"जाव दे मेलं! आता काय करते? म्य बोलून गेले. गेला तोंडातून शब्द!"

"पाहय बरं, आईऽऽ"

"कायी न्हायी देतील त्ये!"

आईनं आमच्या मजुरीचे सारे पैसे बापाच्या हवाली केले; या विश्वासावर की उद्या पैसे मिळतील. बापानं घरातून एक पिशवी देत दाताळ्या दत्तूला दारू आणायला पिटाळलं. हरीतात्याच्या हातावर शंभराची नोट ठेवत भिलआटीतून कोंबडी आणायला पाठवलं. दोघांनी एकमेकांना डोळे मारले की आपल्या कष्टाला फळ आलं. मी ते पाहिलं.

आईला वाटलं आमचा बाप आला दिवाळीत दोनचार दिवसांसाठी. ही दिवाळी बाप आमच्यात साजरी करणार. एवढ्या दिवाळ्या गेल्या पण बाप कधी आला नव्हता. त्यामुळे आई हुरळून गेली. आम्हांला बापाविषयी धाकधूक होती. पण बापाला विचारायची हिंमतही कोणातच नव्हती की अण्णा तुम्ही कधी जाणार? पण रात्रीला आक्कानं हिंमत केली होती की बापाला सकाळी विचारणार. पण त्याची काहीच गरज पडली नाही. बापानं सकाळी सकाळीसच आवरासावरायला सुरुवात केली. आईनं भीतभीतच विचारलं,

"निंगाले का?"

"दिवाळीय. दिवाळीची खरेदी करायचीय. पोरं वाट पाहत असतील. इकडं राहून कसं चालंल. चांदवडला काम होतं. इतक्या जवळ आलो; तर म्हटलं येवू चक्कर टाकून."

"पैसे देनार व्हता ना माला?"

"कशाचे पैसे?"

"म्या काल देले न तुमाला?"

"ते तर खर्च झाले?"

"माला दिवाळीचा बाजार करायचा व्हता."

"कुठून देवू पैसे? माझ्याकडं परत पैसे मागते काय? नवरा आला त्याचा काही आनंद

नाही! सगळे मतलबीच आहात. ती तशी; तर तू अशी. दोन बायका असून कुठेच सुख नाही!''

''तिनं तुम्चे पगाराचे पैसे कहाडले. मी माझ्या मोलमजुरीचे माग्तेय!''

''पैसे पाहिजे तुला?''

असं म्हणत घालत असलेला बूट फेकून मारला.

''माझ्या पोरायच्या तोंडातला घास हिसकून तुम्च्या मढ्यावर घातला म्या!'' आई बोसाळली.

बापाचा राग या वाक्यासरशी अस्मानाला भिडला. बापानं आईला लाथाबुक्क्यांनी मारायला सुरुवात केली. मी आणि पमी बोंबलायला लागलो. आमच्या गल्लीतल्या चिमबाबानं येऊन आईला सोडवलं; तरी बाप चवताळलेलाच. ''नवऱ्याकडं पैसे मागते म्हणजे काय?''

वातावरण निवळलं. आई कोपऱ्यात गुडघ्यात तोंड घालून बसलेली. मला अशाही वेळी माझे फटाके समोर दिसले. बाप जर आता निघून गेला तर आपल्याला फटाके काही मिळणार नाही. फुस्सेच फटाके गोळा करत हिंडावं लागणार. म्हटलं बापासमोर आईकडं फटाके मागितले तर बाप फटाके तरी घेऊन देईल. म्हणून मी आईकडं फटाक्यांसाठी पैसे मागितले तेव्हा बापानं त्याच्या दणकट हाताची पाचही बोटं उमटवले माझ्या गालावर अन् बाप निघून गेला.

दिवाळीच्या पणत्यांची उजेडाची रोपं लावण्याआधीच सुकून गेली होती. आगलदिवा फाटला होता. पमीच्या नव्या फ्रॉकला आग लागली होती. तावडीचं परकर पोलकं जळून गेलं होतं; अन् मीही मनोमन ठरवलं की गावभर फुसके फटाके धुंडाळत फिरायचं नाही. आम्ही सारे कोंडाळं करून बसलो होतो. एकमेकांच्या डोळ्यांत पाहिलं तर दिवाळीच्या स्वप्नाला उधई लागून आली होती.

दिवाळी आली...

संतू, दिवड्या, पग्या, नित्या पळत आले. गावभरचे फुसके फटाके त्यांनी गोळा करून आणले होते. माझ्यासमोरच फटाक्यातली दारू ओतली. नित्या म्हणाला,

''भावड्याऽऽ, लाव काडी!'' काडीपेटी त्यानं माझ्यासमोर धरली. पण मी काही काडी ओढली नाही. संतूनं काडी लावली. एरवी निळा अद्‌भुत जाळ आम्ही पाहत राहायचो. पण आज मात्र तो जाळ दिसलाच नाही. दारू पेटली... पण चरचरत काळी ठिक्कर पडत गेली कोळशासारखी...

पाच बोटांचा ठसा काही कोणाच्यानं पुसला गेला नाही...

❑❑

३०
डोंगर चढून गेलेली भूक... अन् गुळाचे मुटके

भूक कुठल्याही गोष्टीची भाकर करायला मागंपुढं पाहत नाही. भूक आपल्या मागं भाकरीचा असा काही तगादा लावते की भाकर मिळवल्याशिवाय जिवाला चैन पडू देत नाही. शेतातल्या गवताच्या भाऱ्यांवर आम्ही पोट भरलं तेव्हाची गोष्ट...

आमचं चंदनपट्टीचं वावर म्हणजे हरळीचंच रान. या वावराचा सातबारा काही आईच्या नावावर झाला नाही. पण कसायला मिळालं होतं. आईला लाख हिंमत होती शेती कसण्याची. पण घरचे बैलं चुलत्यानं विकून टाकले. औतफाटाही आमच्या नानानं बिडीकाड्यांवारीच लोकायला देऊन टाकाला. मग करील तर कशी करील आई शेती? राहिलीसाहिली बैलगाडीही नानानं विकायला काढली तेव्हा आईनं अडवलं होतं नानाला.

"नाना, सारंच फुकलं. आता बैलगाडी त् ऱ्हावद्या!"

"वैनी, तू नको सांगू माला; काय इकायचं न् काय न्हायी!" नाना बिडीची भट्टी पेटवता पेटवता म्हणाला.

"अहो, तुम्च्या त्या बिडीच्या धुरापायी साऱ्याचाच धूर करून टाकला तुमी!"

"वैनी, यवढं काय तोऱ्यानं बोलून ऱ्हायली? त्वा नवऱ्यानं तरी काय ठिवलं ग?"

"तोही तसाच! भाऊय न् तुम्चा... यकाच माळेचे मनी!"

"बोल सुखानाना किती पैसे धरतो गाडीच्ये!" आईकडं दुर्लक्ष करत नाना म्हणाला.

सुखानानानं चारी बाजूंनी गाडी न्याहाळली अन् कान कोरता कोरता म्हणाला,

"नाना, गाडीचे आरेफाटेही कायी ध्यानावं न्हायी ऱ्हायले. पावसापाऱ्यानं धुऱ्याही कायी सोईच्या न्हायी ऱ्हायल्या. आजून चारसहा महिने पडून ऱ्हायली त् उधई पार भुसा करून टाकीन. गाडीचं पार मातट व्हऊन जाईन!"

"लईच लामन नको लावू; किती देतो बोल?" बिडी विझवत नाना म्हणाला.

"पंचवीस रुपये देतो! पटत असंल त् हा म्हन; न्हायीत् ऱ्हाव दे तुझी गाडी तुला!"

“ये गाडीवाल्याऽऽ, भगलीबारा निगायचं गुमान! आला मोठा शेठसावकार गाडी इकत घ्यायला!” आईनं सुखानानाचं लाकूड तासलं.

“ऱ्हायलं बा!” असं म्हणत सुखानाना पाय उचलून निघाला.

वेणूआत्या मध्ये आली,

“काय ग! सेती कसायला म्हनून देली त् लाग्ली हातपाय पसराया. माझ्या भावाला काय दमदाट्या चालल्या?”

“तुम्चा भाऊ बाळात्यावरचं पोरचंय, माला पाहून दचकू ऱ्हायलं!”

आजी अन् मुंबईचा बुड्डा चुलता अप्पा आला. त्यानं काही मागचापुढचा विचार करावा न्! आल्या आल्या काठीच घातली आईच्या डोक्यात. रक्ताची धार लागली. शेजारच्या मळ्यातले विठोबातात्या अन् राधाकाकू धावत आले; अन् लगोलग बैलगाडी गळा घालून सांगवीला सरकारी दवाखान्यात घेऊन गेले म्हणून आई वाचली. आमच्या आयुष्यात उफराट्या माणसांचा भरणाच असा करून ठेवला होता की जिथेतिथे मोडता घालायचे.

दुसऱ्याच्या भरवशावरच्या शेतीचं जे होतं तेच आमच्या चंदनपट्टीच्या वावराचं झालं. हरळीकाशांनी वावर नासलं. त्यातलं पीक आपलं म्हणायचं नाही. बियाणं पेरलं की हरळीच उगवून यायची अन् पीकाचं डोकं जराही वर निघू द्यायची नाही. त्यांची मान तिच्या पात्यांनी पक्की जखडून धरायची. तरीही आई त्या हरळीशी लढून पिकाची मान मोकळी करू पाह्यची; पण हरळ जराही हरायची नाही. आईनंच माघार घेतलेली असायची. बाप आणि आजीसमोर आईनं जसे हात टेकले होते, तीच गत हरळीबाबतची. त्यात ओल्या दुष्काळाची भर. त्यानं आईपासून मजुरीची कामं हिसकावून घेतलेली. खायचं काय? उसनंपासनं करून झालं होतं. गावातले कैकजन दुष्काळाच्या कैचीत सापडले होते. काही हातपाय आवरून बसलेले. घरातलं सारंच वाटलं तर उद्या त्यांच्यावरही उपासमारीची पाळी येणार होती.

पुंज्यामोठ्याईनं रोजंदारीवर फेडण्याच्या भरवशावर दोन पायल्या बाजरी दिली होती. ती किती दिवस जाणार? खाणारी तोंडं पाच. एवढ्यांना कशी पुरणार? गोधडी शिवता शिवता आक्का म्हणाली,

“हातावर आनून पातावर खायाचं असे किती दिस धकवायचे?”

“मजुरीच्या कामानं त् आपल्यापसून सपशेल तोंडच लपवलं. त्याला आपू तरी काय करनार?”

“आई, घरात त् तेलामिठाचं कायीच उरलं न्हायी, सारेच डबडे रिकामे. उंदरं खडबडू ऱ्हायले. आज त् उपासच काढावा लागंल!” आक्का म्हणाली.

“आपू दोघी राहू उपाशी. ह्या लेकरायचं काय?” आई म्हणाली.

मी आईचं अन् आक्काचं बोलणं ऐकलं. मला अन् पमीला शाळेत सुकडी मिळायची.

आम्ही ती शाळेत खात नव्हतो. तशीच घरी घेऊन यायचो. मी आईला म्हणालो,

"आई, सुकडीचा शिरा करू न्. दोन पिशव्या हायेत!"

"ती कितीक तोंडांना पुरनारय बाबा!"

"कुडय रे भावड्या, त्या पिशव्या? दे त् बरं!" आक्का म्हणाली.

मी आक्काला माझ्या दप्तरातून काढून एक पिशवी दिली अन् पमीच्या दप्तरात धुंडाळू लागलो. पण तिच्या दप्तरात सुकडी काही सापडली नाही. पमीला हाक मारली....

"काय रे, भावड्या?"

"सुकडी कुडं ठिवली?"

"म्या त् खाल्ली!"

"तिला दगडं खायला देले त् दाताखाली कचाकचा चावत त्यायचाही भुगा करून खावून घेईल!" आक्का दातओठ खात म्हणाली.

"पाहय ग, आई!" पमी भोंगा वासत आईला म्हणाली.

"आक्के जाव दे मेलं... एकांद्याला न्हायी भूक निंगत!"

"काहीच उरलं न्हायी त माणसायलाबी खायील बाई ही!" असं म्हणत तणफणत आक्का चूल पेटवायला निघून गेली.

पमीला खरोखरच भूक निघत नव्हती. आमच्या सर्वांमध्ये ती खादाड. आक्का तर भूक काढायला आईसारखीच. दोघी कितीदा रात्रीचं नुसतं पाणी पिऊन झोपून घ्यायच्या. आम्ही काही न काही दाताखाली घेत बसायचो. पमीची कुठलीही गोष्ट खाण्यापासूनच सुरू व्हायची अन् तिला स्वप्न पडायची तीही खायचीच असायची. एक दिवस संवसांजेलाच पमी डुकल्या खात झोपी गेली. अन् 'बुंदीऽऽ बुंदीऽऽ' म्हणत अंथरुणावर उठून बसली. आईला वाटलं ती आईकडं बुंदी मागून राहिली. आई म्हणाली,

"कुडून देवू बाई तुला बुंदी?"

"आई, म्याऽऽ न्ऽऽ बुंदी खाल्लीऽऽ" पमी डोळे चोळता चोळता म्हणाली.

"बुंदी खाल्ली? कुडं ग बाई?"

"आई तिचं काय आयकते. ती पडल्या पडल्या झोपी गेली आन स्वप्नात बुंदी खाल्ली!" आक्का म्हणाली.

"आई, तिडं लाडूबी व्हते, करंज्याबी." पमी सांगू लागली.

"आमाला आनायच्या न्! यकटीनंच खाल्ल्या!" आक्कानं तिची मजा घेतली.

"न्हायी त् काय! ढम्मे, आनायच्या न् आमाला!" तावडीलाही लहर आली.

पमीच्या या स्वप्नाला आम्ही केधूळ हसतच होतो. पण आईच्या मनाला लागलं होतं की लेकरांना खाण्यापिण्याचे स्वप्न पडायला लागले; तेव्हा कुठून माहीत नाही पण आईनं आमच्यासाठी करंज्या आणल्या होत्या, की आईनं स्वप्नात जाऊन आमच्यासाठी

करंज्या आणल्या होत्या? आईनं खरोखरच करंज्या आणल्या होत्या. कारण जर का त्या स्वप्नातल्या असत्या तर आम्हांलाही स्वप्नात जाऊन खाव्या लागल्या असत्या. असं व्हायला पाहिजे होतं की माणसानं स्वप्नात जेवण केलं तर जाग आल्यावर त्याला भूक लागायला नको. म्हणजे आम्ही बळंच झोपायचा प्रयत्न केला असता अन् स्वप्नात जाऊन जेवण केलं असतं. आज आम्हांला भूक छळवते आहे, तसं भुकेनं छळवलं नसतं.

आक्का एवढ्याएवढ्या सुकडीचं काय करणार? त्यात शिरा तर होऊ शकत नव्हता. आक्कानं जरा वेळानं ताटली ताटली पेज बनवून दिली. तेच आमचं त्या रात्रीचं जेवण. मी अर्ध्या रात्री पाणी प्यायला उठलो तर चुल्यापाळी आई अन् आक्का जाग्याच. त्या झोपल्याच नव्हत्या. रिकाम्या पोटानं झोप कशी येणार? आम्हांला पेज दिली होती. त्यांना तीही नशीब झाली नव्हती.

"देहाचे वाटे करून बाजारात नेवून इकाव का काय आता?" आई म्हणाली.

"मामाच्या गावावरून आणायचं का कायी?"

"नको, बाई, आता न्हायी पदर पसरवत. पदर पसरू पसरू पार पदरच फाटला!"

"माह्यरच्या मानसायकडं काय लाज!"

"भावांनी तरी बहिणीच्या पदराला किती गाठी माराव्या? बहिणीचा पदरच जर असा फाटका, त्यायलाबी त्यायचे सौसार हायेत. लेकरंबाळं हायेत!"

"मंग तावडीला पतरं लिव्हायला सांग अण्णाला!"

"तुम्च्या बापाला त् वाटत असंल हे अजून जिवंत कसेय. त्यो पैसे न्हायी पाठवणार, जहर मातर पाठवील!"

"मंग काय करायचं? आज त् पोरायला पेज दिली. उद्याचं काय?"

"ह्या मजुरीच्या कामालाही काडी लाग्ली, सरकारबी कायी कामं काढीनात!"

"आई, आपल्या चंदनपट्टीच्या वावरात बाजरी त् कायी उगली न्हायी; हरळ मात्र वाढली डोंगरासारखी, तिचेच भारे बांधून इकले त् म्हशीवाल्या धन्यायला?"

"न्हायी त् काय! ती मेली पिकाचं त् डोकं वर निगू देत न्हायी!" आई म्हणाली.

"मंग इकायचे का, आई, गवताचे भारे?"

"सगळीकडंच ओलंहिर्वय, ते तरी कसे घेतील? पन पाते सकाळी म्हशीवाल्या धन्यायला इचारून!"

मी पाय न वाजवता तसाच माघारी आलो. अंथरुणावर पडलो. झोप काही येत नव्हती. डोळे घट्ट लावायचा प्रयत्न करत होतो. झोप तर अशी पळून गेली. कसा निखरट बाप आपला. इकडं त्याचे बायकोपोरं उपाशीय. त्याला त्याचं काहीच नाही. तो आपल्या सावत्र आईबरोबर अन् सावत्र भावंडांबरोबर मजेत असेल. अन् आई म्हणते खरंच तसच बाप

करील का? तो आम्हांला पैशाऐवजी जहर पाठवेल का? ज्या वयात चांदोबाच्या गुजगोष्टी ऐकायच्या, त्या वयात भाकरीच्या चंद्राच्या पाठीमागे लागण्याची दमछाक ऐकतो आहे. आई खूप धावत असते आमच्यासाठी! तिलाही धाप लागणारच... कधीतरी झोप लागली असेल. उन्हं माझ्या अंथरुणावर आली होती मला उठवण्यासाठी!

आईनं कुठून तरी गूळ पैदा केला होता. कारण चुलीवर चहाच्या आधणाला उकळी फुटली होती.

"घ्या रे तोंड धुवून लवकर; माला बाह्यर जायचंय!"

"आई, लखूतात्याक जाऊन पाहय; त्यायच्याकडं चारेक म्हशी हायेत, घेतले त् ते घेतील गवताचे भारे!" आक्कानं आईला सुचवलं.

"वरवाड्यातली बकुबाई घेयोन. तिच्याक त् पाच सहा म्हशीयत!" तावडी म्हणाली.

"दोघायतून कुनी तरी घेयीलच!" आक्का म्हणाली.

नेमका लखूतात्या गल्लीतून चालला होता मारुतीच्या दर्शनाला. मी आईला म्हणालो,

"आई, लखूतात्या चाल्ले पहय गल्लीतून!"

"बोलव न मंग त्यायला!"

तात्या आले. उभ्याउभ्याच म्हणाले,

"काय म्हन्ते, वैनी?"

"तात्या गवताचे भारे घ्याल का इकत?"

"न्हायी बा! माझ्याच मळ्यात यवढं गवतय. म्हशीयचं धकून जातं!"

आईचा चेहरा पडला. तिला खूप मोठी आशा होती. पण तिथंही मातीच आली हातात. आता मातीच्याच भाकरी करून खाव्या का, असं काही तिला वाटून गेलं. आता वरवाड्यातल्या बकुबाईवर सारी मदार. तिथं माती हातात येऊ नये म्हणजे झालं. आई तशीच वरवाड्याकडं तरातरा चालत निघाली. माझ्यावाचून आईचं काम जसं खोळंबणारच होतं; म्हणून मीही मागंमागं. बकुबाई भाकरीच भाजत होती.

"काय ग, इंदू, सकाळीसच येनं केलं?"

"आले बाई काम घेवून."

"कशाचं काम?"

"म्हशीयला गवताचे भारे घ्याल का?"

"म्या त् म्हशी इकायला कह्राडतेय, बाई, कुडून घ्यायचे तुझे भारे?"

"कामाला त् नाहडा पडला. मजुरी न्हायी त् खायचं काय?" आई म्हणाली.

"हा न बाई! म्या त् आता डबा झटकूनफटकून दोन भाकरी केल्या!"

आई जसं बकुबाईकडं पीठ मागणार होती. दिवसच तसे होते. त्यात बकुबाईची काय चूक? आई अन् मी विरस होऊन घरी आलो. आक्काला वाटलं कुठलं न कुठलं काम झालंच असेल. म्हणून ती आईस म्हणाली,

''काय झालं ग, आई, तयारय का?''

''न्हायी बाई, साऱ्याच बाजूनं दार बंद झालं?''

''मंग काय करायचं ग आता!'' आक्का काळजीच्या स्वरात म्हणाली.

''हातपाय गाळून काही उपेगय का? व्हइलच कुडं न कुडं, कोलटेकलाबी हायेत म्हशीवाले अन् दहिवदलाबी. तिकडं जाऊन पाते, भुई धरून त् बसता येनार न्हायी!''

पमी आक्काला म्हणाली,

''आक्का, आईनं गूळ आन्लाय न्!''

''आन्लाय. मंग काय?''

''गुळाच्या काल्याचे मुटके कर न्. लई खावूशी झालेऽऽ.''

''तिच्या पाठीत बुक्का मार! तिला मुटकेच मुटके दिसतील.'' तावडी म्हणाली.

''सुकडी ती यकटीनं खावून घेतली अन् गुळाचे मुटके आठवले व्हय तुला?'' आक्काला पमीचा चांगलाच राग आला.

''ये बायाय वोऽऽ नका कावसं करू!''

''कुडून द्यायच्ये तिला गुळाचे मुटके?'' आक्का तणफणत म्हणाली.

पमी रडायला लागली. आईनं तिला समजावलं!

''पमे, बाई, नको रडू. हे गवताचं काम लाग्लं न्, त् रातच्याला तुला म्या गुळाच्ये मुटके देईन!''

दहिवद आणि कोलटेक ही गावं माझ्या गावावरून जवळ. दोन्ही गावांमध्ये फक्त नदी आडवी. आई गेली. गवताचे भारे विकत घेणारा एखादा तरी म्हशीवाला धनी आईला सापडावा. तसं नाही झालं तर आमच्यावर उपासमारीची पाळी येणार होती. माझी अन् पमीची सुकडी सगळ्यांना पुरणार नव्हती. नुसतीच सुकडी तरी कशी खाणार?

दुपारच्याला आई आली. आम्ही तिच्या वाटेकडं डोळे लावून बसलोच होतो. आल्या आल्या आई उभ्या उभ्या तांब्याभर पाणी प्यायली अन् म्हणाली,

''चला रे, इळेखुरपे घ्या, मळ्यात गवत कापाया जायचंय आपल्याला.''

आम्हांला सगळ्यांना कोण आनंद झाला. आम्ही एकदमच म्हणालो,

''घेनारय का कुनी गवताचे भारे?''

''हा! दहिवदचा दिल्या घेतोय, पाच रुपै वझं घेनारय!''

उपाशीपोटी असूनही आम्हांला जेवल्यासारखी तरतरी आली. आम्ही तवताक विळेखुरपे घेऊन मळ्यात निघालो. गवत कापायच्या कामाला तराडून बिलगलो. आतापर्यंत ज्या गवताला आम्ही शिव्या घालत आलो होतो तेच आता जिव्हाळ्याचं वाटू लागलं. सवसांज होईपर्यंत बरंच गवत आम्ही कापलं होतं. आईच्या लुगड्याच्या फडक्यात माझे

अन् पमीचे जरा छोटेछोटे भारे बांधले, आईचे, तावडीचे अन् आक्काचे भारे मात्र मोठाले. तिघींच्या भाऱ्याचे पाचपाच रुपये. माझ्या अन् पमीच्या भाऱ्याचे दोनदोन रुपये आले असते. एकमेकांच्या डोक्यावर भारे उचलून दिले. दिल्याचा मळा आमच्याच शिवारात. बांधाबांधानं चालत गेलं तर मैलभर लांब होताच. सुरुवातीला त्या ओझ्याचं काही वाटलं नाही. मात्र, जसंजसं अंतर चालत गेलो, भारा जड वाटू लागला; तो इतका की आता मानच मोडून टाकीन. पाठीच्या कप्यालाही कळ लागून आली. आई अन् आक्का झपझप पुढं गेल्या होत्या. त्यांच्या मागं तावडी... तावडीच्या मागं पमी... अन् सर्वात शेवटी मी. दिल्याचा गोठा तर नुसता लांबलांब पळत होता. तो येईनाच लवकर. तोही माझी कसोटी घेतो आहे, असं मला वाटायला लागलं. पमीही वाकत वाकत चालली होती. तिलाही जड झालं असावं. मला आता चालणं शक्यच होईना. पाठीला तर अशी काही रग लागली होती की भारा तिथंच फेकून द्यावासा वाटला. जोराच्या सणका निघत होत्या. मी हायपत खाल्लीच.

"पमे, माला न्हायी धीर धरवत... देवू का टाकून इडंच!"

"थोडं ऱ्हायलय. तवर दम ऱ्हाड! आलंचय जवळ!"

"आजूक बरंच लांबय, बाई! कहाचं जवळ!"

"भावड्या, गुळाच्या काल्याच्ये मुटके खायच्ये न्?"

पमीनं मला मुटक्यांचं आमिष दाखवलं. भाकर माणसाला कशी पिंगवते. कळ त् काढावीच लागणार होती. रस्त्यात कसं टाकणार? पायालाही चुबू काटे झोंबले होते. त्यामुळे तेही बोंबट्या मारत होतेच. डोक्यावरचा भारा दिल्याच्या गोठ्यात टाकला. खूप बरं वाटलं. खूप मोठ्या संकटातून जणू मी बचावलो होतो. आईनं पदरानं माझा घाम पुसला. दिल्यानं आईच्या हातावर पैसे टेकवले.

खूप दिवसांत भाकर मिळाली होती. पमीनं तर गुळाच्या मुटक्यांवर असा ताव मारला की तो विसरूनही गेली होती गवताच्या भाऱ्यांना...

आईच्या काळजाला दिवसभरच्या वणवणीतनं शब्द फुटले होते.

"लोक कसपट समजत्यात, किडामुंगी समजत्यात, रगडू पाहत्यात टाचाखाली; पर ही भूक लई वंगाळ. ही धड जगू देत न्हायी अन् मरूबी देत न्हायी, ती उगूनच येते अन् डोंगरायवढी व्हते!"

एवढं खरं की आमची भूक आज डोंगरही चढून गेली होती...

❑❑

३१
ढेकळाचं शस्त्र अन् नात्याची बाराखडी

आयुष्याचं लुगडंच जर फाटलेलं असेल, तर लोक त्याला टाका घालायच्याऐवजी, ज्याच्या हाती लागेल तो फडके फाडत जाणार... चिरगूटं उडवणार... अब्रूअब्रू करणार. बापानंच आईच्या आयुष्याच्या लुगड्याची अशी अवस्था केली. मग चुलतकाके यांना आयतीच संधी सापडायची. तऱ्हातऱ्हा करून टाकायचे.

नानाचं दोन बिघे वावर आणि आमचं दोन बिघे वावर शेजारीच. तोंडी वाटण्यांनी ठरून दिलं होतं. दोघांत मिळून एक सामाईक विहीर. तिला जेमतेम पाणी असायचं. ही विहीर आमच्या दोन बिघ्याच्या तुकड्यातच. त्यात धाव, विहिरीचा भरावा. नानाची बैलाढोरांची एक झोपडी. तीन आंब्यांचे, दोन कडूनिंबाचे, एक सौंदडीचं, एक शिरसाचं, एक चंदनाचं अशी झाडंही आमच्याच दोन बिघ्यांच्या तुकड्यात. त्या झाडांवर आमच्या एकट्याचा अधिकार नाही. असा खराबा जाऊन दीड बिघ्यालाही कमी जमीन आमच्याकडं. नानाला मात्र दोन बिघ्यांचा चौकोनी तुकडा. तरी नाना दरसाल थोडं थोडं करता करता बरंच वावर काढत आला होता. बकासुरासारखी आमचं वावर काढायची त्याची भूक काही संपत नव्हती. ती कमी व्हायच्याऐवजी दरसाल वाढतच चालली होती.

असेच आम्ही मायलेकं बसलो होतो. आक्का मळ्यातून आली सरपण घेऊन! आल्या आल्या सरपणाचं ओझं चुल्यापुढं टाकलं. आईला म्हणाली,

"आई, नाना त् आपलं वावर कहाडीतच चाल्ला!"

"जाव दे, कहाडू दे. तो कुडं लई उरावं घेवून जानारय!"

"बांध व्हता, आई, तोबी ठिवला न्हायी!"

"कुडं झट्याझोंब्या घेते. त्यात पिका न काही! पोकळच पुरक्या वाजीत बसायचं!"

"यानंच त्याचं फगत चाललंय!"

"त्यायच्या डोक्यात दगड घाल्ते? तो गाढव झाला म्हनून आपनही व्हते?"

"आता आण्णा आले की त्यायच्या कनावर घाल!"

"आक्के, त्वा बापानंच माझ्या आयुष्याच्या बारागांडी करून ठिवल्या, म्हनून त् सारं झालं. न्हायी त् लोकायची हिंमत व्हती का?"

नानाला माहीत होतं की आपल्या भावजयीचा नवरा तिला बरं पाहत नाही. शिवाय तो राहतो मुलखाला. ही दुबळी अन् पोरवाड्याचं लेंढार मागं असलेली. पार गुरफटून गेलेली. ती आपलं काहीच करू शकत नाही. आपण कसंही वागलं तरी ही कुणाकडं गैरत नेणार? आहेच कोण तिला. म्हणून नानाचा वळ काही जात नव्हता. तो दिवसेंदिवस आणखीनच निडर होत चालला होता.

भालेकरचा दिवड्या शाळेत पळत आला. तेव्हा मी सहाव्या इयत्तेत शिकत असेन. त्याला पळत आल्यानं धाप लागली होती. दम टाकत म्हणाला,

"भावड्या, माझा बाप तुम्च्या मळ्याकडं शेळ्यायला शेवरीचा पाला आणायला गेला व्हता. तुझा चुल्ताय न पांडव नाना..."

"त्याचं काय झालं?"

"तुझ्या आईचं अन् त्याचं लई भांडण चाल्लंय मळ्यात नांगरायावरून!"

मी मळ्याच्या दिशेनं पळत सुटलो. नाना अन् माझी चुलती नानी दोघंही फार खोडसाळ होते. नानी तर एक नंबरची भांडखोर. आईपेक्षा ती दहापंधरा वर्षांनी लहान असेल. पण ती आईला काहीच समजत नव्हती. खरंतर आमचा बाप गेला निघून; पण आमची छळवणूक करायला अशी कजाग माणसं मात्र मागं ठेवून गेला. बापाचा तरी वर्षातून दोनचार वेळा धिंगाणा असायचा; यांचा मात्र सदोदित. नकोनको करून सोडायचे. नाना वडिलोपार्जित घरात राहत होता. त्या घराच्या आडोशालाच आम्ही राहायचो. आमच्या दोघांच्यामध्ये एक दरवाजा. त्या दरवाज्याचा कोणीच वापर करत नव्हतं. तो काढून टाकून त्याच्याजागी भिंतही बांधून घेत नव्हते. त्यामुळे चुलती नानी आईला घालूनपाडून बोलण्यासाठी त्या दरवाज्याचा पुरेपूर वापर करायची. यासाठी ती तिच्या घरात येणाऱ्या कुत्र्यामांजराचाही खुबीनं वापर करायची. बरं आई तिच्याकडं जाब विचारायला गेली की म्हणायची,

"तुमी नका आंगावं वढून घेवू! तुमला बोलले का? म्या कुतरीला बोलले!" यावर आई काय बोलणार? पण हे वाढतच गेलं. दिसलं कुत्रं, दिसली मांजर की नानीचं सुरू...

"ह्या कुतऱ्यालाबी काय झालं? लाळघोटं कुनीकडचं. घरच धरलं माझं; जितलागं सोडीतच न्हायी!"

"ह्ये घालील कंबरडात लाथ अन् आडवंच पाडीन! बसशील मंग इवळत!"

"ये कुतरे, आली का वर तोंड करीत शिंदळबोडेऽऽये, कोल्हटनीऽऽ"

"ह्या मेलीची लई वटवट झालीय; शिर शिरऽऽ कशातही बाडगं घाल्ते मेली!"

एकदा तर आक्का कुदळ घेऊन तो दरवाजा खोदायला बिलगली. नाना मधी आला.

''काय करून ऱ्हायलीय?''

''दिसत ऱ्हायी का? दरवाज्या खंदून टाकू ऱ्हायलेय!''

''काम्हून?''

''भित घालायची माला इडं! त्या नानीची कायम वटवट चालू ऱ्हाते. कुतऱ्या, मांजरायला बोलते का मानसायला कायी कळतबी ऱ्हायी!''

''मंग त्वा काय खोतीतोटा जाऊन ऱ्हायलाय; तिचं तोंडय! बोलेल ती!''

''देवानं तोंड चांग्लं बोलाया देलंय. तिच्या त् तोंडात सदा कुणीतरी हागलेलं!''

नानाला असा काही राग आला की त्यानं आक्काच्या कानामागं मारली.

तेव्हा आईनं आक्काला समजावलं होतं,

''माझे बाई, नको मनाला लावून घेवू!''

''ती पाहय कसं न् काय बोलून ऱ्हायलीय. आपल्यायला कळत ऱ्हायी का, आई?''

''आगं, जाव दे! आसं समजायचं जशी कुतरी भूकू ऱ्हायलीय!''

''कुतरीबी सोईचं भुकते. ही सोईचं भुकत ऱ्हायी!''

''जाव दे, बाई, आदल्या जल्मात म्या कायी त्यायच्ये गुन्हे केले अस्तील, त्ये ह्या जल्मात फेडू ऱ्हायीले!''

या गोष्टीला चारसहा महिने उलटलेही नसतील अजून... आज हा तमाशा!

घाबरलेल्या उरानं सारखा पळतच होतो, तरी अजूनही मळा आला नव्हता. नानाचा काहीच नेम नव्हता. विठोबातात्याच्या वावरालोक पोहोचलो तेव्हा नजरेच्या टप्प्यात स्पष्ट दिसत होतं. आजूबाजूचे मळेकरी गोळा झाले होते. भलती गर्दी मळ्यात दिसत होती. जवळ येऊन धापा टाकत उभा राहिलो. तावडी अन् आक्का पाहिजे होत्या. त्या नेमक्या पुंज्यामोठ्याईच्या मळ्यात कामाला गेल्या होत्या. नाना आईला दमदाटी करत होता.

''बाजूला व्हती का ऱ्हायी!''

''बऱ्या बोलानं औत बाजूला घ्या!''

नानानं आडबंगपणानं औत घातलंच,

''पातो कशी आडवी येते, नांगराखाली खांडोळीच करतो.'' नाना निशंग झाला.

आई औताला आडवी आलीच. बैलांच्या वेसणी तिनं लावून धरल्या, तरी नाना औत दटूच लागला. पण आईनं वेसणी लावून धरल्यामुळे बैल मागंमागं सरू लागले. त्यामुळे नानाचं टाळकं फिरलं,

''वैनी, शेवटचं सांग्तो आडवं येवू नको.''

''माझ्या वावरातून औत बाजूला घ्यायचं.''

"तुझं हायेच काय ग? तुझ्या नवऱ्यानं केलीय दुसरी बायको. तुझा काय हाक्क ऱ्हायलाय?"

"तुमी ठरवनारे कोन? माझ्या नवऱ्याचं त्ये माझं. नवरा जरी गाव सोडून गेला, तरी त्याची बायको अन् प्रजा हाये. त्याचा का वसबूड झाला, म्हनून तू लाग्ला वावरावं हाक्क दाखवायला!" आईही अरेतुरेवर उतरली होती.

"दाद्यासारखा दाद्या म्या. मला दिस कहाडनं आवघड झालंय. तू किती दिस कड गाठशील?"

"तुम्च्यी नीती धड न्हयी, म्हनून आशी दुसऱ्याची माती खायची पाळी आली. आप्ल्या म्होरला घास खावा, दुसऱ्याच्या ताटातला आहार वढू नये. त्ये काय जय जानार का? पचंल तेवढंच खावा! न्हायी त् अशी ढेंडाऱ्या द्यायची पाळी येते!"

"लयीच ग्यान नको देवू. चाल, सरक बाजूला!"

"म्हन्लं जाव द्या मेलं, जाव द्या मेलं तू त् सारं वावरच कहाडायला लागला!"

"ये, टाळकं फिरू नको माझं!"

"लई टेबाजा नको दाखू. बायकोचे रट्टे खातो अन् माझ्यावं डोळे ताणू ऱ्हायला."

"तुला हा पांडव म्हायीत न्हायी ये!"

"म्हायीतय तू किती घालपांड्या हायेस त्ये!"

आई आज खूपच चवताळली होती. गेले कित्येक वर्षं आई सहन करत आली होती. दोन पावलं स्वतःहून मागं सरत होती. पण, आज तर थेट नांगरच तिनं आडवला होता. आम्ही आईच्या मागं कायम भुणभुण लावत होतो. आज आईनं चंडीचा अवतार धारण केला होता. अशा वेळी बाप जरी आला असता तरी त्याचीही काही खैर नव्हती. नाना, नानी, आजी, आत्या, बाप, चेटकिणाई या सगळ्यांच्या मुंडक्यांची माळ जशी आईनं गळ्यात धारण केली होती.

"आरं, माझ्या गुडघ्यायवढ्या लेकी म्हनायच्या, आई, नाना वावर कहाडू ऱ्हायला. म्या म्हनायचे जाव दे बाई तो कुडं उरावर घेवून जानारय."

नानाला आला राग. नानानं आईला लोटलं. आई ढेकळात जाऊन पडली. विठोबातात्या अन् तानूताई धावली, अन् नानास म्हणाली,

"वनवाशी बाईच्या अंगावं हात टाकता का पांडवनाना?"

"न्हायीतर काय गड्या. रितीनं चालावं मानसानं?" विठोबातात्या म्हणाला.

"तुमाला कोनी आवतण देलं? चला निगायचं इडून."

"म्हन्जे! मोगलायीच माजली जशी काय?" तानूताई म्हणाली.

"हा माजली! काय करनारय तू?"

तानूताई का नानाचं ऐकून घेणार. तिला नानाचे सारे अंड्डेपिल्ले ठाऊक. ती गरजली....

''सोईचं बोल! नको उंडरेलपना करू. तुझा त् सारा नक्शा उतरून टाकील म्या. तू कुडंकुडं गुवात तोंड बुडवाया जातो न, त्याचा हिशोब हाये म्हन्लं माझ्याकं!''

''आमच्यामधी पडायचं न्हायी!''

''आता कसा नरमला!''

''आरे, दुबळी सापडली म्हनून नागवतो का भावजयीला?'' विठोबातात्या म्हणाला.

''यवढीच काळजीय त् घरात घालून घ्ये तुझ्या...''

''ये पांड्याऽऽ, तोंड सांभाळून बोल! तू वासनेचा जायेलय, तसा म्या न्हायी.''

''तोंडाला येईन ते बरळून ऱ्हायला. दारू ढोसून नांगर चालू ऱ्हायला का काय, भडव्या? तुझ्या जिभीला काही हाड. भावजयीइषयी आसं बोलताना त्वा तोंडाला इच्चू का डसला न्हायी.''

तानूताई अन् विठोबातात्या याचं आमचं कुठलंही नातं नव्हतं. तरी ते आईचा कैवार घेत होते. नाना माझा सख्खा चुलता असूनही आईचा छळ करत होता. बापही तसाच अन् चुलतेकाकेही. बाप, चुलते, आजी, आत्या हे माणसं छळवण्यासाठीच असतात का? चुलता म्हणजे छळ... बाप म्हणजे छळ... आत्या म्हणजे छळ... चुलती म्हणजे छळ. शाळेत हे काही शिकवत नाही. मात्र, जगण्याच्या शाळेत नातेसंबंधाची दरदिवशी मला अशी नवीच ओळख होत होती. नवा धडा मी शिकत होतो. बापानंच आम्हांला वाऱ्यावर सोडलं होतं म्हणून असे लोक फायदा घेणारच. आई ढेकळातून उठली. तानूताईला म्हणाली,

''बाई, यमनाईनं ह्ये पुंड माजून ठिवलेत. तुमी नका वायीट शब्द आंगावं घेवू.''

''अय, तोंड सांभाळून बोल! न्हयी त् माझ्या इतकं वायीट कुनी न्हयी.''

''झोंबल्या न् मिरच्या...''

''दम कहाड. दावतो तुला?''

''काय दावशील रे?''

''काय दावील?'' असं म्हणत नानानं औताचं रुमणं उपसलं अन् आईच्या पाठीत घातलं. आई कळवळून पडली. मी आईकडं पळालो. आईला उठवलं. नांगरठीतला दगड उचलला, नानाच्या दिशेनं बळ एकवटून भिरकावला. नानाच्या कपाळावरच तो बसला. नाना चिडला,

''ये सुक्कळीच्या, दम! तुझा काटाच कहाडतो!''

''ये मर्दा, ऱ्हाव दे! माझ्या पोराचा काटा कहाडनाऱ्या, त्याच्या अंगाला पाच बोटं त् लावून दाखव.''

नाना माझ्यामागं चाबूक घेऊन धावला. आई नानाच्या मागं अन् पमीही पळत आली होती. आईनं चाबकाची वादी धरली. तिला हिसका दिला. नाना नांगरठीत बतकन पडला. गावाकडून आजी अन् चुलती- नानी पळत आली. आजी रस्त्यानं ओरडत सुटली-

"माझ्या लेकाला ही रांडकीची मारून ऱ्हायली. गंमत पात उभे ऱ्हायले! चेंदाळानं मेलीला लाथंखाली."

"काय ग, तुला यवढं बळ आलं का माझ्या नवऱ्यावर हात चालून ऱ्हायलीय?"

"माझं बळ कशाला कहाडते? तुझ्या नवऱ्यालाच शेण खायचं बळ आलं! त्याला आवर आधी. ऱ्हायी त् जायील भरून शेणानं सरणावरणी!"

"काय केलं त्यायनी आसं?"

"औत पाहय कुनाच्या वावरात घातलं!"

"घातलं असंल त् घातलं असंल! तुझं हायेच काय इडं?" आजी

"माझा नवरा जमीन का डोक्यावर घेवून गेला काय त्याच्यासंगं?"

"कहाची जमीन? तुझ्या बापानं ठिवली काय? तुझा हाक्क ऱ्हायी." आजी.

"माझा लाख हाक्क तुमी डावलाल; पन हा काय त्याचा पोरगा हाक्कदार हाये न्!"

"हा कहाचा हाक्कदार ग! कुडून आनला न् कडून ऱ्हायी."

"मालाबी तुम्चा यकही लेक माझ्या सासऱ्याचा ऱ्हायी वाटत."

"पाहय रे, पांडव, ही इवशी काय म्हनून ऱ्हायलीय!"

"त्या हिजड्याला काय सांगून ऱ्हायलीय! यक तरी मानूस जल्माला घातला का तू? तुझे तिघंही लेक हिजडेच!"

नाना तसाही डिवचल्या गेला होताच. जी जमीन हडप करायचं नानाचं स्वप्न होतं ते आईनं धुळीस मिळवलं होतं. नानाला अन् नानीला वाटायचं की आमची आई छळूनछळून एक दिवस पोरंसोरं घेऊन निघून जाईल; म्हणजे जमीन आयतीच घशात घालता येईल. आई चुलताचुलतीचा हा डाव कधीच ओळखून होती. असंही त्या जमिनीत काही पिकत नव्हतं. पण आईनं ती लावून धरली होती. कधीकधी आम्हांला वाटायचं की आईनं हे सर्व सोडून द्यावं. लासलगावला चार पत्रे ठोकून राहावं. तिथं कांद्याच्या चाळीवर कामाला जाऊन कसंही पोट भरता येईल. आईच्याही जिवाची जमीन सुटत नव्हती. त्या जमिनीतून हे असं कडू पिकंच उगवून यायचं. आमचं जगणं मुश्कील होऊन जायचं.

डिवचलेला नाना आईवर धावला. आईचा बुचडा धरला. मी अन् पमीनं नानाचे पाय धरले. नानाची पकड ढिल्ली पडली. तोही पडला. मग तर दात खाऊन उठला. माझं बचंळं धरलं, मी कसायाच्या बकरासारखा ओरडू लागलो. आईनं नानाच्या हाताला हिसका दिला.

"ये राक्शसा, माझ्या पोराला जीवं मारतो काय?"

"जित्ता ठिवतच ऱ्हायी त्याला! आता जो कुनी तुम्चा कैवारी आडवा येईन त्याचीबी खांडोळी करून टाकीन."

नाना निशंग झाला. दैत्यासारखा हिडीस दिसू लागला... तोंडाला रक्त लागल्यासारखा! नुसता थयथयाट. माझं तोंड वाकडंतिकडं दाबू लागला. नानाचं बोट माझ्या तोंडात सापडलं.

मी कडकडून चावलो अन् निसटलो. आजीनं चुलतीला खुणवलं. नानीनं आईचे हात धरून ठेवले. नानानं आईच्या पाठीवर हात चालवायला सुरुवात केली. आजीही मदतीला धावली. आईनं नानीला लाथेनं दूर केलं. नानी मागं जाऊन पडली, त्यामुळे ते आणखीनच चवताळले. आईला जमिनीवर पाडलं. आजी आईच्या उरावर बसली. नानी बाभळीच्या काठीनं आईचे पाय झोडू लागली. देवानं कशी बनवली असेल आमची ही चिखलामातीची आजी अन् दगडधोंड्याची नानी. मी आणि पमी मदतीसाठी ओरडलो. पण कुणीच बांध ओलांडून आईला त्यांच्या तावडीतनं सोडवण्यासाठी आलं नाही. शेवटी मी आणि पमी मध्ये पडत होतो. पण चेंडू उचलून फेकावं तसं ते आम्हांला फेकत होते. आजीला मी कवळी मारली. तिला आईच्या अंगावरून दूर ढकललं. पमी म्हणाली,

"आई, पऽऽळ!"

आई पळायला लागली. तिच्या मागं पमी. पमीच्या मागं मी. माझ्या मागं नाना, नानी, आजी... नाना फारच रस्ताळला होता. पळता पळता म्हणाला,

"सगळ्यायलाच मारून टाकतो! डुक्कराच्या औलादीचे! साले, पळत्या कुडं? आता देवही तुमाला वाचवनार न्हायी!"

"पांडव, सोडू नको त्यायला!"

"जित्त गाडतो म्या ह्या गतपनाला! तू पातच बैस!"

नांगरठीचं वावर असल्यामुळे आई ठेचकाळून पडली. पमी आईच्या अंगावर अन् मीही. नाना जवळ आला होता. नानीही अन् आजीही.

नानानं ढेकूळ उचलला अन् सबागती आईच्या पोटाला तो लागला. आई कळवळली. आईची ती अवस्था पाहवेना. मग आम्ही दोघंही भावंडं विसरून गेलो की समोर चुलता आहे... चुलती आहे... आजी आहे. आम्ही ढेकळांचा वर्षाव सुरू केला त्या तिघांच्या दिशेनं. आम्हांला दोघांनाही एवढं बळ कुठून आलं होतं माहीत नाही. आमचे हात काही थांबत नव्हते. शेवटी ते शेपूट घालून पळाले वावर सोडून!

ज्या जिवांनी पाटीपेन्सिल घेऊन पाटीवर बाराखडी गिरवत बसावी त्यांना परिस्थितीनं ढेकळाचं शस्त्र करून अस्तित्वाची लढाई लढायला लावलं होतं. आम्ही जिंकलो का, ते माहीत नाही? मात्र, शाळेतल्या बाराखडीपेक्षा नात्याची गिचमिड बाराखडी आम्हांला चांगलीच उमगायला लागली होती.

'अ' आजीचा... 'ब' बापाचा... 'च' चुलत्याचा... 'प' परिस्थितीचा... 'ल' लढाईचा... 'ढ' ढेकळाचा.

मात्र, अख्ख्या बाराखडीत आमचं कुणीच नाही...!

❑❑

३२
शेवऱ्या शेळीची हत्या अर्थात चित करून गेलेली कुस्ती

घंटा घणघणली... टऽऽणऽऽटणऽऽटणऽऽटणऽ. बारा वाजताची शाळा सुटली. कोंडवाड्यातून मेंढरं सुटावी तसा लोंढा सुटला. मी खांद्यावर दप्तर घेऊन पळत सुटलो. माझ्यामागं संतू... संतूच्या मागं कांबळईचा नित्या... त्याच्यामागं दिवड्या...

"ये भावड्या, थांबय; लई शिवळावं पडला का, गाभरा?"

"माला मळ्यात जायचंय भोऽऽ!" मी पळता पळताच म्हणालो.

"जो पळंल त्याच्याईऽऽचाऽऽ घो..." कांबळईचा नित्या म्हणाला.

मी जागीच थांबलो. थांबणं भागच होतं. शिवी कोण खाणार? सगळे धापा टाकत माझ्याजवळ येऊन उभे राहिले. असे भाव त्यांच्या चेहऱ्यावर जसं जगातलं खूप मोठं गुपित मला सांगणार होते.

"काम्हून थांबवलं माला? तुमाला काय? माला येळ व्हऊन ऱ्हायलाय. तुमी हिंडाल गावभर कुतरे वळीत!"

"तुलाच लई कामय ऱ्हायी त्! जाय मळ्यात न् ये घरी; रिकाम्या येरझाऱ्या घालीत ऱ्हातं!"

"सांग ना, भो, काय काम व्हतं!"

"टिल्या, सांग रे भो याला?" संतू टिल्याचा हात ओढत म्हणाला.

"ह्ये पऱ्या, शेळ्या फाडनारे लई जहालम कुतरे सुटलेयऽऽ भोऽऽ!" टिल्या म्हणाला.

"नका माला भेवडू! माला म्हायीतंय आम्च्याकं शेळीय म्हनून?"

"ये भेवडत ऱ्हायी, येडगांड्या! खरं तेच सांगून ऱ्हायलाय! म्हनं भेवडू ऱ्हायलंय. येडं ऱ्हायी त्." संतू डोक्यात मारत म्हणाला.

"कोन म्हनी!"

"हा न भोऽऽ कावण्याखोऱ्यातल्या दोन शेळ्या फाडल्या न् त्या कुतऱ्यायनी!"

"ये बाबोऽऽ" नित्या दोन्ही हात तोंडावर ठेवत म्हणाला.

"रेडगावच्या शिवारात तीन शेळ्यायचा फडशा पाडला?"

"आरं, लांडगं आसन. कुतरे कुडे शेळ्या फाडील काय? कायीबी पुड्या सोडून ऱ्हायल्ये!" मी म्हणालो.

"तुही शेळी फाडली का मंग कळंल. आमाला काय? तुला सांगायचं काम केलं आमी. का रे भो त्, टिल्या!"

"ही पोरधऱ्यायसारकीच आवाई हाये. खरं कायबी ऱ्हायी." संप्यानं दुजोरा दिला.

"ऱ्हायी त् काय?"

"ये भोऽऽ, आवाईबिवाई ऱ्हायीऽऽ बरं का, भावड्या; आम्च्या संगुताईच्या गावालाबी त्या कुतऱ्यायनी धुमाकूळ घात्ला. नजरेचं पातं लवत ऱ्हायी त् तवर तिकडं शेळीचं नरडं फोडलंच म्हनून समजा!"

"ह्ये त् कायच ऱ्हायी, संतू! माहा मामाच्या गावाला त् शेळ्यायचं अख्खं खांडच या कुतऱ्यायनी फाडलं; नरडं फोडीत्या अन् रघत पित्या; लईच बेकार कुतरेय भोऽऽ"

पोरं रंगात आले होते. चोराच्या गोष्टी निघाल्या की असंच; अन् भुताखेतांच्या तर एवढ्या रंगवून सांगितल्या जातात की बस. म्हणून मी त्यांच्यातून काढता पाय घेतला. मला राधूतात्याच्या मळ्यात बाजरी मोडणीच्या कामाला जायचं होतं. आई अन् पमी पुढं गेल्या होत्या. मला घरी दप्तर ठेवून शेवरीला घ्यायचं होतं बरोबर. संतूनं हाक घातलीच पुन्हा. ह्या संत्यालाबी काही काम नाही.

"ये निंगाला का, पऱ्याऽऽ"

"हा, भोऽऽ, माला मळ्यात जायचंय बाजरी मोडायला."

"पाहय, भो, तुला सावध केलं आमी!"

संतूनं गंमत केली. तो ओरडला,

"येऽऽ भावड्या, पळयऽऽ, आलं पाहय ते कुतरे हापिसामागून!"

मी वचकून त्या दिशेला पाहिलं.

"घाबरलं रेऽऽ" असं म्हणत गलका केला अन् खी खी करून हसू लागले.

मग तर माझी खातरीच झाली की असे कुत्रेबित्रे काही नाही. घरी आलो. दप्तर ठेवलं. दारातोंडी बांधलेल्या शेवरीचं दावं सोडलं अन् मळ्यात निघालो.

मळ्यात आलो. बाभळीच्या कुरपुडीला शेवरीचं दावं बांधलं; अन् दिलं सडकून. राधूतात्याच्या मळ्याकडं बाजरी मोडायच्या कामासाठी निघालो. मनात विचार आला. खरंच जर तसे कुत्रे सुटलेले असतील तर...? पण मी लगेच विचार झटकून टाकला. कारण गावात अशा कितीतरी अफवा यायच्या... नंतर त्या खोट्या ठरायच्या. साऱ्याच सांगीवांगी गोष्टी. काहीच खरं नाही. खळ्याजवळ येऊन पोहोचलो.

आई, तावडी अन् पमी सकाळीच आल्या होत्या. सगळ्या कामांमध्ये मोडणीचं

काम त्रासाचं. दुपारच्या चिनचिन उन्हाची ताप पडलेली. त्यात बाजरीच्या कणसातले काटे अंगभर चुनचुन करत खाज सुटायची. पेंढ्या उचलताना नाकातोंडात खकाणा जायचा. त्यात घामानं अंग चिकचिक झालेलं. मी खळ्यावर गेलो. राधूतात्यानं मला पाचूंदे मोजून दिले. मी पहिलीच पेंढी उचलली. पेंढी कवळीत मावत नव्हती. ती उचलली खरी. पाठीत सणक निघाली. पेंढी उरावर घेऊन पडलो. राधूतात्या खवळला.

"काय, इंदूबाईऽऽ, तू त् बाळात्यावरचे पोरं उचलून कामाला आणाया लाग्ली!"

"भावजी, ती पेंढीच जरा आडसुत्ती बांधल्याली व्हती. लेकराचीच जात!"

"काय रे, आळपण्या, खेळत बसायचं त् कशाला आला रे मोडायला?"

"खेळून भागंल का भावजी, घासकुटका मोडायचा त् काम करावंच लागल!"

"भल्ता कामाजोगा झाला? इंदूबाई, त्याला कायी खाऊपिऊ घाल्ती का न्हायी? निव्वळ मरतुकडं तुझं पोरंग!"

"ऱ्हाव द्या भावजी! त्याला कुडं पैलवान व्हऊन कुस्त्या मारायच्यात!"

"इंदूबाई, तिकडं किती पोरये नाम्देवभाऊला?"

"म्या त् काय मोजाया गेले न्हायी भोऽऽ"

"कायीच देत न्हायी का तुमाला पगारपान्यातून?"

"भावजी, कुडं खाली पडून वरच्याचं मत कहाडून ऱ्हायल्ये? सारं ठावय न् तुमाला? त्यानं दिलं अस्त त् कहाला पोरायला उन्हातान्हात घेवून आले आस्ते?"

राधूतात्या चांगलाच वरमला. 'त्याला कुडं पैलवान व्हऊन कुस्त्या मारायच्यात!' आईच्या या वाक्यानं मात्र माझ्या डोक्यात विचारांचं काहूर उठलं ते असं- की खरोखरच आयुष्य हे असं एकेक कुस्ती आमच्याबरोबर खेळत होतं. आम्हांला चित करत होतं. हेलपाटून पाडत होतं. एकही कुस्ती आम्हांला जितू देत नव्हतं. आयुष्य जितत होतं अन् आम्ही हरत होतो. तरीही आम्ही 'जू' न खाता त्याच्याशी लढतच होतो. अजून किती दिवस लढावं लागणार होतं माहीत नाही?

तावडीनं मला पेंढी उचलून दिली अन् मी मोडायचं काम करू लागलो. जरा वेळानं आई म्हणाली,

"भावड्या, शेवरीला पानी पाजून आला नव्हं!"

"व्हय, आई! अन् हरळीच्या टवक्यावर सडकूनही घातली!"

"दोन जीवशी हाये ती; काळजी घ्याया लागल. आता त्यवढीच यक उरलीय वानीतिनीची. तिच्यामुळे दुधाचा चहा तरी पेता येयील."

तेवढ्यात नर्मदई म्हणाली,

"इंदू, तुझ्याकं त् दोनचार शेळ्या व्हत्या न्!"

"इकल्या मोठ्याई त्या! आपल्या सौसारला सदा आग लागल्याली."

आई म्हणते तशी आग हमेशाच लागायची. ज्याचा लळा लागला असं जीवजित्राबही त्यातून सुटायचं नाही. गावाच्या जत्राची वर्गणी भरायची; विक शेळी. घरात काही आखडतं आलं; विक शेळी. तावडी आजारी पडली; विक शेळी. दाळदाणा घ्यायचाय; विक शेळी. शाळेची फी भरायचीय; विक शेळी. अशा कुठल्याही गरजेच्या वेळी विकायला शेळीच सापडत होती. आजपर्यंत किती शेळ्या आईच्या खुट्यावर येऊन गेल्या होत्या त्यांची गणतीही नाही. पण शेवरीवर मात्र आईसकट आमच्या सर्वांचाच जीव जडला. कितीही खर्चाची चणचण भासली असती तरी आईनं शेवरीला कधीच विकलं नसतं. आई म्हणायचीही की गळ्यावर सुरू आली तरी शेवरीच्या दाव्याला मी हात लावणार नाही.

आईनं पाळलेल्या सगळ्याच शेळ्यांना आईची भाषा कळायची. पण शेवरीला जरा जास्तच. एकतर रात्रीचं आम्ही तिला घरातच बांधायचो, लांडग्याच्या भेवाभेनं. शेवरीची 'म्यांऽऽअ म्यांऽऽअ' सारखी सुरूच असायची. शेवरीनं 'म्यांऽऽअ' केलं की आई विचारायची,

''काय, बाई! तहान लागली का? देते देते पानी देते हं!''

''म्यांऽऽअ'' जणू शेवरी सांगायची; 'हो' मला तहान लागली, थोडं पाणी दे!

''पे बाई!'' तिच्या पुढं टोकरीत पाणी ठेवत आई म्हणायची.

''म्यांऽऽअ'' शेवरीचं सुरूच.

''दाने देवू का तुला?''

''म्यांऽऽअ'' जणू शेवरी सांगत होती हां मला दाणे हवे!

आई सुपात अर्धी चिधुलीभर बाजरीचे दाणे घेऊन तिच्यापुढे मांडणार. शेवरी 'चुबूक चुबूक' आवाज करत खाऊन टाकणार. आई सारखी बोलायची तिच्याबरोबर. आम्हांला नवल वाटायचं की आईला शेवरीची भाषा कशी कळते? मी आईला विचारायचोही -

''आई, तुला कसं कळतं, ती काय म्हन्ते?''

''आरं, जित्राबाला जीव लावला की ते पोटातून बोलतं.''

''कायतरीच, आई!''

''लेका, जिवाळ्याची भाषा शिकाया कायी साळंत जावं लागत न्हायी!''

आई म्हणते ते खरंय. आम्हा पोरांजवळ चिमणी कावळा ठरत नव्हता. कारण आम्हांला फक्त दगडाची भाषा ठाऊक. कावळा दिसला की भिरकव दगड. चिमणी दिसली की भिरकव दगड. कंथईचा आर्ज्या त् एका दगडात चिमणीला पाणी पाजायच्या बाता करायचा अन् ते खरंही करून दाखवायचा. मात्र, आई जेव्हा अंगणात दाणे पाखडायची तेव्हा चिमण्याच चिमण्या तिच्याभोवती. कावळ्यांचीही तीच गत.

आई गावाला गेल्यावर मात्र शेवरी डोकं उठवायची. तावडीला 'म्यांऽऽम्यांऽऽ' आवडायची नाही. शेवरीनं 'म्यांऽऽ' केलं की एक फटका ठेवून द्यायची. मी आणि पमी

तिला कातवायचो.

"तावडे, दाणे मागत असंल ती."

"दाणे ठेवले तिच्या नानानं. बाभळीच्या शेंगा टाकल्या न् म्होरं! गुमान खायचं सोडून डोकं उठवलं मेलीनं!"

"काय ग, तावडे, तू गप भाकर खावा त् कशी मग खंडूबाबाच्या दुकानातून फुटाणे घेऊन खाते लबालबा?" पमी म्हणायची.

"ये ढम्मे, शेवरीसारखं कहाडीन बदडून तुला!"

"तावडे, तू शेवरीचा राग काम्हून पमीवर काढून ऱ्हायली!"

"तू चूप बस रेऽऽ, काशाखवड्या!"

"ये मरकुडे, भाऊला नको बोलू."

"लईच कैवार घेते ग! तो तुझे केस धरून वडतो तवा!"

"जाव दे. लहानचंय मंग तो."

शेवरीवरून सुरू झालेलं भांडण असं आमच्या आमच्यात सुरू व्हायचं. धपाकुटी झालं की आपोआप शांत व्हायचं. आई गावावरून परतली की आम्ही एकमेकांचे गाऱ्हाणे आईच्या कानावर घालायचो. शेवरीलाही घाई झालेली असायची आईला काही सांगायची.

दुपारी दोन-अडीचचा सुमार झाला असेल. आई म्हणाली,

"भावड्या! शेवरीला सावलीला बांध. वाटल्यास आंब्याचे डगळे तोडून टाक तिच्याम्होरं. त्या कुत्र्यायचाही काही भरोसा न्हायी बग!"

"कोन्त्या कुतऱ्यायचा?" मी तर दचकलोच.

"शेळ्या फाडणारे कुतरे सुटलेय म्हने!"

"तुला संतू म्हन्ला का?"

"न्हायी त् म्हनी! कोनतरी बोल्लं माला. खरं काय न् खोटं काय त्या देवाला ठाव; पन आपल्यावं नको बाबा आहला. आता न्हायी सोसायचा. जाय लवकर!"

"म्या जावू का ग, आई?" तावडी काम चुकवण्यासाठी म्हणाली.

"तुला त् निमितच हावं, बाई, कामातून पळ कहाडायला!" पमी म्हणाली.

"ये ढम्मेऽऽ, गप बैस! दोन पाचुंदे न्हायी मोडून झाले तुह्याच्यानं!"

"कायी नका भांडू बाई! भावड्याच जाईन. जाय रे, भावड्या!" आई म्हणाली.

मलाही कामातून थोडी सुटका हवी होती. बसून बसून हातापायाला मुंग्या आल्या होत्या. पाठीलाही मरणाची रग लागून आली होती. त्यामुळे लागलीच निघालो. कुत्र्यांची आवई आईपर्यंतही येऊन पोहोचली होती, म्हणजे खरं आहे की काय? माझ्याही मनात आता आवईचे विचार गुरंदळू लागले. पण मी त्यांना नेटानं हुसकून लावलं अन् आमच्या

मळ्यात आलो. शेवरीला पाहून हायसं वाटलं. शेवरीला पाणी पाजलं. तिला आंब्याच्या सावलीत बांधलं. आंब्याचे डहाळे तोडून तिच्यासमोर टाकले. ती जणू मला विचारत होती -

"काय रे भावड्या, आला रिकामे हात हालवीत. तुही कोन वाट पात व्हतं, आई काम्हून न्हायी आली?"

"आई काम सोडून कशी येईन? म्हनून म्याच आलो!"

शेवरीचं 'म्यांऽऽ'

'बरं बरं ठीकय!' असं म्हटली की काय? आईलाच कळू जाणं तिची भाषा.

चम्पी कुत्रीही मला हुडकत मळ्यात येऊन पोहोचली होती. ती रोजच माझ्याबरोबर मळ्यात यायची. पण आज शाळा सुटली तेव्हा ती घरी नव्हती. ती माझ्याबरोबर राधूतात्याच्या खळ्यावर निघाली. राधूतात्याच्या खळ्यावर आलो तेव्हा बायांनी जेवणाची सुट्टी घेतली होती. आई माझी वाटच पाहत होती. घास उचलणार तोच राधूतात्याचा दिवड्या गावाकडून आला अन् म्हणाला,

"अण्णा, दहिवदच्या दोन शेळ्या फाडल्या बरं त्या कुत्र्यायनी!"

"च्यायलाऽऽ! त्या कुत्र्यायची त् दहशतच झालीऽऽ. शेळ्या न्हायी मिळाल्या त् ते लहान पोरायलाबी शेज लावतील!"

"काय रे, देयीदास, कधी झालं ह्ये?" आईनं घाबरत दिवड्याला विचारलं.

"हा ना काकू, माझ्या सायकलीपुढ्न पळाले कुत्रे. भल्ते जहालम हाये त्ये!"

"पोलीसलोक का झोपलेय? का बरं त्यायला कुनी गोळ्या घालत न्हायी!" आई.

"इंदू, तुहा शेळीला जप बाई. एक त् वानीतिनीची उरलीय!" नर्मदई म्हणाली.

"भावड्या, तू यक कर; जेवन झाल्यावं मळ्यात जाय, शेळीला राखायला! तुझे पाचुंदे मोडून टाकू आमी!"

"व्हय, आई!" असं म्हणत मी लागलीच जेवण उरकून निघालो. आई म्हणाली,

"वजेवजे नको चालू लेका. जरा पाय उचल!"

"आई, नको काळजी करू. म्या आता त् आलोय मळ्यातून!"

"भावड्या, जेवन केल्यासारखा चाल जरा; चालला पांगळ्या ढोरावानी पाय वढीत!" तावडी म्हणाली.

"बरं का, बाई! माला नको सांगू; तू त जशी पी टी उषाय?" मी उभा राहत तावडीला म्हणालो.

"जाय रे, तिच्या काय नादी लागू ऱ्हायलाय!" आई म्हणाली.

मी पाय उचलत निघालो खरा; पण का माहीत नाही पायाखालची वाट थोडीही उरकत

नव्हती. राधूतात्याच्या मळ्यापासून माझा मळा तसा फार काही लांब नव्हता. पण आता मळा जरा लांब गेल्यासारखा वाटला. मनातही काय काय यायला लागलं. काहीच्या काही चित्र डोळ्यांसमोर येऊ लागलं. पण मी मनाची समजूत घालून वेड्यावाकड्या चित्रांना हुसकावून लावत होतो. पण दारात येणाऱ्या कुत्र्यासारखे ते पुनःपुन्हा मनाच्या दारात येऊन उभे राहत होते. आपण मघाशीच शेवरीची राखण करायला थांबायला पाहिजे होतं. आपली शेवरी त्यांच्या तावडीत नाही घावली पाहिजे.

बांधावर येऊन थबकलो. पाय गुडघभर मातीत रुतल्यासारखे! आईला मोठ्याने आरोळी मारली. आईला तर अंगावरच्या लुगड्याची शुद्ध नाही; तशीच पळत सुटली... तावडी अन् पमीही! कुत्र्यांनी शेवरीचा घास केला होता. तिचं नरडं फोडलेलं... पोट फाडलेलं. असं कसं मरण शेवरी मेली होती. आतापर्यंत कुत्र्यांची अफवा वाटत होती. ती आज शेवरीनं खरी ठरवली होती. कुस्तीच्या आखाड्यातल्या मातीसारखी भुसभुशीत माती शेवरीच्या प्रेताभोवती! ती लढली असावी, तिनं आईला हाका घातल्या असाव्यात; पण फुटलेल्या नरड्यातून त्या बाहेर आल्याच नसतील. नाहीतर आईच्या काळजापर्यंत एक तरी शेवरीची हाक पोहोचलीच असती.

शेवरीच्या पोटातले दोन्ही कोवळे बकरंही फाटलेल्या पोटातून बाहेर आले होते. त्यांना अजून या जगात यायला वेळ होता. आज आले तर असे- मांसाचा चिखल झालेले. नुस्ताच राहंकाळ. ते कोवळे जीव लिपलेल्या डोळ्यांनी काही सांगू पाहत होते. त्यांनाही त्यांच्या आईचं मरण पाहावलं नसतं, म्हणून आधीच मिटून घेतले डोळे! संतूनं अन् टिल्यानं मला सावध केलं होतं. पण आवई म्हणून मी त्यांचं बोलणं परसूनच घेतलं नव्हतं. मघाशी आलो तेव्हाच मी मळ्यात थांबायला पाहिजे होतं. तोंडात मारून घ्यावसं वाटत होतं. आईनं तर आल्या आल्याच तोंड ठोकून घ्यायला सुरुवात केली. जवळचं कुणी मरावं असा आकांत आईनं मांडला. आईचा टाहो भुईचं काळीजही चिरून गेला.

"आई, गेली आपली शेवरी!"

"माझ्या पाठची बहीन व्हती शेवरीऽऽ! लई सावरला शेवरीनं माझा सौसार! नात्यागोत्याचे बेईमान झाले, पन ह्या मुक्या जितराबानं जतवलं होतं माला! खुटला मेलीचा वंश!" अन् आई रडल्यासारखं बोलू लागली- ये शेवरेऽऽ काय अवखदा आली तुझ्यावर...? दोन जीवशी व्हती न बाई तू...! बाई किती बोलायची माह्याबरुबर...! पर शेवटचं का बोल्ली न्हायी शेवरे...! का माझ्या मेलीपर्यंत तुही हाक पोचली न्हायी...! ये शेवरेऽऽऽऽ म्हणत आई आणखीनंच रडू लागली. आईचं रडणं माझं काळीज फाडत नेत होतं. पमी, तावडी आईला गप्प करत होत्या. पण आई गप्प राहत नव्हती.

शेवऱ्या शेळीला टोचे मारत खाण्यासाठी जमलेल्या कावळ्यांवर मी दगड भिरकावला. अन् म्हणालो,

"कावळ्यायवो, अजून किती तिचा आत्मा दुखवनार?"

दगडासरशी घवाघवा कावळे उडाले. उडून पुन्हा येऊन बसले. मी दगड उचलला. आई म्हणाली,

"लेका, कितीक दगडं मारनार?"

"मंग, ते पाहय न शेवरीला कसे टोचे मारून न्हायलेय!"

"लेका, शेवरीसाठी खड्डा खंदावा लागल!" असं म्हणत आई उठली. सपरातून फावडं अन् कुदळी घेऊन आली. आम्ही भावाबहिणींनी शेवरीसाठी खड्डा खोदला. तिघांनी धरून शेवरीचं प्रेत खड्ड्यात पुरलं... तिच्या दोन कोवळ्या बकरांसकट! आता शेवरी आईकडं काहीच मागणार नव्हती; अन् आईही तिची भाषा उमगून तिला काही देणार नव्हती. आईला एकच भाषा उमगली होती- ती शेवरीच्या दुखवट्याची!

आयुष्यानं पुन्हा आमच्याशी अशी जबर कुस्ती खेळली होती. ती उभ्या जगण्याला चित करून गेली होती. ही कुस्ती साऱ्या कुस्त्यांत जडभार ठरली होती. कुस्त्या एक का दोन? आहे तरी अजून किती? बापाची कुस्ती... दुःखाची कुस्ती... भुकेची कुस्ती... उन्हाची कुस्ती... आगीची कुस्ती... तरी आम्ही आखाडा सोडलाच नाही. आखाड्यात उभेच्या उभे... शेवरीला मूठमाती देऊन घरी निघालो.... आई सारखी मागं वळून पाहत होती. जशी शेवरी तिला हाक मारणार होती...

शेवरीची एक नाही;

कितीतरी हाका कानावर आल्यासारख्या...

पण त्यातली एकही हाक माझ्यासाठी नव्हती.

साऱ्याच हाका आईसाठी!

शेवरी मला कशाला हाक घालील?

मीच तर खरा शेवरीचा मारेकरी ठरलो होतो...!

❑❑

३३
फोड

शाळेतून पळत आल्या आल्या दप्तर घडवंचीवर फेकलं अन् आईकडं पळालो. आईपुढं हात पसरत मी आईला म्हणालो,

"आई, उलीसाक गूळ दे न्!"

"कहाला?"

"तू दे त् सयी!"

आईनं उलीसाक नाही तर मोठाच मोठा गुळाचा खडा माझ्या हातावर ठेवला. त्यातला उलीसाक तुकडा तोडून मी आईच्या हातावर ठेवला. आईला काहीच कळेना याचं काय चाललंय. मग तिच्या पायावर डोकं ठेवलं. बहिणींनी आधीच हात पुढं करून ठेवले होते. त्यांच्याही हातावर उलीउली गूळ ठेवला अन् उड्या मारत म्हणालो,

"म्या सातवी पास झालो!"

तिघीही मला बिलगल्या. आक्कानं माझे मुके घेतले अन् म्हणाली,

"म्या म्हन्ले व्हते न्, तावडे, तुला! आपला भावड्या पासंच व्हईल. झाला का न्हायी पास?"

आक्काला असं झालं होतं की याला कुठं ठेवू अन् कुठं नको. अनेक जण म्हणायचे,

"इंदूबाईचं पोर लई खेळगये."

"ह्ये पोर काही ध्यानावं साळा करनार न्हायी."

"इळन् माळ किरकेट खेळत बसतं."

"अशानं का साळा व्हईल? वायला जाईल, वायला!"

"इंदूबाई यवढा वनवास काढतेय; पन सारा फुकाच जायील."

लोक का अशी चिंता करायचे काही कळायचं नाही. दर परीक्षेत मी पहिल्या पाचातच होतो.

एक नंबर गोसावी गुरुजीचा दादा

दोन नंबर सिंधूबाईची निशा

तीन नंबर गावड्याचा भावशा

चार नंबर कासवाचा अव्या

अन् पाच नंबर माझा. हा! कधीकधी अव्या भावशा अन् माझ्या नंबरात उलटापालट व्हायची. पण पाचाच्या खाली कधी घरंगळलो नाही. या गोष्टी आक्काच्या कानावर होत्याच. म्हणून तिला सर्वात जास्त आनंद झाला होता. मला म्हणाली,

''भाऊ, म्या तुझ्यासाठी गुळाचा शिरा करते!''

''काय त् म्हनी सातवी पास झाला; जसा लई झेंडा गाडून आला?'' तावडीनं मला चिडवलं.

''बरं का, बाई, झेंडाबी गाडंल! तू नको शानपना करू!'' आक्का चूल पेटवता पेटवता म्हणाली.

''तुला त् लई कवतिक भावाचं!'' तावडी मुरके मारत म्हणाली.

''हायेच त्यो नवसाचा. अन् बरं का त्योच आपल्यायला चोळीबांगडी घ्येयील!''

''आपला भाऊ झालाबी मोठा चोळीबांगडी घ्यायला!'' तावडी म्हणाली.

''व्हईलच त्यो! मंग का लानच ऱ्हाईल का? आज न उद्या व्हईलच मोठा!''

मग तावडी काही बोलली नाही. मला माहितीय आक्काला जेवढा आनंद झाला तेवढाच तावडीलाही झाला होता. ती दाटीमुटी चिडवत होती. तेवढ्यात पमी आली.

''आक्का, शिरा करून ऱ्हायली का?''

''आक्के, इला लाग्ला बाई वास. खायच्या गोष्टीयचा लई वास लाग्तो ग तुला?''

''माझा भाऊ पास झाला म्हनून त् केला शिरा! का रे भो त्!''

''तावडे, तुलाबी मिळंल, चिंता नको करू!'' आक्का म्हणाली.

''ताटल्या घेवू का, आक्का, म्या?''

''घ्येऽऽ!''

पमीनं ताटल्या घेतल्या. आक्कानं सर्वांना गुळाची लापशी वाढली. तावडी म्हणाली,

''खरंच ग, आक्केऽऽ! लापशी लईच चवदार झाली!''

ताटली पुसून पुसून लापशी खाल्ली.

आवडाई दोन भाकरीपुरतं उसनं पीठ मागायला आली. आक्कानं गुळाचा खडा आवडाईच्या हातावर ठेवला.

''मोठ्याई, भावड्या पास झाला!''

''अग्गोबाई! लयी गोड झालं बग!'' आवडाईलाही कोण आनंद झाला.

मी आवडाईच्या पायावर डोकं ठेवलं. तिनं माझे मुके घेतले अन् म्हणाली,

''भावड्या, तुझ्यामुळं तुझ्या आईचा दिस उगला. असंच यश मिळवत तू तिला

चांगले दिस दाखीव. लई वनवास भोगला तिनं. तू पांग फेडशील पुता. म्हनत्यानं, जनावा चांद न्हायी त् ऱ्हावा वांझ!''

आई आली.

''आगं आक्काबाईऽऽ, मोठ्याईला दे न् लापशी!''

''जराशी उरली व्हती त्वापुरती!''

''नको माला. दे मोठ्याईला! माह पोट भरलं. माझा भाऊ पास झाला त्!''

मात्र, आक्काची लापशी द्रोपदीच्या थाळीसारखी सरता सरेना. मी खाल्ली, आक्कानं... पमीनं... तावडीनं... आईनं... आवडाईनं अन् पमईनं. अशी केली तरी किती होती? मधुतात्यानं खाल्ली अन् शरदतात्यानंही...

''लेका, तू चवथीला व्हता तवा धुरवबाळाचं नाटक केलं व्हतं मारुतीच्या देवळात, तवा साऱ्या गावाला रडवलं व्हतं. तसंच आढळपद मिळंल लेका तुला तुह्या साळेमुळं!'' आईचा आनंद गगनात मावत नव्हता.

''वैनी, तू म्हनायची न् कहाचा पास व्हतो. उठसूठ कविता खरडीत बसतो. पाहय त्यानं कविताबी केल्या आन पास व्हऊनबी दाखवलं! नौकरीला लाग्ला न् पोरा त् नाम्यामहाराचे पायलीभर गहू परत कर!'' शरदतात्या विनोदानं म्हणाले,

त्यासरशी तावडी, आक्की, पमी हसायला लागल्या; अन् आईही!

''आक्का, थोडासा गूळ असंल त् दे न माला. बनकर गुरुजीला देवून येतो.''

''दे रे बाबा त्यायला. तुझं लयी कवतिक करत असत्यात त्ये.'' माझ्या हाती गुळाचा खडा ठेवत आक्का म्हणाली. बनकर गुरुजी म्हणजे कलावंत माणूस. ते हार्मोनियम छान वाजवायचे. आवाजही त्यांचा खूप गोड होता. माझ्या कवितांना चाली लावायचं काम ते करायचे. त्यांच्या गळ्यातून जेव्हा मी माझी कविता ऐकायचो, तेव्हा मला वाटायचं की आपण हे लिहिलेलं नाही. कुणीही त्यांना भेटलं की ते माझ्याविषयी सांगायचे- 'ऐश्वर्यचं खूप नाव होणारय!' हे मला कुणी कानावर घातलं की मला लिहायला हुरूप यायचा. खरंतर त्यांच्या या कौतुकामुळेच मी कविता लिहित होतो. भावड्याचा ऐश्वर्यही त्यांनीच करून टाकला होता. अन्यथा...

नाम्देव क्लार्कचं पोर...

इंदूबाईचा भावड्या...

गोयंदाबाबाचा नातू...

पांडवनानाचा पुतण्या...

आक्कीचा भाऊ..

एवढीच तर ओळख होती माझी...

पळत येऊन बनकर गुरुजींच्या दारी उभा राहिलो. गुरुजींनी मला पाहिलं. म्हणाले,

"अरे, बाहेर का उभा? ये आत!"

मी त्यांच्या हातावर गुळाचा खडा ठेवला अन् पायावर डोकं ठेवलं.

"गुरुजी, मी पास झालोऽऽ"

"शाब्बास!"

मी खुर्चीवर बसलो. गुरुजींनी सुभाताईला हाक मारली.

"सुभा, झाला बघ ऐश्वर्य पास. त्याला फक्कडसा चहा ठेव!"

मला चांगला मगभरून दुधाचा चहा बनकर गुरुजींच्या घरी मिळायचा. खरंतर पाटेगावात कुठल्याही घरी पाव्हणे आल्यावरच चहा मिळायचा; तोही कोरा. पण मला दुधाचा चहा. हा मान माझ्या कवितेमुळेच मला मिळाला होता.

"कविता तर महत्त्वाची आहेच; पण शाळाही तितकीच महत्त्वाची. तुझी कविता तुला नाव देईल अन् शाळा तुझ्या हातावर भाकर ठेवील, म्हणून त्यात कसूर नाही!"

बनकर गुरुजी बोलायचे ते मी मन लावून ऐकत बसायचो. तसे ते माझ्या शाळेत नव्हते. ते वाहेगावच्या शाळेत शिकवत होते. मला खूप वाटायचं बनकर गुरुजींची बदली व्हावी अन् ते आमच्या पाटेगावच्या शाळेत शिकवायला यावेत. पण काहीही असो ते जर माझ्या पाटेगावात राहिले नसते, तर माझ्या कवितांचं कुणी कौतुक केलं असतं?

दुपारी जेव्हा आई आणि आक्का गोधडी शिवत होत्या; मी, पमी, तावडी चिंचोक्याच्या कवड्या कवड्या खेळत होतो. तावडीला काय आठवलं काय माहीत... ती म्हणाली,

"आता अण्णा पाह्यजेल व्हते. त्ये म्हनी न् भावड्या कशाचा पास व्हतो, तो यवढा हुशार चालला का? ढुंगनाची पॅन्ट त्याला सांभाळता येत न्हायी!"

"त्यायला तेवढे तिकडचेच पोरं हुशार वाटत्यात. त्यायलाच डोके हाये. आपू म्हन्जे रिकामे खोकेच त्यायच्या भायी!" आक्का म्हणाली.

वर फेकता फेकता कवडी उडाली, ओट्यावर गेली. पमी कवडी आणायला गेली अन् ओरडतच म्हणाली,

"नाव कहाडलं न्, अण्णा आले न् बाई खरंच!"

"आला बाई आनंदात इरजन टाकाया!" आक्का तणफणत म्हणाली.

आईनं अन् आक्कानं गोधडी गुंडाळून ठेवली. बापाचं कुठलं काही काम निघालं होतं. बापाचा घरात पाय की दारात पाय. मी लगेच म्हणालो,

"अण्णा, म्या पास झालो!"

"जरा श्वास तर घेऊ देशील की न्हायी! गावंढळ कुठच्ये!"

माझा चेहरा पडला; ओशाळलोच. सकाळपासूनच्या उत्सवावर पाणी फिरलं. बापाला काही कौतुक नाही अन् आपण सोंगासारखे गेलो लगेच पुढे. बापानं हातपाय

धुतले. बसायला टाकलेल्या जागेवर आरामात बसला. सिगारेट काढली... शिलगावली. धूर सोडून झाल्यावर म्हणाला,

"सातवी पास झाला म्हणून फार मोठा तीर मारला का? तुझ्या सातवीचं बाजारात मोल काय? नाहीतरी तू शाळा शिकून करणार काय? शेळ्याच वळणार! शेतीमातीच करणार तुझ्या आईसारखी. जाय माझ्यासाठी पापूड भाजून आण!"

बापानं बॅगमधून दारूची क्वाटर बाहेर काढली. सगळाच फुसका बार निघाला. सकाळपासून केवढ्या आनंदात होतो. बापानं तो आनंदच काढून घेतला. खरंतर आज बाप यायलाच नको होता; म्हणजे आपण आनंदाची गोधडी पांघरून सारखे हिंडत राहिलो असतो. पण बापानं माझ्या आनंदाच्या गोधडीला असा काही धस लावला की टराटरा फाडतच नेलं अस्तर. अजून तर मला किती जणांना सांगायचं होतं- मी सातवी पास झालो. पण उलीसं तोंड करून बसलो...

"अन् तुम्हा लोकांना तो सातवी पास झाला म्हणजे कलेक्टर झाल्यासारखं वाटलं का काय? आमच्या काळात एखादाच सातवी पास व्हायचा तेव्हा ते कौतुक होतं. आज कसलं. तुम्हांला माहीतंय का, चार गावांत मी एकटाच सातवी पास झालो होतो!"

"अण्णा, गावातले बरेच पोरं नापास झाले?" तावडी म्हणाली.

"हा पास झाला म्हणून घोड्यावरून मिरवणूक काढते का?"

"म्या सांगितलं घोड्यावरून काढा न्हायी त् कहावरून?" तावडी चिडली होती बुटबुट करत बोलली.

"काय म्हणलीऽऽ" अन् बापानं तावडीच्या गालात मारली.

आपण पास झालो याचा आनंद मानायचा की बहिणीला बसलेल्या माराचं दुःखं करायचं?

मी हमेशा अशाच कातरीत सापडलो, म्हणून आनंदाला आनंद कधी म्हणताच आला नाही!

संध्याकाळी पमी म्हणाली,

"भावड्या, तुझी कवितेची वही दाखवायची का अण्णाला?"

"नको, त्यायला काही कवतिक न्हायीये, उलट शिव्याच घालतील!" मी म्हणालो.

"येडाय का! त्यायलाबी कवतिकच वाटंल!" पमी झिपऱ्या सावरत म्हणाली.

"नको बाई, पमे! न्हाची दाखवायची माझी वही सांगून ठिवतो. म्या पास झालो त् तावडीला मार बसला. आत कविता लिव्हतो म्हणल्यावं आणखी काही व्हायचं!"

पमीनं माझं काही ऐकलं नाही. ती माझी कवितेची वही घेऊन उभी राहिली बापासमोर. म्हणाली,

"अण्णा, भावड्यानं कविता लिव्हल्याय!"

"म्हणजे?"

"अण्णा, त्यानं त्याच्या मनानं कविता लिहिल्या. त्याला कविता करता येतात!"

"ढुंगणाची चड्डी त्याला सावरता येत नाही, अन् चालला कविता लिहायला!"

"खर्रच, अण्णा! ही बघा त्याची वही!"

पमीनं बापाला माझी कवितेची वही दिली. मेलेल्या उंदराची शेपटी पकडावी- फेकून देण्यासाठी- तशी बापानं वही हातात घेतली. न वाचताच माझी कवितांची वही चुल्यात टाकून दिली. आई चुल्यावर भाकर भाजत होती. ती म्हणाली,

" ह्ये वो काय केलं, खरंच कईता लिहिल्या त्यानं."

"अडाणी ढोरं! त्याच्यात कुठले आले असले गुण! तुम्हा अडाण्यांना उल्लू बनवतोय तो. पुस्तकातून उतरवल्या असतील कविता; म्हणे कविता करता येतात!"

"न्हायी, अण्णा! त्यानंच लिहिल्या. माझ्यावर, आईवर, तावडीवर, आक्कावरसुद्धा लिहिल्या. त्या कशा पुस्तकात असतील?"

"चल, माझ्यावर लिही बरं कविता."

तावडीनं पेन कागद आणून दिला. मी कविता लिहिली. तावडीनं बापाला वाचून दाखवली...

बाप माझा रागीट
त्याच्या तलवारीच्या मिशा
दारू पिता पिता
मारीत बसतो माश्या
आईच्या संसाराचा गुंडाळीला गाशा!

बाप चिडला. रागानं लाल झाला. माझ्या गालावर चापट मारत म्हणाला,

"असं लिहितो! अरे बावळट! तुझ्या बापाला सारे साहेब म्हणतात. लायकीय का माझ्यासमोर उभं राहण्याची? साहेब आहे मी साहेब! कळलं काऽऽ?"

बाप हायस्कूलमध्ये क्लर्क आहे, अन् क्लर्कला सारेच भाऊसाहेब म्हणतात, हे आम्हांला ठाऊक झालं होतं. बापानं केलं काय- भाऊसाहेबमधला भाऊ स्वत:च्या सोयीनं काढून टाकला, अन् साहेब आमच्या बोकांडी ठेवून दिला. बाप म्हणतो तसं आम्ही खरोखरच अडाणी. बाप जर शेळीला गाय म्हणाला असता तर आम्ही शेळीला गाय समजलो असतो. बाप कावळ्याला चिमणी म्हणाला असता तर आम्ही कावळ्याला चिमणी समजलो असतो. बाप माझ्या कवितांनी आनंदी व्हायचा; मात्र, बेफाम चिडला. पमीला मी म्हटलो होतो. तिनं माझं ऐकलं नाही. त्यामुळे बापाच्या शिव्यांचा लाभ मला होत होता.

"गाढवा, आधी माझ्यासारखा साहेब होऊन दाखव. मग कविता लिही!"

"जाव द्या बा, लेकराचं काय मनावर घेता?" आई म्हणाली.

"ही तुझी शिकवण, अडाणी बाईची पोरं अडाणीच असणार. बापावर असं लिहितोय, हे पोरगंच माझं नाहीये!"

"अवो, गोयंदाबाबा कधी दारूला शिवला न्हायी. त्यायनी दोन लग्न केले न्हायी. मग आता तुमी दारू पेता म्हनून गोयंदाबाबानं म्हनायचं का हे पोर माझं न्हायी. पोराचं कवतिक करायचं सोडून तुमी राग कहाडता त्यायच्यावर. तुमी लाख सायब असाल; पन त्याचा बापही हाये न्!"

आईचं मला कौतुक वाटलं. आईनं बापाला उभ्या आयुष्यात त्याची कर्तव्य समजावली नव्हती; पण आज मात्र आई नेमकं बोलली. ते बापाला फार लागलं. बापाला राग आला. दारू चढली होतीच. आईला मारायला सुरुवात केली. मला खूप वाईट वाटलं की आपल्या कवितांमुळे आपल्या आईला मार बसला. माझी कविता काही वाईट नाही, बापच वाईट. त्याला माझी कविता तरी काय करणार?

रात्री ओसरीत बाप घोरत पडला होता. माझी झोप मात्र उडाली होती. मी सारखा या कुशीवरून त्या कुशीवर होत होतो. तळमळत होतो. झोपही बापासारखी दुष्ट. ती मला कुशीत घ्यायलाच तयार नाही. माझी कवितेची वही जळाली म्हणून फुंदत रडत होतो. बाप म्हणतो ते खरं की बनकर गुरुजी म्हणतात ते खर? बनकर गुरुजी म्हणाले होते त्यांच्या बायकोला- 'सुभा, हे पोरगं जगात नाव काढणार. खूप हुशारय.' साहेब व्हायचं का कवी? कोडं काही केल्या सुटेना. उलट मी गोत्यात सापडलो होतो. पण आक्का म्हणाली ते वाक्य या घडीला खरं झालं. ती म्हणाली होती- बाप आला आनंदात इरजन टाकाया! बापानं असं विरजण टाकलं होतं की कविताच मला नासल्यासारखी वाटू लागली.

असं काय काय नासवतोय आपला बाप?
आईचा संसार नासवला.
आम्हा भावंडांचं बालपण नासवलं.
अजून काय काय आहे. नेमकं कुठलं सांगायचं!

बापानं दिलं तर काहीच नाही.
मांडीवर घेऊन चांदोबा दाखवणारी आजी आम्हांला दिली नाही.
बोट धरून गावभर फिरवणारा आजोबा दिला नाही.
गावावरून आल्यावर हातात खाऊ ठेवणारा चुलताही!

बापानं चिऊकाऊच्या अंगणालाच आग लावून दिली;

म्हणून मनातल्या चांदोमामाच्या हातालाही चटके बसले,
त्याचं निंबोणीचं झाडही होरपळून गेलं...

जे आम्ही मागितलंच नव्हतं ते मात्र बापानं दिलं -
भोकरडोळ्याचा राक्षस
त्याच्या बंदुकीची आम्हास सतत दहशत
दातरफाळी डाकीन आत्या
केस पिंजारून उरात सारखी धडकी भरवणारी चेटकिणाई
आईवर सतत दातओठ खाणारी कैदाशीण आजी
आईच्या केसांची बट उपटून घेणारा आजोबा
आम्हास सतत धाक दाखवणारे चुलते...

बरं झालं मला झोप लागली नाही. नाहीतर हे सारंच माझ्या स्वप्नात आलं असतं. आक्कानं मला गुपचूप उठवलं अन् तिच्या परकराच्या ओटीत दडवलेली माझी अर्धीनिर्धी जळालेली वही दाखवली. मला खूप आनंद झाला. मात्र आक्कानं, पमीनं, तावडीनं पेटती वही विझवली, म्हणून त्यांचे हात भाजले होते. हातांवर फोड आले होते. तिघींच्याही हाताला आपल्या कवितेनं चटके दिले होते. मी कवितेतून त्यांचं दुःख कमी करण्याऐवजी वाढवलं होतं; या गोष्टीचं वाईट वाटलं.

वहीची कड जळाली होती. कविता शाबूत होत्या. फक्त पहिल्या कवितेची काही कडवी जळाली होती. पहिलं कडवं उरलं होतं...

मातीच्या रंगाला
देह हा बांधला
भाळावर टिळा मातीचा गोंदला
ढेकळात जीव
नांदला गांजला...

माझीच कविता माझ्याच जिवाला चटका देऊन गेली. पायात भरलेला काटा ठसठसत राहावा तशी ठसठस वाढतच गेली. बापानं चुल्यात टाकलेल्या वहीतून जळत राहिलो. कवितेची जळणारी वही वाचवताना बहिणींच्या हाताला फुटून आले फोड. त्या फोडांतून पुन्हा कवी म्हणून उभा राहिलो... माझ्या चार बहिणी अन् माझी आई माझ्यासाठी कविताच, होत्या जित्याजागत्या! बापानं कितीही वह्या जाळल्या असत्या तरी माझी कविता शाबूत राहिलीच असती.

❑❑

३४
भुईमुगाच्या शेंगा

भुईमुगाच्या शेंगांचे ते दिवस होते. गावात रानोमाळ भुईमुगाच्या शेंगा काढणीला आल्या. वावरावावरांत बायामाणसं, पोरंटोरं यांची कलकल. त्याच कलकलीत एक आईची, एक माझी, एक पमीची कलकल सामील झालेली असायची. कधीमधी तावडीचीही. सोलून खाल्लेल्या शेंगांची टरफलं धुळीत उडावी तसे ते दिवस उडून पुन्हा माझ्यापाशी येऊन उभे राहिले. उन्हाचा चटका, साळलेले हात, जिभळी लागलेली बोटं, तळहाताचे फोड, सारंकाही हृदयाच्या सुपाटोपल्यात जमा झालं...

गेल्या आठ दिवसांपासून शेंगा खुडूनखुडून मी वैतागून गेलो होतो अन् खळूनच बसलो होतो. आई मला लाडीगोडी लावत म्हणाली,

"लेका, आजच्याच दिवस. फकस्त आजच न्हायी नको म्हनू, राजा!"

"कायी न्हायी! तू आसंच म्हन्तें अन् घेवूनच जाते!"

"ह्ये बघ दोन गोण्यायचं माप आज बरुबर पुरं व्हईल!"

"आई, आज शेंगाबी उकडून दे बरं का मंग!"

"देईन देईन! आजच्याला नक्की उकडून देईन!"

शेवटी आईनं मला गळ घातलोच अन् मी तयार झालो. उकडलेल्या शेंगाच जर खायला मिळणार होत्या, मग मी नाही कसं म्हणणार! उकडलेल्या शेंगा मला फार आवडायच्या...

भुईमुगाची झाडं जमिनीत शेंगा खुरटू न देता उपटणं हेसुद्धा एक कसबच. काळीभोर मेनचटेल माती असेल तर झाड उपटणं फार जिकरीचं. हाताची बोटं हुळहुळी व्हायची, तळहाताला फोड यायचे. उपटलेलं शेंगाचं झाड झटकताना त्याच्या शेंगांसह लटकून आलेल्या, बारक्या ढेकळांचा उलटा मार हातावर बसायचा. डोळ्यांना खळकन पाणी यायचं. त्यात एखाद्या वेळेस झाड उपटताना शेंगा मातीत खुरटून राहिल्या अन् त्या वेळी

सोन्याईनं पाहिलं तर ती शेंगांसारख्याच रुतून बसणाऱ्या शिव्या घालायची.

"काय रे नासधूस करून ऱ्हायलाय, बेण्या! जमत नसंल त घरी बसावं न्! मायमागं हायेच वटकनासारखं."

"काय वं, आत्याबाई, काय झालं?" वेणाई मध्येच तोंड घालायची.

"ह्ये शिपतर! कसं न् कानू ढाळं घेतं उपटून? शेंगा ऱ्हात्या खुरटून!"

"नादान पोरायला आन्लंच पाह्यज्ये का?" वेणाई तेल ओतायची.

"ऱ्हायी त् काय! घुंगऱ्या का आमी मातीत खुडून ऱ्हायला केला का?"

"पोटाला न् व्हटाला. नाहक नुकसान व्हतं अशानं!" वेणाईनं काडी लावली.

"ह्ये ग्यानदवड्या! ध्यानावं काम कर! ऱ्हायी त् देईन हुसकून!"

आई जरा बाजूला गेली की वेणाईला आयतीच संधी मिळायची. आई असती तर तिनं तिचा चांगला भोद भरला असता. मी मुद्दाम करत होतो असं नाही. एखादं झाड आडेल माणसासारखं असायचं. उपटायला पुरं बळ लावलं तरी झाड काही माती सोडायचं नाही. तळहात मात्र चांगलेच साळून निघायचे. जीव रस्ताळायचा. अशी झाडं मग आई उपटून द्यायची. ते झाड आईला घाबरायचं की काय! एका हिसक्यात त्याचे शेंगाचे पाय मातीच्या वर घ्यायचं. मी आणि पमी लहान म्हणून ते आम्हास भेवडून सोडायचे की काय? असली झाडं लागली रे लागली की मी अन् पमी त्यांना आमच्या आजीच्या, आत्याच्या, बापाच्या, चुलतीच्या नावानं हाकारायचो अन् एकमेकांना आपल्या आथीवरून ओरडून सांगायचो -

"भावड्याऽऽ, आजीचं झाड लागलं रेऽऽ"

"पमेऽऽ, आत्याचं झाड लागलं गऽऽ"

"भावड्याऽऽ, बापाचं झाड लागलं रेऽऽ"

"पमेऽऽ, चेटकिणीचं झाड लागलं गऽऽ"

"भावड्याऽऽ, नानीचं झाड लागलं रेऽऽ"

"पमेऽऽ, भोकरडोळ्याचं झाड लागलं गऽऽ"

दिवसभरात ही सारी झाडे हटकून हाताला लागायचीच. आई आमच्यावर ओरडायची; येऊन ते उपटून द्यायची, अन् आम्ही सुस्कारा टाकत म्हणायचो,

"उपटला बाबाऽऽ यकदाचा बाप!"

"उपटली बाईऽऽ यकदाची आत्या!"

"उपटला बाबाऽऽ यकदाचा भोकरडोळ्या!"

"उपटली बाईऽऽ यकदाची चेटकीण!"

सोन्याईनं समजा आमचं हे ऐकलंच तर म्हणणार -

"कोन रे चेटकीण?"

"कोन रे भोकरडोळ्या?"

आई सावरून घ्यायची.

"आत्याबाई, काय आयकत्या मनचंद्यायचं!"

एकेक झाड उपटून आपल्याजवळ मोठा गंज घालायचा; अन् मग भुईमुगाच्या शेंगा खुडायचं काम सुरू. खुडलेल्या शेंगा टोपल्यात टाकायच्या. टोपलं शिगोशिग भरलं की जवळच अंथरून ठेवलेल्या छोट्या ताडपत्रीच्या तुकड्यावर नेऊन ते टाकायचं. संध्याकाळी सोन्याई आपण दिवसभर खुडलेल्या शेंगाचे आठ समान वाटे घालायची अन् त्यातला एक वाटा आपला म्हणून उचलायचा. दिवसभराची मजुरी काय? तर तुम्ही दिवसभर जीव तोडून खुडलेल्या शेंगांचा आठवा हिस्सा! सहा दिवसांचे आठवे हिस्से एकत्र करून सातव्या रविवारी मी अन् आई त्या बाजारात विकायचो. शेंगांच्या दिवसांत आमची मीठमिरची भागवायचो.

माझा अन् पमीचा गंज एकच. शेंगा खुडण्याबरोबरच आमच्या दोघांची तोंडं शेळीसारखी चालू. मला कोवळ्या दुधाळ शेंगा फार आवडायच्या. त्या तटातटा तोडून तोंडात टाकायचो. आईनं पाहिलंच तर म्हणायची,

"भावड्या, गागऱ्या नको खावूस. पडसं व्हईल अशानं!"

"त्याला तं बाई यक अख्खं गागऱ्याचं पोतं देलं तरी शेळीसारखं लबालबा खाऊन टाकीन!" पमीला तर व्हावच; त्यामुळे ती नेमका फटका मारायची.

मी कसला गप्प राहतो. मी लगेच पमीला सुनवलं,

"तू ग, ढम्माकाकू! तुझं तोंड तर जसं काही शिवलंय!"

"माझ्या टोपल्यातल्या शेंगा बग अन् तुझ्या बग? तुझ्या टोपल्याचं त् आजूक बूडबी झाकलं न्हायी!"

"लहानचय मंग म्या! हा त् न्हायी त्!"

"खायला तर माझ्याइतकंच लागतं. तवा कुडं म्हन्तो म्या लहानय, माला कमी खायला द्या!"

"ढम्मी कुडली! जाडी म्हैस!"

"खवड्याऽऽ खवड्याऽऽ काशाखवड्याऽऽ
भावड्याऽऽ भावड्याऽऽ काशाखवड्या
खराऽऽखराऽऽ डोकं खाजवून मांग्तो खायला रेवड्या!"

मी माझ्या टोपल्यातल्या शेंगा रागानं तिच्या डोक्यावर ओतून दिल्या. तिनं मला काशाखवड्या म्हटल्यामुळे मी जास्तच खवळलो होतो. त्याला कारणही तसंच होतं. आमच्या गावच्या काशाला डोक्याला खवडे झाले होते, म्हणून त्याचं नाव काशाखवड्या पडलं होतं. मधल्या काळात माझ्या डोक्यात फिसके झाले होते. म्हणून मला माझ्या बहिणींनी चीड पाडली होती. त्यांना राग येईल तेव्हा मला काशाखवड्या म्हणायच्या.

बरं तिच्या डोक्यावर शेंगा ओतूनही माझा राग शांत झाला नव्हता. कारण तिनं काहीच प्रतिक्रिया व्यक्त केली नाही. म्हणून शेवटचं अस्त्र म्हणून मी सुरू केलं,

''मऽऽमऽऽ म्हशीचाऽऽ
म्हशीचं कातडंऽऽ
कातड्यावर बसली पऽमीऽ...
पमीची झाली म्हैस
पमीला म्हणाले सारेऽऽ
अग अग म्हशी किती किती खाशी?
खाशी ग खाशी जाडी होशी!''

पमीला मीच ही चीड पाडली होती. पमी चिडली. माझ्यामागं ढेकूळ घेऊन लागली. मी सापडतो का तिच्या तावडीत; लांब जाऊन उभा राहिलो, पार रतन कासवाच्या वावरात. पमी थकून थांबली. धापा टाकत म्हणाली,

''किती पळशील रे, हेंडा?''

''ये न् ये! मार कशी मारते? काम्हून थांबली ग? अग अग म्हशी दमलीस का?''

''गप बरं का, भावड्या!'' पमी रागानं पाय आपटत म्हणाली.

''न्हायी त् काय करशील ग?''

''ढेकूळच घालीन पाठीत.''

आई उठली अन् म्हणाली,

''काय रे, घरीदारी सारखंच का तुम्चं? भावड्या, लई उंडरू नको!''

''ती पाहय न, ढेकूळ मारून न्हायली मंग!''

''तू इकडं ये पैला! नको गोऱ्हावानी उंडारत पळू... माकडवानाचं!''

आईनं मला धरलं अन् माझ्या पाठीत धपाटा घातला. पमीच्याही एक लावून दिली. आमचं गुमान शेंगा खुडायचं काम सुरू झालं. जसं काही घडलंच नव्हतं. शेंगा खुडता खुडता पुन्हा आम्ही तोंडाचे तोबरे भरले. आमच्या शेजारच्या आथीवर बसलेली कुजकी वेणाई म्हणाली,

''काय रे, शेंगा खुडत्या का शेळीवानी चुबूचुबू करून खावूनच न्हायले!''

''मोठ्याई, खाव द्या बरं. त्यायची पोटं तरी केवढी?'' आईनं आमचा कैवार घेतला.

''सारा मळा का खाईना, माला काय घेनंये!'' वेणाई फणकाऱ्यानं म्हणाली.

''मंग, नका जिवाला तरास करून घेऊ!'' आईनं वेणाईला गप केलं.

आईला मुळातच वेणाईचा राग. ती आमच्या आजीजवळ अन् चुलतीजवळ बसून आईच्या चुगल्या करायची.

डोक्याला ऊन जाळू लागलं होतं. हातही थकून गेले होते. शेंगा खाऊन तोंडही

तुरटनिच्चळ झालं होतं. पमी मात्र आता मन लावून काम करत होती. मी पमीला म्हणालो,

"पमे, बास आता. माला न्हायी खुडवत भो शेंगा!"

"भावड्या, आजचा वाटा मिळाला की बरोबर दोन गोण्या भरतील. आवर दिवस तरी कितीक ऱ्हाईला बघ. उद्या जायचं न आईसंगं शेंगा इकायला? तुझी चित्रकलेची वही न् माझी कंपासपेटी आनायची न तुला?"

चित्रकलेची वही माझ्या डोळ्यांसमोर तरळली- मोर, हत्ती, बैल यांच्या चित्रासकट. त्यात अगदी या कजाग सोन्याईचं अन् चहाटळ वेणाईचं चित्र आपल्याला काढता येणार होतं; म्हणून जोरजोरात हात उचलून मी काम करू लागलो. तेवढ्यात आई म्हणाली,

"म्या आले रे शेंगांना हात देवून. त्यायला हवा द्यावी लागंल न्!"

आम्ही शेंगांचं वाळवण आमच्या वरतील्या मळ्यात घातलं होतं. सोन्याईच्या मळ्यापासून चारपाच वावरं सोडलं की आमचा मळा लागायचा. पण सांबरकांडीची ताटी असल्यामुळे तो दिसत नव्हता. आई आमच्या मळ्यात गेली. मी उद्याची चित्रकलेची वही आणलेली पाहत होतो अन् पमी कंपासप्टेटी. तेवढ्यात रतन कासवाच्या मळ्याकडून 'आक्केऽऽ' अशी हाक कानावर आली. त्यावरून आम्हांला आमच्या आक्काची आठवण झाली. पमी म्हणाली,

"भावड्या, आपल्या आक्काचं गाव त् आपून अजून पाह्यलं न्हायी!"

"म्या सुट्टीत जानारय भो आक्काच्या गावाला!"

"म्यापन येयील!"

"आक्काला आपली आठवन येत आसंल का ग, पमे?"

"इच्यारतो का काय! ती ऱ्हाते तिडं; पन सारा जीव इडं घुटमळत आसंल!"

आक्काचं मागच्या उन्हाळ्यात दुसरं लग्न झालं. अंबरमामानंच जुळवलं होतं. पुन्हा एकदा आक्काचा संसार उभा राहिला होता. मला आनंद व्हायच्याऐवजी भीती वाटली होती, की पुन्हा ती रागंरागं कुठं निघून गेली तर...! मी तर किती दिवस रडत होतो. सारखा तिचा लाव्हा घेतला होता. आई समजून सांगायची तरी माझं रडू थांबत नव्हतं. मी आईवर आणि मामावर रागं भरलो होतो. आई म्हणाली,

"आरे, किती दिस तुझं ह्ये वादन चालू ऱ्हानारय?"

"मंग कशाला केलं आपल्या आक्काचं लगन!"

"मंग इडंच ठिवितो का?"

"जर का तिच्या नवऱ्यानं मारलंबिरलं अन् आक्कानं तिच्या जिवाचं बरंवायट करून घेतलं त् ऱ्हायील का मंग आपल्यायला आक्का?"

"आरे, पोरी म्हन्जे परक्याचं धन! माई गेली, आक्का गेली, आज न उद्या तावडीबी जाईन; अन् पमीलाबी जावं लागंल! म्या न्हायी आले का मानोरी सोडून!"

पमी मला समजू पाहायची अन् तावडीही. तावडीनं तर माझी कळी खुलावी म्हणून माझ्यासाठी भुईमुगाच्या शेंगा उकडून आणल्या होत्या. म्हणाली,

"भावड्या, ताटली आण व्हय! भुईमुगाच्या शेंगा उकडल्या तुझ्यासाठी!"

"माला न्हायी खायच्या!" मी घुशातच.

मी फुरंगटून बसलो होतो. भुईमुगाच्या उकडलेल्या शेंगा मला फार आवडायच्या अन् आक्कालाही. त्यामुळे आणखीनच कड दाटून आला. नेमकी त्याच दिवशी आक्का आली होती.

"भावड्या, आपली आक्का आली!" तावडी म्हणाली.

"तावडे, चेष्टा केली त् बुक्काच मारीन पाठीत; पाहय ग, आई!"

"तावडे, नको येड्यावानी करू. नको सतावू माझ्या दादाला!"

"आगं, खरंच ग!"

आई उठून दारापाशी गेली. म्हणाली,

"हाव ग! माझ्या बाईला शंभर वर्षाचं आयुक्श हाये!"

आक्का पहिल्या मुळाला आली होती. मला कोण आनंद झाला होता. मी पळतच गेलो. रस्त्यातच आक्काला बिलगलो. आक्कानं मला पोटाशी धरलं. मुके घेतले. मला तर हुंदका दाटून आला. आवडाई, भामाई, जिजाकाकू ओट्यावर येऊन उभ्या राहिल्या. आवडाई म्हणाली,

"घरात त् येवू देशील बैनीला; तुहीच बहीनय! आमी कुडं म्हन्तो आम्चीय?"

"करमतं का ग, बाई!"

"हा, काकू!"

एव्हाना तावडी अन् पमीही येऊन बिलगल्या होत्या. तावडीनं आक्काजवळची पिशवी घेतली. मी आक्काचा हात धरूनच चालत होतो. जशी आमची आक्का माझ्यापासून कुणी हिसकावून घेणार होतं. आवडाई म्हणाली भामाईला -

"लई भावावर जीव तिचा. यवढी यवढी व्हती तवापासून कड्यावं घेवून हिंडायची."

"बाई, माया कशाला केली!"

"आक्कीची गोस्टच निराळी!"

घरात पाय की दारात पाय! मी आक्काला म्हणालो,

"आक्का, म्या तुझ्याबरोबर येनार, सांगून ठिवतो!"

"म्या घेवून जाईन तुला! माला करमतं का तुझ्याबिगर?"

"कधी जायचं तुझ्या घरी?"

"ह्या शनवारी!"

त्या दिवशी उकडलेल्या भुईमुगाच्या शेंगावरच आम्ही पहाट उजाडवली होती.

आक्का आल्यानंच आमचं पोट भरून गेलं होतं. आक्काच्या घरी काय काय न्यायचं याची तयारी चार दिवस आधीपासूनच मी सुरू केली. तावडी अन् पमी मला सारख्या चिडवत होत्या; पण बिलकूलही त्यांच्याकडं लक्ष देत नव्हतो. मला माहीत होतं मला आक्का म्हणालीय न, मी घेऊन जाईन, तर ती मला नेईलच! जाण्याचा दिवस उगवला. आक्काचा नवरा न्यायला आला. जोपर्यंत आक्का निघालो नव्हती तोपर्यंत मला कुणीच काही बोललं नाही. मात्र, आक्का जेव्हा तिच्या नवऱ्याबरोबर जायला निघाली, तेव्हा मीही माझी पिशवी उचलली. आईनं अडवलं -

"भावड्या, तुला न्हायी जाता येनार!"

"पाहय ग, आक्का! आई काय म्हन्तेय? आईला सांग बरं तुझ्या भाषेत की तू मला तुझ्या घरी नेणारच हाये म्हनून!"

"तिच्या घरी काय डबुलं पुरून ठिवलंय तुझं, म्हनून चाललीय तुही पिरपिर? कशाचाबी हाट घेतला का घेतलाच, घुबडवानाचं!"

आक्का निघाली. मग तर मी असा काही कहर केला की बस! तिच्या पिशवीला बिलगलो. आईनं माझ्या हाताला हिसका दिला अन् दोन कानफडात लावून दिल्या. आक्काच्या डोळ्यांतून नुसतेच आसवं गळत होते. ती काहीच बोलत नव्हती. आक्काची इच्छा की तिच्या नवऱ्यानं मला 'चाल' म्हणावं पण तो काही म्हणायला तयार नाही. मी जमिनीवर अंग टाकून रडायला लागलो. मग मात्र आक्काला पाहवेना. ती म्हणालीच तिच्या नवऱ्याला -

"घ्या, पोरानं यवढा हाट केलाय त्!"

"कशाला खायला खरूड!"

मग आक्का काही बोलली नाही. रडता रडता चिडून म्हणाली,

"दादा, न्हायी यायचं तू माझ्या घरी!"

मग मात्र मी शांत झालो. आपली आक्का आपली राहिली नाही याची जाणीव मला झाली. आपल्या बापावर जसं चेटकिणाईनं चेटूक केलं अन् बापाला आपल्यापासून तोडलं, तसंच आक्काच्या नवऱ्यानं तिच्यावर चेटूक करून आपल्यावरची माया पातळ केली. मी तिच्यावर रुसलो. आक्का आता आपली बहीणही नाही राहिली. आक्का मारुतीच्या देवळापासून पुन्हा माघारी आली अन् मला गोटाशी धरत हुंदके देत रडली अन् म्हणाली,

"दादा, माझ्यावर आसं रुसू नको! तू रुसला न, म्याबी जायची न्हायी. माला समजून घे... माला लई वाटतं. तुला माझ्या घरी न्यावं, पन माझा नवरा न्हायी म्हन्तोय!"

मग माझा आक्कावरचा राग निवळला.

सगळं चित्र कसं भरभर डोळ्यांसमोर सरकून गेलं...

'ह्या उन्हाळ्याच्या सुट्टीत मला घेऊन जाणार!' हा शब्द आक्काच्या नवऱ्यानं दिला होता. पोस्टकार्डच धाडलं होतं मला तसं. म्हणून मला कधी शाळेला सुट्टी लागेल अन् मी आक्काच्या घरी जाईन असं झालं होतं.

''भावड्या, ये मनचंद्या आक्काच्या घरी जाऊन पोचला व्हता का काय?''

''तुला न्हायी वाटली, पन माला वाटली न आपल्या आक्काची खत!''

''गंज वाटते, पन माला कोन जाऊन देनार भो! तू तिचा लाडाचा भाऊ. तुला नेनारयत सुट्टीत!''

आई शेळीला गवतपाणी अन् शेंगांना हात देऊन आली होती. दिवस कलायला अवधी होता तेव्हाच तावडी हायस्कूलमधून आली. येता येता आमच्या मळ्यातून शेंगांना गरका मारून आली होती. आल्या आल्याच आईला म्हणाली,

''आई, काय ग, आज शेंगा वाळत न्हायी घातल्या का? घरी नेल्या का शेंगा?''

''वाळत घातल्या न्, बाई! तुह्यापुढं त् आले म्या शेंगायवरून हात फिरवून!''

''तिडं तं् यक शेंग न्हायी!''

''नीट पाह्यलं नसशील तू! नानाच्या वावराकून वाळत घातल्याय आज. आंब्याची सावली यायची न् म्हनून!''

''न्हायी तं, बाई! सारा मळा फिरले म्या. कुडंच शेंगांचा पत्ता न्हायी!''

''असं कसं व्हईल!''

''म्या काय खोटं सांगून ऱ्हायले का मंग!''

आई आथीवरून उठली. पमीला म्हणाली,

''पमेऽऽ बबडे, आजचा वाटा घेवून ये!''

मी, आई, तावडी वावरं तुडवत आमच्या मळ्याकडं निघालो; तर शेंगा त्यांच्याखाली अंथरलेल्या बारदानासकट गायब. कुठंच एक शेंगही नजरेला पडेना. बाभळीच्या झाडाखाली थोडीबहू खाल्लेल्या शेंगांची टरफलं होती. आईच्या तर पायाखालची जमीनच गरगरली. आई मटकन खाली बसली. काहीच बोलली नाही. जराशानं म्हणाली,

''बाई, पोरांची साळापरी साळा बुडाली अन् शेंगाही हातच्या गेल्या. पोरायच्या म्हेनतीवरून पानी फिरलं. आता काय करावं, बाई! कोन्या रांडकीच्यानं आयता डल्ला मारला. कसा आहला आला, बाई?''

तावडी मात्र बेफाम चिडली. म्हणाली,

''त्यायला आपला तळतळाट भवंल. त्याचा अपघात व्हऊन मरंल!''

''नको बाई शिव्याशाप देवू!'' आई हताशपणे म्हणाली.

''त्यानं तोंडातला घास पळवला त्याचं कायी न्हायी!'' तावडी तावातावानं म्हणाली.

''त्याच्या लेकराबाळायचा कशाला आपून तळतळाट घ्यायचा! त्यायची काय चुकी

हाये. याच्यापायी त्यांना का सजा? ह्या मेल्यानं दारूसाठी केली असंल चोरी!''

''तुझं तं बाई इपरीतच! आपुन एवढं उन्हातान्हात राबलो, त्याचं कायी न्हायी!''

''तावडे, भुई बडवून कायी उपेग व्हनार हाये का? शेंगा चोरल्या; आपलं करम त् न्हायी न् चोरलं!''

''काय करम घेवून बसली डोंबल?''

''मंग का जीव सोडून देते का? तूच सांग, म्या काय केल्यानं शेंगा परत येतील?''

आमच्या आयुष्याला असे चौहुबाजूने उकीर लागलेले; पण आई मात्र धीराची. ते उकीर तिच्यापरीनं लिंपण्याचं काम ती करत होती. थोडक्यात, आई संकटाला संकट म्हणत नव्हती. तिच्या दृष्टीनं झालं एवढंच होतं की माझी चित्रकलेची वही अन् पमीची कंपासपेटी घेणं दुसऱ्या आठवड्यावर ढकललं गेलं होतं. पमी शेंगा घेऊन आली. आई म्हणाली,

''यवढ्या तरी वाचल्या, बाई! माझ्या दादाला खायच्या व्हत्या!''

आईनं चूल पेटवली. चहाचं आधण ठेवलं. मला दहा पैसे दिले. मी खंडूबाबाच्या दुकानात दहा पैसे छाप चहाच्या फक्कीची पुडी आणायला गेलो. तिकडून आलो तर आक्का आलेली. आक्काला तर शंभर वर्षांचं आयुष्य. आज मी अन् पमीनं सोन्याईच्या वावरात आक्काची आठवण काढली होती. आक्काला पाहून खूप खूप आनंद झाला. पमी म्हणाली,

''भावड्या, तू मामा व्हनारये!''

''तू पमामावशी!''

''म्या तावडीमावशी!''

''भावड्यामामाऽऽ''

''पमामावशीऽऽ''

''तावडीमावशीऽऽ''

असं म्हणत आमचं रिंगण आक्काच्या भोवती. सारं घर डोक्यावर घेतलं. तेवढ्यात आईनं उकडलेल्या भुईमुगाच्या शेंगांचं भगुनं आक्कापुढं ठेवलं. ताटल्या न घेता त्यातच आम्ही खाऊ लागलो अन् आईला म्हणालो,

''आई, तू आजी व्हनार!''

आईच्या डोळ्यांत एवढा आनंद भरून आला की आमच्या भुईमुगाच्या शेंगा चोरीला गेल्या हेच सारे जण विसरलो. कितीतरी वेळा भुईमुगाच्या शेंगा उकडून खाल्ल्या असतील; पण आजच्या शेंगांची चव आधीच्याहून खूपच निराळी होती...

❑❑

३५

भात केला... कच्चा झाला...!

माईच्या गावाची वाटच दगडधोंड्यांची... काट्याकुट्याची. आमच्या गावावरून सहासात मैल लांब होतं माईचं गाव. माईच्या गावाला निघालो की कधीच ती वाट मला खाचखळग्याची किंवा दगडधोंड्याची वाटली नाही; अन् पायात चप्पल नसूनही कधी कुठला काटाही सबागती पायात भरला नाही. शनिवारी शाळा सुटली की माईच्या घरी जायची ओढ लागायची. तिच्या गावाला जायचं तर कुठलंही वाहन मिळायचं नाही. पायीपायीच जावं लागायचं. तावडी गमतीनं म्हणायची -

"माई, तुझ्या गावाला यकच गाडी जाते, बाई?"

"कुठली ग?"

"फुपाटा मेल!"

सगळेच एकदम हसायला लागायचे. मग आई म्हणायची,

"जाव दे, बाई! आज न् उद्या व्हईल चांगली सडक. मंग माझ्या बाईच्या गावालाबी जाईल एकांदी यस्टी!"

पायी चालत जावं लागायचं तरी चालण्याचे बिलकूलही कष्ट वाटायचे नाही. शनिवार उगवला रे उगवला की माई माझी वाटच पाहत असायची. पायात चप्पल नाही. खाकी हाफ पॅण्ट अन् पांढरा सदरा या माझ्या शाळेच्या युनिफॉर्ममध्येच मी असायचो. माझी लहानगी भाची राणी गावाच्या मारुती मंदिरापर्यंत दुडूदुडू धावत आलेली असायची. मी दिसताच जोरजोरात ओरडायची.

'भावड्यामामा आलाऽऽ भावड्यामामा आलाऽऽ' लोक माझ्याकडं नवलानं पाहत असल्यासारखे! खरंतर तिच्यासाठी विकत घेऊन खाऊ कधी नेता आला नाही. म्हणून रस्त्यानं लागणारी चिंच, बोरं, कवठं, तुरीच्या शेंगा, वाळूक, चिभडं असला रानमेवा गोळा करून मी पिशवीत ठेवायचो. राणी, मामाचा तो मौल्यवान खाऊ 'माझ्या मामानं आणलाय' असं सांगत साऱ्या गल्लीभर दाखवत सुटायची. मला कसंतरीच व्हायचं की काय खाऊ

आणला आपण? गरिबीला लाजू नये, असं आई म्हणत जरी असली तरी अशा वेळेस लाज वाटायची. मात्र, माझ्या भाचीला त्या खाऊचं झालेलं कौतुक पाहून माझं काळीज सुपाएवढं व्हायचं.

माई माझ्यासाठी ऊनऊन जेवण तयार करायची. ते करता करता हे विचारू की ते विचारू असं तिला होऊन जायचं.

''आईचं काय चाल्लंय, दादा?''

''कायी न्हायी. रामूअप्पाच्या मळ्यात जातेय कामाला!''

''पमी शाळेत जाते न्?''

''ते त् सांगायचंच ऱ्हायलं.''

''काय रे?''

''पमी पडली न त्या दिवशी बाभळीच्या झाडावरून! गुडघ्यालाच लागलं तिच्या. दगूड थोडा वाचला! न्हायी त् दगडावच.''

''लईच लागलं काय रे!'' माई कळवळून विचारायची.

''मुक्का मार लागला व्हता. आईनं रगतरोहडा बांधला व्हता तिच्या गुडघ्यावर!''

''तावडीला मी शिवून दिलेला फ्रॉक आला का?''

''लई भारी दिस्तोय! चिमबाबाची शकू म्हनली न् आवडाईला 'बय, मालाबी माईकडंच फराक शिव' म्हनून. अन् हाऽऽ, आजूक यक सांगू का नको?''

''सांग बरं!''

''तावडीचं अन् नानीचं लई भांडण झालं व्हतं.''

''कशावरून?''

''त्या कुरंदाच्या पाट्यावरून.''

''नानीची काय एवढी दमदाटी? मीच घेतला होता भांडून आजीकडून! नानीला त् जुनेपाने चिंधकंही पुरायचे नाही!

''हां माई! आणखी यक त् सांगायचंच ऱ्हायलं?''

''कोणतं?''

''भामाईच्या येड्या कचरूला पिसाळं कुतरं चावलं म्हनून तोबी पिसाळला व्हता, मंग लोकायनी काय केलं म्हायीतय का? त्याला घरात यका खांबाला बांधून घातलं अन् घराचं धांब खोदून त्याच्या डोक्यावर हंडाभर पानी वतलं. मरून गेला तो! हण्त्या लई रडायचा...''

''लिलाकाकूनं फार दिवस काढले आपल्या आईसारखेच. एवढी छान होती दिसायला; पण तिला असा वेडा नवरा करून दिला.''

''बरं का, माई! गण्या शिंदेची बायको पळून गेली गड्याचा हात धरून!''

"सहादू चव्हाणाची सून हिरीत पाणी वढता वढता पाय घसरून मेली! लोक त् चावळत व्हते की त्या आन्साईनच ढकलून देली!"

"वाईटच झालं रे!"

माई साऱ्यांविषयी मनभरून विचारात राहायची अन् तिला सांगायला माझ्याकडंही त्या आठवड्यात खूप गोष्टी जमा झालेल्या असायच्या. कधीकधी परतीच्या रस्त्याला आठवायचं; माईला हे सांगायचंच राहिलं.

चेंडूबाबाची बायको परत आली...

दुर्गावहिनीला मुलगा झाला...

केदू गणपतला पक्षवात झाला!...

ठकूदुकानदारनीचा इलास लाईटला चिकटून मेला...

मारुतीच्या देवळाचे पत्रे वावधानात उडाले...

यसुंताबाबाची सखुआजी वारली...

तुळाच्या अन् रावशाच्या वावरावरून मारामाऱ्या झाल्या...

तळेकरचा मह्या दारू पेवून पेवून वाया गेला..

भिवा गावड्याचा जावयी अपघातात मेला...

गंगामहाराला महारोग झाला...

दामूशिंद्याच्या घराचं जळीत झालं...

वाणी गुरुजीची बदली झाली...

मुसळे गुरुजीनं टीव्ही आणला...

हे पुढच्या गरक्याला सांगू असं मनोमन ठरवायचो; पण पुढच्या गरक्याला मात्र ते शिळं होऊन गेलेलं असायचं. दुसरंच नवं इतकं घडलेलं असायचं की आधीच्याची मजाच निघून गेलेली असायची. सांगायचं राहून गेलेलं शिळं दर आठवड्याला जमा होत ते आणखीन शिळं झालेलं असायचं.

माईचा नवरा मिलट्रीत; म्हणून तो सहासहा महिने येत नव्हता. माई शिवणकाम करायची अन् नवऱ्याच्या वाट्याला आलेली शेतीही तीच पाहत होती. माईची परिस्थिती बरी होती. मी तिच्या घरून जेव्हा निघायचो तेव्हा चहासाखर, तेलमीठ, दाळीसाळी असं काय काय द्यायची. ती पिशवी मला हातात तोलणं मुश्कीलीचं व्हायचं, म्हणून डोक्यावर घ्यायचो. तरी तिचं सुरूच असायचं,

"दादा, कुरडया राहिल्याच..."

"बास झालं, माई! ह्येच बोकांडी घेवून पडंल बाई म्या!"

मी निघेपर्यंत तिचं काही न् काही द्यायचं राहिलेलंच असायचं. मला मात्र कसंतरी व्हायचं. आपण बहिणीला काही चोळीबांगडी घ्यावी तर बहीणच आपल्याला देते. हे

दिवस आपल्यावर बापानं लादले. त्यामुळे बाप असा सदोदित कुठल्यानं कुठल्या प्रसंगातून उफाळून यायचा. माझे कित्येक शनिवार माईच्या घरीच गेले आहेत.

असाच एक शनिवार उगवला. खरंतर का कुणास ठाऊक त्या दिवशी घरूनच माझा पाय निघेना. कशाची तरी रुखरुख लागल्यासारखी. नकोच जायला. आई म्हणाली,

"काय रे, भावड्या! आज जात न्हायी का?"

"न्हायी जात आई म्या!"

"नको कटाळा करू, बबड्या!"

"म्या न्हायी जानार ग!" माझी चिडचिड झाली.

"जाव दे आई, मान गे उड्या; म्हनी मारीतं उड्या! नसंल जायचं त् नको जाऊ."

"नको तावडे शानपना करू; जाईल माझा दादा, शानाय!"

"जाईन न् पुडच्या शनवारी, आई!"

"तवर त् लाडू खराब व्हऊन जातील!"

काल अंबरमामानं आमच्यासाठी लाडू आणले होते. मग वाटलं आता आपल्या भाचीला या खेपेला तरी खरोखरचा खाऊ देता येईल, त्याच्यासाठी तरी मला गेलं पाहिजे. राणी खूश होईल. आईनं लाडू फडक्यात बांधून दिले. कुळीद, मठ अन् थोडी ज्वारी बांधून दिली. मी ओझं डोक्यावर घेतलं. बिगीबिगी निघाली माईच्या गावाला माझी फुपाटा मेल. माझे ठेपे ठरलेले असायचे. काशाईचं देऊळ... शिंदेवाडी... म्हसोबाचं बरड... डोबीवहळ... शाहूपुंजाचा मळा... काल्याचं कीर्तन करणाऱ्या वामनबाबाचं घर... नदीच्या पाण्यात मोठाच्या मोठा वाहून आलेला दगडीचौथरा... नदी चढताना तो दिसला की समजायचं माईचं गाव आलं. मारुतीचं मंदिर पार केलं की आलंच माईचं घर...

माई वाटच पाहत होती. तिनं माझ्या डोक्यावरचं ओझं घेतलं,

"भाऊ, कशाला आणले रे कुळीद, मठ? तुम्हांला त् वानीतिनीचे असतील!"

मी माझ्या भाचीला शोधत होतो. ती घरात कुठं दिसेना. डोळे तर भिरभिर इथंतिथं पाहत होते.

"राणीला शोधतोय? ती माझ्या मोठ्या जाऊबाईकडं गेलीय आत्ताच. ती त् सकाळी झोपेतून उठल्यावर म्हणत होती, "माई, भावड्यामामा येनारय ना ग आज? मामाला एक गंमत दाखवायचीय. काय गंमत दाखवणार तुझी भाची तुला!"

माईनं जेवण वाढलं. ताटावर बसण्याआधी मी माईला म्हणालो,

"थांब! राणीला घेवून येतो!"

माईच्या जाऊबाईचं घर शेजारीच. गेलो अन् ओसरीतच थबकलो. कुणी बाई म्हणत होती,

"नानीचा भाऊ आला वाटतं!"

"हाऽअ! त्याला काय दुसरं काम. शनवार आला की येतो बुरकळत!"

"जिजी, माझा मामा येनारय आज. माझ्यासाठी खाऊपन आननारय!"

"तस्संच काय घेवून येयील! रस्त्यानं येतानं येचून आन्तो सडकेसुडके चिचा, बोरं. न्हायी त् काय! भिकाऱ्याचा रानमेवा!"

"नानीचं माह्यर लयीच दुबळवाडीचंय म्हन्त्या?"

"हायेच काय तिडं खायला न् खरडायला. भिकारखरका, चार डबडेडुबडे. इकडून हीच देयील बाजारहाट करून!"

"कसं बाई गोड लागत असंल लेकीच्या घरचं खायला!"

"भिकारखरक्यायला काय! फुकट मिळाले त् दगडबी चावून खातील!"

"जिजी, दगड कधी खात्या काय?" राणी म्हणाली.

"आटप लवकर! त्यो दूधकाला संपव. तुझा मामा येनारय न्!"

"नानीच्या बापानं दुसरी बाई ठेवली म्हनं!"

"ये बया माझे! तुहं क त् बरंच गोळा झालं ग!"

मी ओसरीतल्या ओसरीतून परतलो. तसा आतून खूप ओशाळलो होतो. माईनं जेवायला वाढलं होतं. भूक तर कडकडून लागली होती. पण ताटावर बसलो अन् भूक मेल्यासारखी झाली. जेवणच करू वाटेना. माई म्हणाली,

"काय रे, राणी आली नाही का तुझ्याबरोबर?"

"दूधकाला खात व्हती!"

"म्हणजेऽऽ! तू ओसरीतूनच परत आला? तुला पाह्यल्यावर थांबेल काय ती?"

पोळी वाढता वाढता माई म्हणाली,

"आईच्या पाठीच्या दुखण्याचं बरंय का रे? म्या डिपीचं तेल दिलं, ते रोज राती लावते का पाठीला?"

"म्याच लावून देतो, कधीकधी तावडीबी लावून देते."

"पमीचं गणिताचं अन् इंग्लिशचं पुस्तक घेवून ठिवलंय, तावडीला फ्रॉकही शिवलाय माझ्या साडीचा, म्या वापरतबी नव्हते."

असं म्हणत बटाट्याचं कालवण वाढू लागली. तिच्या हातात बांगड्या रुतून भली जखम झाली होती. हात मुंडाच होता.

"काय झालं ग, माई, हाताला?"

माईनं साडीच्या पदरानं घाईघाई हात झाकला. "कुठं काय काहीच नाही. आलेच मी!" असं म्हणत माई घरात निघून गेली. येताना मिठाईचा पुडा घेऊन बाहेर आली. पुडा खोलला अन् त्यातल्या दोनतीन बर्फ्या माझ्या ताटात वाढल्या.

"हे आले न्! त्यांनी आणलीय चंदीगडवरून!"

माईच्या हाताला का लागलं आहे याचा उलगडा मला झाला. बर्फीचा घास घेतला. का माहीत नाही; तो घासच कडूकडू होऊन तोंडभर कडूजहर झाला. जेवणही तिथंच थांबलं. माईच्या मनगटात रुतलेली बांगडीची काच माझ्या काळजात सलायला लागली. माईनं आमच्या तुळशीच्या ओट्याला कोरलेली कमळकाच जास्तच ठळक झाली. प्रत्येक काचेच्या तुकड्यावर रक्त साकळल्यासारखं. घरी गेलो की माईची ती कमळकाच मी खरवडून काढीन. मी ताटावरून उठलो अन् माईला म्हणालो,

''माई, म्या राणीला भेटून निघतो लगेच!''

''नाही, दादा, असा नको जाऊ! ह्यांना भेट. मगच जा. माझी जाऊबाई काय काय सांगून कान भरेल सांगता यायचं नाही. असंही तिला वाटत राहतं की मी इथलं सारंच माहेरी वाहत असते. ती देईल कान भरून ह्यांचे अन् मला खावा लागंल मार!''

मग तर थांबणं भागच होतं. आपल्यामुळे नाहक आपल्या बहिणीला मार बसायला नको. तसंही माईच्या जाऊबाईचं बोलणं मघाशीच ऐकलं.

संध्याकाळ झाली तरी माईचा नवरा आला नव्हता. माझा एक पाय घरात तर दुसरा पाय दारात, अशी सारखी मनाची उलघाल सुरू होती. माईचा नवरा लासलगावला गेला होता. त्याची देवासारखी मी वाट पाहत होतो, कारण त्याला भेटल्याशिवाय माईच्या घरून पाऊल उचलता येणार नव्हतं. राणी जाऊबाईच्या घरून आली. थोडीशी माझ्याशी खेळली. तीही झोपली होती. ती मला गंमत दाखवणार होती. तीही पाहायची राहिली. मी आणलेले लाडूही अजून तिनं खाल्ले नव्हते. सारखं दाराकडं माझं लक्ष. पण अजूनही माईचा नवरा येईना. बिनादारूचा आला तर चार गोष्टी सुखाच्या करील. जर पिऊन आला तर त्याचे चार दणके मला खावे लागतील. रात्र झाली. आता मुक्कामच करावा लागेल की काय? राणी जागी झाली. जागं झाल्या झाल्या म्हणाली,

''भावड्यामामा! डोळे झाक मी तुला गंमत दाखवते!''

''काय गंमतय सांग आधी?''

''असं काय रे, मामा? डोळे झाक बरं मग, तू आधी!''

मी डोळे झाकून घेतले. डोळे उघडले... तर माईच्या नवऱ्यानं बाहुली तोडून टाकली. राणी मोठमोठ्यानं रडू लागली. माईच्या नवऱ्यानं डोळे वटारले. एवढीशी पोर एवढी घाबरली की रडूच तिनं आत कोंडून घेतलं. ओठ थरथरत होते. राणीची गंमत कुस्करल्या गेली. माईला ओरडून म्हणाला,

''जेवायला वाढ! तुझ्याई वाढील का माला?''

माई ताट घेऊन आली. मीही जेवायला बसलो. माईच्या नवऱ्यानं ग्लासात उलीशीक दारू ओतली. पाणी घातलं अन् मला दरडावून म्हणाला,

''पे, भडव्याऽ''

मी गांगरलो.

“पेतो का न्हायी, मादरच्योद!”

“......” मी मानेनं नकार दिला. त्यामुळे तो आणखीनच चिडला. म्हणाला,

“पेतो का न्हायी, भडव्याऽऽ!”

मी ग्लास बाजूला ठेवला. त्यानं उरफट्या हाताची ठेवून दिली. तोंडातला घास तसाच; आत गिळावा की थुंकून टाकावा हा विचार करायला वेळ मिळाला नाही. त्यानं ग्लास हातात घेतला, माझं तोंड धरलं- आजारी बकरीला औषध पाजावं तसं! माई मध्ये आली,

“काय करताहेत तुम्ही?”

“डोळ्याला भात बांधलाय का तुझ्या, खोपडीचे!”

खोपडी तर त्याची फिरली होती. त्यानं माईला मारलं. कंबरेचा बेल्ट काढला.

“पेतो का न्हायी? हाणू तुझ्या बहिणीला!”

मी ग्लास तोंडाला लावला अन् पाणी प्यावा तसा घटाघटा करत संपवला. दारू काय असते याचा अनुभव शनिवारच्या रात्रीनं दिला. माईला बसणाऱ्या फटक्यांपेक्षा हे मला जास्त सोपं होतं. तरीही त्याचा डांगडव थांबेना, माझी लहान भाची राणी भेदरली... रडायला लागली. मी तिला कडंवर उचलून घेतलं. घाण शिव्या अन् आरडाओरडा सुरूच होता. त्याच्या गावाला त्याची खोड माहिती असल्यामुळे कुणीच मदतीला येत नव्हतं अन् गंमत पाहतही उभं राहत नव्हतं. सारी गल्ली दरवाज्याला आतून कडी लावून सामसूम झाली होती. दारूमुळे मला भोवळ यायला लागली होती. तो बेल्टचे वार माईच्या अंगावर करू लागला. मी राणीला खाली ठेवलं अन् माईकडं पळत गेलो.

“का बरं मारू ऱ्हायले तिला?”

“ये भडव्याऽऽ, तू आला काय तिचा कैवारी?”

असं म्हणत त्यानं बेल्ट माझ्या पोटऱ्यांवर उठवला. मला एका बेल्टमध्येच देव आठवला. माई कसं सहन करते?

“कळलं का मिलटरीचा बेल्ट. का हाणू यक?” त्यानं पुन्हा बेल्ट उगारला. मी डोळे झाकून घेतले. ओठ पक्के मिटवले अन् मार खाण्यासाठी तयार झालो. माई मध्ये आली.

“माझ्या भावाला नका मारू?”

“नवसाचाय का तो?”

त्यानं बेल्ट खाली टाकला अन् माईची वेणी धरली. मेलेलं ढोर ओढीत न्यावं तसं तिला ओढीत नेऊ लागला. मी मदतीसाठी माईच्या नवऱ्याच्या भावाच्या दारी धाव घेतली. राणीलाही कडंवर घेऊन गेलो. राणी मोठमोठ्यानं त्यांच्या दारी रडू लागली तेव्हा लाजंकाजं त्यांनी दार उघडलं. तोपर्यंत माईच्या नवऱ्यानं तिला ओढीत बाहेर आणलं होतं. भाऊ-भावजय मध्ये पडले. त्याला रिकाम्या खोलीत कोंडलं. तो दाराला धडका देत होता. कडी खडाखडा वाजवत होता. घाणघाण शिव्या देत होता.

रात्रीचे अकरा वाजले. वातावरण अजूनही निवळलं नव्हतं. माईला मी म्हणालो,

"माई, म्या जातो!"

"यवढ्या रात्रीचं कसं जाशील, दादा?"

"जाईल म्या बरोबर!"

माई रडायला लागली. रडता रडता म्हणाली,

"एकुलता एक तू आमचा भाऊ. तुला सुखाचं जेवण मिळालं नाही!"

"माई, तू रडू नको. असा मार खायला इडं ऱ्हान्यापेक्शा चाल तुही माझ्यासंगं!"

"तो विचार पहिलाच डोक्यात आला होता, पण आपला बापच ठिकाण्यावर नाही. आईसारखेच माझ्या वाट्याचे भोग भोगावे लागतील मला. एवढी रातीची वेळ झालीय, तुला जाबी म्हन्ता येत नाही, थांब म्हनायचं त् या मेल्याचा काही नेम नाही. आईची सारी मदार तुझ्यावर. तळहाताच्या फोडावानी जपलं तुला. पण आज फोड फुटला!"

राणीला माईच्या जाऊबाईनं तिच्याच घरी झोपी लावलं ते बरं झालं; नाहीतर तिनं मला निघूच दिलं नसतं. मी नेलेले लाडू, खरोखरचा खाऊ! माझ्या भाचीला खायला मिळाला नव्हता अन् तिलाही मला गंमत दाखवता आली नव्हती. दर शनिवारी माईच्या घरून निघताना काही न् काही ओझं माझ्या डोक्यावर असायचं. आता मनावर ओझं घेऊन निघालोय, ते फारच जड वाटू लागलं. माईच्या गावाची वाट दगडधोंड्याची; तरी मला कष्ट वाटायचे नाही. मात्र, ती वाट मला आता विस्तवाचीच वाटू लागली. निघताना राणीच्या तुटलेल्या बाहुलीला ठोकर लागली. डोळ्याला टचकन पाणी आलं. राणीला खेळवताना तावडीनं म्हटलेलं गाणं मला आठवलं,

लहान माझी बाहुली
तिची मोठी सावली
घारे डोळे फिरविती
नकटे नाक उडविती
भात केला कच्चा झाला
वरण केलं करपून गेलं...
आडाचं पाणी शेंदायला गेली
धपकन पडली आडात...

माईचा नवरा किती दिवस अशी तिची बाहुली दुःखाच्या आडात टाकणार होता कुणास ठाऊक?

माईच्या चुल्यावरचा भात कायमचा कच्चाच राहून जाणार का?

❑❑

३६

चिंचोक्याच्या खेळातली आणखी एक कवडी...

मी फुरंगटून गालाचा चंबू करून बसलो होतो. मी साऱ्यांवरच रुसलो होतो; कुणा एकावर थोडंच. आता मला कुणीही बोलवायला आलं तरी मी बिलकूल जाणार नव्हतो. बहिणीचं लग्न अन् मी एकुलता एक भाऊ. त्याला नवे कपडे नाही म्हणजे काय? बहिणीच्या लग्नात मी जुन्या कपड्यात हिंडू काय? नाहीच भाग घेणार तावडीच्या लग्नात. घरात एवढी वर्दळ; पण माझी दखलच कुणी घेत नव्हतं. मी रडवेला झालो. तसा काल तर रडतच होतो. समजूत घालून सांगितलं की उद्या आणू कपडे. मग आणले कुठे? मला वाटायचं मी लग्नात भाग घेतला नाही म्हणून सगळ्यांना वाईट वाटेल. लग्नाची मजाच निघून जाईल. पण कुणाला आहे का माझं काही? संत्या अन् वरवाड्यातला उत्त्या मला धुंडीत आलेच, संतूच्या हातात गारीगार होता,

"इंदूकाकू, भावड्या कुडेय?"

"तो पाहय रुसून बसला कोपऱ्यात!"

"ये पऱ्या, तू इडं. आमी तिकडंच धुंडीत व्हतो तुला. चाल इडं काय बसलाय? अरे, मांडवात लई मज्या येतेय. बहिनीच्या लगनात कुनी का रुसून बस्तं का?"

मी संतूचा हात फणकाऱ्यानं झटकून टाकला अन् चिडक्या आवाजात म्हणालो,

"तू जाय भो रे संत्या, माझ्या डोक्याला नको ताण देवू! माला न्हायी यायचं!"

"तुला गारीगार आणलाय घे!"

"तूच खात बस!" मी रागानं म्हणालो.

गारीगारचं पाणी गळत होतं. संतूच्या सदऱ्याची बाही ओली झाली होती. मला तर गारीगार हवाच होता. पण तो घेतला असता तर माझ्या रुसण्याची हवाच निघून गेली असती. संतूनं गारीगार बळंच हातात दिला. मी रागानं कोपऱ्यात फेकून दिला, तरी संतूनं माघार घेतली नव्हती. त्यानं त्याच्या खिशातून अत्तराची बाटली काढली. माझ्या अंगावर शिंपडलं.

"हाये का न्हायी टॉप, लई भारी वास येतो न? घे तुला, नवरदेवाच्या कलवऱ्याकडून ढापली म्या. घे न्!"

"काय रे भोतं भावड्याऽऽ" उत्त्या म्हणाला.

"जाव दे, उत्त्या! आपल्या दोस्तीचं त्याला कायीच न्हायी!" संतू म्हणाला.

संतूच्या कुठल्याच आमिषाला मी बळी पडणार नव्हतो. मला कुठल्याही परिस्थितीत नवे कपडे हवे होते. तेव्हाच माझा राग जाणार होता. तावडीला तर माझ्या रागाचं काहीच नाही. ती मस्त सजूनधजून बसलीय. एकुलत्या एका भावाची आहे का तिला काळजी? संतू अन् उत्त्या अजूनही हालले नव्हते. त्यांनी पुन्हा एक बारी मला मनवण्याचा प्रयत्न केलाच.

"भावड्या, अशानं तू सारीच मजा घालून बस्तो हाये!"

"हा न्! तिकडं मंडपात हिंडायचं सोडून बसला बाईमानसावानी रुसून."

"जा रे भो तुमीऽऽ!"

शेवटी संतूनं अन् उत्त्यानं माघार घेतली अन् ते बिचारे निघून गेले. मला खूप वाईट वाटलं की आपण आपल्या दोस्तांना दुखावतो आहे; पण काय करणार. आपली कुणालाच किंमत नाही. भरीत भर पमी तिचे नवे कपडे घालून मला खिजवण्यासाठी माझ्या समोरून मिरवत होती. पण मी तिच्याकडं लक्षच देत नव्हतो. मग तीच आली अन् म्हणाली,

"भावड्या, बग घेतला की न्हायी म्या झालरीचा फराक. तू त् बहिनीच्या लगनात जुनाच!"

मला तिचा खूप राग आला.

"पमे, जा बरं! न्हायी त् आईला सांगंल म्या."

"कशाला जळतो माझ्या नव्या कपड्यायवर."

"लई चवाचा घेतला. कावळे हागल्यावानी त् हाये!"

"बराच रे, जळकुकड्या! त्याऱ्यायला किती आवडला, चंद्रकलामावशीनं त् केवडी तारीफ केली माहीतय तुला?"

तेवढ्यात माई आली....

"माझ्या एकुलत्या एका भवाला कुणी नाराज केलं... त्याच्या बहिणीचं लग्न!"

"पाहय न्. बहिनीच्या लग्नात भाऊ काय जुन्या कपड्यात हिंडंल का?" आईनंही दुजोरा दिला.

माईनं पिशवीतनं ड्रेस बाहेर काढला. सफारी ड्रेस होता. माझ्या अंगावर चढवला. अन् म्हणाली,

"बघ आता माझा भाऊ कसा हिरो दिसतोय? दिसतोय का नाही ग, आई!"

"अग्गोबाईऽऽ, खरंच गऽऽ माझ्या दादाला त् दिष्ट व्हतील." असं म्हणत आईनं आलबला घेतली अन् बोटं मोडले.

सफारी ड्रेस अंगात घातल्यावर माझा राग कुठल्या कुठं पळाला. सजामावशीनं माझे मुके घेतले अन् मी मंडपाकडं चिंगाट पळालो.

आमच्या गावातल्या प्राथमिक शाळेच्या आवारात तीन छतांचा मंडप दिला होता. वऱ्हाड आलं होतं. वऱ्हाड देवळा तालुक्यातल्या कुंभाडर्याचं. खानदेश पट्ट्यातलं. सारं तुन्हं- मन्हं सुरू होतं. आमची तावडीही पुढं अशीच भाषा बोलणार की काय? जरा गंमतच वाटली. संत्या, पग्या यांनी मला पाहिलं अन् माझ्या पाठीत नवाळ्याचे नऊ बुक्के मारले.

''लई भारी दिस्तो बरं का भावड्या. कुनी आन्ले रे कपडे?''

''आमच्या माईनं आन्ले?''

''आता गेला न भो तुझा राग?''

''आरे, तू न्हवता त् मजाच येत न्हवती. त्वा बहिनीचं लगन आन आमीच घुबडावानी फिरतोय!''

''ह्ये संत्या, नवरदेव आला रे शेवंती चढवून!''

''ह्ये हा नं भोऽऽ''

''चल रे पग्याऽऽ''

संतू, पग्या, उत्त्या हातात हात घालून तिकडं पळाले अन् मी तावडीकडं. तावडी शाळेच्या वर्गात सजूनधजून नवरी झाली होती. आमची तावडी खूपच छान दिसत होती. मोलमजुरीची कामं करणारी आपली बहीण हीच का? तिला मी माझा सफारी ड्रेस दाखवला. तिलाही तो आवडला. भटजीनं माईकवरून सांगितलं, 'नवरीच्या मामानं नवरीला मंडपात घेऊन येणे' माझा मोठा ईश्वरमामा आला. तो तर इतका दारू प्यायलेला होता, त्याला स्वत:लाच चालता येत नव्हतं. तो तावडीला कसं उचलून नेणार? तावडीलाही ते जाणवलं होतं. पण ती मामाला काही म्हणू शकत नव्हती. मामानं तावडीला उचललं अन् घेऊन निघाला मांडवाकडं. पण माझी छाती जोरजोरात धडधड करायला लागली. मामा तिला कुठंन् कुठं पाडून देणारच. त्यानं मांडवाच्या बाहेर जेव्हा तावडीला खाली उतरवलं तेव्हा कुठं मला बरं वाटलं. पण मामाला एकाएकी काय झालं कळलं नाही. तो जोरात ओरडला. दारू तर जास्त झालीच होती.

''माझ्या भाचीचं या भिकारड्यांशी लग्न व्हनार न्हायी. याच्या घरी पानी प्यायला तांब्या तो सोईचा न्हायी!'' तोल जाता जाता खांबाचा आधार घेत मामा गरजला.

मामाच्या असल्या अवतारानं आई तर कावरीबावरी झाली. लग्नाच्या खर्चाचा वाटाही या मामानं उचलला होता. आधी काहीच म्हणाला नाही. लग्न लागायच्या तोंडावर असं काय वेड्यागत करतोय. नवऱ्या मुलाच्या घरची परिस्थिती बेताचीच आहे. जमीनजुमला नव्हता. पण मुलगा कामाठा होता. देवळ्याला खोली करून राहत होता. शिवणकाम करत होता. तावडीही शिवणकाम शिकलेली होती. पारूमामीच्या माहेरचं हे स्थळ. तेव्हा आईच

म्हणाली होती : ''मुलगा निरव्यसनी हाये, हेच खूप झालं. दोघं खांद्याला खांदा लावून काम करतील त् सात ताळाची माडीही बांधतील, घरचं लाख असंल अन् तो दारूड्या असंल त् काय व्हतं हे माझ्यावरून ठाव हाय.'' अन् तेच लग्न मामा मोडायला निघाला होता. आई ईश्वरमामास म्हणाली,

''भाऊऽऽ अरे, तुझ्या भाचीची काही काळजी हाये की न्हायी तुला?''

''काळजीय म्हनून म्हनतोय. कशाला गरीब घरी द्यायचीय, हा बग सुरेश लग्नाला तयारय!''

सुरेश मामाच्या बैठकीतला, त्यालाही दारू जास्त झालेली, तो कुठल्याशा शाळेत मास्तर होता. तो मामास म्हणाला, ''हा मी तयार आहे लग्नाला!''

''भाऊ, तुझ्या पाया पडते. नको खेळ करू माझ्या पोरीच्या कार्याचा!''

मामाला दारू खूपच लागली होती. त्याला शब्दही फुटेना अन् धड उभंही राहता येईना. तो जमिनीवर पडला. अंबरमामा अन् चुलत मामांनी ईश्वरमामाला उचलून शाळेच्या वर्गात टाकलं तरी त्याची तोतरी बडबड सुरूच होती. आलेलं विघ्न टळून मंगलाष्टक सुरू झालं.

नवरानवरीवर अक्षता पडतात कुठं नाही तोच जेवणाच्या पंगती बसण्याची धांदल सुरू झाली. एक तर मांडव छोटा. त्यात भरउन्हाळ्याचे दिवस. उन्हातही माणसं दाटीवाटीनं जेवायला बसली. ताटात अन्न पडलं कुठं नाही तोच चुल्हांगणाकडं जोरात गलका सुरू झाला. चुल्हांगणाजवळ पडलेल्या धपल्या उचलून माणसं एकमेकांस मारत होती. लोक जेवण सोडून पळत सुटले गंमत पाहायला. कुणाच्या पत्रावळीवर पाय पडला; तर वाढप्याला धक्का बसून कढीची बादली पंगतीतच सांडली. साऱ्या अन्नाचा नासाडा.

भांडण करण्याऱ्यांचं भांडण सोडवायचं कुणी? आमच्या नात्यातली ती माणसं नव्हतीच. नवऱ्यामुलाकडली म्हणावी तर त्यांनाही ओळख लागत नव्हती. ईश्वरमामानं केलेला तमाशा का कमी होता! त्यात याची भर पडली. मी आईला बोलवायला पळालो. शाळेच्या वर्गात घुसलो तर बाप आईबरोबर हुज्जत घालत होता... पेऊन तराट!

''तुला गावात राहू देणार नाही. पहिली ती खावटीची केस बऱ्या बोलानं मागं घे!''

''तुम्च्या पोरीचं लगनय. त्याचं हाये का तुमाला कायी?''

''आलो न लग्नाला!''

''उपकारच झाले, पाव्हण्यावानी वागणं तुम्चं!''

''वैनी, म्या आन्तो भाऊला. तू जा!''

''तुम्चं तुमाला नीट उभं ऱ्हाता यईना अन् तुमी आनाया चाल्ले!''

''ये आमाला बोलायचं काम न्हायी. नवऱ्यावर खावटी लावते म्हन्जे काय?''

"बरोबरय भाऊ तुझं." बुट्टा अप्पा म्हणाला.

"उंदराला मांजर साक्शी. चालू द्या तुम्चं."

बापाचं गुऱ्हाळ काही संपणारं नव्हतं. तोच गुल, तीच काडी. मी आईला म्हणालो,

"आई चाल लवकर. भायर मारामाऱ्या व्हऊन ऱ्हायल्या!"

"कुनाच्या रे बाबा!"

आई माझ्या मागं धावतपळत. मारामाऱ्या थांबायचं नाव घेत नव्हत्या. साऱ्या लग्नाचा इस्कोट करून टाकला.

"तुझ्यायचा तुझ्याऽऽ मार नं आता!"

"आरं गांडीत नाही गू आन कावळ्याला आवतण देतो होय रे, सुक्कळीच्या?"

"ये भोसडीच्या! आरं, पेटून दिलं त् सहा महिने इजायचं न्हायी?"

नुस्ती गर्दी. भांडण तर कुणीच सोडवत नव्हतं. आई म्हणाली,

"ये सहा महिन्याय वाल्यायवोऽऽ तुमी कुनाचे कोन?"

पण ते काही आईकडं लक्ष देईना. त्यांचं सुरूच. मग मात्र आई चिडली अन् तिनं चुल्हांगणातली जळती धपली उचलली अन् त्या लोकांच्या अंगावर धावली. मारामाऱ्या करणारे बिचकले. आई चवताळली,

"ये रांडकीच्यायवो, काय शिलंगन माजवलंय, कोन तुमी? अन् का माझ्या पोरीच्या कार्याचा नास करताय. तुमाला कुनी आवतनं धाडलं व्हत रे! तुमाला कायी पोरीसोरी न्हायी का, भडव्यायवो! दुसऱ्यायच्या कार्यात येवून मर्दनकी गाजवताय... मोकळ्या मैदानात जा अन् खेळा काय कुस्त्या खेळायच्या त्या. इडं कुनाला रुबाब दावू ऱ्हायले नडघायवोऽऽ, बोहचक भवऱ्यायवोऽऽ"

गर्दी पांगली. लोक जेवायला बसले.

आईच्या जवळ येऊन लोक विचारू लागले,

"कोन व्हते?"

"काय माहीत? कोनय पांढरे?"

"आस्तील न्हायी त् नवरदेवाकडच्ये?"

"कुडच्ये का आसंना! आसे इदारा करनारे त्यायची का गय करू म्या!"

आई कुणाला काय हवं नको पाहायला निघून गेली. संतू, गण्या, उत्त्या, फल्या पळत आले. ते सांगायला लागले,

"भावड्या, बेकार गुद्दागुद्दी झाली!"

"त्या बाईनं त् त्या मानसाच्या मोंडक्यातच धपली घातली!"

"पऱ्या, हे दोघं यायच्या आधी त् लयीच फायटींग झाली, म्याच सांगितलं यायला!"

"नको कालर ताट करू. त्या लवकंडीतून तुला कुनी वाचवलं? सांगून ऱ्हायला भपाऱ्या!"

"चाला रे, पंगत उठली, जेवायचं न्हायी का?"

मीही त्याच्याबरोबर जेवायला गेलो. जेवण झालं अन् तसंच शाळेच्या वर्गात घुसलो तर... माईच्या दिरानं सारा रहाडा करून ठेवला. त्याला दारू जास्त झाली होती की मुद्दामहून नासाडा करायचा म्हनून का काय त्यानं शिऱ्याचं भरलेलं घमिलं, त्यातला शिरा मुठीत घ्यायचा अन् गवऱ्या थापाव्या तसा शाळेच्या भिंतीवर थापत होता. मी आईला बोलवून आणलं,

"काये पाव्हणे! काय चाल्लंय तुम्चं ह्ये?"

"कुडं काय?"

"का बरं अशी अन्नाची नासाडी चालवलीय तुमी?"

"माला बोल्त्या काय?"

"भायर निंगायचं. रिकाम्या रानी हैदाना मांडला तुमी?"

"माझा अपमान करायचा व्हता त् माला लगनाला बोलवलंच कशाला. हा म्या चाल्लो निंगून." असं म्हणत झोकांड्या खात निघून गेला.

बापानं अन् चुलत्यानं पत्रावळीवरच तोंड ठेकून दिलेलं.

"पाहय ग मावडे, यायचा हायदाना. पोरीच्या लगनात शुद्धीवर न्हायी!"

बापानं मुश्कीलीनं तोंड उचललं. सारं माखून गेलेलं. मला तर किळसच आली.

"कोऽऽण म्हणलंऽऽ शुद्धीवर नाऽऽही! माऽईऽऽ"

"हा बोला, अण्णा!"

"मीऽऽ शुद्धीवर नाऽऽही?"

"मी येते, अण्णा"

"नाऽऽही. इथं बस माझ्याजवळऽऽ"

आईनं माईचा हात धरला अन् बाहेर घेऊन आली.

एकटाच शाळेजवळच्या पिंपळाच्या झाडाखाली जाऊन बसलो. आता आपली तावडी आम्हांला सोडून सासरी जाणार. माई आणि आक्काचं लग्न झालं तेव्हा खूपच लहान होतो. त्या सासरी गेल्या; पण पमी आणि तावडी असल्यामुळे काही वाटलं नाही. तावडी गेल्यावर आपल्याला गणित कोण सोडवून देणार, अन् आपण भांडण कुणाबरोबर करणार? आईनं मारलं की मी पाठभिंतीला जाऊन रडत बसायचो. तावडी येऊन माझी समज काढायची. आता मी रडलो तर पमी थोडीच माझी समज काढणार? ती तर उलट खिजवते मला.

एकदा चिंचोक्याच्या कवड्यांचा खेळ पमीचा अन् तावडीचा रंगात आला होता. तावडी हरणार होती. म्हणून रागानं तिनं कवड्या फेकून दिल्या. पमी चिडली तिच्यावर...

"काय तावडे, रडी खेळते हारायला आली त्. कुडेय कवड्या?"

"यक कवडी गेली जातेगावला."

तिला माई म्हणायचं होतं. मला लगेच कळलं.

"दुसरी कवडी गेली मळेगावला."

आक्काची कवडी.

"तावडे, तुही कवडी कुडं जाणार?"

"माला काय म्हायीत!"

"नारायणखेड्याला. गाढवासारखी माती उसपायला."

"ह्ये गपय. माझी कवडी त् जानार ममईला!"

"वाट पात बस." पमी म्हणाली.

"आन पमीची कवडी ग?" मी म्हणालो.

"ती जायील बामनवाड्यात गू चिवडायला."

पमी चिडली अन् तावडीला मारू लागली. कारण बामनवाड्यात आयाबाया परसाकडं जायच्या.

संतू, पग्या, झिंग्या आले. अन् म्हणाले,

"इथं बसला का, भावड्याऽऽ! तिकडं नवरी वाटी लावून ऱ्हायलेय!"

तावडीची सासरी निघायची वेळ झाली. साऱ्याचीच रडागागी सुरू झाली, त्यामुळे मला आणखीनच आठव दाटून आले. हुंदके देऊन रडू लागलो.

"भाऊ, चांग्ला अभ्यास करायचा. शाळा चुकवायची न्हायी!"

मी होकाराची मान हलवली. ती पुन्हा म्हणाली,

"आपल्या आईला त्रास द्यायचा न्हायी."

"न्हायी!"

"पमे, दादाला काशाखवड्या म्हणायचं न्हायीऽऽ"

असं म्हणत मला ती कुशीत घेऊन रडू लागली. मीही जरा जास्तच हुंदके देत रडू लागलो. आक्कानं तिला बाजूला घेतलं अन् तीच गळ्यात पडून रडत बसली. माईही... मावशीही...

"आक्के, बास झालं. ती कायी वनात पडली का माझे वासरे?" सजामावशी म्हणाली अन् तीही रडत बसली.

नवरानवरी ट्रकच्या तोंडात बसले. मागं वऱ्हाड. सारे निरोप द्यायला उभे. पमी, आक्का, छायामामी, कलवऱ्या म्हणून ट्रकमध्ये बसल्या. मला राहवेना मी आईला म्हणालो,

"आई, म्यापन जानार तावडीबरोबर!"

माझी चुलत मावशी म्हणाली,

"अरे, तू मुलगीय का कलवरी जायला?"

"माई, सांग ग यायला!"

"नाही, दादा. तू नाही जायचं!"

"म्या जाईन!"

"आसा कायी नाद न्हायी करायचा, भात्रड्या!" आई ओरडली.

"शानाय माझा दादा! न्हायी जानार!" चंद्रकलामावशी मला कुरवाळत म्हणाली. मी तिच्यापासून झटकन बाजूला होत म्हणालो,

"कायी शानाबिना न्हायीये. म्या जानारच!"

आईनं एक धपाटा ठेवून दिला. सजामावशी म्हणाली,

"नको मारू ग. लेकरूच त्ये. त्याला काय कळतं?"

"म्या जानारऽऽ जानारऽऽ जानारऽऽ" एकच धोशा लावला.

आईनं माझा हात धरून ठेवला होता. ट्रक निघाला, निरोपाचे हात हलले. माझी तगमग झाली. मला राहवेना. मी आईच्या हाताला जोराचा हिसडा दिला अन् ट्रकमागे पळत सुटलो. तो दुष्ट ट्रक काही थांबला नाही. तो आमच्या तावडीला आमच्यापासून खूप दूर घेऊन गेला होता. मी भुईवर अंग टाकून गडाबडा लोळायला लागलो. मला समजावत घरी घेऊन आले. घर अजूनही पाहुण्यांनी भरलेलंच होतं. त्या घरात फक्त आमची तावडी नव्हती. तावडी तर खूप दूर निघून गेली. पमीच्या दृष्टीनं चिंचोक्याच्या खेळातली आणखी एक कवडी कमी झाली... इतकंच. काहीही असो मागं उरलंय तावडीशिवायचं घर.

आता ती म्हणणार नाही 'भाऊ, तू कुऽऽनाचाऽऽ?'

अन् मी जर का म्हटलोही, 'म्याऽऽ तावडीचा!'

हे ऐकायला थोडीच ती घरात असणार होती?

❑❑

३७
पोस्टकार्ड

मी पहिलंच पोस्टकार्ड लिहिलं ते चंदनला. चंदन तेव्हा पाचवी इयत्तेत होता अन् मी चौथीत. चंदन पुंज्यामोठ्याईचा नातू अन् सीतावहिनीचा मुलगा. चंदनची माझी मैत्री आम्ही त्याच्या शेतात मजुरीच्या कामाला जायचो तेव्हा झाली. पुंज्यामोठ्याई फार खाष्ट; पण सीतावहिनी खूप मायाळू. आम्ही तिच्या पोटात तुटायचो. पुंजामोठ्याईच्या घरची जेवणं उरकली की रोज रात्री सीतावहिनी उरलेलं कालवण आमच्यासाठी घेऊन यायची. आम्ही भावंडं ओट्यावर उभं राहून तिची वाटच पाहत असायचो. बरोबर चंदनही असायचाच. चंदन खूप हुशार होता. चौथीच्या स्कॉलरशीप परीक्षेत त्याचा जिल्ह्यात नंबर आला, म्हणून पाचवीपासून तो देवळ्याच्या विद्यानिकेतनमध्ये शिकायला गेला. चंदनशिवाय मला सारं गावच सुनंसुनं वाटायला लागलं. मला करमायचंच नाही. अन् एक दिवस चंदननं मला लिहिलेलं पिवळं पोस्टकार्ड पोस्टमननं माझ्या हाती दिलं. मी ते वाचायच्या आधी खूप वेळ न्याहाळतच होतो. पोस्टकार्डचं फार अप्रूप मला वाटलं. मी पमीला दाखवत होतो... तावडीलाही... पण वाचलं मीच -

प्रिय मित्र भावड्या यास,
चंदनचा सप्रेम नमस्कार
वि. वि. पत्रास कारण की,
देवळ्याच्या विद्यानिकेतनमध्ये शिकायला आल्यावर तुझी आठवण यायला लागली, म्हणून पोस्टकार्ड लिहितो आहे. आमची शाळा फारच सुंदर आहे. आजूबाजूला खूप झाडं आहे. सारं हिरवं हिरवं. तू संतू, हण्त्या, पग्या यांनी याच शाळेत असायला हवं होतं. तुमची उणीव खूप भासते. इथे मी क्रिकेट खेळायला शिकलो. दिवाळीच्या सुट्टीत आलो की स्टम्प आणि बॅट घेऊन येईन अन् तुम्हांला क्रिकेट खेळायचं शिकवीन. आपल्या गावच्या गावतळ्याचं

अर्धवट राहिलेलं काम पूर्ण झालं की नाही अजून? पेरण्या उरकल्या का? इकडं तर चांगलाच पाऊस पडतो आहे. आपल्या गावावर पाऊस पडतो की नाही? संतू, पम्या, हण्त्या यांचं काय चाललं आहे? तुमचा विटूदांडूचा डाव रंगतो की नाही? नऱ्या बाबाच्या बोरीचे बोरं आता पिकले असतील. पुंजाराम तळेकरच्या कवठीच्या कवठांचा मला इथपर्यंत वास येतो आहे. तू आमच्या मळ्यात धरलेलं फूलपाखरू काडेपेटीत घालून ठेवलं होतं, ते मेलं, की तू त्याला सोडून दिलं. तुमच्या साऱ्यांचीच खूप खूप आठवण येत राहते. संतूला, हण्त्याला, पम्याला नमस्कार सांग. पत्र उत्तर देणे.

कळावे,

तुझा जिवलग मित्र,

चंदन

चंदनला पोस्टकार्ड लिहायचं तर पंधरा पैशाची गरज होती. काय करायचं? पैसे कुठले आले पाहायला. दुकानातून काही आणायचं की जा बाजरी घेऊन अन् चहासाखरीचं आणलं जायचं. गावात पोंगेवाला, बुड्डी का बालवाला, गारीगारवाला आला की आम्ही पोरं उकिरडे घोळायला सुरुवात करायचो. मग प्लास्टिकच्या चपला, प्लास्टिकच्या बाटल्या, नटबोल्ट असलं आमचं चलन असायचं. पोस्टमन तर असलं काही भंगार घेऊ शकत नव्हता. मग आता हे पंधरा पैसे मिळवायचे कसे? तेवढ्यात अब्बास गारेगार वाला आला. मी लगेच उकिरडे घोळायला पळालो. त्याच्याकडनं गारीगारऐवजी भंगाराच्या बदल्यात पंधरा पैसे मिळवता येतील. भालेराव वायरमनच्या उकिरड्यावर नटबोल्टाचं भंगार सापडलं. अब्बासकडं पळत गेलो. अब्बासला भंगार दिलं. तो मला दोन गारीगार द्यायला लागला. मी त्याला म्हणालो,

"अब्बासऽऽ, माला गारीगार न्हायी पाह्यजेऽऽ"

"गारीगार न्हायी पाह्यजेऽऽ? मंग भंगार कशाला देलं?"

"माला पंधरा पैसे पाह्यजे. माझ्या दोस्ताला पोस्टकारडं लिहायचंय भो!"

"पैसे न्हायी मिळनार. गारीगार घ्याचचे त् घे. न्हायीतर हे घ्ये तुझं भंगार परत." असं म्हणत त्यानं माझं भंगार परत केलं. पण मी हार मानायला बिलकूल तयार नाही. मी त्याला लागटासारखा बिलगूनच पडलो. पंधरा पैसे मिळतील ते अब्बासकडूनचं नाहीतर कुठूनच नाही. त्यामुळे पंधरा पैसे घेतल्याशिवाय मी त्याचा पिच्छा सोडणार नव्हतो.

"ये अब्बास, दे न् पंधरा पैसे! ये दे न, दे ना रे!" मी उलीसं तोंड करत म्हणालो.

"न्हायी रे! पळऽऽ गारीगार घ्यायचा आसंल त् घ्ये, न्हायीत बाजूला व्होऽऽ!"

त्याच्या सायकलचं कॅरेज मी धरूनच ठेवलं. एका हातात भंगार अन् त्याच्या मागंमागं

तो जाईल तिकडं ओढत निघालो. काही अंतर गेलं की पोरं पळत येऊन त्याच्याकडून गारेगार घ्यायचे अन् माझं पुन्हा सुरू व्हायचं पुंगानं...

"ये अब्बास, दे न पन! वाटल्यास आजून भंगार गोळा करून देतो न्!"

"न्हायी रे! तू काय लडकलाय माला. माझा धंद्याचा टाईम. खोटी करू नकोऽऽ." तो माझा हात त्याच्या सायकलीवरून झटकून टाकायचा. मग मी थोडं लांब जाऊन गप्प उभं राहायचो. तो निघाला की पुन्हा पळत जाऊन त्याच्या सायकलचं कॅरेज धरून त्याच्या मागंमागं. पार तवंगापर्यंत येऊन पोहोचलो. तवंगाजवळ आमचं गाव संपतं. नंतर सांगवी गाव लागतं. इथून अब्बास सायकलवर टांग मारतो अन् सांगवी लागलं की उतरतो अन् त्याचं सुरू होतं -

"येऽऽऽ अऽऽब्बाऽऽसऽऽ गॅरीगारऽऽवालेऽऽ"

पण मी त्याला टांग मारूच देईना. पक्की सायकल लावून धरली.

"ये जारेऽऽ बाबा तू! माला पुढं जायचंय सांगवीला."

"दे न् पन पंधरा पैसे! आसं का पन येवढं तुला भंगार गोळा करून द्यावा."

"आरे, मंग गारीगार घ्येनं! वाटल्यास दोन देतो!"

"कायी नको भो!"

"ह्ये आसंय तुझं." तो चिडत म्हणाला.

"आरे, म्या तुला सांगितलं न् दोस्ताला पत्र लिहाचंय!"

अब्बासने वैतागून डोक्यावर हात मारून घेतला अन् मला पंधरा पैसे काढून दिले. मी त्याची सायकल सोडली. माझ्या गाडीचा गेर टाकून डायरेक पोस्टऑफिसमध्येच जाऊन उभा राहिलो. पोस्टकार्ड घेतलं. रस्त्यातच संत्या, हण्त्या, पग्या भेटले.

"ये भोऽऽ चंदनचं पत्र आलं न्?"

"कुडेय त् भोऽऽ पाहू त् दे!" संतू म्हणाला.

"घरीय चला. म्या तुमाला दावतो."

"किरकेट खेळ म्हायीतय का तुमाला?"

"न्हायी त् भो कसा अस्तो त्यो खेळ!"

"मालाबी कुडं म्हायती?"

"मंग का बरं सांगून ऱ्हायलाय?"

"ये पऱ्या, चंदननं सांगितलं माला... दिवाळीच्या सुट्टीत शिकवनारय आपल्यायला!"

"दमा रे! म्या आलोच पत्र घेवून!"

मी पोस्टकार्ड आणलं. हण्त्यानं सगळ्यांना वाचून दाखवलं. पोरं खूश झाली. तिघांमिळून चंदनला पोस्टकार्ड लिहिलं,

प्रिय मित्र चंदन यांस,

भावड्याचा सप्रेम नमस्कार वि. वि.

पत्रास कारण की, तुझे पत्र मिळाले. वाचून आनंद वाटला. तू क्रिकेटच्या खेळाविषयी सांगितलं. संत्या, संप्या, दिवड्या हे आत्ताच दिवाळीची वाट पाहायला लागलेत. इकडं पाणी पाऊस नाही, त्यामुळे गावतळ्याला पाणी आले नाही. आपल्या गावचे लोक गावतळ्यात परसाकडला जायला लागले आहे. चांदवडच्या साडेतीन रोडग्याच्या डोंगरावर पाऊस झाला, म्हणून आपल्या गोई नदीला पूर आला. आम्ही शाळा सुटल्यावर पोहायाला जातो. संतूनं पाण्यात सुळकती उडी घेतली. त्याच्या डोक्याला मोठी खोच पडली. कंथईनं त्याच्यात तंबाखू भरली. भिलाच्या अशाबरोबर आम्ही खेकडी धरल्या होत्या. सीतावहिनी काल पुरणपोळी घेऊन आली होती. 'बाई माझ्या चंदनला मांडा लई आवडतो' म्हणत तुझी आठवण काढत रडत बसली. तू माझ्या पत्त्यावर सीतावहिनीला पोस्टकार्ड पाठव, म्हणजे तिचं मन निवंल. नदीला पाणी आलंय; पण गावावर पाऊस पडला नाही, म्हणून पेरण्या खोळंबल्या आहे. मी काडेपेटीतलं फूलपाखरू सोडून दिलं. काळजी नसावी. माझं चिमणीच्या गुवाएवढं दाटीवाटीनं लिहिलेलं अक्षर तुला कळंल की नाही माहीत नाही. इकडं सारे सुखात आहेत. तू सुखात राहावा अशी ईश्वर चरणी प्रार्थना. कळावे,

तुझे जिवलग दोस्त,

भावड्या आणि संतू, पग्या, हण्त्या

चंदनला पोस्टकार्ड लिहिता लिहिता पुढं आक्की, माई, तावडी यांनाही लिहू लागलो. मला वाटतं, मला कविता सापडली त्याला कारण हे पोस्टकार्डच असावं. पण हे पोस्टकार्ड माझ्यासाठी महागात पडलं. बापासंदर्भात मला खूप प्रश्न पडायचे? आपला बाप आपल्या घरी पाहुण्यासारखा एखाददोन दिवस येतो तेव्हाही आईला मारझोड करतो. आपल्याला कविता म्हणून दाखवायला लावत नाही की दिवड्याच्या बापासारखा घोडाघोडा आपल्या बापानं आपल्याशी खेळला नाही. मांडीवर घेऊन आंजारलंगोंजारलं नाही. हा असा कसा बाप असेल बरं? यसुंताबाबा संबळ वाजवत नित्याला नाचायला शिकवायचा.

"लारीऽऽ लारीऽऽ लाऽऽ लाऽऽ नाना नाच."

नित्या नाचायचा. यसुंताबाबा कौतुक पाहायचा. आपल्या बापाचं तसं नव्हतं. कळायचंच नाही आपला बाप असा का वागतो? मग ठरवलं; बापाला पोस्टकार्ड लिहायचं-

तीर्थरूप अण्णासाहेब यांना,
बालके चि. भावड्याचा सा. दंडवत वि. वि.
पत्रास कारण की, तुम्ही आमच्या आईस अन् आम्हांस का सोडून दिले? आम्ही तुम्हांला आवडत नाही का? आमच्या आईचं काय चुकलं की तुम्ही दुसऱ्या बाईबरोबर लग्न करून राहता? तुम्हांला आमची आठवण कधी येते की नाही? मी गावच्या गणेशउत्सवाच्या सांस्कृतिक कार्यक्रमात ध्रुवबाळाचं नाटुकलं केलं. त्यात मी ध्रुवबाळ बनलो होतो; तेव्हा लोक म्हणाले, 'तुझी कथा ध्रुवबाळासारखीच!' म्हणजे काय वो अण्णा?

अण्णा! आजी, आत्या माझ्या आईला का म्हणून त्रास देतात? तुम्ही त्यांना काही सांगितलं आहे काय? नसेल तर सांगून द्या. मी आता माझ्या आईचा अपमान सहन करणार नाही. तुम्ही किती दिवस माझ्या आईची माती करणार आहात? तिनं तुमचा काय गुन्हा केला आहे? तुम्ही आम्हांलाही तुमची मुलं मानत नाही. का आम्हांला वाळीत टाकता आहात? तुम्हांला काळजी वाटणार नाहीच; तरीही सांगतो, पमी बाभळीच्या झाडावर चढून सरपण पाडता पाडता पडली. तिचा गुडघा फुटला. माईचा नवरा माईला खूप त्रास देतो. आक्कीच्या नवऱ्यानंही तिला मारूनझोडून काढून दिलंय. तावडीलाही फारच सासुरवास होतो आहे. ती सध्या पाटेगावला आली आहे. तुम्ही आईला ठरवून दिलेली जमीन कधी देणार आहात, तेवढे कळवावे. इकडं आजीचा त्रास सोडला तर सारेच सुखात आहे. तुम्ही सुखात राहावे ही ईश्वरचरणी प्रार्थना, कळावे,

तुमचा चिरंजीव,
भावड्या

हे पोस्टकार्ड मी एकट्यानं लिहिलं नव्हतं. म्हणजे लिहिलं मीच; पण काही आक्कानं सांगितलं, काही तावडीनं, काही पमीनं, चंदननंही. दिलं बापाच्या पत्त्यावर पाठवून. बापानं माझं पोस्टकार्ड वाचून चेटकिणाईला देऊन टाकलं असावं. त्याचं उत्तर चेटकिणाईनं लिहिलेलं होतं,

भावड्या, या बिघडलेल्या कार्ट्यास दोन शब्द.
पत्र लिहिण्याचे कारण की, असे पत्र लिहून बापाला त्रास देऊ नये, अन्यथा याचे परिणाम फार वाईट होतील. तुझ्या आईला अन् तुला आम्ही गावातून हुसकून देऊ, जमिनीवर तुमचा काहीही अधिकार नाही. आतापर्यंत तुम्ही मायलेक जमीन खात आला, आम्हांला जमिनीतील, एक दाणा कधी पाह्यला मिळाला नाही.

आम्हीही तुम्हांला विचारलं नाही. पण त्याचा हिशेब मी घेणार आहे. तुझ्या आईचा माझ्या नवऱ्यावर कुठलाही अधिकार नाही. तू एवढा एवढा शेंबडा पोरगा, त्यांना प्रश्न विचारणारा कोण? त्यांना बीपीचा त्रास आहे ठाऊकय का तुला. तुझं पत्र वाचून बीपी केवढा वाढला होता त्यांचा. शेवटी डॉक्टरकडं न्यावं लागलं त्यांना; पण त्याचे तुला निर्बुद्धाला काय? आता जर तू असं काही पत्र धाडलं तर तिथे येऊन थोबाड रंगवीन, अजून तुझा जारही वाळला नाही तर अशी भाषा करतो. तुझा आणि तुझ्या आईचा विनाशकाल जवळ आला आहे. ध्यानात ठेव. हे पत्र म्हणजे तुला दिलेली धमकी समज. जास्त वळवळ करू नको. पायाखाली रगडायला मला जास्त वेळ लागणार नाही. तुझी आई अन् तू कुत्र्याच्या मौतीनं मरशाल सांगून ठिवते.

हे पोस्टकार्ड चुकून आईच्या हातात पडलं. भावकाबाबाच्या गण्यानं आईला वाचून दाखवलं. मी शाळेतून आलो. दप्तरही खाली ठेवलं नव्हतं, तोच आईनं मला बडवायला सुरुवात केली,

"तुला रेऽऽ कुनी सांगितले व्हते ह्ये नस्ते उद्योगऽऽ. तू माला न्याय मिळवून देनार का? म्या खेटते कोर्टातून तुझ्या बापाशी. तुला कुनी मक्ता घ्यायला सांगितला. तू तुझी साळा शिक. ह्ये पाह्यला म्या हाये! नको बाबा उगा कुनाचे शिव्याशाप घेवू!" आई मारत होती अन् कळवळतही होती.

"म्या काय केलं, आईऽऽ" आई मला का मारते ते मला कळतही नव्हतं. एकतर आईचा मार मी शाळेत न जाण्यावरून खाल्ला आहे. आता तर मी शाळेत जाऊन आलो तरी आई आपल्याला का मारते बुवा? कुणी आपली आईकडं खोटी कागाळी केली की काय? संतू, दिवड्या माझ्याबरोबरच होते. मग आईला कुणी सांगितलं असेल बुवा? काहीच उमज होईना. आई मारायचीही थांबेना अन् तिचा आसबोसही कमी होईना.

"तू फक्त तुझी साळा सिक! माझ्या दुखाचं बोचकं नको डोक्यावर घेवू." आई रडायला लागली. मला काहीच उमज होईना. आई का रडते आहे? मी काय केलं आहे?

"आई, का रडते ग तू?"

"माझा लेक लईच मोठा झाला. माझा कैवारी हायेस तू! पन नको उडी घेवू लेका दुखाच्या खाईत. तुझी आई डगमगनारी न्हायी येवढ्यातेवढ्या गोस्टीयला. माझ्या राजा, नको पडू याच्यात. तुला तळ्हाताच्या फोडावानी जपलं म्या! ह्या काटवनात उडी घ्यायला म्या हाये राजा. तुझ्या पायात लई काटे मोडतील. काट्याचा नायटा व्हायला येळ लागत न्हायी लेकाऽऽ" असं म्हणत आई खुरपं उचलून मळ्यात निघून गेली. जाताना माझ्या डोक्यात कोडं टाकून गेली. आई मला मारतही होती अन् कवतिकही करत होती. मला कोडं

काही केल्या सुटेना. गणिताच्या मास्तरचं गणित परवडलं. ते तरी सोडवता येत होतं. नाहीच सुटलं तर गाईड होतंच. आईचं हे बोलणं मला कुठल्या गाईडमध्ये सापडणार?

भावकाबाबाच्या गण्यानं मला पोस्टकार्ड दाखवलं अन् मला सगळ्याच गोष्टींचा उलगडा झाला. कोडंही सुटलं होतं...

आई मला मारत होती तेव्हाच जाणवलं होतं की आईचा मार मला लागत नाहीये.

एरवी आईच्या हाताचा मार म्हणजे मेंदूपर्यंत झिणझिण्या पोहोचायच्या...

आईच्या काळजावर पोस्टकार्डचा चांगलाच मार बसला होता!

त्यानंतर मला कुठलंही पोस्टकार्ड आलं की आईच्या काळजात धस्स व्हायचं. आई नाहक काळजी करत राहायची. त्या दिवशी आई मला जास्तच जपायची. मी आईला सांगायचो-

"आई, हे माझ्या दोस्ताचं पत्रय!"

मी तिला वाचूनही दाखवायचो. मात्र आई त्या पोस्टकार्डचं वाचन तिच्याच पद्धतीनं करायची अन् जिवाला चटका लावून घ्यायची. मला मुंजाबाचा नाहीतर म्हसोबाचा अंगारा लावत उःशाप धुंडाळायची... चेटकिणाईच्या पोस्टकार्डचा मजकूर आईच्या काळजावर उमटला होता. तो पुसायला बराच काळ लागला.

❑❑

३८
रुमणं

काही काही अनुभव इतके कडुकाळे असतात की त्यांची चव पुन्हा घ्यावीशी वाटत नाही. त्यांना सोडून पुढं निघालं तरी ते मागंमागं येतच राहतात. जिवाला जिभळी लावून घायाळ करून सोडत असतात. वडिलोपार्जित इस्टेटीतला जसा त्याच्या हरेक वारसाला ज्याचात्याचा हिस्सा येत असतो, तसे कडुगोड अनुभवांचे हिस्से तुम्ही न मागताही वाट्याला येत असतात. त्याच कडू हिश्श्याची ही गोष्ट...

दिवस उन्हाळ्याचे. अशा दिवसांतही आईनं बाजारहाट चालवण्यापुरते वांगे चूळ घालून जतन केले होते. आमच्या विहिरीला पिण्यापुरतं पाणी. तेवढ्या पाण्यात बादलीही बुडत नव्हती. बादलीबादली पाणी शेंदून काढायचं अन् वांग्याच्या झाडाबुडी केलेल्या आळ्यात ओतायचं. रविवारच्या बाजारात वांगे विकायचे. तेवढेच तेलामिठाचे पैसे सहज सुटायचे. उन्हाळ्यात मजुरीचं काम तुरळक. काम नसेल तेव्हा वांग्यांना पाणी द्यायचं काम आई करायची. तिला मजुरीचं कान असलं की चूळ भरण्याची ड्युटी माझ्याकडं.

वांगे तोडता तोडता आई म्हणाली,

"भावड्या, उद्या तुलाच वांगे इकायला जावं लागंल!"

"आई, म्या न्हायी जानार! लई ऊन लागतं. तहानीनं त् जीव कोरडा पडतो."

"बाजारात मिळतं न पानी!"

"गढूळपचाक पानी. कुडल्या गटारीतून भरून आणल्यासारखं!"

"आरे म्याच गेले असते; पन काम आलंय पुंजामोठ्याईचं घर सारवायचं. त्येवढेच दहाबारा रुपै सहज सुटतील."

"असं असंन त् जाईन म्या!"

"शाना माझा दादा!"

माझी क्रिकेटची मॅच हुकणार याची हळहळ मात्र मला लागली. कोलटेक विरुद्ध

पाटेगाव असा सामना रंगणार होता. पण मॅचपेक्षा बाजारही महत्त्वाचा होता. पोरांचे बोलणे खावे लागतील एवढंच. संध्याकाळी संतू, गुऱ्या, गण्या, रत्न्या, सुकड्या, नित्या सारेच गलका करत आले. आता यांना काय सांगायचं? त्यांचंच सुरू झालं.

"उद्या कोलटेकचा पाहय कसा धुव्वा उडून देवूऽऽ!" संतू बॅटची मूठ दोऱ्यानं आवळीत म्हणाला.

"ये, यवढं त्यायला ऐरंगैरं समजू नको! हारवतील आपल्यालाच; अन् येवू तोंड घेवून!" नित्या म्हणाला.

"च्यायला, पचकलाच मधी? याचं तोंडबी घुबडाचंय!" संतूनं नित्याला गुद्धावलं.

"आपुन आलो कहाला अन् तुम्ची चालू झाली गुद्दागुद्दी!" गुऱ्या म्हणाला.

"भावड्याऽऽ, तुझ्या वाटचे चार आणे दे!"

"न्हायी भो. उद्या न्हायी येता येनार माला!"

"ह्ये भावड्या, आसं नको करू! तुझ्यावाटचे म्या भरतो!" गुऱ्या म्हणाला

"उद्या म्या वांगे इकायला चाल्लो भो लासलगावला!"

"सामना कॅनसलंय रे संत्याऽऽ! भावड्या न्हायी त काय मजा येनार?"

"भावड्यावाचून काय आडलंय माही बॅटिंग पाह्यली न्हायी आजून तू गुऱ्या!"

"नित्या, ऱ्हाव दे तुही बॅटिंग. मातीवंच हागून देतो तू!"

पोरं हसले खरे; पण हिरमुसून निघून गेले.

बाजाराला कधी गेलो नव्हतो असं नाही. आईबरोबर कित्येकदा... आईनं भाव करायचा अन् मी तराजू काट्यातून माळवं तोलून द्यायचं. एकट्यानं मात्र पहिलीच वेळ. लासलगावचा बाजार म्हणजे ही मोठी जत्राच भरलेली असते. आजूबाजूच्या दहापाच खेड्यांतले लोक बाजारासाठी आलेले असायचे. ताजमहाल आम्हा पोरांना माहीत नव्हता, ना कळसूबाईचं शिखर. आम्हांला कुणी त्याच्याविषयी सांगितलं असतं तरी आम्हांला काहीच वाटलं नसतं. पण लासलगावच्या बाजाराचं आम्हांला कोण अप्रूप. जगातली कुठलीही गोष्ट त्याच्यापुढे फिकी. संतू, दिवड्या, गण्या, नित्या जर एखाद वेळेस त्यांच्या आईबरोबर बाजाराला जाणार असतील तर त्यांची मिजास विचारू नका. मात्र, ह्याच बाजारात भाजीपाला घेऊन विकायला जायचं म्हटलं की सारेच नाखूश असायचे. तसाच मी नाखूश होतो. व्यवस्थित जागा हेरून बसलो. टोपल्याचं फडकंही सोडलं नव्हतं तोच गिऱ्हाईक उभं...

"काये रे?"

"वांगेयत"

"कशे दिले?"

"दोन रुपै पावशेर"

"तुझ्या बापानं पाहिलेत का?"

बापानं जर वांगे पाहिले असते तर विकायला कशाला आलो असतो? शहरात मस्त राहत असतो. तुमच्यासारखंच बापाबरोबर बाजारात भाजीपाला करायला आलो असतो. फरक एवढाच की तुमच्यासारखी चाराण्या-आठाण्यासाठी घासघीस घातली नसती. पण हे मनातल्या मनातच म्हणालो,

"काय रे, आठाने देतो का?"

"आठानेत काय येतं आता सायेब? आठाने बुडाले!"

गडी चिडला. चांगला लाल झाला अन् रागानं म्हणाला,

"तुझ्या बापानंच बुडवले असेल मग!"

असं म्हणत तणतणत निघून गेला. याला काय माझा बाप आवडत होता, काही कळत नव्हतं. बापाला बिचाऱ्याला वाटलंही नसेल की इकडं त्याच्या नावाचा उद्धार होतो आहे. बापाला वंशाला दिवाच का हवा होता तेही कळलं. लोक हरघडी माझा बाप काढत होते. यावरून तर लक्षात येत होतं. माझ्याऐवजी पमी आली असती बाजारात तर तिला बापावरून बोललं गेलं नसतं. वंशाचा दिवा हे असं सारखं बापाचं नाव काढण्यास कारण होत असतो. मधूनच अनेक बैतल गिऱ्हाईकं येऊन डोकं पिकवून गेले. एवढे सुटाबुटात ऐटीत यायचे अन् चाराण्या-आठाण्यासाठी झिगझिग घालत बसायचे. वाटायचं की यांच्यासाठी शेतकरी म्हणजे काडीकचराच. उन्हातान्हात राबराबून हाती काय तर असल्या ऐदी लोकांच उद्धट बोलणं. वावरात राबराब राबत आपण पिकवतो. एका बाजूला व्यापारी लुटतात अन् असे गिऱ्हाईकंही. शाळेत तर मास्तर शिकवतात- शेतकरी जगाचा पोशिंदा. पण या पोशिंद्याच्या पोटावर लोक बदाबदा लाथा मारायला सरसावलेले. पुन्हा नाही यायचं बाजारात. ही बाजाराची झंझट आईलाच जमू जाणं. ती म्हणते लोकांच्या बोलण्यानं काही शरीराला भगं पडत नाही; पण मनाला पडतात त्याचं काय? विचाराच्या तंद्रीत असतानाच एका चांगल्या गोलगटम माणसाच्या बोलण्यानं भानावर आलो. गडी असा की चिमटा घेतला तर टचक्न रक्त आलं असतं. तांबारलेले डोळे, भरदार मिशा. खात्यापित्या घरचं दणकट बेणं... हत्तीच. टोपल्यावर झुकत म्हगाला,

"कसे दिले रे, पोऱ्याऽऽ"

"दोन रुपये पावशेरय, सायब!"

हातात उचललेले वांगे मेलेला उंदीर फेकावा तसा टोपल्यात टाकत म्हणाला,

"तूच कालवण करून खाय!"

"काय झालं, सायब?"

"काहीच्या काही भाव सांगतो!"

"हाये तोच सांग्तो."

''वांगेही लई चवाचे चालले. सुरकतलेले त् हाये. बैलंढोरंबी खानार न्हायी!''

''सायब, उन्हात मानूस सुकतो! ते त् भारी वांगेयत!''

''लईच चबरचबर बोलतो रे, गाभरा!'' असं म्हणत पुढं निघून गेला. माझी त् तळपायाची आग मस्तकाला भिडली. वांग्यानं भरलेली पाटी याच्या निबर डोक्यात हाणावी. पण तसं करता येत नाही. पिढ्यान् पिढ्या सोशिकपणाचा कित्ता गिरवत आलेल्या पिढीची आपण औलाद अन् आपल्यावरही तेच संस्कार. आतल्या आत चरफड अन् कुढणं एवढंच आपल्या हाती होतं. आपल्या दोन रुपये पावशेर वांग्याचा आपल्यालाच हिशेब सांगितला जात होता. एकदा येऊन उन्हातान्हात चूळ भर न म्हणावं; मग कळेल वांगे किती महागय. तरी आपण स्वस्त विकतो. आपल्या कष्टाचं मोल दोन रुपयात तोलायला या लोकांना जड जातं. मुंजाबाच्या पारावर जेव्हा मी, गण्या, संतू जाऊन बसायचो; भिका शिंदे, पिरा सावजी, रघू काशिनाथ बसलेले असायचे. रघू काशिनाथ शेतकरी संघटनेचं काम करत होता. पिरा सावजी, भिका शिंदे यांनाही असाच काही कळवळा शेतकऱ्यांचा होता. त्या तिघांचं वाचनही दांडगं. आपापसात ते बेंबीच्या देठापासून बोलायचे... भांडायचे... कावायचे. आमचं मनोरंजन व्हायचं. गण्या म्हणायचा,

''लई भारी टायीमपास झाला भो.''

''हा ना भो!''

खिशात हात घालून घरी यायचो. शिंकाळ्याचं भाकरीचं टोपलं घेऊन जेवत बसायचो. पण आज बाजारानं मला त्यांची पोटतिडकीची जाणीव करून दिली; नव्हे सज्ञान केलं होतं. त्यांच्या शब्दाशब्दांमधला विस्तव माझ्या काळजाला चटके देऊ लागला होता. रघू काशिनाथ म्हणायचा बिडी शिलगावून...

''च्यायला, आपल्या कांद्यायला जरा भाव आला की ह्ये भोसडीच्ये म्हननार कांद्यानं डोळ्याला पाणी आणलं. कसा आणील कांदा डोळ्याला पानी? कांद्या का यायची आईय का बापये? की तो मरून पडला म्हनून यायच्या डोळ्याला पानी आनंल?''

''माह्या मनातलं बोललं गड्या! आरं, सरकारनं त् काय करायला पाह्यजे की ह्या नौकरीवाल्यायला यक वर्ष सेती करायला लावलायची अन् यक वर्ष आपून त्यायच्या बदली नोकरी करायची. इडं येवून मातीत पासली पडलं की कळंल त्यायला कशी गांड फाटत्ये त्ये!'' पिरा सावजीचा राग उफाळून यायचा.

''ह्या सुक्कळीच्यायला, खेडं म्हन्जे रम्य कायीतरी वाटत असतं. त्यायला काय ठाव, दुरून डोंगर साजरेच दिसत्यात. पायात काटा मोडला तरी त्यायला देव आठवंल. गाद्यागिरद्यायवर लोळत पडायचं सांजसकाळ हेपलत बसतात. सेतीत काम केल्याव कसा जिवाचा मुर्दा व्हऊन जातो. यायला काय म्हायीत!''

''नाना, ह्ये सरकार त् येड्याबोड्याचं हायेच; पन आपू शेतकरीही शोषिकपनाची

औलाद. म्हनून या भडव्यायचं फगतं. यकजुट करायची पाळी आली की गांडीत शेपूट घालून घेनार. आमी पडतो तोंडावं." रघूचा कार्यकर्ता वर हुसाळ्या मारून यायचा.

माझी तंद्री बाजारातल्या चहावाल्या पोरानं तोडली,

"च्या घायचा का?"

"आरं बाबा, इडं दोन रुपयाचे वांगे इकले न्हायी. च्या कुडं घेतो!"

असं करता करता दुपार उलटली तरी साधी बोहणी झाली नव्हती. अशा वेळेस तर आई अन् मी माळवं विकून आमचा बाजारहाट करायच्या मार्गाला लागायचो. आपल्याला काही विकता येत नाही. आईच्याऐवजी मीच जायला हवं होतं पुंजामोठ्याईचं घर सारवायला. गिऱ्हाइकांनी तर माझं डोकं पिकवलं. कमीजास्त भावातही मी विकले असते. पण लोक निव्वळ पोथरटपणा करायचे. घेतबित काही नव्हते. इज्जत काढून जायचे. माझ्या जीव तर रडकुंडीला आला. तेवढ्यात एक जण आला. म्हणाला,

"लईच सुरकतलेले घेवून आला. विकायला आला की वाळवायला आला?"

"असं कसं म्हन्ता!"

"मला शिकवतो का, सुक्कळीच्या!"

त्याच्या अशा बोलण्यानं माझं तर डोकंच फिरलं. एकतर आधीपासूनच भणभण करत होतं, त्यात याची भर. पण गड्याचं तर आधीचच टाळकं फिरलेलं. असेना का? हे का शिव्या द्यायचं परमिट खिशात घालून हिंडतात? मीही माघार घेतलीच नाही. म्हणालो,

"शिव्या देवून राह्यले नाहक. घ्यायचं नसंल त् घेवू नका. मी कुडं मागं लागलो तुम्च्या, घ्याच म्हनून!"

त्याचा रागाचा पारा आणखीनच वाढला. एवढंसं पोरगं आपल्या तोंडी लागतंय म्हणून...

"ये भाडखावऽऽ!"

"ये, भाडखावबिडखाव म्हणायचं काम न्हायी. लान पोर पाहून दम नको देवू!"

"थांब तुला दावतो आळपण्या!"

असं म्हणत त्यानं माझं वांग्यांचं टोपलं उचललं अन् तरातरा निघाला. मी त्याच्या मागंमागं; कसाई बकरू धरून ओढत चालतो तसं. इथं तर आपणच त्याच्या मागं बळंच ओढले जात होतो. काय करणार माझं तेलमिठाचंच तो जर घेऊन चालला होता. मला काय करावं ते कळेना. धाय मोकलून रडायचो बाकी राहिलो. रडकुंडीला आलो तरी गडी काही थांबेना. तो आपला पुढंपुढंच. मी त्याला हटकवलं...

"का बरं गरिबाच्या पोटावर मारून न्हायलाय?"

"भोसडीच्या, माज आल तुला जास्त!"

"ये, शिव्या नको देवू. शिव्या द्यायचं परमिट कहाडलं का तू!"

''थांब भडव्या, तुला परमिटच दाखवतो!'' असं म्हणत त्यानं रागंरागं टोपलं रस्त्यावर ओतून दिलं अन् रिकामं टोपलं माझ्या पाठीत हाणलं. मी तोल जाऊन माझ्याच वांग्यांवर पडलो. रडत होतो. गवार विकायला बसलेली एक खमकी म्हातारी धावली त्याच्यापाठी.

''गरीबदुबळं सापडलं म्हनून कसंही नागवायचं का?''

''ये म्हातारे, तू नको मधी येवू कैवार घ्याया!''

आजीबाईनं पायातली चप्पल काढली अन् रागानं म्हणाली,

''मुसकाटच फोडीन! गरीबदुबळ्यावं मर्दुनमुकी गाजवतो व्हय!''

बरेच लोक जमा झाले होते. म्हणून तो शेपूट घालून तरातरा गर्दीतून निघून गेला. आजीबाईच्या तोंडाचा पट्टा चालूच होता.

''धिटाई खाई मिठई, गरीब खाई गचांड्या. वाहनतोंड्या! लहान लेकराला ताकद दावतो. लई मस्ती आली असंल त् आखाड्यात जाय ना मेल्या!'' लोक आमच्या भोवतीनं जमा झाले होते. आजीबाई त्यांच्यावर डाफरली, ''तमाशा मांडला का इडं! आधी कुडं गेले व्हते?''

लोक पांगले. आजीबाईनं अन् मी पुन्हा रस्त्याभर सांडलेले वांगे गोळा करून पाटीत भरले. आजीबाई माझी समजूत काढत होती. मला गप करू पाहत होती.

''रडू नको लेकरा, गरिबाची इज्जत वाटेवरच पडलेली अस्ती. कुनीही यावं अन् पायदळी तुडून जावी.''

''म्या त्याला कायीबी बोललो न्हायी. त्योच शिव्या द्यायला लागला.'' मी स्फुंदत स्फुंदत सांगू लागलो.

''गप लेकरा. ह्ये आसेच वायीट लोक अस्त्यात.'' पदारानं माझे डोळे पुसत आजीबाई म्हणाली अन् माझ्या डोक्यावर वांग्याचं टोपलं उचलून ठेवून दिलं. मी निघालो. लोक माझ्याकडं पाहत होते. मी डोळे पुसत टोपलं सावरून धरलं होतं. लोक मला विचारत होते,

''काय रे पोरा, काम्हून वतलं व्हतं टोपलं रस्त्यावं?''

''ये पोरच काही म्हन्लं आसंल. तो शानासुरता होता. त्याच्या का डोक्यात फरक पडला का?''

''पेयेल आसंल त्यो. पेणारे का ठिकाण्यावं आस्त्या का?''

''पन त्यानंबी पोराला मारावं का?''

''दुन्याच फिरली. उद्या लोक खिशात पिस्तूल घेवून हिंडल?''

लोक मी काही न सांगता त्यांच्या परीनं अनुमानं लावत होते. मी गपच चाललो होतो. मला माहीत होतं यांना सांगूनही हे काय न्याय करणार. माझ्या मदतीला आलेली आजी तेवढी खरी; बाकीचे बघे. हे बघे तसे आमच्या आयुष्यात खूप आलेले. हे दुखणं कमी करण्याऐवजी वाढवणारेच असतात.

चालत थोडं पुढं आल्यावर वाटलं आता हे वांगे घरी कसे नेणार? आई म्हणेल तुला एक काम करता आलं नाही. विकायला तरी कसं बसायचं? वांग्यांना तर माती लागली. धुवून आणायचे कुठून? ग्लासभर पाण्याला त्रीस पैसे पडतात. मग वांग्यांचं काय? म्हणून विचार केला की भऱ्याकऱ्यालाच कमीजास्त किमतीत देऊन टाकावे. जवळच असलेल्या भऱ्याकऱ्याच्या पालाजवळ गेलो. म्हटलो,

"घ्यायचे का वांगे?"

त्यानं सारा तमाशा पाहिलाच होता. त्यामुळे तो आडून पाह्यला लागला. म्हणाला,

"मातीवर सांडलेले देतो का?"

"मातीतूनच आले ते. त्यानं काय झालं?"

"गिऱ्हाईक घेईल तरी का मातीनं भरलेले!"

"मालक, तुम्ही थोडेच असे विकणार आहात; त्याला धुवूनच आणाल ना!"

"पाच रुपये देईन!"

"यवढेच का?"

"उचल मग! लाग रस्त्याला!"

तेवढेच का होईना; काय घेता चोराची लंगोटी!

रस्त्यावरच्या आयुष्याला असं कुणीहं टपली मारून जातो. वेळंच आली होती त्याला कोण काय करणार! गुमान त्याच्याकडून पाच रुपये घेतले अन् रस्त्याला लागलो. घरी जावंच वाटत नव्हतं. पावलं जड पडत होते. डोळ्यांतून आसवं येत होती. स्टँडवर आलो. गावाकडची एसटी लागलेली होती. अंगाचं मुटकुळं करून सीटवर बसलो. डोळ्यांसमोर सारखा तो वांगे ओतून देणारा येत होता. रस्ताभर पडलेले वांगे अन् वांग्यांमध्ये मी. त्या माणसाला मनातल्या मनात शिव्या मोजत होतो. असं वाटत होतं की आजच आपण मोठे व्हायला पाहिजे, म्हणजे त्याला चांगलं झोडपून काढता येईल. परत तो आपल्या वाट्याला जाणार नाही. त्यानं आपली हज्जारदा माफी मागितली असती तरी त्याला माफ केलं नसतं. हा बाजार तो आयुष्यात कधीही विसरला नसता.

घरी आलो. बरं झालं रस्त्यात संतू, गुऱ्या, रत्न्या, पग्या भेटले नाही. नाहीतर म्हटले असते...

"लई बाजाराचा दिमाख दाखवत गेला अन् आला बाजारात वांगे वतून अन् मुसकाटात खावून!"

संध्याकाळी आई कामावरून घरी आली. मला बांधून दिलेल्या भाकरीचं गठूळं तसंच पाहून आई म्हणाली,

"भावड्या, जेवला न्हायी? का कायी घेवून खाल्लं?"

मी आईच्या गळ्यात पडून रडत बसलो.

“काय झालं रडाया?”

मी सारीच हकिकत आईच्या कानावर घातली.

“लेका, मातीतल्या माणसाला यवढं डोकं गरम करून चालत न्हायी. लई काळजात शिरून ऱ्हावं लागतं. लोक चांगले न्हायी!”

“तो कशीही इज्जत कहाडायला लागला!”

“दुन्याच्या बाजारात गरिबाला कुडली इज्जत आस्ते!”

“म्हन्जे लोकांनी कायी बोल्लं तरी चाल्तं! त्यायनं जशी परमीशनंच कहाडली.”

“मातीतले आहोत आपुन. मातीनं कधी हात उगारला का?”

“हे कवितेतही लिहितोय, आई, मी!”

“कवितेची गोस्ट येगळी अन् जगन्याची येगळी आस्ते लेका. प्रस्थितीत सापडलेल्याला कुनीबी गांजवायला तयारच अस्तं. लई 'भाऊ, दादा' करत जगावं लागतं तवा कुडं निभाव लाग्तो.”

“हे आसं किती दिवस चालायचं, आई?”

“ह्यातून झालीच आपली सुटका त् तुझ्या साळेनंच व्हईल लेका! मोप शिक राजा. मातीचीबी दैना फिटते आन उकाड्याचीबी; तसी आपलीबी फिटंल!”

याच दिवसांत कविता माझ्या हाती सापडली होती अन् मी कवितेच्या तावडीत. मी अक्षरातून वहीच्या ओळीओळीवर असं पेरू लागलो होतो स्वत:ला.

“लेका, तुला कसदार पिकासारखं उगवून यायचंच असंल कवितेत त् शाळेच्या रुमण्यावरची पकड कधीच ढिली होऊ देवू नको!” असं आईच म्हणाली होती.

एवढं सारं होऊनही मला पंख फुटल्यासारखं झालं होतं...

❑❑

३९
शिळ्या भाकरीचे कोरके...

उन्हाच्याभरी झाडाच्या सावलीत निवाऱ्याला बसावं, तर सावलीच अशी फाटकी निघावी अन् तिनं साऱ्या बाजूनं अंगावर उन्हच धरावं. अशा सावल्या लाख टाळूनही आयुष्यात आल्याच. उभ्या जगण्यावर उन्हाची पेरणी करून गेल्या. आई जसं दळण पाखडायची तसे पाखडता आले पाहिजे होते बरेवाईट दिवस. आई दळणातून खडे सहजी घोळून बाजूला काढायची, तसे वाईट दिवस घोळून टाकले असते. चांगले तेवढे सुपात उरले असते. पण असं सूप कुठं सापडणार? म्हणून ते दिवस एकत्रच पडून राहणार. त्यातलाच एक दिवस.

गेली दहाबारा दिवस आई अंथरुणालाच खिळून होती. आईचा ताप जराही उतरत नव्हता. आईच्या आजारपणामुळे रोजंदारीचा एक रुपयाही घरात आला नव्हता. पैशाच्या अडचणीमुळे आईनं दुखणं अंगावरच काढलं; पण दवाखान्यात गेली नव्हती. पमी मामाच्या घरी गेल्यामुळे आणखीनच वणवण झाली होती. ती असती तर रोजीरोटीचा सवाल मिटला असता. घरातली कामं मलाच करावी लागत होती. पाण्याच्या खेपा आणणं, आईचं लुगडं धुणं, मला ताप आला की आई जशी माझ्या तळपायास आणि तळहातांना कांदा चोळायची तसं मी करायचो. आईच्या कपाळावर गार पाण्याच्या पट्ट्या ठेवायचो. माझ्या परीनं आईचा ताप कमी करायचा प्रयत्न करायचो. आई कण्हतकण्हत कौतुकानं म्हणायची,

"तू त् माझी पोरगीच हाये रे! माझ्या भाऊला कुडल्यायी कामाची लाज न्हायी!"

"आई, तू बरी व्हो पटकन!"

"ही काय बरीच झालेय म्या!" असं म्हणत आई उठली अन् कामाला लागली.

आईच्या आजारपणामुळे घरच आजारी पडल्यासारखं वाटत होतं. घराचं कंबरडं मोडलं होतं. सगळ्याच बाजूनं आखडतं आलं होतं. खरंतर आईला आजार माहिती नव्हता. आई अंथरुणावर पडली असं कधीच झालं नव्हतं. माझं तर कशातच मन लागत नव्हतं. कविताही लिहावीशी वाटत नव्हती... तीही आजारी पडली आईसारखी. मला शाळेला

निघायचं होतं. दप्तर टाईमटेबल नुसार भरलं. आईला म्हणालो,

"आई, भाकर दे बांधून मला. येळ झालाय शाळेला!"

"बबड्या, घरात् कायीच न्हायी रे! दहा घरं पुंज्ले पन कुनाकडंच न्हायी, एका भाकरीपुरतंही पीठ. आपल्याक नसलं त् साऱ्या जगातच नाहाडा पडतो!"

"जाव दे, आई! गण्यातच खाईल म्या आजच्या दिवस भाकर!" दप्तर उचललं अन् शाळेला निघालो. पुन्हा थांबत आईला म्हणालो,

"आई, कामाला नको जावू बरं का?"

"आंथरून धरून किती दिस बसायचं, भुकं न्हायची पाळी आली माझ्या लेकरावर!"

"न्हायी जायचं आई कामाला; न्हायी त् म्या न्हायी जात शाळात!"

"न्हायी जात, लेका! तू जाय साळात!"

कांबळईचा नित्या, भालेरावचा दिवड्या, यदुबाबाचा संतू, जनाकाकूचा संप्या मारुतीच्या देवळाजवळ माझी वाट पाहत उभे होते.

"ये भावडे न्, लयी मरेलवानी चालतं! चाल रे भो लवकर."

"तुझ्या पायात दगडं बांध्ले काय रे?" नित्या म्हणाला.

"तुझ्या पायाला जसे आगगाडीचे चाकं बांधलेय. सांगून न्हायलाय!"

"मंग काम्हून टायीम लावला रे?"

"माझ्याई आजारीय?"

मग पोरं काही बोलले नाही. तवंगापर्यंत येऊन पोहोचल्यावर एकाएकी पोरं खळले. संतू म्हणाला,

"भावड्या, साळात न्हयी जायचं रे भो आज!"

"मग कुडी जायचं?"

"इकडच हिंडू ईळभर!"

"न्हाय भो. माझ्याई माला फोडून काढीन!"

"म्यापन साळात जायीन!" संप्या म्हणाला.

"ये नित्या, यायला तरफडू दे साळात. आपन न्हायी जायचं, यायचा व्हऊन जाव दे साळंत पालथा गोरस. त्ये गणितचं मास्तर जल्मात उतणं व्हऊ द्यायचं न्हायी." सगळेच खी खी करून हसायला लागले.

संतूची गँग निघून गेली. मी अन् संप्या शाळेत आलो. भूक लागली होती. मधल्या सुट्टीपर्यंत भूक राहिना. मधल्या सुट्टीत खाण्यासाठी भाकर कुठं आणली होती? एकतर शाळेत निघायचो तेव्हाच मी जेवण करायचो. आज तर जेवणही नाही. भुकेमुळे मास्तरांच्या शिकवण्याकडं बिलकूलही लक्ष लागलं नाही. मास्तर जे काही शिकवेल त्यात भूकच दिसायची. मराठीच्या तासाला मोरे सर कविता शिकवत होते तेव्हा तर वाटलं, उठावं

यांच्या हातातलं पुस्तकच खाऊन टाकावं कवितेसकट... ब्लॅकबोर्डही... डस्टर... अन् पोरांचे टिफीनही. आक्का अन् आईकडून भूकं राहण्याचं तंत्र शिकलं पाहिजे. त्यांना विचारलं पाहिजे की तुम्ही भूक कशी काढता? गणिताच्या सरांनी गणित सोडवायचं सूत्र सांगितल्यापेक्षा भूक भागवण्याचं सूत्र सांगितलं पाहिजे. दोनाचा वर्ग भाकर. तीनाचा वर्ग भाकर. चाराचा वर्ग भाकर. सारं वर्गमूळच भाकरीत बुडालेलं.

मधली सुट्टी झाली. पोरं पटांगणातल्या झाडाखाली जेवायला बसले. त्यांच्यात मी संप्याला हुडकू लागलो. पण संप्या काही दिसेना. मग वाटायला लागलं की संतू, नित्या-त्यांच्या बरोबरच जायला पाहिजे होतं. रानमळे हुडकत खाल्लं असतं काहीतरी. त्यांनी भाकरी तर आणल्याच असतील. त्यांच्यात खाता आलं असतं. बरं, पोरांना खाताना पाहून भूक आणखीनंच खवळायची. दारात आलेल्या कुत्र्याला घासकुटका फेकला जातो; पण मला एकही पोरगं म्हणेना की, 'ये रे आमच्यात जेवायला.' सगळ्यांचाच घास करून टाकावसा वाटला. संप्या काही दिसेना. मग ठरवलं. पाण्याच्या टाकीवर जाऊन पाणी घेऊ पोटात भरून. म्हणजे थोडी थंड होईल भूक. पाण्याच्या टाकीवर गेलो. खूप पाणी प्यायलो तरी भूक राहिना, तेवढ्यात संप्याही आला.

"संप्या, म्या तुलाच शोधत व्हतो!"

"जेवला का?

"न्हायी रे!"

"चाल नं मग जेवन करू. लयी भूक लागलीय."

"मालाबी"

झाडाजवळ बसलो.

"कहाड न मंग भाकर!"

"भाकर त् न्हायी आणली. माझ्याई गावाला गेलीय. म्या त् काल रातीबी कायी खाल्लं न्हायी. माला वाटलं तू तुझ्यापुरती आन्ली असंल. आपल्यामुळे उपाशी ऱ्हायचा, म्हनून जेवायची सुटी झाली न् तुला न दिस्ता भायर पडलो!"

"चाल! आप्ले दप्तर घेवून येवू वर्गातून, घरीच जावू. आता माझ्याच्यानं वर्गात न्हायी बसवायचं."

आम्ही दोघांनी दप्तर पाठीवर टाकले. दबकत दबकत शाळेच्या आवारातून बाहेर पडलो. रस्त्याला लागलो. कुंभाराची घरं ओलांडली अन् आम्हांला लग्न दिसलं. एवढा आनंद झाला. आता पोटाला पोटभर खाता येईन. आई म्हणते देव कधी उपाशी मरू देत नाही, ते खरंय. संप्याला म्हणालो,

"संप्या, चाल पयली पंगत उठलीय, देवू हाणून."

"ये भावड्या लगनं कुनाच न् काय. जेवू देतील का?"

“चाल रे भो!”

आम्ही पंगतीत जाऊन बसलो. पत्रावळी वाढली. गुळाच्या लापशीचा वास येत होता. धीर धरवत नव्हता. असं झालं होतं की वाढपे आपल्याला कधी एकदाचं वाढतील. एकदाची वाढी आली. घास उचलणार तोच एक टोपड्या माणूस पंगतीत फिरत आला. आम्हांला दोघांना न्याहाळायला लागला अन् म्हणाला,

“कुडले रे तुमी?”

“पाटेगावचे...” संप्यानं असं म्हटल्यामुळे त्याच्या कपाळावर आट्याचं जाळं उठलं. शिरा ताणल्या अन् म्हणाला,

“पळा यीडून. च्यायचं गतपन... कुडूनयी खायासाठी येत! कुनी वाढलं रे यायला? पाहून न्हायी घेता येत का? उठा रे बोडकीच्यायवोऽऽ”

म्हटलं हा काही जेवण पोटात जाऊ द्यायचा नाही. म्हणून मी लापशी हातात उचलली. संप्यानं तर मोठा गपणा मारला. त्यानं माझ्या हातातली लापशी पत्रावळीवर झटकली. संप्याच्या तोबरा भरलेल्या तोंडात मारली. लापशी गपकन बाहेर उडाली. जमीन उलावी तशी भूक कलाकला उलली. पोटाला तडे गेले. आतडं तुटलं. भुकेची मातीमाती झाली. पोटात शिव्यांची, अपमानाची धसकटं भरू लागली. दप्तर घेऊन पळत सुटलो. त्या माणसाला मनात शिव्या हासडल्या. पण त्यानं थोडीच भूक भागवली जाणार का? ती तर आणखीनंच पेटली.

संप्या मुकाटी चालला होता. त्याचे डोळे ओले झाले होते. मी तरी सकाळपासून उपाशी होतो. तो बिचारा काल रात्रीपासून उपाशी होता. त्याची भूक माझ्या भुकेपेक्षा मोठी होती. रस्तानं लागलेला तवंग भुकेला वाटत होता. झाडंही उपाशी वाटत होती अन् पिरसायबाबाही उपाशी वाटत होता. गाव, मळे, नदी सारेच उपाशी आहेत आपल्यासारखे! झाडांना पानांऐवजी भाकरी फुटायला पाहिजे होत्या. म्हणजे भूक लागली की चढायचं झाडावर अन् दोन भाकरी तोडायच्या की भागली भूक. म्हणजे आईलाही मजुरीच्या कामाला जावं लागलं नसतं. असं काही होणार नाही. आईला मजुरीच्या कामाला जावंच लागेल.

गावात पोहोचलो. संप्या दप्तर ठेवून आला माझ्या घरी. आई आजारी असूनही कामाला गेली होती. आम्ही दोघं मिळून घरात काही मिळतं का ते पाहत होतो. सारेच डबडे पाहून झाले होते; पण काहीच हाताला लागलं नाही. संध्याकाळपर्यंत कशीतरी भूक रेटली; मग काही थांबेना. तेवढ्यात संप्या म्हणाला,

“चल भावड्या, आपल्याला यका ठिकाणी मिळंल.”

“कुडं?”

“तू चाल त् सयी!”

“आपल्यासाठी कुनी ठिवलीय भाकर वाढून?”

"तू माह्याबरुबर चाल. तुला काय करायचं? भाकर मिळली म्हन्जे बास!"

"चाल मंग!"

असं म्हणत दाराची कडी लावली. संप्याच्या मागंमागं चालत राहिलो. जिवा कोकण्याच्या घराजवळ आल्यावर संप्या थांबला. मी म्हणालो,

"थांबला काय रे?"

"याच्याच घरात कायीतरी मिळंल."

"येडा झाला का! त्यो जिव्या खांड करील आपले."

"काही न्हायी रे! कायी घाबरू नको! म्या हा हाये; त्याला कळनारबी न्हायी."

"नको भो संप्या! नाहक रट्टे खायचं काम करू."

"मर मग बिनाजेवनाचा!"

मला भाकर खुणावू लागली. मी संप्याला होकार भरला.

"कहाड कडी!"

"हांगी आसं!"

संप्यानं कुलपातनं कडी काढली. घरात घुसला. मीही त्याच्या पाठोपाठ गेलो. सारे डबे पाहतोय. कुरडायाबिरडाया सापडत्या का त्ये पाहू लागलो. कशाचा काही पत्ता नाही.

"संप्या, आपला नेम चुकला!"

"न्हायी त् काय! भिकारचोटय साला... माला वाटलं कायीतरी मिळंल. सारे डबडे खडाडा वाजून न्हायलेय. भायर त् लई गमज्या करतो!"

"आता काय करायचं?

"निंगायचं? खाऊन मार खाल्ला अस्ता त् कायी वाटलं नस्तं. न खाताच मार नको!"

हिरमोड होऊन निघालो. निघता निघता माझं चुल्यावरच्या तव्यावर लक्ष गेलं. डोळे लकाकले. तव्यावर खरपूस भाजलेले शिळ्या भाकरीचे कोरके होते. आणखी काय हवं... बचक भरली.

"संप्या, उचल ह्ये!"

मी खिसे भरले. संप्यानही. दारातून बाहेर पडणार तोच जिवा कोकणे समोर. दरदरून घाम फुटला. आता जिव्या काही जित्तं सोडत नाही. आम्ही पळायच्या प्रयत्नात होतो; पण जिव्यानं दोघायलाही धरलं. ओरडून गाव गोळा केलं.

"भडव्यानो, माझं घर फोडता!"

"इंदूबाईचं पोरही चोऱ्या करायला लागलं."

तो बदडायला लागला. खरंच आम्ही अट्टल चोर आहोत, असे लोक गंमत पाहत होते. मध्ये कुणीच येत नव्हतं. पळत आली ती माझी आजारी आई.

"काम्हून मारताय त्यायला यवढं? काय केलं त्यायनी?"

"चोरी केली चोऽऽरी, माझ्या घरात!"

"काय सोनंनानं चोरलं रे? यवढं गुराढोरासारखं मारून ऱ्हायलाय! लेकरायचीच जात."

"चला रे घरी!"

"न्हायी, त्यायची झडती घेवू दे माला!"

"कुबेराचं धनंचय मोठं घरात, म्हनून पोरांनी दौलत लुटली आसंन!"

"त्यायची झडती घेतल्याबिगर म्या सोडनार न्हायी!"

खिशात भाकरीच्या कोरक्यांशिवाय काहीच सापडणार नव्हतं. पण खूप वाईट होतं. जिव्या तर आमची झडती घेतल्याशिवाय सोडणार नव्हता. कसा दिवस उगवला आयुष्यात? भूकच भाकरीची झडती घेते आहे. भुकेला कोरक्यांशिवाय काहीच सापडणार नाही. झडती टाळता येणार नव्हती.

जिवा कोकण्याला आई म्हणाली,

"घ्या झडती..." त्यानं आमचे खिसे चाचपले.

"कहाडा रे ह्ये भायर."

आम्ही त्याच्या समोर आमच्या खिशातले कोरके काढले.

"काय रे, चोरून चोरून चोरलं काय पोरांनी... शिळ्या भाकरीचे कोरके!"

"काही का असंना; पन केली न् चोरी!"

"ऱ्हाव दे!"

घरी आलो. आईनं मला अन् संप्याला घरात घेतलं. अन् दोघांच्याही फडाफडा लावून दिल्या.

"भुके ऱ्हायले न् एखाद दिस म्हनून मेले अस्ता काय रे!"

आईनं स्वयंपाक केला. मी अन् संप्या पोटभर जेवलो.... झालेल्या अपमानापेक्षाही आपली आई आजारातून उठली... याचाच आनंद झाला. जिवा कोकणेही विसरलो. त्याचा मारही... अन् चोरीही...

❑❑

४०
माझी विकत न घेतलेली सायकल...

मी हट्टालाच पेटलो होतो. मला सायकल हवी म्हणजे हवी! सायकल घेतल्याशिवाय मी शाळेत जाणार नव्हतो. आईनं कितीही मिन्नतवाऱ्या केल्या तरी मी हट्ट सोडायला मुळीच तयार नव्हतो. पक्का निर्धारच मी केला होता- सायकल मिळाल्याशिवाय घरातून पाय काढायचा नाही. आईला कितीही संताप करू दे! ऐकायचं नाही म्हणजे नाही! सातवीपर्यंत गावातच शाळा होती तेव्हा ठीक होतं. मीही उगाच हट्ट धरला नव्हता. आठवीपासून पुढची शाळा दिघवदला. दिघवद माझ्या गावापासून सहा मैल लांब. पाय दुखून जातात. माझ्याबरोबर जाणाऱ्या पोरांना सायकली होत्या. फक्त संतू, कांबळईचा नित्या अन् भालेरावचा दिवड्या आम्ही एवढेच बिनसायकलीचे होतो. मला कळत होतं की सायकल घेणं आमच्या ऐपतीत बसत नव्हतं. पमांची अन् आईची महिनाभराची मजुरी एकत्र केली तरीसुद्धा सायकल आली नसती. तरीही मी सायकलसाठी हटून बसलो. गेली आठ दिवस माझ्या डोक्यात सायकलच नाचत होती. माझ्याबरोबरचे पोरं तर मला सायकलवरून चिडवायलाही लागले होते. कालचाच प्रसंग. मी दिवड्या, संतू, नित्या शाळेतून येत होतो. संतू म्हणाला,

"भावड्या, तुला सायकल घ्यायची व्हती न् सेकंडहॅन्ड?"

"हा... कोनाकडंय!"

"भावड्या... अन् सायकल घेनार! कुडली जत्रेतली घेनार का?" नित्या माझ्या औकतीवर हासला.

"खेळणीतली न्हायी, पऱ्या, खरीखुरी!" संतू म्हणाला.

"ये पोरयहो, म्या झोपेलय का जागाय. सपनं त् न्हायी न् पात?" नित्यानं मला खिजवलंच.

"यवढं कायी हासू नये. सायकल म्हन्जे लयी हेलीकॉप्टर चाललं!" मी म्हणालो.

"आरे, पिरसायबाबाच्या यवढ्या जत्रा गेल्या. तुला खेळणीतला ट्रॅक्टर घेता आला

न्हायी. आन चालला...!" नित्या मला डिवचायची एकही संधी सोडत नव्हता.

"ये गपय... चपट्या नाकाच्या! नको शाणपणा करू. घेनारचंय त्यो सायकल!" संतूनं माझा कैवार घेतला.

"सायकलीसाठी पाह्यला का हा आताच नादीगुदी लावून ऱ्हायलाय!" नित्या दिवड्याच्या खांद्यावर हात ठेवून संतूकडं बोट दाखवत म्हणाला.

दोघांची गुद्दागद्दी झाली. संतूनं दगड उचलला. दिवड्या अन् नित्या धुधाट पळाले. थेट घरच गाठलं असेल. संतू अन् मी रस्त्यानं चालतच होतो. संतू म्हणाला,

"भावड्या, कमळईचा रत्न्या सांगत व्हता की तुळा तुळशीरामची सायकल इकाऊ हाये. त्यो रत्न्याला म्हणाला माझ्या सायकलला गिऱ्हाईक पाहय म्हनून!"

"कधी जायचं सायकल पाह्यला?"

"लगेच जाऊ न मंग... त्यात काय!"

आम्ही दोघांनी आपापल्या घराचे दरवाजे उघडले अन् उभ्याउभ्याच दरवाजातून दप्तर घरात झोकून दिलं. दप्तरही हातपाय गोळा करून मुकाट कोनाड्यात जाऊन पडलं. मी अन् संतू लगोलग तुळा तुळशीरामच्या घरी गेलो. तुळातात्या चहाच पीत होता. आम्हांला पाहिल्यावर म्हणाला,

"काय रे, पोरायवो?"

"तात्या, तुम्ची सायकल इकाऊ हाये म्हन!" संतूच बोलला. मी सायकल शोधत होतो भिरीभिरी डोळ्यांनी.

"हा इकायचीय. कोन बोललं तुला?"

"कमळईचा रत्न्या सांगत व्हता!"

"तुला घ्यायचीय का?"

"ह्या भावड्याला घ्यायचीय, नाम्देव कलार्काच्या!"

"म्या तीनशे रुपयला एक पैसा कमी घेनार न्हायी. सौदा मंजूर आसंल त घ्या! न्हायी त् एकदोघं मागं लागलेचय!"

संतूनं मला बाजूला घेतलं. अन् म्हणाला,

"काय करायचं? घ्यायची का?"

"घेऊ न मंग!"

"इसार द्यावा लागंल. हाये का तुझ्याकं?"

"हाये न्! अंबरमामानं माला वह्यासाठी दिलेले पंचवीस रुपये!"

आम्ही दोघं तुळातात्याकडं गेलो. संतूनं इसाराचे पंचवीस रुपये तुळातात्याच्या हातावर टेकवले,

"तात्या, ह्ये घ्या इसाराचे पंचवीस रुपये!"

“हा, पन गड्या, जवा तू पुरे पैसे देशील तवाच सायकल ताब्यात देईन!”

मला सौदा मंजूर झाला. रस्त्यानं घरी येता येताच मी माझी सायकल चालवतो आहे... अगदी ऐटीत पायडल मारतो आहे... सारं जग माझ्याकडं कौतुकानं पाहतं आहे... नित्या अन् दिवड्या तर माझ्या रावण्या करताहेत... ‘भावड्या, फक्त यक चक्कर दे न्! दे न् पन! ये भावड्या, दे न यक चक्कर’ मी त्यांना बिलकूलही जुमानत नाही... उलट त्यांच्याभोवती गोलगोल चक्कर मारतो आहे, अन् ते बिचारे झाले आहेत. माझ्या घिरट्या त्यांच्या भोवतीच्या थांबता थांबत नाही. वास्तवात आलो तेव्हा पायाखाली भुई; अन् मी माझ्या घरासमोर येऊन उभा राहिलो होतो. तुळातात्याला इसार तर देऊन आलो खरं, पण आईला काय सांगायचं? पंचवीस रुपये गेले कुठं? अंधार पडला होता. दिवाबत्ती केली अन् कवितेची वही काढून लिहित बसलो. आई अन् पमी कामावरून आल्या. आल्या आल्या पमीनं डोक्यावरचं घमीलं उतरून ओट्यावर ठेवलं. चहासाठी चूल पेटवली अन् चहा साखरीचे डबे आदळत आईला म्हणाली,

“आई, चहासाखरीचं त् कायीच न्हायी बाई!”

“परवाच्याला त् आनली व्हती न्!”

“छटाकभर त् आनली व्हती. त्यात ह्या नवसाच्या पोरानं साखरीचा काला भी करून खाल्ला असंल!”

“तूच चहा करताना गपने मारते, ते का सांगत न्हायी!”

“गपा बाबानो!”

“मग आता चहाचं काय?”

“भावड्या, तुला परवा अंबरनं पंचवीस रुपे दिले व्हते न वह्यायसाठी?”

“ते त् माझ्याकडं न्हायी!”

“पैसे खर्च केले काय तू?” पमी म्हणाली

“दम ग, पमे, तू! काय रे, भावड्या, तुझ्याकडं न्हायी, मंग गेले कुडे?”

“म्या तुळा तुळशीरामला इसार देला.”

“अशी कशाची खरेदी करून न्हायलाय सावकारा तू?”

“सायकल घेतोय जुनी इकत.”

“ये बाबा, यीडं इख खायला पैका न्हायी अन् तू चाल्ला सायकल घ्यायाला!”

“आई, त्याच्या काय तोंडी लागून न्हायलीय. त्याच्या मुसडात दे ठेवून, माकडवानाचं. आपली प्रस्थिती काय अन् त्याला सुचतं काय!”

“ये ढम्मे, तुझ्याकडं न्हायी मागून न्हायलो, जाडी कुनीकडची!”

आईचं डोकं सरकलं. मला बदडबदड बदडायला सुरुवात केली अन् मी सायकलचं स्वप्न मनात ठेवून मार खात राहिलो; पण स्वप्नापासून तसूभरही हटलो नाही. आई अन्

पमी दमूनखमून आल्या. त्यांना चहाही प्यायला मिळाला नव्हता. मला वाईट वाटत होतं. मी काही सायकल दोघींच्या मजुरीवर घ्यायचं स्वप्न पाहिलं नव्हतं. बापाचा चक्कर एवढ्या दोनचार दिवसांत आमच्याकडं येणार होता. आजी चुलतीला बोलली होती, ते मी ऐकलं होतं. बापाकडूनच मला सायकलसाठी पैसे हवे होते; आईकडून नाही. बापानं आजपर्यंत आपल्याला कधी चार आण्याचा खाऊ आणला नव्हता. मग जुनीपुराणी सायकल घेऊन देणं बापासाठी एवढं विशेष नव्हतं. पण आईला मला हे सांगता येत नव्हतं. कारण मग माझाच बेत फेल गेला असता. आईची तर कधीच हिंमत होत नव्हती बापाकडं काही मागण्याची! म्हणूनच मी ठरवलं की आईला वैतागून सोडायचं; म्हणजे बाप आला की त्या वैतागाभेनं तरी ती बापाकडं पैसे मागेल. तेवढ्याचसाठी माझा हा खटाटोप. पण माझा मीच मला निष्ठूर वाटू लागलो.

रात्री जेवणाची वेळ टळून गेली तरी मी जेवलो नाही. आई सारखा आग्रह करत होती. माझी समजूत घालू पाहत होती. पण मी ऐकायलाच तयार नाही.

“दोन घास तरी खाय माझ्या बबड्याऽ! पोटाला नको उपाशी मारू. आसं खूळ चांग्लं न्हायी लेका. आपल्या आयपतीपरमानं वागावं मानसानं!”

“आई, आपच खायील तो! त्यायला काय भूक निंगते का?”

“पमे, तू नको शाणपणा करू! माझा भाऊ शहाणाय; त्यो आयकल माझं. न्हायी घ्यायचा त्यो सायकल. सकाळ त् उगू दे! इसारबी परत घेवून येयील!”

“आई, नको माला लाडीगोडी लावू. कायी इसार परत आननार न्हायी म्या!”

“ते उद्याचं उद्या पाहू. दोन घास तरी खावून घे!”

“आई, नको लाडावून ठेवू त्याला. लाडूबाई लाडू; नको सासऱ्या धाडू! आसंय त्याचं...”

आईनं खरंच हट्ट सोडला. दोघीही झोपल्या. मला झोप काही लागत नव्हती. रात्री केव्हातरी उशिरा झोप लागली असावी. स्वप्नातही सायकलच आली... स्वप्नात मी गोंड्याच्या मुठींची सायकल चालवत होतो. नित्या, दिवड्या अन् त्यांच्याबरोबर दहापाच पोरांची टोळी आली. त्यांनी सायकल हिसकावून घेतली, गोळा करून ठेवलेल्या वाळलेल्या गवताच्या गंजीवर टाकली अन् गंजीला काडी लावून दिली. जाळाचा मोठा भडका उडाला. त्यात माझी सायकल जळते आहे. मी जळणाऱ्या सायकलकडं धाव घेतो. पोरं मला बाजूला लोटून देतात. ते असे काही बेफाम झाले की दैत्यासारखे जाळाभोवती कड करून नाचताहेत. सायकल जळून गेली. मला जाग आली. घामाघूम झालो होतो. काळीज धपधप करत होतं. मात्र, एक आनंद झाला की माझ्या स्वप्नात जळालेली सायकल तुळा तुळशीरामची नव्हती. म्हणजे ती मला अजूनही विकत घेता येईलच.

मी सायकलसाठी सुरू केलेलं उपोषण दुसऱ्या दिवशी चालूच ठेवलं होतं. आईनं

अन् पमीनं मला चहाचंही विचारलं नव्हतं. कितीतरी वेळ गेला. पण माझी दखल ना आईनं घेतली ना पमीनं. त्यांनी दखल घेतली असती, तर मला माझा राग व्यक्त करता आला असता. त्या दोघीही त्यांच्या कामात बुडून गेल्या होत्या; अन् मी डोक्यात सायकल घेऊन बसलो होतो. एक वेळ तर असं वाटलं की काही नको ती सायकल; जिच्यामुळे आपण आईला नाहकच पिडवतो आहे. मग एक मन म्हणालं एवढी वेळ गेली... अजून बाप येईपर्यंत दम धर! शाळेची वेळ झाली होती. संतू, दिवड्या, नित्या दप्तर पाठीवर घेऊन माझ्या दाराशी उभे राहिले. संतूनं मला आवाज दिला-

"भावड्या, शाळेत न्हायी यायचं का?"

"तो काय आपल्या बरोबर येनार! तो त् आता सायकलवाला झाला; तो त्याच्या सायकलीवरच येनार!" नित्यानं मला डिवचायची संधी बिलकूलही सोडली नाही.

"माला न्हायी यायचं शाळेत!" मी घुश्शातच म्हणालो.

"भावड्या, आसं काय करून न्हायलाय! आज न उद्या घेनारचंय सायकल. मंग यवढं काय मनावं घ्यायचं?" संतू मला समजावत म्हणाला.

"तुमी जा रे! नका त्याच्या नादी लागू. त्याला घरी न्हावून शेळ्या वळायच्याय. सायकलचं खूळ घेतलंय त्यानं डोस्क्यात. त्याच्या बापानं तरी पाह्यलीय का सायकल?" आई म्हणाली.

नित्या, दिवड्या, संतू निघून गेले. तरी जाता जाता दिवड्यानं सायकल चालवावी तसं चालत जाऊन माझी खोड काढलीच. आईची अन् पमीचीही कामावर जाण्याची वेळ झाली. पमीनं भाकर बांधली. घमिल्यात ठेवली अन् मला म्हणाली,

"ये सायकलवाल्या! घे न बाबा जेवून, आमाला कामावर जायाला येळ व्हतोय!"

"तुमाला कुनी आडवलं? जा व्हा म्हसनात!"

"पाह्य ग, आई! म्हसनात जा म्हनतोय?"

"त्याला म्हना, आमी म्हसनात गेल्यावं दारूदार हिंड भीक मांगत."

"यक सायकल तुम्च्याच्यानं घेवत न्हायी. मी कायी लई कोराकाटा मागितली न्हायी; जुनीपानीच. काय त् म्हणे वानीतिनीचं पोर. वानीतिनीच्या पोराचा यक हट्ट पुरा करता येत न्हायी!" मी रागातच आईला म्हणालो.

"तू त् कायीबी हाट करायला लागला!"

"उद्या म्हन्सील, 'माला हत्ती द्या आनून!' म् हत्ती आनून द्यायचा का?" पमी

"न्हायी त् काय! माझ्या पोरोयनी कधीच कशाचा हाट केला न्हायी. लई गरीब गायीवानी न्हायल्या माझ्या वासऱ्या. बस म्हन्लं तिडं बसल्या. पन उलटून कधी बोल्ल्या न्हायी माझ्या साळुंक्या. पन तू त् लई इपितर निपजला. बापाचीच औलाद. औलादीवरच जाणार. त्यानं माझा सवसार पुरा केला न्हायी. तुझंही काही खरं दिसत न्हायी. आसं नसतं

लेका! खायील त् तुपाशी न्हायी त् उपाशी, ह्ये आपल्या गरिबाला न्हायी परवडत!''

तेवढ्यात केदू गणपतच्या मळ्यात आईसंगं बाजरी निंदायच्या कामाला जाणाऱ्या वेणाई, दुर्गावहिनी, सत्यभामाकाकू, इमलई या बाया येऊन अंगणात उभ्या राहिल्या. वेणाई म्हणाली,

''इंदू, चाल बाई! येळ झालाय, त्यो केदूबाबा अर्ध्या पारगाचा रोज कापील आपला. काय पोराच्या नादी लागून ऱ्हायलीय!''

''त्यानं हाट घ्येतलाय, आत्याबाई, सायकलीचा!''

''भावड्या! कशाला पाह्यजेल रे तुला सायकल का टायकल; काम्हून मायचा जीव घेवून ऱ्हायलाय? तिनं तुम्च्यासाठी सीतामायीसारका वनवास भोगला अन् तुमी असे!'' इमलई म्हणाली.

''काय रे, तुझा बाप का मनीआरडरी पाठवून ऱ्हायलाय का महिन्याच्या महिन्याला; म्हनून तुम्चे हाट पुरे करावे?'' वेणाईच्या तोंडाचा पट्टा सुरू झाला.

''शाळा सिकाया सायकलच पाह्यजे! न्हायी त् साळा सिकताच येनार न्हायी का? नवलपरीच साळेत जातो तू!'' इमलई म्हणाली.

''भावड्याभाऊ! तुमाला त् आमी लई शाणं समजत व्हतो. तुमी असे येड्यावानी हाट करून ऱ्हायलेय!'' दुर्गावहिनी म्हणाली,

''खुरपं उचल अन् चाल निंदायला. तुझ्या सायकलइतके पैसे कमाव अन् घे सायकल!'' वेणाईनं दमच दिला.

बाया माझ्याभोवती कावसं करत कामाला निघून गेल्या. आतापर्यंत मी कधीच कुणाचे बोलणे खाल्ले नव्हते. पण एका सायकलीनं आपल्याला शहाण्या माणसातून उठवून वाईट माणसात नेऊन ठेवलं होतं. डोकं भणभणून गेलं होतं. सायकलनं जणू आपल्याला दुष्टपणाचा शाप दिला होता. बाप आल्यावरच आपली या शापातून सुटका होणार होती. जर बाप आलाच नाही तर...? गुमान दप्तर उचलू अन् शाळेला निघू. आईच्या काळजाचा ठाव घ्यायचा नाही. अन् आपण एकटेच कुठं पायी शाळेत जातो... संतू आहे, नित्या आहे, दिवड्या आहे. यांना कुठेय सायकल? दुपार भरली. पोटात भूक मावत नव्हती. पमीनं माझ्यासाठी बाजूला काढलेली भाकर अन् आमटी खाल्ली...

पाचसहा दिवस उलटून गेले तरी बापाचा काही तपास नव्हता. आता असं वाटायला लागलं की नको ती सायकल. तेवढ्यात तंबाखूचा विडा मळतमळत लखू आला अन् म्हणाला,

''काय रे भावड्या, शाळेत न्हायी गेला!''

''अरे, माला सायकल घ्यायचीय लखूतात्या, तुळा तुळशीरामची! त्याला इसारही दिला म्या पंचवीस रुपये; पन पुढचे पैसे कसे द्यायच्ये?''

"कसे देनार मंग?"

"तसा माझा बाप येनारय म्हना, म्हन्जे आतापरयंत यायला हवा होता!"

"भावड्या, तुझा बाप तुला फुटकी कवडी देनार न्हायी. आसं आस्तं त् इंदूवैनीला मजुरीच्या कामाला जावं लाग्लं आस्तं का? यक कर आम्च्या संगं चाल द्राक्षाच्या बागात. थिनिंगचं कामय, उक्त्यात घेतलंय. पंदरावीस रुपये रोज सहजी पडतोय!"

"माला जमंल का थिनिंगचं काम!"

"जमंल त्! आईच्या पोटातून पडल्या पडल्या थोडंच सिकायला मिळतं!"

"येयील मंग उद्यापासून!"

तोंडात तंबाखूचा गपना मारून लखूतात्या निघून गेला.

तो गेल्यावर मी वीस रुपये रोजाचा हिशेब जुळवून पाहिला. पंधरा दिवस कामाला गेलो तरी मला तीनशे रुपये येणार होते. आईचा रोज पाच रुपये होता; अन् मला उक्त्यात तिच्या तिप्पटचौपट रोज पडणार होता. आता मला माझी सायकल पुन्हा दिसायला लागली. आता आपल्याला बापाच्या पैशांचीही गरज पडणार नाही. आईलाही रिकामं वेठीस धरावं लागणार नाही. सायकलच्या ट्यूबमध्ये हवा भरावी तसं माझ्या मनाचं झालं. ते टम फुगलं... हवा तट्ट झाली.

दुसऱ्या दिवशी आईनं भाकर बांधून दिली. मी लखूतात्याच्या सायकलवर लासलगावला राजाभाऊ सोळकरच्या बागेत थिनिंगच्या कामाला गेलो. तळेकरचा सुध्या, रामूअप्पाच्या मोद्या, चव्हाणाचा गोट्या, कासवाचा अव्या, दिनकरचा कैल्या या कामात तरबेज मंडळी. मी आजपर्यंत निंदाय-खुरपायची चिकार कामं केलीत. या कामाचा काही मला अनुभव नव्हता. सगळ्यांनी गल्ल्या धरल्या. लखूतात्यानं मला थिनिंग कशी करायची ते शिकवलं. सगळे कामाला बिलगले. दुपारपर्यंत मी सहा झाडं मागं होतो. मला ते काम काही नीट जमत नव्हतं. मी झळमटून जात होतो. चालू औताात उभ्या राहणाऱ्या बैलासारखी माझी गत होत होती. घडीघडी लखूतात्या माझ्यात बळ भरत होता.

"जमतंय जमतंय, चालू दे, लेका! निटवशील तू."

बागाचा मालक राजाभाऊ आला. त्यानं माझ्या झाडाचे द्राक्षाचे घड न्याहाळले अन् त्याचं डोकं माझ्यावर भलतं तापलं.

"ये पोऱ्या, ह्ये काय करून ठिवलंय? कुत्र्यावानी तोडून ठिवलाय घड तू? सारी नासाडी करून ठिवलीय! ये यडधुतळ्याऽ, कधी काम केलं न्हायी का तू? याला कुनी आनलं रे! ए लखू, इकडं ये!"

"काय भाऊ?"

"हा वाहनतोंड्या पाहय! सारे घड कसे कुरतडून न्हायलाय उंदरावानी!"

"भाऊ, सिकंल त्यो पहिल्यांदीच करतोय काम!"

''सिकायला का माझाच बाग सापडला का, लख्या! ये बेण्या, निघ बरं तू माझ्या बागातून. म्हणं 'दे आई भाकर बांधून! चाललो म्या कामाला.' हाये का कायी सुंभार! यायचं गणमनचौत!''

लखूतात्यानं विणवण्या केल्या. राजाभाऊनं एक ऐकलं नाही. मी माझी भाकरीची पिशवी उचलली अन् घरी निघालो. हाताशी आलेलं काम निसटून गेलं. सायकलच माझ्या डोळ्यांसमोर मोडून पडली होती. हँडल एका बाजूला... पायडल एका बाजूला... कॅरेज एका बाजूला... चैन एका बाजूला... चाकं तर घरंगळत गेली सूर्यातळी! सायकलचे सारेच तुकडं विखरून पडले. हे सारे तुकडं जमवून उभी राहीलही पुन्हा माझी सायकल... पण तुकडं जोडणं अवघड. ते जोडायचे कसे? पायडल न मारताही सायकलनं आपल्याला खूप फिरवून आणलं. वास्तवाच्या पृथ्वीलाच आपण गरका मारून आलो... ठेप्याचं एकही ठिकाण सापडलं नाही! सायकल आपल्या नशिबातच लिहिलेली नसावी...

सोळकरवाडी ते लासलगाव हे तीन मैलाचं अंतर संपता संपत नव्हतं. तुळा तुळशीरामच्या दाराशी लावलेली सायकल मला माझीच वाटायला लागली होती, त्याचं काय? चार दिवसांपूर्वी संप्या, भिम्या, अशोक यांना आपण आपली सायकल दाखवायला घेऊन गेलो होतो. त्यांनी खूप तारीफ केली होती माझ्या सायकलची. भिम्या म्हणाला होता,

''पऱ्या भावड्या, सायकल लई भारीय भो!''

''सेकंडहँड वाटतच न्हायी. जसी कायी नवी. दिनकरच्या गुऱ्याची सायकल इच्याम्होरं झक मारंल!''

''हा न् भो, भावड्या! जवा तुझ्या घरी नेशील तवा आपल्याला यक चक्कर ठरलेलाय गड्या! आत्ताच सांगून ठिवतो!''

''पळय अशोक! पैला चक्कर आपून मारनार. हो न, भावड्या!'' भिम्या म्हणाला.

माझं कुठं त्यांच्या बोलण्याकडं लक्ष. मी हरवून गेलो होतो माझ्या सायकलमध्ये. एकदा तर मी तुळा तुळशीरामची परवानगी घेऊन नदीवरून चांगली धुऊन काढली होती माझी सायकल; अन् डॉक्टरच्या पक्याकडून पैसे घेऊन हमीदच्या गॅरेजमधून हँडेलसाठी आणल्या होत्या गोंड्याच्या मुठी अन् पायडल. त्यामुळेच सायकल नवी झाली होती. मी रोजच डोळाभर पाहून घ्यायचो माझी सायकल. सायकल स्टँडवर उभी करून मी तिचे पायडल हातानं जोरजोरात फिरवायचो. भिरभिरणाऱ्या चाकाबरोबर स्वतःही भिरभिरून घ्यायचो. नंतर नंतर ते एक प्रकरणच होऊन बसलं. झालं काय! पोरं परस्पर तुळाच्या दारी रोजच जाऊन उभी राह्यची अन् त्याला म्हणायची, 'आम्हांला भावड्याची सायकल पाह्यची.' यानं तुळाची म्हातारी त्याच्यावर डाफरली होती. तुळासाठी त्याची स्वतःचीच सायकल एक कटकट होऊन बसली होती, म्हणून तुळा तुळशीराम एकदा तर जॅम वैतागला माझ्यावर.

"काय रे, भावड्या! रोजच पोरं घेवून येतो सायकल पाहायसाठी. ती काय न मिळती जिन्नसय का? अरे, यकदाचे पैसे देवून टाक अन् घेवून जाय ही सायकल तुझ्या घरी. लई डोकेदुखी झालीय गड्या!"

"देतो न्, तात्या!"

"पर कधी? रोजचं तुझं हेच नाटक राह्यलं न् तर हा घेवून जाय तुझा इसार!"

मी आतून चरकलो अन् तुळा तुळशीरामला म्हणालो,

"तात्या, आता पोरंही येनार न्हायी अन् म्याही. जवा येयील त् पैसे घेवूनच!"

"रोज दाराशी कुनीबी येवून उभं ऱ्हातं अन् म्हन्तं, 'आमाला भावड्याची सायकल पाह्यचीय.' पंचवीस रुपयात मालक झाला तू त् माझ्या सायकलीचा. सायकल का तमाशाय काय रे पाह्यला? रोजच गाभडे येतात. नवलपरीच सायकल घेवून ऱ्हायलाय तू."

"तात्या, पोरायला म्या सांगून ठिवतो. आता कुनी येनार न्हायी सायकल पाह्यला!"

चालता चालता सायकलचा असा एकेक पट डोळ्यांसमोरून सरकत होता. कढ दाटून येत होते. आज तर अंधूक आशाही उरली नव्हती. आता काही आपल्याला सायकल मिळणार नाही. एव्हाना लासलगाव आलं होतं. पाटेगावला जाणारी बस लागली होती. पण बसमध्ये बसायला मन धजत नव्हतं. गावात गेलो तर आपल्याला सारेच पोरं वेड्यात काढतील. दिवड्याला अन् नित्याला तर कोण आनंद होईल. ते तर सारखी टर उडवतील आपली. पण जाऊन जाऊन जाणार कुठं? शेवटी कसंतरी स्वतःचं ओझं एसटीत ढकललं.

एसटीतून जड पावलांनी उतरलो तर संत्यानं जोरात पाठीत गुद्दा घातला अन् म्हणाला,

"पऱ्या, तुझा बाप आलाय!"

"खरंच, संतू!"

"आयच्यान!" गळ्याला हात लावत संतू म्हणाला.

सायकलचं माझ्या काळजात जळून गेलेलं स्वप्न पुन्हा हिरवं झालं. जी सायकल आपल्या हातून निसटली होती ती आता आपल्यापासून कुणीच हिरावून घेऊ शकत नाही. बाप आल्याचा दर वेळी मला कधीच आनंद झाला नव्हता. पण या वेळेस मला खूप आनंद झाला. माझं स्वप्न आता बापच पूर्ण करू शकत होता. मी जणू माझी सायकल चालवतच घरी आलो होतो. बापाचं दारूकाम सुरू होतं. गावातले फुकटे बापाच्या भोवतीनं जमा झाले होते, गुळाला मुंगळे लागल्यासारखे. मी चुल्याच्या घरात आलो. आई बापासाठी पापड भाजत होती. पमी कांदा चिरत होती. मला पाहिल्या पाहिल्या पमी म्हणाली,

"आई, आला पाहय सायकलवाला!"

"जमलं रे तुला थिनिंगचं काम!" आईनं विचारलं.

"कशाचं जमलं? देलं माला हुसकून!"

"तुला फकस्त सायकल चालवायला जमंल!" पमीनं टोमणा दिला.

"गप ग, बाई! नको शिमगा करू!" असं म्हणत आई बापाला पापड देऊन आली.

"आई, सांग ना अण्णाला. म्या तुळाची सायकल घेतलीय म्हनून!"

"म्या न्हायी सांगत बाबा. तूच सांग!"

माझी तर धडगत नव्हतीच. बापाच्या पाठीमागं खूप भुणभुण मी करत राह्यचो... तोंडासमोर बिल्लीमांजर व्हायचो. गेल्या दहापंधरा दिवसांचं सायकलचं भारूड कुचकामी ठरेल की काय असं वाटू लागलं. आईवरच माझी सारी भिस्त. ती माझं सायकलचं गाऱ्हाणं बापाच्या कानावर घालेल असं वाटलं. मात्र, आईनंच त्यातून आपलं अंग काढून घेतल्यामुळे माझी अवस्था पाहण्यासारखी झाली. मी आठवीच्या वर्गात होतो; म्हणजे तसा लहान नव्हतोच. कुठलाच आसरा आपल्या सायकलच्या स्वप्नाला आधार देत नव्हता. ओकसाबोकशी रडू लागलो. माझ्या या पावित्र्यानं आई तर कावरीबावरी झाली. बापापर्यंत माझा आवाज गेला. बापानं हाक मारली. मी, पमी, आई बापासमोर जाऊन उभं राह्यलो.

"का रडतो रे! लहानय का असं रडायला?"

मी आणखीनच मोठ्यानं रडू लागलो. आता कावरंबावरं होण्याची पाळी बापाची होती.

"सांगशील तरी!"

तरी माझा सूर सुरूच होता. मग आईच बोलली...

"तो साळेला जायला सायकल घ्यायाची म्हन्तोय!"

"अरे, मग ती काय रडायची गोष्टय? साहेबाचा पोरगा तू; अन् असा मुळमुळा. अरे, तू ट्रक मागायची माझ्याकडं. तीही तुला घेवून देईल!"

मी अवाक्. बापानं चार आण्याचा खाऊ कधी आणला नाही. आईच्या संसाराला चार आण्याची मदत केली नाही. तो बाप आपल्याला एकदम ट्रक घेऊन द्यायची बात करतोय. बापाला दारू जरा जास्तच झाली होती. पण माझी सायकल तर मला मिळणार. म्हणून माझी कळी खुलली. मी डोळे पुसत बापाला म्हणालो,

"अण्णा, माला ट्रक नको, माला सायकल घ्यायचीय. तीबी जुनी- तुळा तुळशीरामची."

"किती पैसे म्हनतोय?"

"तीनशे रुपये..."

"दिले. पण त्यासाठी तुला वणीला यावं लागंल." बाप आश्वासन देत म्हणाला.

मला तर असं झालं की कधी एकदाची आजची रात्र उलटते अन् उद्याचा दिवस उगवतो! माझ्या मनाच्या झाडाला पुन्हा हिरवी पानं फुटू लागली.

एकदाचा दिवस उजाडला. बापाबरोबर निघालो तेव्हा रस्त्यानं खूप सायकली दिसत होत्या. पण त्या सर्वांपेक्षा मला माझीच सायकल भारी वाटायची. माझ्या सायकलची सर कुणाच्याच

सायकलला येणार नव्हती. बापाच्या दुसऱ्या संसारात येऊन पोहोचलो. बापाचं सिमेंटचं घर. असं घर पुऱ्या पाटेगावात नव्हतं. पण मी काही या घरात थांबणार नव्हतो. बापानं हातावर पैसे टेकवल्या टेकवल्या पुन्हा गाव गाठणार होतो. पैसे एकदाचे तुळाच्या हातात ठेवून माझी सायकल घरी घेऊन येणार होतो. पण कुठं माशी शिंकली काहीच कळलं नाही. बापाचा त्याच्या घरात येताच रंग बदलला. तो गोरा होता तर लाल झाला अन् म्हणाला,

"अरे, तुझ्या बापाचं रक्त पितोस का? कशी घेणार सायकल... रस्त्यावर पडलीय का? पैसे कुठून आणणार? पैसे झाडाला लागतात का? दोन संसारय तुझ्या बापाचे. अकरा पोरंय तुझ्या बापाला. तू काही शाळा शिकून डॉक्टर, वकील होणार नाहीयेस. शेवटी शेतीमातीत ढेकळंच फोडणारयस. तुझी अक्कल ती काय? कशाला पाहिजे एवढे चोचले? मिळणार नाही सायकल. घ्यायचीच असेल तर स्वतःच्या हिमतीवर घे!" सायकल चालवताना चढण लागावी अन् दमोदम भरावं तशी धाप बापाला लागली त्यानं कचकन ब्रेक दाबले....

त्या बारक्या वयातही मला प्रश्न पडले की,

बापानं का थाटले असावेत बरं दोन संसार?
थाटले त् थाटले
अकरा पोरं का बरं जन्माला घालावी?
घातले त् घातले त्याचं काही नाही
माझ्या सायकलच्या स्वप्नाच्या अंगावर चाक का घालावं?
एवढं मात्र खरं की, न खरेदी करताही जी सायकल आपण आपली म्हणून धुतली,
ज्या सायकलची पायडल आपण आपली म्हणून फिरवली,
फक्त आपली म्हणून चालवायची तेवढी राहून गेली.
माझी विकत न घेतलेली सायकल!

बाप म्हणतो तशी हिंमत माझ्यात येईलही;
मात्र, सायकल चालवायचं वय मात्र निघून जाईल.
ते थोडंच बाप परत देणार आहे?
मी घ्यायची ठरवली तर तुळा तुळशीरामकडची
थोडीच मिळणारय मला माझी सायकल...

बापाचं चाक माझ्या सायकलच्या स्वप्नाचा गळा असा काही चिरडून गेलं की नंतर कधीही सायकल माझ्या स्वप्नातही आली नाही....

❑❑

४१

अ, ब, क, ड, ई अन् पाटी फुटली...

पाटेगाव सोडलं की चढ लागायचा... मग कौशाआत्याचा मळा... नंतर नदी उतरून वरती चढलं की दहिवद लागायचं... मग सरळ डांबरी रस्ता... थोडं अंतर चालत चालत गेलं की पिरसायबाबाचं देऊळ. एका हातानं पाया पडायचं की पुढं तवंग लागायचा अन् आता दिघवद स्पष्ट दिसू लागायचं. कुंभाराची घरं पार केली की माझं हायस्कूल लागलंच म्हणून समजा. 'स्वामी विवेकानंद विद्यालय' त्याचं नाव. आठवीच्या वर्गात मी शिकत होतो. सहा महिन्यांत माझी उणीपुरी तीसेक दिवसांचीही हजेरी भरली नसेल. मी शाळेत कमी अन् बाहेरच जास्त राहत होतो. आई अन् पमी मजुरीच्या कामाला अन् मी शाळेला बरोबरच बाहेर पडायचो. कांबळईचा नित्या, यदुबाबाचा संत्या, तळ्याकरचा पग्या, गावड्याचा भावशा, दहिवदचा शऱ्या, भालेरावचा दिवड्या, भावकाबाबाचा गण्या, कमळाईचा रत्न्या, जनाकाकूचा संप्या आम्ही भटकत फिरायचो... दुपारी पिरसायबाबाच्या देवळात भाकर खायचो... हा असाच दिनक्रम. आमच्या घरच्यांच्या कानावर जात नाही, अन् घरचे फटकवत नाही, तोपर्यंत असंच चालणार होतं. मी भाकर बांधली. दप्तरात ठेवली. कवितेची वही चाचपून पाहिली अन् निघालो. ओट्याच्या खाली उतरलो. मागून कांबळईच्या नित्याचा आवाज. त्याच्यामागं संतू, भावकाबाबाचा गण्या अन् भालेरावचा दिवड्या कोंडाळं करून निघालो. कांबळईचा नित्या म्हणाला,

"संतूऽऽ, आज लयी भारी ठिकाणी जायचंय भोऽऽ"

"ये चमट्याऽऽ, हाळू बोल न्ऽऽ! घरच्यायनी आयकलं त् कुथवतील धरून!"

नित्या नाराज झाला. आभाळ न्याहाळत चालू लागला. काही अंतर कुणीच कुणाशी बोललं नाही. कौशाआत्याचा मळा पार केल्यावर संतू म्हणाला,

"येऽऽ नित्या, सांग न् भोऽऽ काय सांगत व्हता?"

"जाव दे, भोऽऽ! माला न्हायी जायचं कुडे!" नित्याचा राग काही मावळला नव्हता.

"अरे, आपन गल्लीतून चाल्लो व्हतो न्ऽऽ! कुनी आयकलं आस्त त्ऽऽ केवढ्याला

पडलं अस्त. चल, याऽऽर, माफ करून टाक!'' संतू नित्याला चुचकारत म्हणाला.

''वहळाच्याजवळ कवठीच्या झाडाचे कवठं पिकलेय. म्या घरून गूळबी घेवून आलोय!''

''च्यायला, आज दलशाच मंगऽऽ'' गण्या नाचत म्हणला.

''शाळा गेली तेल लावत. आज वहळाला जायचं रे भोऽऽ'' संतू आनंदानं उड्या मारत म्हणाला.

''संतू, तुला यक सांगून ठिवतो...'' नित्या संतूला बाजूला ओढत म्हणाला.

''काय रे काय?''

''भावड्याला न्हायी घ्यायचं आपल्यासंगं!''

''काम्हून रे!''

''तो पाहय कायीतरी खावून न्हायलाय. देत न्हायी. त्ये पाऽऽ त्याच्या खिशात कायीतरी हाये.''

''काय रे खिशातऽऽ'' संतू खिस्याशी झटत म्हणाला.

''कायीऽऽ न्हायीऽऽ'' मी खिसा दाबत म्हणालो.

''पाहू दे न्, ये भगुल्या तोंडाच्याऽऽ''

''ये संत्या, लई अगुचरपणा नको करू!'' मी संतूला दम देत म्हणालो.

तरी संतू काही ऐकायला तयार नाही. अंगाला झटू लागला. मी त्याला हिसडा देऊन पळालो. सारे पोरं माझ्या मागं लागले. पिरसायबाबाच्या देवळाजवळ येऊनच मी दम टाकला. मी बाजूचा एक अणकुचीदार दगड उचलला. त्यांच्यावर उगारत म्हणालो,

''डोक्यातच घालीन!''

नित्या, दिवड्या, गण्या, संतू यांनी माझा नाद सोडला. नित्यानं सांगितलेल्या कवठामुळे माझ्या तोंडाला काही पाणी सुटलं नाही. ते गेले कवठाच्या झाडाकडं अन् मी पिरसायबाबाच्या देवळात जाऊन बसलो. बारदान्याच्या दप्तरातून कवितेची वही काढली, अन् लिहित बसलो कविता. कित्येक दिवसांपासून हे असंच चालत होतं. आईला वाटायचं गेलं पोरगं शाळेत. पोरगं तर पिरसायबावाच्या देवळात लिहित बसलंय कविता. संत्या, नित्या, गण्या हे नेहमीसारखे भटकत हिंडत होते. तहान लागली म्हणून ते विहीर शोधत होते. विहीर शोधता शोधता ते अशा विहिरीवर पोहोचले, ज्या विहिरीच्या कामाला पमी गेलेली होती. पमीला पाहिल्यावर संतू आणि पोरं टरकले. पमी म्हणाली,

''पळता कुडं? शाळा सोडून इडं हिंडताय व्हय? संतू रंभाईलाच सांगते म्या?''

''आमीच न्हायी कायीऽऽ, पमाताईऽऽ! तुम्चा भावड्याबी बसलाय बग पिरसायबाबाच्या देवळात!'' असं म्हणत त्यांची वानरसेना माझ्याकडं पळत आली. धापा टाकता टाकता संतू म्हणाला,

“भावड्याऽऽ, पळयऽऽ! पमाताई आलीयऽऽ!”

“कोनच्या येडपटानं सांगितलं तिला?”

“म्या न्हायी भोऽऽ, गण्यानं सांगितलं.” संतूनं गण्याचं नाव सांगितलं.

गण्यानं संतूच्या पाठीत बुक्का मारला.

“तूच सांगितलं न्! आम्च्ये नावं काय पुढं करून न्हायलाय रे, येडगांड्या!”

“भावड्या तोंडातून निगून गेलं.” संतू प्रामाणिकपणे म्हणाला.

एकमेकांवर फीसफीस करत आम्ही पळत सुटलो. पमीनं आवाज दिला -

“काय रे, भावड्याऽऽ, नसनखवड्याऽऽ! कुडं पळतोय? मागं फिर न्हायीतर माझ्याइतकं वायीट कुनी न्हायी!” पमी रागानं म्हणाली.

जागीच थांबलो. भामटलो तर होतोच. पमीच्या नजरेला नजर देता येईना. खाली मान घालून पायाच्या अंगठ्यानं माती टोकरीत राहिलो. मनातून संतूवर खूप चिडलो होतो. त्याच्यामुळेच आपलं बिंग आज उघडं पडलं; नाहीतर सारं सुरळीत चाललं होतं. आता पुन्हा शाळेचं तोंड पाहावं लागणार होतं. तोच भूगोल, तोच इतिहास, तेच गणित. बरं गणित सुटलं म्हणून मिळतं काय? काहीच नाही. फारच वेडपटपणा वाटायचा मला. भूगोलाचंही तेच. पूर्व वाहिनी नद्या अन् पश्चिम वाहिनी नद्या. आमच्या गावच्या नदीला त् पाण्याचा टिपूस नाही. नदी म्हणजे गावच्या लोकांना परसाकडला जायचं ठिकाण. इतिहासाचीही काही वेगळी गोष्ट नव्हती. अमुक लढले; तमुक लढले. एवढ्या लढाया; तेवढ्या लढाया. मग बाप आईला मारतो, तेव्हा कुणीच सोडवायला येत नाही. या इतिहासातली माणसं येणार आहेत का? सारं बकवास वाटायचं. त्यापेक्षा कविता लिहिणंच बरं. पण संतूच्या चुकीमुळे कवितेवरही पाणी फिरणार...

“काय रे, शाळेच्या नावानं हे उद्योग चाल्लेय का तुझे? आई अन् म्या मरमरते!” पमीनं मिरच्यांची धुनी पेटवली.

“जास्त शानपना नको करू. माला न्हायी शिकायची शाळा?” मीही घुशातच. कारण तेच एक अस्त्र होतं, तरच पमी आकळणार होती. नाहीतर तिची तोफ तिनं चांगलीच डागली असती. मी दिलेल्या उत्तरामुळे पमी चांगलीच खवळली. तिनं माझ्या कानफटात ठेवून दिली अन् रडायला लागली. मी कावराबावरा झालो. रडता रडता म्हणाली,

“अरे, तुला चांग्ली शाळा शिकता यावी म्हनून म्या शाळा सोडली. माझं ठीकय. मी मातीच उपसणार हाये, तू तरी शिक. न्हायी त् आसे माझ्यासारखे हिरीचे काम तुला करावे लागतील. लोकांच्या मजुरीला जावं लागंल. तुझ्या डोक्यात कायी काम्हून शिरत न्हायी. आईचे काय हाल झाले, तुझ्यापून लपूनय का? का रे आसा खळून बस्तोऽऽ शाळा शिकला त् शरापान्याला लाग्शील, न्हायीत् जलमभर हाडहाड व्हईल तुझी. खूप शेतीपोती आपल्या बापानं आपल्यायला कमून ठिवली; आसंबी न्हायी. चार बिघटे तेबी तुला मिळंल का

न्हायी सांग्ता यायचं न्हायी. आजून कायी येळ गेली न्हायी. सुधर, भावड्या!''

आजपर्यंत पमीचे अन् माझे भांडणंच जास्त व्हायचे. पण असं काही शहाणपणाचं ती कधी बोलली नव्हती. आज ती पोटतिडकीनं बोलत होती. पण माझ्या मनानं शाळा नाकारली होती. तिनं माझ्यापुढं डोकंही फोडून घेतलं तरी माझ्यावर काहीच परिणाम झाला नसता. कविता लिहायला लागल्यापासून शाळा आणि माझं घर याविषयी खूप विचार करायला लागलो होतो. शाळा माझ्या आईचे कोणते प्रश्न सोडवील. शिवाय, शाळा माझ्या बापाला, आजीला, आत्याला, माईच्या नवऱ्याला कसं वठणीवर आणायचं, हे शिकवत नव्हती. आपला बाप शाळा शिकूनही अडाणीच राहिला. त्याला शाळा सज्ञान नाही करू शकली. हे तर आहेच; पण एक घटनाही घडली... आमच्या ब तुकडीचा गोरख साठे मॉनिटर निवडला गेला. मी अन् ज्ञान्या सोडून साऱ्यांनीच त्याला मतदान केलं होतं. गोरखनं माझ्यावर अन् ज्ञान्यावर डूख धरला. वर्गात काहीही वाईट वागलेलो नसतानाही, त्यानं माझं अन् ज्ञान्याचं नाव टिपलं. साळी सरांचा भूगोलाचा तास होता. सर वर्गात आल्या आल्या गोरखनं आमच्या नावाचं चिठूरं सरांच्या पुढं ठेवलं. सरांनी नावं उच्चारली अन् मारायला सुरुवात केली. मारलंही गुराढोरासारखं. किती अडाणी रीत. पाठ सोलवटून निघाली. नसलेल्या चुकीची शिक्षा देते की काय शाळा? दप्तर उचललं. माझ्यापुरती शाळा खतम. बाकी संतू, गण्या, दिवड्या येऊन मिळाले. त्यांना तसाही शाळेचा लोभ नव्हताच.

संध्याकाळी घरी जायचं कसं? आतापर्यंत आईला वाटत होतं मी नियमित शाळेत जातो. मात्र पमीनं कामावरून गेल्या गेल्या आईला कागाळी केली असावी. आईचा मार खावा लागेल. तो कशानंही चुकणारा नव्हता. जाऊन जाणार कुठं? घरी तर जावंच लागणार होतं. बसला त् बसला मार; मात्र शाळेत काही जायचं नाही. असा विचार करतच गावात पोहोचलो. आई तर लाकूड घेऊनच तयार असेल. मारुतीच्या देवळाजवळच संतू भेटला,

''भावड्या, इंदूकाकू लयी खवळलीय! तुझी पाठ चांगलीच फुटून निगंल. माझ्या बयीनं त् कुतरीच्या आईवानी कुथवलं. तुला माहीतय का, भावकाबाबा त् गण्याच्या डोक्यात दगडच घालायला निंगाला व्हता. म्हन्ला मारूनच टाकीन! इंदूकाकूनंच सोडवलं. न्हायी त् गण्याचा राम नाम सत्य झाला अस्ता!''

''नित्याच्या गालावं पाह्यलं का निशान, त्याच्या भावानं वठवलं!'' संप्या म्हणाला.

''पमाताईमुळंच झालं. सारा इस्कोट होऊन गेला. आता उद्यापसून थोबाडं घेवून साळंत जावं लागंल भोऽऽ!'' नित्या म्हणाला.

''आता भावड्याची बारी...'' संतू म्हणाला.

पम्याचं तोंडही त्याच्या म्हाताऱ्यानं चांगलंच रंगवलं होतं. गावड्याचा भावशाही लंगडताना दिसला. कमळईचा रत्न्या बगलात हात दाबून बसला होता. भालेकरच्या दिवड्याचं तोंड सुजलं होतं. आता फटके खायची पाळी माझी. घरात भामट्या चोरासारखा

शिरलो. पमी कांद्याची पात चिरत होती. आईला म्हणाली,

"आई, आला पाहय हा, थोबाडवाशा! आरतीचं ताट आन, त्याला ओवाळत्ये म्या. माझा भाऊ त् मोठी लढाई जिकून आला!"

मी म्हशीचं जाड कातडं पांघरून तयार. आई आली....

"काय रे, आलं का तुला वारं? काम्हून साळेत गेला न्हायी रेऽऽ, नडघवाणाच्या!"

मी कांडावून उभा. बोलत काहीच नव्हतो.

"दातखिळी बसली का तुझी? का बरं दाबढ उचकंना; शिवलं का?"

माझी तर उभ्याउभ्याच दगडाची शिळा झाली होती. आई शाळेत न जाण्याचं कारण विचारत होती. काय कारण देणार आईला? आईचे कष्टं, आईच्या समस्या यांचं काहीच उत्तर मिळत नव्हतं शाळेत; फजूल आहे शाळा, हे आईला सांगितलं असतं तर म्हणाली असती, 'तू नेव मिळून देनार का माला.' म्हणून गप्पच बसलो. बाभळीच्या काठीनं आईनं मला मारायला सुरुवात केली. मीही मुकाट मार खात राहिलो. पण तोंड उघडलं नाही. आईच मारून थकली.

"ह्ये मुक्यामइन्दाऽऽऽ, न्हायी सिकायची का साळा?"

"न्हायी शिकायची." मी तोंडातल्या तोंडात पुटपुटलो.

"मंग काय करनार? कईता लिव्हनार? कईतानी पोट भरंल का राजा तुझं?"

"म्या सेती करनारय!"

"चार बिघठे जमीन. त्यायच्यावरूनबी मारामाऱ्या, तुझ्या बापानं शंभर एकराचं रास्ट्रनच कमवून ठिवलंय तुझ्यासाठी?

"तू बग तर खरं. म्या कशी सेती करतो त्ये!"

"ढेकळायच्या भाकरी थापून खात बस. चालला सेती करायला!"

रंभाई आली.

"काम्हून मायचा जीव रस्ताळायला लावतो रे, लेकरा! तिनं उभा जलम वनवासात घालवला तुझ्यासाठी; अन् तू असा नाद करून बसला?"

"पाहा, आत्याबाई, तुमीच आता! याच्या अशा वागण्यानं सारंच मातीला मिळंल. त्याच्या बापाला, चुलत्याकाक्याला वाटतं काय अक्कलय पोराला? याची अक्कल आशी माती खात असंल त् त्यांना बरंच हायेऽऽ"

"मला नाही शिकायची साळा, आई, सांगून ठिवतो." मी जाहीर करून टाकलं.

मग आई पुन्हा चिडली. मारायला धावली. रंभाईनं आईस आवरलं.

"गंज मारलं. म्या बोलते त्यायच्याशी, भावड्या उद्यापसून साळेला जाय. जाशील नं? अरं, साळाच तुला मानसात बसवीन!"

आपण काही गुराढोरामध्ये राहतो काय? गुरांनाही शाळेत न जाता अक्कल असतेच.

आमचा मारका नंद्या बैल आम्हांला मारत नाही त्याला ठावंय ही आपली माणसंय. संध्याकाळी गायही आपल्याच गोठ्यावर परतून येते. ती कुठल्या शाळेत शिकली. साळी मास्तरपेक्षा गुराढोरांना अक्कल असते. मग या लोकांची अक्कल कुठलं रान चरायला जाते? रंभाईला हे सांगून काही उपयोग नव्हता. म्हणून म्हटलो,

''जाईल; पन यका अटीवर!''

''कोनतीय तुही अट?''

''माला सायकल घेवून दिली पाह्यजे?''

मला माहिती होतं– सायकल आईच्या आयपतीबाहेरची आहे. मागेही असंच सायकलचं टुमणं मी आईमागं लावलं होतं. आपोआपच शाळा सुटेल. पण आई तयार झाली. झाली का पंचाईत. मग म्हणालो,

''म्या काजीसांगवीला जायील शाळेत!'' आई त्याही गोष्टीला तयार झाली. आईनंच दिघवद शाळेतून माझा दाखला काढला अन् काजीसांगवीच्या शाळेत नाव घातलं. शाळेच्या पहिल्याच दिवशी वाखाडे सरांनी भूमितीची सूत्रे घेतली. त्यात पहिला नंबर आला. त्यांनी माझं अभिनंदन केलं. नंतर गणित सोडवायला दिलं... सगळ्यांच्या आधी माझं तयार. त्यांनी गणिताच्या पायऱ्या निरखल्या. त्यांच्या लक्षात आलं हा विद्यार्थी आजच आलाय... तोही दिघवद हायस्कूलमधून. त्यामुळे त्यांचं डोकं ठणकलं.

''नवीनयस का?''

''हाऽऽ, आजच आलो!''

''तुला 'बी' डिव्हीजन सापडली नाह्य का? जे माकड सुटतं 'ए' डिव्हीजनमध्ये येतं! चल जाऽऽ 'बी' डिव्हीजनमध्ये!''

''सर, माला 'ए' डिव्हीजनमध्येच बसायचंय!''

''हे तू ठरवणार? उचल दप्तर अगोदर अन् हो बाहेर!''

मग माझंही डोकं भणकलं. दप्तर पाठीवर घेतलं. मास्तरच्या नावानं शिव्या पुटपुटलो. मी निघालो. त्यानं हात धरून खस्कन ओढलं अन् रागातच ओरडला,

''तू शिव्या पुटपुटला न्, भडव्याऽऽ. तुझी कातडी लोंबवतो बघ आता!'' असं म्हणत तुडवायलाच लागला. छडी हातात घेऊन हातावर, खांद्यावर दणकेच देऊ लागला. तळहात फुटले. जनावरासारखा कळवळलो. मार गणित बरोबर सोडवलं म्हणून? कशात तोलतात हे लोक आपली हुशारी? हे कागदांवरचे कितीही गणितं सोडवत बसलं खुळ्यासारखं काही मजा नाही. नकोच ती शाळा. आपलं गणित नाही सोडवू शकत. ती तर आणखीनच गुंता वाढवत चाललीय.

गोसावी गुरुजींचा दादा मला घरी सोडवायला आला. आईनं माझी अवस्था पाहिली. दादानं सारंच आईच्या कानावर घातलं.

“जाव दे, लेकाऽऽ, साळंतबी अडाणी लोक असत्यात; ह्ये माला आज कळलं. लई इच्छयाय तू सिकावं; पर तुला साळा येगळंच सिकवतेय. तुझा बाप अन् आजीसारखा भरना तिडंही हायेच. जाव दे, कर मोलमजुरी. कुनालाच वाटत न्हायी तू सिकावं. मातीच शिक्शन देयील तुला. आज ना उद्या वास्तव शिकशिलच तुझा तूच आपुआप!”

आईची शाळा खरी की मास्तरची? का माझी? काहीतरी कुठेतरी चुकतंय. एवढं मात्र खरं की मोड फुटलेल्या अक्षरांचं वावर आतल्या आत जळून गेलं... अक्षरंच वास सुटल्यासारखी कुबटकुबट... सारी बाराखडीच नांगरीतल्या ढेकळाखाली दडपल्यासारखी. वावरातली धसकटं उपटून बांधावर फेकल्यासारखी शाळा माझ्या आतून उपटून फेकली. हळूहळू माझ्यातला विद्यार्थीही गळून पडला अन् मातीत पाय रोवून माझ्यात शेतकरी मूळ धरू लागला.

वाहटूळ सुटावी तसं

वह्या, पुस्तके, पेन, पेन्सिल, पाटी, दप्तर; गणवेश... सारंच दूर जाऊन पडलं;

विहीर, मळा, ढेकळं, धसकटं, औतफाटा, मोटनाडा, बैलगाडी, गुरंढोरं, बोरी-बाभळी, शिवळं, मुसके, जू...

असं माझ्या आसपास जमा होऊ लागलं,

अ

ब

क

ड

ई

ढेकळात मुडपून...

आता शाळेच्या घंटेचा घणघण आवाज कानावर पडणार नाही...

शाळा कायमची सुटली...

पाटी फुटली...!

❑❑

४२
कुळदाची जिलेबी

सोडली एकदाची शाळा आणि नोंदवलं मातीच्या शाळेत नाव. पण मातीची शाळा मला फार महागात पडली. पाटीवर पाढे गिरवायचे सोडून मी धसकटं जवळ केली होती. ते हातापायात खुपणारच! सावलीला बसून धडे वाचायचं सोडून मी उन्हात येऊन बसलो होतो. मग सूर्य माझी गय करणार होता का? त्याला थोडीच माझी कीव वाटणार होती? ढेकळाच्या जंजाळानं त्याचे फास पक्के जखडले होते. हरळीकाशा मला तोंडघशी पाडण्यासाठी सरसावल्याच होत्या. वावरानं तर पायखुटीच घातली होती मला. काट्याबोराट्यांनी पाय हुळहुळे करून सोडले. किती अवघडय शेतीची शाळा. त्या शाळेची ही गोष्ट...

आर्धलीनं ज्या विठ्ठलतात्याला आमची जमीन लावलेली होती त्यांच्या ताब्यात मला आईनं दिलं. संध्याकाळचंच आई विठ्ठलतात्याच्या घरी घेऊन गेली. राधाकाकूनं चहा ठेवला. आवलाच्या चुलीवर कुळदाचे शेंगोळे शिजत होते. तिला आम्ही कुळदाची जिलेबी म्हणायचो. मला फार आवडायची कुळदाची जिलेबी. राधाकाकू जेव्हा जेव्हा कुळदाची जिलेबी करायची; तेव्हा खास माझ्यासाठी पाठवायची. आम्हा बहीणभावडांत जिलेबीवरून जुंपायची. सगळ्यांनाच थोडीथोडी वाढत आई समेट घडवून आणायची.

राधाकाकू म्हणाली,

"काय रे, भावड्या, लई भारी कईता लिव्हतो म्हने? तुझे तात्या सांगत व्हते!"

"पांडूची आई, बरं का! शाळातही चांगलाच हुशारय भावड्या!" शाळेतल्या हुशारीचं प्रमाणपत्रही तात्यांनी जोडलं.

"तात्या, आयकलं का! त्याला साळा न्हायी करायची!" आईनं लवंगी फटाका फोडला.

"आता काय म्हनू तुलाऽऽ! काय रेऽऽ करायचं तुला मंग? साळा न्हायी करायची... मंग गावभर डुकरं वळनार का?" राधाकाकू त्राग्यानं म्हणाली.

आईनं तात्याला डोळ्यांनच खुणावलं. तात्या राधाकाकूला म्हणाले,

''पांडूची आई, त्याचं आयकून त् घे, त्याच्या डोक्यात काये त्ये!''

''काईबाई नको घेवू बाबा भरून डोक्यामधी! आसं चाल्त का?''

''तुझं चाल्लच का पुढं! आयकून घे म्हनं! काय रे, भावड्या, साळा न्हायी सिकायची मंग करायचं काय?''

''माला शेती करायचीय!''

''आत्ता काय म्हनू तुलाऽऽ! लागले का भिकेचे डोहळे, कायतरीच काय रे तुझ्या डोक्यात? तुला त् लई हुशार समजले व्हते. इंदूकाकूला म्या म्हनायच्ये माझ्या बबनवानी भावड्याचं डोकं चांग्लं चाल्तं. तू त् कायबाय इच्यार करायला लागला. साळा सोडायचा नको इच्यार करू, लेका! लई हालभंड्या व्हत्या?'' राधाकाकू काकुळतीनं म्हणाली.

''तू आयकून घेत न्हायी बा!'' तात्या जरासे कावून काकूला म्हणाले.

''काय आयकायचं त्याचं? त्यो सांगेल अन् आपन आयकायचं, कशासाठी म्हन्ते म्या? आईबाईनं येवढं उन्हात आयुष्य काढलं, ह्ये दिस पाहायसाठी का? त्याचा बाप त् गेला मोकलून! त्या मेल्यानं पुन्हा मागं वळून पाह्यलं न्हायी; अन् याच्या डोक्यात असलं खूळ. आसं कसं चालंल! माला त् न्हायी पटत बाई. सेती करायला सेती त् पाह्यजे ना त्येवढी. इंदूकाकू करूनच ऱ्हायलीच न्; याच्यावाचून का ती पडीत पडलीय का? पानी पाऊस ध्यानावं न्हायी. त्यायच्यात लई द्राक्शाचा बाग पिकवनारय! चुलत्याकाक्याची यक तऱ्हा. करा तुमाला काय करायचं त्ये. म्हने त्याचं आयकून घ्ये! काय आयकायचं?'' राधाकाकू जास्तच चिडली होती.

राधाकाकूनं काठूटीत हात धुतले अन् खरकटं पाणी फेकायला बाहेर गेली. मग तात्या म्हणाले,

''म्हन्जेऽऽ तुला साळा सिकायचीच न्हायी?''

''न्हायी!''

''तुला सेतीच करायचीय?''

''हा!''

''तुझा निरनय पक्काय तर...''

''हा!''

''चालंल! उद्यापासून मळ्याकडं यायाचं!''

''मळ्याकडं येवून फोडत बस ढेकळं!'' राधाकाकू तडतडलीच.

''त्याला हौसय सेतीची!''

''त्याच्या हौसेला लावा काडी! तुमी खुशाल मळ्याकडं ये म्हनू ऱ्हायल्ये! त्याच्या डोक्यातलं काढायचं सोडून खतपानी घालून ऱ्हायलेय!'' राधाकाकू तात्यावरच चिडली.

''काय करू मंग?''

"तुमीबी खुशाल लान पोरावानी वागताय; माला त् न्हायी पटत बाई!" राधाकाकू हात झटकीत बोलली.

काहीही झालं तरी शाळा शिकायची नाही. आपली शेतीच करायची अन् लोकांना दाखवून द्यायचं, टेक्नीकनं शेती कशी करता येते ते. मग सारेच तोंडात बोटं घालतील अन् म्हणतील, 'शेती करावी ती इंदूबाईच्या पोरानं!' सारे लोक माझ्या शेतीची पाहणी करायला माझ्या मळ्यात येतील... मळ्यात माल नेण्यासाठी बैलगाड्या, ट्रॅक्टर, ट्रक, टेम्पो, पिकअप अशा गाड्या रांग लावून उभ्या राहतील... मी मस्त हात मागं बांधून ऐटीत मजुरांकडून माल वाहनांत भरून घेईल... बांधावर उभा राहून हिरव्या नोटांचे जुडगे मोजत बसेल... असं सारं माझ्या डोळ्यांसमोर तरळू लागलं. आईच्या हाकेनं भानावर आलो.

"भावड्याऽऽ, चाल घरी! का यीडंच न्हातो?"

"पांडूची आई, त्याला कुळदाची जिलेबी दे बरं थोडी ताटलीत!"

"न्हायी मिळायची! त्याला आवडते म्हनून केल्यावं घरी नेवून द्यायचे, पन आता न्हायी!"

"आता काय झालं? दे थोडी. नको येड्यावानी करू!"

"म्या सांगितलं न्हायी द्यायची त् तुम्चं चाल्लचंय!"

"का न्हायी? माला त् कळंना बाबा तुझं!"

"त्याच्या डोक्यातलं येडपन जाईन तवा देईन. माला तुमी आग्रवही नका करू!"

काकूचा राग काही उतरला नव्हता अन् तो उतरणारही नाही. पहिल्यांदाच जिलेबी न खाता विठ्ठलतात्याच्या घरून चाललो होतो. जिलेबी काही डोळ्यांसमोरून हालत नव्हती. जिलेबी करावी ती राधाकाकूनंच! अशी लालचुटूक शिजवायची, चवदार तर अशी की मी बोटं चाटत बसायचो. माझ्या शेतीमातीच्या वेडानं पहिली खायचीच गोष्ट माझ्याकडून हिरावून घेतली.

दुसरा दिवस उगवला तोच मी आता अट्टल शेतकरी झालो आहे या जाणिवेनं. आता मी विद्यार्थी राहिलो नव्हतो. तात्या बैलगाडी घेऊनच दाराशी उभे!

"तात्या, म्या त् तोंडबी धुतलं न्हायी आजूक; चहाबी घेतला न्हायी. म्या येतो मागाहून!"

"न्हायी रे! तोंडबिंड न्हाव दे, लाईट जाईल घास भरून घेवू!"

तसाच बसलो गाडीत जाऊन. तात्या माझ्या हातात बैलांचा कासरा देत म्हणाले,

"धर कासरा!"

"म्या त् अजून बैलगाडी चालवली न्हायी!"

"शेतकरी व्हायचं त् असं म्हनून न्हायी चालत, सिकल्यासिवाय कसं येयील!"

कासरा हातात घेतला. गाडी चालली आवडईच्या ओट्यावर. तात्या ओरडले,

"आरेऽऽ आरेऽऽ, लाल्याचा कासरा ढिल्ला सोडऽऽ, सुभाण्याचा ओढऽऽ! हा हा

आंगी आस्सं ऽऽ. अन् चालू दे आता सरळ. त्यात काय अवघडय! जमली का न्हायी... झाला बुवा सेतकरी!''

तात्या म्हटले खरे 'काय अवघडय?' पण सारंच अवघडय. आवडाईच्या भिताडाला धडक दिली असती म्हणजे केवढ्याला पडली असती? मळ्यात आलो. तात्यानं बादलीभर पाणी शेंदायला सांगितलं. शेणाचे दोन पो त्यात कालवायला सांगितले. आमची मोटर पाणी धरत नव्हती म्हणून तिच्या पाइपात आधी शेणाच्या पाण्याची बादली ओतायची. नंतर एकामागून एक किती पाण्याच्या बादल्या ओताव्या लागायच्या त्याची तर गणतीच नाही. काढ बादली ओत पाइपात. तोंडोतोंड पाईप भरला. मोटर चालू केली. पाणी बाहेर फेकलंच नाही. जे भरलेलं होतं, ते विहिरीत गळून गेलं. पुन्हा बेचे पाढे सुरू. दमोदम भरलो, विहिरीतल्या बादल्या काढून; पण तात्या काही म्हणेना, 'भावड्या, आता मी काढतो.' पहिलाच दिवस अन् पहिलाच धडा असा महागात पडला.

तात्या मला रोज नवा धडा शिकवत होते. नांगरणी, वखरणी, पाळ्यावर पाळ्या औताच्या हाकून घेतल्या, नांगरणी करताना जमिनीचे भलेभले ढेकळं बाहेर पडत होते, तसेच माझ्या मनाचे ढेकळं तात्या मला दाखवू पाहत होते. वखराच्या पाळ्या हाकून हाकून, माती भुसभुशीत करावी तसे माझ्या मनातले ढेकळंही विरघळून काढले. काशा धसकटाचं गचपण वेचून बांधावर टाकावं तसं माझ्या डोक्यातलं गचपणही काढून टाकलं. शेतीची मशागत पुरी होता होता, मला जाणीव झाली की शाळेचीच सुगी पास होऊ शकतो. आता मला शाळेतलं गणित सोपं वाटायला लागलं होतं. पण मी हरलोय हे तात्याला अन् आईलाही म्हणता येत नव्हतं. कसं म्हणणार? आपणच स्वत:हून शेतीचं दाव आपल्या गळ्यात बांधून घेतलं होतं. ते सोडायचं कसं? या चार महिन्यात एकही कविता लिहून झाली नव्हती. कशी लिहिणार? दिवसभरच्या कामानं शरीराचा मुर्दा पडायचा. रात्री जेवलं की लगेच डोळ्यांवर झोप यायची. ही कामं मी केली नव्हती असं नव्हे. त्या कामाचं 'जू' आई बहिणींसकट साऱ्यांनी तोललेलं असायचं; म्हणून त्याचा भार वाटत नव्हता. पण आता एकट्यानंच खांद्यावर घेतलं.... ते असं रुतायला लागलं की सांगता सोय नाही. शाळेत जसे मास्तर परीक्षा घेतात तसेच या शेतीतल्या शाळेतले तात्या अन् आई हे माझे मास्तर झाले होते. शाळेतल्या मास्तराहून यांचे नियम कडक. गृहपाठ तर त्याहूनही अवघड देऊन ठेवायचे की नको नको ती शेती असं होऊन जायचं.

एकदा लासलगाव मार्केटला मुगाचं बाचकं विकायला तात्यानं मला पाठवलं. धड ते मला कोलटेक फाट्यावर नेऊनही दिलं नाही. कोलटेक फाटा गावापासून दोन मैल. सायकलीसाठी मी याच्या त्याच्या पाया पडत, एकदाचं कोलटेक फाट्यावर बाचकं नेलं. तिथून काळ्यापिवळ्या जीपमधून लासलगावला. त्यानं बसस्टँडशेजारीच उतरून दिलं. तिथून मार्केटला कसं न्यायचं? हातगाडीवाला शोधला. मार्केटमध्ये आणखीनच वास्तवाला सामोरं जावं लागलं. एक शेतकरी म्हणाला व्यापारी येऊन बांबू मारतात. या बाचक्याला

बांबू का मारणार? प्रत्यक्ष जेव्हा तो बांबू पाहिला तेव्हा सुरीसारखा होता. तो बांबू व्यापारी बाचक्यात खुपसायचे अन् काही मूग भळभळून जायचे. बांबूत आलेले हातावर घेऊन पाहायचे अन् खाली टाकून पुढच्या बाचक्याकडं. अस्सा राग आला. तात्यानं, काकूनं, आईनं, मी, पांडूभाऊनं एकेक शेंग मुगाची तोडून एकेक दाणा जपलेला होता अन् ह्या व्यापाऱ्यांना थोडीही किंमत नाही? असं वाटलं की तोच बांबू खुपसून पाहावा यांच्या पोटात... थोडी तरी माणुसकी बांबूला लडकून येते का? असे तर चिक्कार प्रसंग माझ्यावर लादले गेले गृहपाठ म्हणून! अभ्यास पक्का होत जाण्याऐवजी मी आणखीनच बेंबळा होत गेलो, रडकुंडीला आलो. मला वाटायचं वावरही माझी चेष्टा करतंय. ढेकळं, धसकटं तर माझ्याकडं बोट दाखवून खदाखदा हसताहेत. 'हरला, हरला' म्हणून रानातले झाडं, पाखरही मला चिडवताहेत. काय करू? आईच्या पदराआड लपावं तर आईही मुद्दामहून पदर बाजूला करून घ्यायची अन् सगळ्यांना सतावून सोडण्यासाठी मी एकटा सापडायचो.

पमी तर मला खिजवण्यासाठी संधीच शोधत असायची,

"काय रे, टेकनीकनं शेती करनार व्हता न्? कुडपर्यंत आली तुही टेकनीक?"

मला तर रडूच फुटलं असतं. पण मला ते कमीपणाचं वाटलं. मी तोंड फिरवलं अन् सावरून उसन्या उत्साहानं तिला सामोरं जात म्हणालो,

"यकन् दोन दिवसांत थोडीच येईल ती? येतेय येतेय!"

"कोलटेक फाट्यापर्यंत आली आसंल त् म्या घेवून येईन डोक्यावर! अशीही सायकल त् तुला कुनी देनार न्हायी; म्हनून म्हन्ते."

"यवढंही न्हायी हासू नानसानं?"

"आरे, चांगली साळा सिकायची सोडून लागला मातीत हात घालायला! माती काय सोडते का? ती चांगलाच रेनगूट पाडते मानसाचा!"

पमी म्हणते तसा रेनगूट पाडलाच होता मातीनं.

मग तर मी रडायलाच लागलो.

खूप रडलो.

पमीनं माझं डोकं थापटलं.

डोळे पुसले...

एका दुपारी बाभळीच्या झाडाखाली मी आई विठ्ठलतात्या, राधाकाकू, पांडूभाऊ न्याहऱ्या करत होतो. कांदे लावायसाठी वाफे बांधण्याचं काम केलं होतं. हाताला फोड आले होते. बोटांना जिभाळ्या लागल्या होत्या. मानीचा तर काटा झाला होता. जेवता जेवता तात्या म्हणाले,

"वैनी, भावड्या निटवला बरं का कामाला."

'कशाचा निटवला आला. चांगलं भुरेन्डेल पडलं माझं.' पण हे मी मनातल्या मनातच

म्हणालो. पांडूभाऊ म्हणाला,

''हा ना, दादा, वाफे बांधायला त् मालाबी आवरत न्हवता!''

''झाला बाई माझा लेक शेतकरी! आता कायी आमाला कमी पडायचं न्हायी!'' आईसुद्धा माझी फिरकी घ्यायची.

''शेतीवर तो तुमाला दामोधरीच बांधून देईन!'' राधाकाकू म्हणाली.

''काकू, तू पात ऱ्हा. माहा लेक माला चौपाळा टांगून झोका देईन!''

''चांग्लेच झोके घेत बसा. चौपाळ्याचा दोर तुटला न्, मंग कळंल!''

राधाकाकूचा राग मला इतक्या दिवस कळला नव्हता. पण तो आता उमगला होता. राधाकाकूला दोन मुलं- मोठा बबनभाऊ अन् लहाना पांडूभाऊ. बबनभाऊनं शाळा केली. चांगला शिकला. म्हणून तो संगमनेरच्या कॉलेजात नौकरीला लागला. लहान्या पांडूभाऊनं माझ्यासारखी शाळा सोडली, तर त्याला खूप कष्टाची कामं करावी लागतात. याचं राधाकाकूला फार वाईट वाटत राहायचं. मागं वावर तयार करत होतो तेव्हा काशा वेचताना राधाकाकू तिचं हृदय आईकडं मोकळं करत होती.

''इंदूकाकू, माझा पांडू साळा सिकला न्हायी, याचं जिवाला लई वाईट वाटतं. चांगलं ल्यायानेसाया मिळत न्हायी. नुस्तं ढोरकाम उपसावं लागतं. कांद्याच्या खळ्यावरचं हमालीचं काम सुकाचंय का? बबनचं कसं साळानं भलं झालं; पन पांडूसाठी जीव जळतो. कुडते आपली आतल्या आत, ऊर त् फोडून दावता येत न्हायी न्! तुमच्या भावड्याला कधी ग्यान येयील त् येवू!''

खरंतर भावड्याला ग्यान आलं होतं. पण आता भावड्याही बोलू शकत नव्हता. स्वतःच्याच हातानं पायावर मी कुऱ्हाड मारून घेतली होती. तिची वेदना मला मुकाटी सहन करायची होती. जेव्हा मी शाळा सोडली तेव्हा आई म्हणाली होती- 'मातीच शिक्शन देयील तुला. आज ना उद्या वास्तव शिकशिलंच!' हे वाक्य पुनःपुन्हा डोक्यात टकरा देऊ लागलं. 'खरंच, आई! मला वास्तव कळलंय; पण तुला कोणत्या तोंडानं सांगू की मला शिकायचीय शाळा. नको मला मातीची ही शाळा. मातीच्या शाळेतही पास होणारे विद्यार्थी आहेत; पण मी मात्र या शाळेतला 'ढ' विद्यार्थी आहे. आयुष्यभर एकाच वर्गात मी पडून राहील. पास तर काही होणार नाही.'

पायीपायी गावाकडं निघालो होतो. काजीसांगवीचं हायस्कूल सुटलं होतं. माझ्या मळ्यावरून हायस्कूलचा रस्ता जात होता. गोसावी गुरुजीचा दादा, मधुअण्णाचा भाग्या, दामूबाबाचा ज्ञान्या, गावड्याचा भावशा, रस्त्यावरून जाताना दिसले. मी बाभळीच्या झाडाआड लपलो. ते लांबवर गेले. मी मधल्या रस्तानं गावाकडं निघालो. विचार डोक्यात गर्दी करून डिवचत होते. आता आपण दादा, ज्ञान्या, भाग्या यांच्यासारखा विद्यार्थी नाही राहिलो. आता आपण जन्मभर मातीच उपसायची. आपलीही माती होऊन जाणार. विठ्ठलतात्या पंचक्रोशीत मृदंगाचार्य म्हणून प्रसिद्ध होते. त्यांच्यासाठी कीर्तनकार आडून

बसायचे. म्हणूनच तात्यानं माझ्या शेतीच्या वेडेपणाचा मृदंग असा काही बडवला; अन् मला जाणीव करून दिली की तू शाळेचाच मृदंग बडवू शकतो.

असे अनेक दिवस गेले. झोप लागत नव्हती. कविताही लिहावाशी वाटत नव्हती. सगळंच रितंरितं वाटायला लागलं. आपला जन्मच वाया जाणार. आठवीची वार्षिक परीक्षा महिनाभरावर राहिली होती. विठ्ठलतात्यानं ठरवलं तर मी परीक्षेला बसू शकतो, कारण आठवीच्या वर्गाचे क्लासटिचर मणियार सर तात्याचे मित्र होते. दुपारचं तात्या न् मी वळई लावत होतो. तात्याला म्हणायची हिंमत होत नव्हती. त्याशिवाय फास मोकळा होणार नव्हता. आई शेळीसाठी गवत घेत होती. सगळंच बळ एकवटून म्हणालोच तात्याला,

''तात्या, माला शाळेत न्हायी जाता येनार का?''

''साळा कशाला सेतीच बरी; साळानं कुणाचं भलं झालं त् तुझं व्हनारय? तुला आता सेतीची कामं चांग्ली जमाय लागलीय. नको आता ती साळाची भानगड!''

मी रडकुंडीला आलो.

''तात्या, बघा न्! मन्यार सर त् तुम्च्ये चांग्ले दोस्तय. माझ्यासाठी सांगून पाहाल तात्या!''

''न्हायी गड्या! त्यायचे बोलने कोन खायील!''

''म्या खायील तात्या; पन तुमी माझ्यासाठी यवढं कराच.''

''भावड्याऽऽ लेका, आता मागारी न्हायी फिरायचं. चांग्ली जमतेय तुला सेती.''

माझा इलाजच खुंटला. मी रडायला लागलो. तात्यानं हातातली पेंढी खाली टाकली. मला गोंजारलं,

''अरं, मर्दासारखा मर्द अन् असा रडायला लागला. पूस डोळे.''

''मला शाळेत जायचंय.'' रडता रडता म्हणालो.

''अरे, तुझी परीक्शा फी पंधरा रुपये मागल्या आठवड्यातच भरली. मन्यार सरायला सांगूनबी ठिवलंय, फकस्त तुझ्या म्हनायची वाट पात व्हतो! उद्या दप्तर उचलायचं अन् साळेत जायचं, मातीच्या साळेची काळजी घ्याया आमी आहोतच!''

मी तात्याला मिठी मारली, माझी शाळा परत केल्याबद्दल! रातच्याला राधाकाकू पदराखाली डबा झाकून घेऊन आली. आम्ही जेवायलाच बसलो होतो. काकूनं कुळदाची जिलेबी माझ्या ताटात ओतली.

''तू साळात जानार म्हनून लई आनंद झाला बग! म्हनून माझ्या लेकरासाठी खास केली!''

राधाकाकूची कुळदाची जिलेबी खूप खूप चवदार लागली. उद्यापासून शाळेत जाणाऱ्या विद्यार्थ्यानं एकट्यानंच फस्त केली....

❑❑

४३
चार आण्याचं तिकीट...

मला राहून राहून, सारखं सारखं वाटायचं की आज इथं पमीच्या लग्नात संतूनं, पग्यानं, हण्त्यानं, गण्यानं, सुकड्यानं असायलं हवं होतं. माझे सारेच दोस्त गावाकडं राहिलेय. ते असते तर किती मजा केली असती. त्यांच्याशिवाय मला ओकंबोकं वाटत होतं. एवढं थाटामाटात होणारं लग्न; पण पाहायला जवळचं कुणी नाही. मंगल कार्यालय पाहुण्याराउळ्यांनी फुलून गेलं होतं. त्यांच्यात मी माझ्या दोस्तांना हुडकत होतो. दुसऱ्या खोंडात चुकून गेलेल्या गायीच्या वासरासारखी माझी अवस्था झाली होती. पमीचं लग्न होतंय ही आमच्यासाठी आनंदाची गोष्ट. पमी दिसायला देखणी. त्यात टोकरासारखी भराभरा वाढलेली. आईला तिचा घोर लागून राहिला होता. दोन महिन्यांपूर्वी अंबरमामा आमच्या घरी आला होता. तेव्हा आई त्याला म्हणाली,

"बापू, या पोरीचे हात पिवळे कर. रातरातभर डोळ्याला डोळा लागत न्हायी. आंथरुनावर पडलेच त् घराचं आढं उरावर दाब द्याया लागतं."

"ताई, नको यवढा घोर धरू तिचा! वाटल्यास म्या तिला घेवून जातो कोळपेवाडीला. तू या क्षणापून तिची काळजी करनं सोड!" अंबरमामानं हमी दिली.

"बापाला एक काळजी न्हायी अन् चुलतेकाके त् तिचं वाकडं पाऊल पडायची वाटच पाहत्याय! माझं हसं व्हावं ही त्यायची मनषा!"

"त्यायचे दात त्यायच्याच घशात शिरतील. बघत ऱ्हा!"

"पोरीची माती हिर्वी व्हाया टायीम लागत न्हायी, बापू!"

"ताई, तुझ्या यका तरी पोरीचं पाऊल वाकडं पडलं का?"

"अरे, माझ्या वासऱ्या लयी गुणाच्या. कधी कुनाकडं वर मान करून पाह्यच्या न्हायी. माझ्या त् लई आदऱ्यात. जिडं बैस म्हनले, तिडं बसल्या. उठ म्हन्ले, उठल्या! चौघीत ही जरा जास्तीच देखणी, लोकायचं काही सांगवत न्हायी बाबा! कुडलीही येळ आधी वर्दी देत येत न्हायी, अशानं असं झालं त् कसं निस्तरायचं?"

मामा अन् पमी कोळपेवाडीला जायला निघाले. मीही निघालो.

"मालाबी जायचंय!"

"ह्येबी खदनसनं पोरय! तुझं काये तिडं?" आई रागावली.

"जाव दे. येव दे, ताई!"

आम्ही कोळपेवाडीला आलो. येऊन दोन दिवस नाही झाले तोच पमीला पाहायलं कोपरगावचं स्थळ आलं. त्यांनी पमीला पाहताक्षणी पसंत केलं. खूप श्रीमंत पार्टी होती. स्थळ छायामामीच्या भावानं आणलं होतं. मामामामी बोलत बसले,

"अहो, पमाताई त्यायला पसंत झालीय; पन एक अडचन उभी ऱ्हायली!"

"हा कळली मलाबी, की देन्याघेन्याची त्यायची कायी इच्छा न्हायी; पन लगन चांगलंच करून पाह्यज्ये! छाया, काय व्हायचं ते व्हवू दे? पन पमीला इडंच द्यायचं!"

अंबरमामानं विडा उचलला खरा; पण तो तडीस जाईल का? पैशापुढे सारंच आडतं. जगात सगळी झाडं असतात; पण पैशाचं झाड देव लावायचंच विसरला. नाहीतर झाडावर चढून तडातडा तोडले नसते का मामानं पैसे. म्हणजे पमीच्या लग्नाची चिंता सतावली नसती अन् आईलाही बापावर खावटीची केस लावायची गरज नसती. मामानं नात्यागोत्यातल्या मंडळीकडं मदत मागितली. बऱ्याच जणांनी काखा वर केल्या. मामाला असं वाटलं की आमच्या बापाकडं तरी पाहावी काही मदत होते का? म्हणून तो आईचा निर्णय घेण्यासाठी पुन्हा पाटेगावला निघाला. मला म्हणाला,

"चल भावड्या, माझ्यासंगं?"

"नको, मामा, म्या इडंच ऱ्हातो!"

"आरे, परत घेवून येईन तुला. आधी पाटेगावला जाऊ. तिडून वणीला जाऊन येवू!"

आम्ही पाटेगावला आलो. चहापागी झाल्यावर आई म्हणाली,

"बापू, काय रे लई तातडीनं येनं केलं? जमलं काय कुडलं?"

"हा तसंच समज. स्थळ जरा तालेवारय."

"आरं, झेपंल का आपल्यायला?"

"त्यासाठीच तुझ्याकं आलो. दाजीनं जर मदत केली त् सुरळीत पार पडंल!"

"पाहय बा!"

"पाहतो जाऊन! यवढ्या बारी तोंडात खाल्ली, आजूक एक बार!"

मामा अन् मी बापाच्या गावाला संध्याकाळचच पोहोचलो. बापानं आम्हांला काही घरात घेतलं नाही. ढगासारखा गडगडला मात्र!

"माझ्या घराचा उंबरा चढशील तर याद राख. तंगडं तोडून टाकीन!"

"दाजी, पमीचं लग्न जमलंय."

"तू कोण तिचं लग्न जमवणार?"

''मामाय मी तिचा!''

''न्हायी करायचं तिचं लग्न!''

''मग इकडं घेवून या तुमच्याकडं. माझ्या बहिणीच्या जिवाला नको घोर!''

''तिचं लग्न होईल, नाही तर तशीच राहील. तू नको काळजी करू!''

मामा अन् मी रिकाम्या हातानं कोळपेवाडीला परतलो. आमचा बाप काही मदत करेल अशी आशा मात्र सोडून दिली. स्थळ हातचं जायला नको. पण लग्नखर्चही पेलणारा नव्हताच. अंबरमामाचीही परिस्थिती बेताचीच. मामा छायामामीस म्हणाला,

''लग्नाचं अवघडय, तिचा बाप तर थोडीबी जबाबदारी घ्यायला तयार न्हायी!''

''कसं करायचं मंग?'' छायामामीही काळजीत पडली,

'''न्हायी' म्हनून सांगू. दुसरा काय पर्याय आपल्याकडं?''

''म्या मच्छूला बोलवून घेते. नको आपल्या भरवशावर ऱ्हायला!''

एवढं तर नक्की होतं आज ना उद्या पमीचं कुठं ना कुठं लग्न जमणारच होतं. मला खूप वाईट वाटू लागलं. आपली बहीण आपल्याला सोडून जाणार. पाटेगावच्या घरात आपण एकटेच उरणार? जेवणंखावणं झाल्यावर पमी बाहेर भांडे घासत बसली होती. तिच्याकडं गेलो. तिच्या जवळच्या दगडावर बसलो. हुंदका आला.

''काय झालं रे, भावड्या?'' टोकरीत हात धुता धुता पमी म्हणाली.

''म्या तुला काय काय बोलायचो.'' रडकुंड्या स्वरात म्हणालो.

''अरे, पन रडाया काय झालं?'' पमीला काहीच कळेना.

''तुझं लग्न व्हनार. तू निघून जाणार, मंग कुनाला ढम्मी म्हननार?''

''अरे, म्या येत जाईन न्! मंग म्हनत जा हं!'' तिचाही कंठ दाटला होता.

''ढम्मीऽऽऽ'' रडत रडत म्हणालो.

''काशाकवड्याऽऽ'' पमीही रडायला लागली. खूपच!

अन् कवरच्या कवर रडत बसलो.

मामीचा भाऊ दुसऱ्याच दिवशी आला. मामीनं त्याच्या कानावर घातलं....

''आमाला त् मस वाटतं ह्ये स्थळ हातचं जावू न्हायी, पन लग्नाचा खर्च कायी पेलवनार न्हायी! सोन्याची सरी गळ्यात घालून मरतो का? '' मामी कांदेपोहेंना फोडणी देता देता म्हणाली.

मामा तर डोक्याला हात लावून बसलेले. थोडा वेळ कुणीच काही बोललं नाही. छायामामीनं पोहे दिले.

''काय ग, संजूला त् यवढी चांगली पोर दाखवली. माला त् कशानं काय! तवा अशा

मुली कुडं दडून बसतात, काय माहीत?'' पोहे खाता खाता मामीचा भाऊ म्हणाला.

''म्या त् मस पोरी दाखवल्या; पन तुझ्या मनाला येत न्हायी.''

''पन अशी कुडं होती?''

मामी हसल्यावारी म्हणाली,

''मंग करतो का ही पोर!''

''हां!''

मामामामी दोघंही हसले. मामा म्हणाले,

''हे झालं काखेत कळसा अन् गावाला वळसा. ह्ये त् ध्यानातच न्हवतं आलं माझ्या. तुलाबी काय कमीय?''

''हा मच्छू, पन आम्ची नणंदबाई फार गरीबय?''

''ठावुकय माला!''

''लग्नाचा खर्च तुलाच करावा लागंल. कबूल आसेल त् हा म्हन.''

मामीचा भाऊ एका पायावर तयार झाला. मामामामीला खूप आनंद झाला. लग्नाच्या खर्चाचं सगळंच ओझं मामीच्या भावानं पेललं. मग कसलीच काळजी राहिली नव्हती. लग्नही कोळपेवाडीच्या मंगल कार्यालयात करायचं ठरलं. शिर्डीत मामीच्या भावाची बरीच जमीन होती. आमचे दादा म्हणाले, 'पमी आता सोन्यानं दात किशील!' खरोखरच पमीनं नशीब काढलं होतं. अन् मला असं झालं होतं की मी कधी पाटेगावला जातो अन् संतू, पग्या, दिवड्या यांना आनंदाची बातमी देतो. माझी परीक्षा आटोपल्याच्या नंतर पमीच्या लग्नाची तारीख पक्की झाली.

कोलटेक फाट्यावर काळ्यापिवळ्या जीपनधून मी खाली उतरलो. संतू, पग्या, रत्न्या भेटले,

''ये, भावड्या आलाऽऽ''

''ये नवळ्याला नऊ बुक्के!'' असं म्हणत तो माझ्या पाठीत बुक्के मारू लागला.

''संतू, आमच्या पमीचं लग्न ठरलं!''

''येऽऽऽ दलशाच मंग! लई नाचायचं भो!''

''इडं न्हायी कायी! मामाच्या गावाला होनारय कोळपेवाडीला!''

मग मात्र त्यांचे चेहरे पडले. नुसतेच चालत राहिलो. मग संतू म्हणाला,

''भावड्या, माईचा नवरा अन् माईबी आलीय. त्यायचं घर पडलं. ते आता म्हयनाभर इडंच ऱ्हानारय!''

माझ्या तर आनंदाचा लगेच विचका झाला. आल्यापावली परत जावसं वाटू लागलं. लग्नातही काहीतरी विघ्न तो आणेलच. चालता चालता संतू म्हणाला,

''भावड्याऽऽ, माईचं नवरं येडंय भो; कुनालाबी शिव्या घाल्तं. अंगाव धावतं.''

"त्याच्ये त् भो सगळेच्या सगळे आटे स्लीपय!" पग्या म्हणाला.

"आज सकाळची गंमत न्हायी सांगितली, संत्या?" रत्न्या म्हणाला.

"तूच सांग भो, रत्न्या?"

"म्या पोंगे घ्याया गेलो व्हतो ठकईच्या दुकानात!"

"ह्ये येडगांड्या पोंगेयचं सांगितलंच पाह्यज्ये का? लई लामन लावीत सांगतं ह्ये."

"तिडं आला न भो तुझा दाजी पेवून तराट. ठकईला म्हन्ला दारू दे. ती म्हन्ली देत न्हायी जा. गडी चिडलानं भो, देली ठकईच्या ठेवून. मंग काय सांग्तो ठकईच्या पोरायनी कुत्रीच्या आयवानी तुडवला!"

पुढचं मला काहीच ऐकायचं नव्हतं. मी कानात बोटं घालून घेतले.

अनेक कडू प्रसंग झेलत आजचा दिवस उगवला होता... पमीच्या लग्नाचा. माझा बाप, मुंबईचा बुट्टा चुलता अप्पा अन् बापाची बहीण आमची कैवाडी वेणूआत्या तिचा भोकरडोळ्याचा नवरा- सारेच मला येताना दिसले; अन् संत्या, पग्या यांचा विचार लगेच गळून पडला. मी आईला सांगायला धावलो, तर अंबरमामा खूप घाबरलेला होता. तो आईस म्हणाला,

"ताई, तुझा नवरा कार्याचा नास करायला आला वाटतं!"

"तो कशाचा नास करील. नाक हाये का त्याला!"

"पानटपरीवर बोलत होता. पातो कसं लग्न करत्या त्ये!"

"कोन म्हनलं तुला?"

"माझा कारखान्यातला मित्र. तो उभा होता टपरीवर. सांगाया आला मला घाईघाई!"

आईचं अन् मामाचं बोलणं चाललेलं असतानाचं बाप नवरानवरीच्या स्टेजवर चढला झोकांड्या खात खात. आत्या, तिचा भोकरडोळ्याचा नवरा, अन् मुंबईचा बुट्टा चुलता अप्पा खालून पाठींबा देण्यासाठी उभे. लग्नघटिका भरत आलेली. नवरानवरी उभे. भटजीनं मंगल अष्टकं सुरू केले अन् माझ्या बापानं आकाशवाणी केली -

"बंद कराऽऽ! हे लग्न होणार नाही. माझी मुलगी सतराच वर्षांची आहे; अल्पवयीन मुलीचं लग्न करताहेत. मी तुम्हांला पोलिसाच्या ताब्यात देईन!"

बापाच्या डरकाळीनं सगळीच दाणाफाण उडाली. वऱ्हाडी मंडळी गोंधळून गेली. मामा धावला... आईही. बाप पमीला फराफरा ओढत स्टेजच्या खाली घेऊन आला. पमीनंही कुठलाच विरोध केला नाही. तीही बापाबरोबर खुशाल खाली उतरून आली होती. लोक हा शिमगा पाहत अवाक् झाले होते. चित्रपटातलं दृश्य पाहावं तसं सारे लोक पाहत होते. पमी काही अल्पवयीन नव्हती. बापाला काय कुठलं तरी कारण लागत होतं. अंबरमामाला वाटलं होतं बाप शिमगा करील; पण असा काही करील, बिलकूलही वाटत

नव्हतं. स्टेजच्या खाली घेऊन आलेल्या बापाच्या हातून आईनं पमीचा हात हिसकून घेतला,

"काय ग, खुशाल उतरून आली खाली. चल, हो वर!"

"बिलकूल नाही. माझ्या अल्पवयीन मुलीचं लग्न करताय. थांबा पोलिसांच्या ताब्यात देतो तुम्हांला."

"नको पोकळ धमक्या देवू. माझ्या पोरायचे जन्म कुडं झाले अन् वाढले याचा हिशोब ठिवलाय का तुझ्याकडं! त्यायचे शाळेचे दाखले घेवून हिंडतो काय?"

आई बापाला म्हणाली ते अगदी खरं होतं. म्हणजे नुसतं बापाला एवढं विचारलं असतं की पमी कुठल्या इयत्तेपर्यंत शिकली?; तर लगेचच बाप खोटा पडला असता. बापानं कधी गावावर आल्यावर विचारलं नाही की तुम्ही कुठल्या इयत्तेत शिकता... आमची शाळेत काय प्रगती झाली आहे... हेही ताडून पाहिलं नाही. आमच्या पाचही भावंडांत एकाला तरी बापानं गोंजारलंय असं कधी झालं नाही. तोच बाप पोरीच्या लग्नात विघ्न आणतोय. माझं उर धडधडायला लागलं की पमीच्या हळदीच्या पावलांना नाट लागते की काय?

आई बेफाम झाली होती. बाप कच्चा पडायला लागला तर मुंबईचा चुलता अन् आत्या मध्ये आली.

"निगायचं तुमी. तुमाला कुनी आवतन धाडलं न्हवतं लगनाला या म्हनून. माझ्या त् आयुष्याचं वाटुळं कराया तुमी वाटेदार झाले; पन माझ्या पोरीचं वाटुळं न्हायी व्हवू द्यायचे म्या!"

"त्याचाही हाक्क हायेच पोरीव." आत्या म्हणाली

"तू त्याचं वकीलपत्र घेवून आली का? तुझ्यामुळेच आज माझ्यावर हा टायीम आला."

"वैनी, माझ्या बहिणीला बोलायचं काम न्हायी."

"ये बुद्व्या वांग्या, तुला धड उभं न्हाता येईनं. घोटभर पेवून हातभर तमाशा करतो व्हय! माझ्या पोरीच्या लग्नाचा नास करायला लाज न्हायी वाटत! चुलताय न् तिचा. ह्ये ढंगं तुझ्ये. आरे, अकली कुडं गहाण ठेवून आलेय, मेलेहो!"

आत्यानं, चुलत्यानं पाहिलं... शब्द वाढवून काही उपयोग नाही. सारंच गणगोत आईच्या पाठीशी होतं, त्यामुळे येथून काढता पाय घेतलेला बरा. पोरीच्या लग्नात येऊन तिच्यावर अक्षता टाकण्याऐवजी तिचं लग्न मोडत होता. कसा बनवला असेल देवाने हा बाप. आईनं पमीला स्टेजवर नेलं. खाली पायऱ्या उतरून येते कुठं नाही... तोच माईच्या नवऱ्यानं गोंधळ घालायला सुरुवात केली. तुडूंब प्यायलेला होता. बापाला तर आधारच मिळाला. आता मात्र हे दोघं होणारं लग्न होऊच देणार नाही, याचं चिन्ह दिसू लागलं. एकतर माईच्या नवऱ्यानं बापाला फक्त स्वतःच्या लग्नात पाहिलेलं. नंतरच्या दोनचार

वर्षात त्याला माझ्या बापाचं चुकून दर्शनही झालं नव्हतं अन् त्याला माझ्या बापाचा पुळका आला होता.

"माझ्या सासऱ्याचा अपमान करता, भोसडीच्यायवो..." खूप घाणघाण शिव्या देऊ लागला. बापाचाही आवाज वाढला. मुंबईच्या मेणघुण्या बुड्ढ्या चुलत्याचाही, कैवाड्या आत्याचाही अन् तिच्या भोकरडोळ्याच्या नवऱ्याचाही. नवरदेवच स्टेजखाली उतरला. त्याचे आठदहा मित्र. नवरदेवानं फाडकन माईच्या नवऱ्याच्या तोंडात ठेवून दिली. मित्राच्या कानात काहीतरी सांगितलं. बापाची अन् माईच्या नवऱ्याची उचलबांगडी केली. जीपमध्ये कोंबले अन् लग्न लागेपर्यंत कोळपेवाडीच्या शिवावर धरून ठेवले. पमीच्या अंगावर अक्षता पडल्या. एकदाचं पमीचं लग्न झालं. आता पमी दुसऱ्याची झाली होती. आता तिच्यावर बापाचा अधिकार राहिला नव्हता. आता बाप परत आला असता तर पमीचा नवराच ढाल म्हणून मध्ये उभा राहिला असता. अखेर पमीच्या हळदीच्या पावलांना संसाराची वाट मिळाली....

बरं झालं संतू, झिंग्या, पग्या लग्नाला नव्हते; नाहीतर ते मला म्हणाले असते,

"भावड्या, तुझ्या बहिणीयच्या लग्नात काही न् काही तमाशा व्हतोच!" खरंच आहे!

अन् ह्या तमाशासाठी चार आण्याचंही तिकीट फाडावं लागत नाही....

❑❑

४४

चिंध्यांची बाहुली अन् धुळीचा राक्षस...!

माझ्या चाऱ्ही बहिणीत मोठी बहीण माईच अशी होती की तिनं कपाळावर, हातावर कुठं गोंदलेलं नव्हतं. तिला गोंदलेलं आवडायचं नाही. एक साली खंडोबाच्या जत्रेत पमीनं कपाळावर गोंदवून घेतलं होतं, तेव्हा पर्मानं माईचा चांगलाच मार खाल्ला होता. अशा आमच्या माईला गोंदणाचा कुठलाच नाद नसताना तिच्या आयुष्यात असे काही दिवस आले की त्यांनी माईच्या जगण्यावर दुःखाचे डाग गोंदवून ठेवले. आईनं, मामानं, आजोबानं ते दुःखाचे डाग काढू पाहिले; पण माईच्या कर्माला ते पक्के चिकटले होते. निघता निघत नव्हते. गोंदणानं आयुष्यभर सोबत करावी तसं माईच्या दुःखानं तिला सोडलं नाही.

पमीचं लग्न झालं, त्याच्या दुसऱ्या दिवशी आई मामाकडंच कोळपेवाडीला थांबली. माईचा नवरा, माई अन् मी पाटेगावला आलो. दोनच दिवसांत सुट्टी संपून तो जम्मूला जाणार होता. म्हणून मीपण माईबरोबर पाटेगावला आलो. खरंतर कोळपेवाडीवरनं माझा पाय निघत नव्हता. पण माई एकटी कशी जाणार? तिच्याबरोबर राणी अन् सहा महिन्याची शिल्कू या दोन माझ्या भाच्या. शिवाय आईला माईच्या नवऱ्याची खोड माहीत होती. त्यामुळे आईचा जीव लागला नसता. पाटेगावला यायला निघालो, तेव्हाच आई म्हणाली होती,

"भावड्या, माईला सोडून बाहेर भटकत हिंडू नको. त्यो मेला दारू पिला त् मान्सात ऱ्हात न्हायी!"

"आई, तू नको काळजी करू. म्या असल्यावर त्याची काय टप्परय माईच्या अंगाला हात लावायची!"

"माझा राजा त् लयी धीट झाला बाई!"

माई रडायला लागली. तिच्या कडंवर सहा महिन्यांची शिल्कू. तीही रडायला लागली. आईचं दुःख जणू तिला कळलं होतं. आई माईला म्हणाली,

"मावडे, न्हायी त् काय जाऊ नको बाई! म्या अंबरला सांग्ते त्याचा बेत पाह्यला!"

''नाही, आई, जाते मी!''

''आसं डोळ्यात पाणी घेवून गेली त् माझा जीव ऱ्हायील का?''

खरंतर माईला तिच्या नवऱ्याबरोबर पाठवायचंच नाही, असं अंबरमामानं ठरवलं होतं. माईच्या नवऱ्यानं काल लग्नात केलेला शिमगा काही आम्ही विसरलो नव्हतो. पण सकाळी सकाळी माईचा नवरा गरीब गायीचा होऊन आला अन् भामट्यावानी कोपऱ्यात जमिनीवरच बसला- खाली मान घालून! त्याच्या अशा अवताराला पाहून वाटलं हाच का तो कालचा माईचा नवरा? पण त्याचं असंच आहे. तो जर दारू प्यायलेला नसला तर एकदम चांगला वागायचा. पण, दारू पोटात गेली की तो स्वत:चाही राहत नव्हता. एकदम राक्षसच! माझे आजोबा त्याच्यावर चिडले होते. ते दरडावून म्हणाले,

''ह्या मवाल्याला कोनी घरात घेतलं?''

''माझं चुकलं. मला यवढी बारी माप करा!''

''तुला सासऱ्याचा लई पुळका. वारभर कपडा घेतला का त्यानं तुला! त्याची बाजू घ्यायला लागला!''

अंबरमामा अंघोळ करून आला. मामानं तर चप्पलच उचलली.

''पैला निंग माझ्या घरातून भायेर!''

''माझं चुकलं... खरंच माझं चुकलं.'' असं म्हणत त्यानं स्वत:चंच तोंड झोडून घ्यायला सुरुवात केली.

''तुझ्या कैवाड्यापणाला म्या भुलनार ऱ्हायी! तू जीव जरी काढून ठिवला न् तरी म्या तुझ्यासंग माझ्या भाचीला धाडनार ऱ्हायी!'' मामानं जाहीर करून टाकलं.

''ऱ्हायी त् काय! खुशाल लग्न मोडाया निंगाला तुमी. मोठेधाटे व्हऊन आला. मानानं ऱ्हायचं सोडून तुमी त् शेण खायला निंगालात! असं शोभतं का तुमाला! लहानलव म्हेवणी तुम्ची, तुम्च्या बैनीसारखी; तिच्या आयुष्याचा इस्कोट कराया निंगाला. माझ्या लेकीच्या आयुष्याला आला वनवास. तिच्या पोरीयच्याही आयुष्याला वनवास आन्ता का काय? शाण्यासारखं वागा! अशी लाज नका दवडत हिंडू.'' आमच्या दगूआजीलाही राहवलं नाही. तीही बोललीच.

''बय, तू काय समजीत बसली ह्याला? डुकराला कितीबी चांगल्या पाण्यात धुवा ते गुवात तोंड घातल्याबिगर ऱ्हानार ऱ्हायी!''

''म्या पुन्हा दारूला शिवणार ऱ्हायी... आन आसं वागनार ऱ्हायी!'' माईचा नवरा गयावया करत म्हणाला,

''माझं टकुरं काल लई फिरवलं तुझ्या वागण्यानं! ते आता कायी ठिकाऱ्यावर ऱ्हायलं ऱ्हायी! तू माझ्या डोळ्यासमुख थांबू नको!''

अंबरमामाचा राग रास्त होता. पमीच्या लग्नासाठी त्यानं काय वणवण केली ती

त्याच्या जिवाला ठाऊक. माझ्या बापाचीही मदत तर नाहीच झाली; वर पोरीचं लग्न मोडायला निघाला. त्याच्या असल्या कामात माईच्या नवऱ्यानं साथ दिली. मग मामाचा राग कसा निवेल? तो तर विस्तवासारखा पेटणारच न्! माईच्या नवऱ्यानं दादांचे पाय धरले.

"माझं चुकलं. म्या पुन्हा दारूच्या थेंबालाबी शिवायचा न्हायी!"

आमच्या दादांना आली त्याची कीव. माईच्या नवऱ्याला म्हणाले,

"पाय सोडा पाव्हणे!"

"दादा, त्याची कीव करून नका. माझा आत्मा तळतळावला त्यानं!"

"हे बघा पाव्हणं म्या माझ्या नातीला तुमच्यासंगं धाडतो; पर तिच्या केसालाबी धक्का लागता कामा नये."

"माझ्या तान्ह्या पोरीची शपथ घेवून सांग्तो, पुन्हा असं कायी वागणार न्हायी!"

"माई... पोरी! भर तुझी पिशवी!" दादांनी माईला सांगितलं; पण अंबरमामा काही ऐकायला तयार नाही.

"ह्या मवाल्यासंगं न्हायी जानार माझी भाची!"

"अंबर, पोराऽऽ एवढ्याबारी माफ कर!" दादा मामाला समजावीत म्हणाले.

"न्हायी दादा; आता म्या तुमचंही ऐकनार न्हायी! सासऱ्याजावयानं लईच तमाशा केला काल. तुमी इसरला आसंल, म्या न्हायी!"

"माला खरंच पश्चात्ताप झाला. म्या पुन्हा आसं वागनार न्हायी!"

"तू पैला निंग. माला तुझं तोंड दाखवू नको. बऱ्या बोलानं चालता व्हो! न्हायीतर माझ्या हातून कायी बरंबाईट व्हायचं!"

मग मात्र माईच्या नवऱ्यानं हार मानली अन् खाली मान घालून निघून गेला.

दुपारी दादा म्हणाले,

"माईला धाडून दे! तो काय दोन दिवसानं जानारचंय सीमेवं!"

"दादा, तो इचा निभाव लावणार न्हायी!"

"आरे, पन फाटल्यानं आणिकच फाटत जातं. कुनाला तरी नमतं घेवून टाका मारावाच लागंल! एकतर पोरीचं आयुष्य त् काय सांदलं गेलं न्हायी. नातीला नको ते दिवस!"

"बघा दादा, तुम्चं तुमीच! म्या काय सांगत न्हायी!"

"तो गाढव झाला; आपन व्हायचं न्हायी. माईऽऽ पोरी! कर तयारी!"

शेवटी तयारी करून आम्हांला असं पटेगावला यावंच लागलं. आम्हांला घरी येऊन कितीतरी वेळ झाला तरी माईच्या नवऱ्याचा तपास नव्हता. भावकाबाबाच्या गण्यानं येऊन निरोप दिला,

"माई, दाजी भेटले व्हते दुपारी लासलगावात. म्हन्ले तुझ्या बह्यनीला निरोप दे!

मी जातेगावला जातोय. जम्मूला जायचंय, त्यासाठी काही भाड्याच्या पैशाची तजवीज करायला! संवसांजलोक परत येतो म्हन्ले!''

गण्याच्या सांगण्यावरून एक गोष्ट माझ्या ध्यानात आली की माईच्या नवऱ्याला ठाऊक होतं की मागाहून तिला पाठवतीलच म्हणून; अन् झालंही तसंच. पण संध्याकाळी येतो म्हणाला तो रात्र व्हायला आली तरी परतला नव्हता. माईनं राणीला जेवू घातलं अन् मला म्हणाली,

''भाऊ, तू खावून घे दोन घास!''

''तू का जेवत न्हायी मंग!''

''म्या नंतर जेवते.''

''दाजीचं कायी सांगवत न्हायी बाई. आलेबी तरी ते ध्यानावं आस्त्या काय?''

''मामानं यवढं खसकवलं. माला न्हायी वाटत दारूला शिवतील ते!''

माईचा हा विश्वास अजून दोन दिवस तरी माईच्या नवऱ्यानं टिकवावा अशी विनंती देवाला करत, मी जेवण करून घेतलं. माई बसली चितागती. चिंतेचं बोचकं सोडून...

रात्री आला, तोच तराट होऊन. त्याचं ते अवसान, तांबरलेले डोळे... मी तर उभा थराथरा कापू लागलो. आल्या आल्या म्हणाला, ''जेवायला वाढ माला!'' बरोबर एक बाटली घेऊन आलाच होता. त्यानं दारू ग्लासमध्ये ओतली अन् घटाघटा करत पिऊन टाकली. त्याला आधीचीच जास्त झाली होती. त्याला सांगायचं कुणी? ऐकायला त्याच्यात माणूस तर उरायला हवा न्! तो जेवायला बसला, तर तोंड पार ताटात चाललं होतं. एकदम गचाळ जेवत होता. दरवाज्याजवळ मी उभा होतो. मला उचकी आली, म्हणून मी उचकी दिली. त्यानं मला जवळ बोलावलं -

''का उचकी दिली, भडव्या!''

उचकी काही माझ्या हातात नव्हती. मी एक नाही अन् दोन नाही. थरथरत त्याच्यासमोर मुका उभा राहिलो. त्याचा हात एवढा मोठा की त्यानं माझा चेहरा हातात धरला. कागदासारखा चुरगळून टाकतो की काय असं मला वाटू लागलं. पुन्हा तोच म्हणाला,

''सांऽऽग.... का उचकी दिली रे, आळपण्या!''

त्यानं तोंडच दाबून धरल्यावर मी काय सांगणार? वेदना होत होत्या. पण तशाच काढत उभा. पोटात पिळा पडला अन् खाटकन माझ्या मुसकाटात ठेवून दिली. डोळ्यांपुढं हिरवानिळा उजेड चमकला. माई मध्ये आली. तिच्या अंगावर जेवणाचं ताट फेकलं. राणी अन् शिल्कू उठल्या. दोघीही रडायला लागल्या. माईला मारायला धावला. मी मध्ये आलो. मी काय त्याच्यासाठी चेंडूच! त्यानं मला लाथाळून दिलं. मी भिंतीवर जाऊन दाणकन जमिनीवर आपटलो. घराच्या भिंतींना जर हात असते तर त्यांनाही माझी कीव येऊन मला वरच्यावर झेललं असतं. पण माईच्या नवऱ्याला काही कीव येईना. आईचं घरही आईच्या

गैरहजेरीत तिच्या लेकीची अन् लेकाची अवखदा काळजात धरून ठेवत होतं. आई येईल तेव्हा घर टाहो फोडून ही कहाणी सांगेल.

आमच्या गावच्या सुकदेव कासवाच्या अंगात जसा म्हसोबा यायचा तसा माईच्या नवऱ्याच्या अंगात मारका बैल आला होता. त्यानं त्याचा उच्छाद मांडला. त्याची वेसण धरून त्याला आकळणं ना माईच्या हातात होतं ना माझ्या. त्यानं आमच्या काळजालाच शिंग लावलं होतं. बैलानं फुरफुरावं तसा फुरफुरत माईच्या अंगावर पुन्हा धावला. मी कसातरी पुन्हा उठलो. आता त्याच्या हातात उचटणी आली. म्हटलं माईच्या बसली! पण दारू जास्त झाल्यानं त्याला तोल सावरता आला नव्हता. तो कुरुंदाच्या पाट्याला अडकून पडला. त्यांच्यावर राग काढू लागला. वस्तूवस्तूनं माईच्या नवऱ्यासमोर हार पत्करली, तरी त्याची मोडतोड सुरूच होती. आईच्या चार मडक्यागाडग्याच्या संसाराची माईच्या नवऱ्यानं नासाडी चालवली. बरं झालं आई इथं नाही. नाहीतर आईला हे पाहवलं नसतं. लेकीचं घर पडलं म्हणून आईनं चार दिवस आसरा दिला. पण हा असा खदनासाड्या जावई आईचा. माईचं तोंड त्याच्या हातात धरून म्हणाला,

"तुझा मामा लई टुरटुर करत व्हता. आता आण त्याला माझ्यासमोर. असा लोळवीन त् पानी मांगून देनार न्हायी. न्हायी त् नावाचा इठ्ठल न्हायी."

कुणी ठेवलं असेल याचं विठ्ठल नाव? त्या विठ्ठलानं पंढरी वसवली; अन् हा विठ्ठल स्वतःच्याच संसाराचा असा नास करत होता. नावालाच बट्टा लावतोय.

"लई कुत्र्यावानी भ्याव भ्याव करत आले माझ्या अंगावर! त्वाच छिवाडून देले अस्तील माझ्यावर!"

"तुम्ही त् म्हणाले होते की पुन्हा दारूला शिवणार नाही!"

"काय म्हन्ली परत बोल. पेइन दारू. सैनिकय म्या. अशा शेळपटायला घाबरायला चाललो का? जित्तं गाडतो तुला; बघतो कोण माला आडवतो!" राणीनं मोठ्यानं भोकाड पसरलं. त्याला काही आठवल्यासारखं झालं. पायात चपला सरकवल्या अन् दरवाज्याची फळी आपटत घराबाहेर पडला. आमच्याबरोबर घरातल्या वस्तूंनाही मार बसत होता. बरं झालं त्यांना बोलता येत नव्हतं; नाही तर त्याही म्हणाल्या असत्या, 'माई, तुझ्यासंगं आमालाबी मार खावा लाग्तो बाई! कसा तुझा नवरा?' माई त्यांना काय उत्तर देणार होती? माईकडं कुठलंच उत्तर नव्हतं. तिनं कुणाकुणाला उत्तर दिलं असतं. दरवाज्याच्या फळीला... कडीला... भुईला... खात्याकोनाड्यांना... सांडशी उचटणीला... पाट्यावरवंट्याला... कितीतरी जण माईपुढं उभे राहिले असते. माई फक्त ढसाढसा रडायला लागली असती, स्वतःच्या आयुष्याला दोष देत! हुशार आमची माई; पण पार वेडी करून टाकली. मला तर एकाच ठोकरीत त्यानं गारद केलं. मी तर आईपुढे फारच बाता करून आलो की माईच्या

अंगाला हात लावायची काय टप्परय म्हणून. मी नाहीच करू शकलो त्याच्या मारापासून माईचं रक्षण. आपली बहीण मार खातेय अन् आपण असे मुकाटी बसलो. आई म्हणते तसं मी माझ्या बहिणींपेक्षा मोठा होऊन यायला पाहिजे होतं. आपण तर सगळ्यात लहान होऊन आलो. देवानं आपल्याला आत्ताच मोठं करून टाकावं म्हणजे माईच्या नवऱ्याला दाखवलं असती शक्ती. मग मामाकडं मागितली तशी माझ्याकडं माफी मागितली असती. पण मी बिलकूलही त्याला माफ केलं नसतं.

आमच्या घरापुढच्या मुरलीच्या किराणा दुकानात गर्दी जमा झाली होती. माईच्या नवऱ्यानं तिथंही शिलंगण माजवलं.

''ये मुरल्या, चाल दुकान बंद कर!''

''माझं दुकान बंद कराया सांगनारा तू कोन?''

''माला इच्यारतो कोनय ते?''

''तुझं काय भेव आलं?''

''मी कोनय माहीतय का तुला?''

''कोनय?''

''म्या देसाचा सैनिकय!''

''सीमेवं जाय न मंग बाबा; इडं का दावू ऱ्हायलाय रिकाम्या रानी तुझा सैनिक!''

''दम तुला माझ्यातला सैनिकच दाखवतो. ऱ्हायी लेंडी पातळ केली त् काये!'' असं म्हणत घरात पळत आला. भिंतीत ठोकलेली उचटणी त्यानं हिसके देऊन देऊन उपसली; जिला आई तेलाची किटली अडकवायची. आई आता तेलाची किटली कुठं अडकवणार? माई अन् मी भिटीभिटी नुस्तंच पाहत राहिलो.

मुरलीच्या दुकानाकडं पळाला. मुरलीला उचटणी मारणार; तोच त्याला वरवाड्यातल्या बन्सीनं कवळी घातली.

''सोड माला, भडव्या! मुरल्याचा कोथळाच भायेर काढतो!''

''पाव्हणे, तुमाला जास्त झालीय. सकाळी पाहू आपन!'' बन्सी समजावणीच्या सुरात म्हणाला. पण माईचा नवरा ऐकायला गेला का?

''माला पेयल म्हन्तो, भोसडीच्या!'' माईचा नवरा बन्सीवरच फिरला. मग बन्सी कशाला नमतं घेईन. त्यानं जमलेल्या पोरांना आज्ञा केली.

''हाणा रे, भडवीच्याला!''

असं म्हणताच माईच्या नवऱ्याला पोरांनी कुथवायला सुरुवात केली. ते मारत मारत आमच्या गावच्या गावतळ्याकडं घेऊन गेले. तिथं मंदाबाईच्या शैलाच्या लग्नाची बुंदी काढायचं काम चालू होतं. एवढा मार पडत होता; पण त्याचं वळ जात नव्हता. पोरांची आयमाय काढत, घाणघाण शिव्या देत होता. गाव का मग झोपून राहणार? सारं गाव जागं

झालं होतं अन् गंमत पाहायला गोळा झालं होतं. बुंदी ज्या पत्र्यावर हलवली जात होती. तो पत्राच उलटा केला. मग पोरं जास्तच चिडले. लग्नाघरचे पाव्हणेरावळे सारेच हात धुऊन घेऊ लागले. सारा राहाडाच गावभर. माई मध्ये पडत होती. पण कुणीच ऐकायला तयार नाही.

इतकं मारलं की अंगावरच्या कपड्यांच्या चिंध्या झाल्या होत्या. मारून पोरं थकले होते; पण तो थकला नव्हता. मारुतीच्या देवळात उभा राहिला, अंगावर त्यानं कपडा ठेवला नव्हता. देवाच्या देवळात उभा राहून शिव्या घालत होता. देवाला जर त्या शिव्या ऐकू गेल्या असतील तर देवानंही कान झाकून घेतले असते. मारुतीनं म्हणे द्रोणागिरी पर्वत उचलला. पण माईच्या नवऱ्यापुढं मारुतीचंही काहीच चाललं नाही.

''आरं मानूसय का रेडा...? माझा हात दुखला; पन त्याला त् कायी झालं न्हायी.''

''पऱ्या, माझा खवाटाच मोडला!''

''लई रगटय. दगडावानी निबरय त्याचं आंग!''

मारणाऱ्या पोरांच्या चर्चा चालू होत्या.

आमच्या ओट्यावर काही बाया माणसं गोळा झाली.

''माई, कसा ग तुझा नवरा?'' चांभाराचा पोपटबाबा म्हणाला.

''आईचंच नशीब घेवून आली पोर.'' रंभाई म्हणाली.

''मेलं ढोसायचीच कशापायो त्यानं? त्याच्या गावात मरावं न, सासुरवाडीला येवून डांगडव घाल्तोय!'' चव्हाणाची तानूताई म्हणाली.

''बया, देवाच्या देवळात उभा राहून शिव्या घाल्तोय. जीभच झडंल मेल्याची!'' केवळाई म्हणाली

''इंदूचं वानीतिनीचं पोर धासरून टाकलं. मेल्याचा बरा हात चाल्तो! केवढं लाग्लं भावड्या तुझ्या तोंडाला!''

''त्याला त् त्यानं भितीवर उचलून फेकलं!''

''आत्ता ग बाई! त्याला खाल्लं खड्यानं, पोराला काही करता कायी झालं असतं मंग. आईबाईनं त्याच्याव वनवास काढला!''

''माई तुझे दिस काही कडाला नेनार न्हायी. खुशाल काडीमोड घेऊन टाक.''

''हा बाई माई, हा कायी धडाचा न्हायी! तुझी सुटका करून घे, तुझ्यामुळे मायलेकायचीही फरफट व्हते!''

''अशोक फौजीसंग मारामारी झाली त्या वखती आसा झोडला व्हता; पन मेल्याचा वळ कायी गेला न्हायी!'' जनाकाकू म्हणाली.

लोक जमले तसे पांगलेही. माई अन् मीच उरलो. माईचा नवरा देवळातच आडवा झाला. जोपर्यंत त्याची दारू उतरत नाही तोपर्यंत तो काही आता घरी येणार नव्हता. राणी

आणि शिल्कू या माझ्या भाच्या झोपल्या होत्या. बरं झालं नाहीतर असा बाप त्यांना पाहावा लागला असता. त्यानं अंगावर कुठलाच कपडा ठेवला नसल्यानं, माई त्याच्या अंगावर चादर टाकून आली. एवढं होऊनही माईला नवऱ्याची किती काळजी होती. पण त्याला आहे का त्याचं काही? माईनं कशी काढली या माणसाकडं एवढी वर्षं. तो सुट्टीत यायचा तेव्हा माईला एका-एका दिवसाचं वर्ष वाटत असेल. उन्हाळ्याचे दिवस असल्यानं बाहेर ओट्यावरच आम्ही लवंडलो. झोप तर येणार नव्हतीच. रात भुतावानी खायला उठली. काळंभोर आभाळ न्याहाळता न्याहाळता कधीतरी डोळा लागला.

अर्ध्या रात्री माईच्या ओरडण्यानं मला जाग आली. तोपर्यंत अर्धं गाव जमा झालं होतं. दारू उतरल्यावर त्याला खजील झालं होतं की काय? माईच्या नवऱ्यानं घरातल्या चिंधकाचांदकासह घर पेटवून दिलं अन् स्वतःही पेटवून घेतलं. लोक जमा झाले. माईच्या नवऱ्यानं मधून कडी लावून घेतली होती. माई गर्दीतल्या माणसांना म्हणत होती,

"तात्या, घरावर चढा अन् कौल काढून उतराऽऽ."

"नानाऽऽ, तुमी तरी उतरा."

"अप्पाऽऽ, माझ्याऽऽ नवऱ्याला वाचवा!

"कैलासभाऊऽऽ, आग विझवा आग!"

कोणीच नाना तयार झाला नाही. ना तात्या, ना भाऊ, ना दादा. मी लंगडत लंगडत शांताआजीच्या घरून तिवई आणली. माई त्याच्यावर उभी राहिली अन् कौल काढून पेटत्या घरात उतरली. मला वाटलं माईही तिच्या नवऱ्याबरोबर जळून मरणार. जाळाचा भडका पेटला होता. माई कशासाठी उतरली जळत्या घरात. मी मोठमोठ्यानं रडू लागलो. कसं न् काय माई दरवाजाची कडी काढून त्याला बाहेर ओढत घेऊन आली. दारातूनही जाळाचा लोळ बाहेर पडला. तिचेही हात कुठंकुठं भाजले होते. माईचा नवरा माईनं वाचवला; पण आईचं घर?

कितीतरी असे हात आहेत ज्यांनी आईच्या पदराला जाळ लटकावला. आईचं घर जाळू पाहिलं. माझा बाप, आजी, आत्या, आत्याचा नवरा, चुलते, जावाभावा, अन् राहिल्यासाहिला माईच्या नवऱ्याचाही हात लागलाच. आईही अशी हिमतीची की दर वेळी ती चिमणीसारखी तिचं घर बांधतच राहिली. दुनियेत तिच्या नावचा खोपा तिनं शाबूतच ठेवला. आता मात्र वाचणार नाही. आईच्या खोप्यातलं काही काहीच वाचणार नाही. माझ्या कवितेच्या वह्या, अर्ध्यानिर्ध्या कथा, साऱ्यांचीच राख...

माईच्या नवऱ्याला कुठल्या देवानं घडवला असेल? अन् वाटत राहतं की लहानपणी आम्ही भावंड बाहुलाबाहुलीचा खेळ खेळायचो... त्या खेळातली आमची माई म्हणजे चिंध्यांची बाहुली अन् तिचा नवरा म्हणजे धुळीचा राक्षस...

सारीच धूळ आमच्या आयुष्यावर कालवून गेला...

❑❑

४५
विंचवाच्या नांगीचं कुंकू... अन् डंखाच्या कळा

एखादं दुःखं सात बाजाच्या सुंभासारखं लांबच लांब. संपता संपत नाही. माईच्या नवऱ्यानं जळून घेतलं. तिथंच आगीची गोष्ट संपायला हवी होती. पण ती तर आणखीनंच आग ओकू लागली. माईचा नवरा नुस्ता धुळीचा राक्षस नाही; तर आगीचा राक्षस ठरला होता.

माईनं तिच्या नवऱ्याला आगीच्या तोंडातून सोडवलं. तोपर्यंत मदतीला कुणी आलं नव्हतं, ना पेटत्या घरावर एखादी पाण्याची बादली कुणी ओतली होती. पण नंतर मात्र कल्लोळ उठला. लोक कुठून कुठून धावत आले,

"इंदूबाईचं घर पेटलं रेऽऽ!"

"येऽऽ पाणी टाका रंऽऽ पाणी टाकाऽऽ!"

"इंदूबाईच्या जावयानं जाळून घेतलंऽऽ!"

"धावा रेऽऽ धावा धावाऽऽ!"

"पळा रेऽऽपळाऽऽ!"

असल्या हाकांनी आणि आरोळ्यांनी वातावरण भरून गेलं. माईनं तिच्या नवऱ्याला वाचवलं खरं! पण त्यात तो साठ टक्के भाजून निघाला होता. सारखा हायहाय करत होता. कपडलत्ते, भांडेकुंडे जळून झाल्यावर घराची आग तर विझणार होतीच; पण माईच्या नवऱ्याला वाचवणं गरजेचं होतं. त्याला हॉस्पिटलात भरती करावं लागणार होतं. राहंकोळ तर असा उठलेला की काहीच सुचत नव्हतं. आगीची धग जितकी घराला जाळू पाहत होती तितकी काळजातही चरत गेली. काय करून बसला माईचा नवरा हे? आधीच आमच्या आयुष्याला आग लागलेली; त्यात आणखी भर. नुस्ते चटके अन् चटके! मी माईला म्हणालो,

"काय करायचं ग, माई, आता?"

"फुलातात्याला बोलवून आण! त्यांच्याकडं हाये मोटरसायकल. कोलटेक फाट्यावर

सोडून देईल. तिथून काही तरी वाहन मिळंल लासलगावला जायला!''

मी लंगडत लंगडत फुलातात्याच्या सपराकडं निघालो. मात्र अर्ध्या रस्त्यातच गंगाईचं कुत्रं भ्याऽऽव भ्याऽऽव करत अंगावर धावून आलं. त्याचं अवसान असं, की वाटलं यानं आता आपला लचका धरलाच. मी दगड उचलला अन् भिरकावला त्याच्याकडं. नेम हुकला. त्याची भ्याव भ्याव तर अजूनच वाढलेली. ते तुटूनच पडलं. मी रस्ता बदलला अन् विचार करत निघालो. वेळच आमच्या अंगावर कुत्र्यासारखी धावून आली होती. गंगाईच्या कुत्र्याच्या तावडीतनं मी निसटलो होतो; पण आलेल्या या प्रसंगातून आमची कशी सुटका होणार? ती तर लचका तोडायलाच सरसावलेली. तिच्यावर कसा दगड भिरकावणार?

फुलातात्याच्या सपराजवळ आलो. फुलातात्या खाटेवर झोपला होता. त्याला हलवून उठवलं,

''तात्याऽऽ तात्या, उठाऽऽ!''

''कोनय रेऽऽ?''

''म्या भावड्यायेऽऽ''

''अरे यवढ्या रातीचा कहाला आला?''

''माईच्या नवऱ्यानं जळून घेतलं!''

''येऽऽ तिच्याबायलाऽऽ, कवाऽऽ?''

''झाला आसंल एकांदा तास. गाडी लागत व्हती. लासलगावला न्यायचं व्हतं. तिडून एस्टी म्हना कायीतरी मिळंलच नाशकात न्यायला, माई म्हनत व्हती!''

''आरं, पन गाडी त् पंचर झाली. म्या त कोलटेक फाट्यापासून लोटीत आन्ली! आता कसं करनार, गड्या? च्यायला पन त्यानं जाळून का घेत्लं म्हन्तो म्या. लईच मोठी तोहमत आलीय, गड्या.''

वेळेला असं सारं जगच पंक्चर होऊन जातं. आता साऱ्या गावाच्याच गाड्या पंक्चर असतील. जगाला का दोष द्यायचा... आपलंच आयुष्य पंक्चर झालेलं. वेळ अशी येते की जेव्हा आयुष्य पंक्चर होतं. तेव्हा गॅरेजही हटकून आसपास सापडणार नाहीच. फुलातात्या तोंडावर पांघरूण ओढून झोपला. मी परत फिरलो. घर विझलं होतं. घर कसलं खोपाच तो. जळून शांत व्हायला त्याला कितीसा वेळ लागणार? जाळाला जाळण्यासाठी काहीच शिल्लक राहिलं नाही, म्हणून आपच विझलं. ओट्यावर माई, माईचा नवरा अन् गल्लीतल्या दोनतीन म्हाताऱ्या अन् वत्सलाआक्का.

''माई, लई वैऱ्यासारखी यळ आली!''

''आली न्हायी बाई! ह्या दादाबाबानं आन्ली!''

''दोन लान लान लेकरंऽऽ! काय करशील बाई आता! त्यात भाऊ आसा गुडघ्यायवढा. कसं निभायचं?''

"दादाबाबानं तुमा मायलेकीयवर चांग्लाच आहला आन्लाऽऽ"

"इंदूनं चिवचिव करून कुडूनबी चारा गोळा करून आनावा अन् मायलेकानं तो खावा. ते कसे दिस कहाडतात त्यायच्याच जिवाला म्हायीत."

"हा नं बाई! ही लई मोठी ब्लाय... लोकायच्या तोंडाला का धरता येतं!"

"बाई वाच्ला ते बरं झालं. न्हायी त् कायी करता कायी झालं आस्तं!"

"याला दवाखान्यात त् न्यावं लागंल न्!"

"मावडे बाई, कायी कर! याला वाचव, न्हायी त् निस्तरता निस्तारनार न्हायीऽऽ! जग दुन्या लई उलट्या काळजाची आस्ते बाईऽऽ"

"काय करू मोठ्याई?"

वत्सलाआक्कानं कानातलं सोन्याचं काढून माईच्या हातात दिलं.

"न्हाव दे, माई, ह्ये!"

माई वत्सलाआक्काच्या गळ्यात पडून रडली.

"येडे, तू माला कायी परकी न्हायी! इलाज कर चांग्ला. अशा येळंला न्हायी कामं यायचं मंग कुडल्या येळी?"

आवडाईनं तिच्या कंबरेची पिशवी माईच्या समोर धरली. त्यातही अकरा रुपयांची चिल्लर होती.

"मावडे, मजपास यवढेच हाये. लाग्तील वाटचालीला!" आन्साईनं तिच्या नाताला बैलगाडी गळा घालून आणायला लावली. राणीला वत्सलाआक्काच्या घरी ठेवलं. माईच्या नवऱ्याला कसंबसं बैलगाडीत बसवलं. कोलटेक फाट्यावर आणून सोडलं. इथून आमच्या कसोटीला सुरुवात झाली. रात्रीचे दोन वाजलेले. कसं मिळणार वाहन? सारं जग झोपलेलं; जागे आम्हीच. मी, माई, माईचा नवरा अन् सहा महिन्यांची शिल्कू. सहा महिन्याचा हा जीव मदतीला होता आईच्या. तिच्या आईवर आलेल्या अवखदेत तिची कोण आबाळ होत होती! अंधारात बुडालेल्या डांबरी सडकेवर लांबवर नजर लावून आम्ही वाहनाची देवासारखी वाट पाहत होतो. लांबवर लाईटचा झोत दिसला की जीवात जीव येत होता. वाटायचं बरं झालं गाडी येतेय. पण तो लाईट आडवाटेला निघून जायचा अन् हिरमोड व्हायचा. इकडं माईच्या नवऱ्याची 'हाय हाय' सुरूच होती. त्याला वेदना होत होत्या. जळालेल्या जागी आगआग. त्याची कीवही येत होती अन् रागही. हे जळते दिवस त्यानंच दाखवले होते. त्याच्या शरीराची आग दवाखान्यात नेल्यानंतर शांत होणार होती. पण आमच्या मनाला लागलेल्या आगीला कुठल्याच दवाखान्यात उपचार नव्हते. त्याचं काय?

नाही तेव्हा या रस्त्यावरून एवढ्या गाड्या धावत असतात. आजच काय झालं की एकही गाडी येऊ नये? का गाड्यांनी रस्ताच बदलून घेतला होता? माईच्या नवऱ्याला कुठल्याही परिस्थितीत वाचवायचं होतं. तो जर उपचाराविना मेला तर त्याचे भाऊ फारच

उफराट्या काळजाचे होते. ते तर आम्हांला जित्तं ठेवणार नाहीत. मी डोळे मिटून देवाला विनंती केली- 'देवा, एकांदी तरी गाडी धाडून दे बाबा, आमा बहीणभावंडांची कीव येवू दे तुला, काही कर. पन गाडी धाड." देव कसला ऐकतो. माईला म्हणालो,

"माई, एकांदीबी गाडी आली न्हायीऽऽ. कवाचे येड्यावानी वाट पातो आपुन. इडंच दिस उगायचा न्हायी त्..."

"येईल काहीतरी?" माईनं आशा सोडली नव्हती. पण माझ्या साऱ्याच आशा मावळल्या होत्या. देवाला गाऱ्हाणं सांगूनही देवानंही ऐकलं नव्हतं. पहाटचे पाच वाजायला आले असतील. लांबवर उजेडाचा झोत दिसला. आशा पल्लवीत झाल्या. आता ही गाडी कुठल्या मळ्याकडं वळू नये म्हणजे झालं. वळालीच नाही; सरळ आली. माई रस्त्यावरच जाऊन उभी राहिली. ट्रक काचकन ब्रेक दाबून थांबला. माईच्या नवऱ्याला ट्रकच्या तोंडात चढवायचं कसं? भलंमोठं धूडच्या धूड! बरं झालं क्लिनर ओळखीचा निघाला- म्हसू शिंदे. तो म्हणाला,

"काय मेव्हण्याबाईऽऽ! एवढ्या पहाटचं कुडं निंगाल्याऽऽ?"

"तुमच्या मेहुण्याबाईचे हाल नका विचारू. तुमच्या भावानं जाळून घेतलं. नाशिकला न्यायचंय त्यांना तातडीनं. कुठलंच वाहन येईना; पण तुम्ही देवासारखे आले बघा!"

म्हसू शिंदेनं आणि माईनं त्याला वर लोटलं. ड्रायव्हरनं वरती ओढलं. माई ट्रकमध्ये चढली. शिल्कूला तिच्याकडं देत मीही बसलो. म्हसू शिंदे देवच वाटला मला. लासलगाव बसस्टँडला आम्हांला उतरून दिलं. नाशिकला जाणारी बस निघाली होती. बस खचाखच भरली होती. त्यानंतर बऱ्याच वेळानं बस होती. माई बसच्या पुढं जाऊन उभी राहिली. दोन्ही हात उभारून आडवीच झाली. ड्रायव्हरनं बस थांबवली. तो माईवर डाफरला,

"ये बाई, मरायचंय का? जगायचं एवढं जिवर आलं का?"

"देशाचा सैनिकय. तो मरायला झालाय! त्याला असंच मरू देता का?"

कंडक्टर भला माणूस. तो खाली उतरून आला. गर्दी असतानाही मधल्या सीटावर जागा करून दिली. आम्ही नाशिकच्या रस्त्याला एकदाचे लागलो. माईच्या हिमतीचं खूप कौतुक वाटलं. आई तिला मुलगा का म्हणायची याचं उत्तर मला मिळालं. तिच्याजागी दुसरं कुणी असतं अन् असा प्रसंग गुदरला असता तर हातपाय गाळून 'हाय हाय' करत बसलं असतं. आडगावला उतरवलं; तिथून दवाखाना बराच लांब होता. रिक्षा करावी लागणार होती. कंडक्टर देवमाणूस. त्यानं पंचवीस रुपये दिले. परिस्थितीत सापडल्यावर असं जगाचं वाचन होतं. माईनं तिच्या नवऱ्याला आधार दिला. त्याचा एक हात माईच्या खांद्यावर. तो रेलून चालत होता. माई हे धूड कसं सांभाळत घेऊन चालत होती, तिच्या मनालाच ठाऊक. त्याला ॲडमीट केलं तेव्हाच माईच्या खांद्यावरचा अन् मनावरचाही भार उलीसा हलका झाला. शिल्कूला घेऊन मी माईमागं फिरत होतो. राहून राहून मला शिल्कूचं कौतुक वाटत

होतं. सहा महिन्यांची ही माझी भाची खूप शहाणी. जराही रडली नाही की किरकिरली नाही; तिला तिच्या आईची हालत ठाऊक असल्यासारखी. आपल्या आईच्या मागं एवढा जाळ लागलाय; आपण त्याच्यात भर का घाला, असं तर तिला वाटत नसंल न्! एवढ्या मोठ्या वयाच्या तिच्या बापाची अक्कल कुठं पाणी प्यायला गेली, काही कळत नाही. एवढ्या वेळ पायाला भिंगरी बांधलेली माई शांत झाली. मं माईला म्हणालो,

"माई, इला पाजून दे! तिला भूकबी लागली आसंल!"

माई दवाखान्याच्या बाकड्यावर मांडी घालून बसली. शिल्कूला मांडीवर घेतलं. माझ्या डोक्यावरून हात फिरवत म्हणाली,

"भाऊ, तुलाही भूक लागली असेल ना रेऽऽ! मी वाऱ्यावाऱ्या करताना तुमच्या दोघांची त् आठवणच पडून गेली होती."

"जाव दे ग माईऽऽ, माला न्हायीऽऽ भूक! म्या तरी रात्री जेवलो व्हतो. तू त् कालपासून उपाशीचंय. दाजीला आडमीट करूनं गरजेचं व्हतं! त्यानंच पोट भरलंय माझं."

माईचे डोळे ओले झाले. माझं तोंड गोंजारलं!

"किती रे शहाणा आहेस, वबड्या, तू!"

मग माझेही डोळे ओले झाले अन् हुंदकाच फुटला. कालपासून कोंडून धरलेलं सगळं दु:ख डोळ्यांतून घळाघळा वाहू लागलं. जराशानं गदगद करत थांबलो अन् माईला म्हणालो,

"माई, कशी यळ आली आपल्यावं? आपल्या बापाला त् कायी सोयरसुतक न्हायी, पमीचं लग्न मात्र मोडायला निंगाला व्हता?"

"काय करतो, दादा! आपल्या आयुष्यात परवड लिहिलेली आहे ती होणारच; देवबी काही करू शकत नाही!"

आम्ही इकडं दवाखान्यात; पण पाटेगावला दुसरंच रामायण घडलं होतं. आईला माझा चुलता कोळपेवाडीवरून पाटेगावला घेऊन आला होता. पण ती गावात आली तेव्हाच पोलीस येऊन आईस घेऊन गेले. माईच्या मोठ्या दिरानं पोलीस कम्पलेंट केली होती की मायलेकींनी माझ्या भावाला जाळून मारलं. भावाची बायको फरार झाली अन् सासू तिच्या माहेरी दडून बसली. दवाखान्यात पिरातात्या निरोप घेऊन आला तेव्हा पायाखालची जमिनीच हालली. आईला धरून नेल्याचं कळल्यावर माईचा पाय काही केल्या दवाखान्यात ठरेना. तिच्या मनाची उलघाल झाली. तसे नवऱ्यावरचे उपचाऱ्ही सुरू झाले होते. माईनं शिल्कूला पाठकुळी बांधलं अन् मला म्हणाली,

"चल भाऊ, आईला सोडवून आणावं लागंल!"

"माई, त्यायनी आसं का केलं?"

"दादा. तुझ्या प्रश्नाचं काहीच उत्तर नाही आता माझ्याकडं!"

पण विचाराचा भुंगा माझं डोकं कोरू लागला. कसा उफराट्या काळजाचा माणूसय माईच्या नवऱ्याचा भाऊ! जाळून तर त्यानं स्वतःच घेतलं होतं. माईनं एवढा आटापिटा करत त्याला दवाखान्यात भरती केलं... त्याला वाचवलं. ते गेलं कुठं? वरनं तिच्यावरच फरार झाल्याचा आरोप? नाहीतरी काल रात्री आवडाई म्हणालीच होती की यानं बला आणली तुम्हा मायलेकीवर. जग दुन्याच्या तोंडाला हात लावता येत नाही अन् तसंच झालं. आईच्याही नशिबी असं काय काय लिहून ठेवलं कळत नाही. तिला हमेशाच न केलेल्या गुन्ह्याच्या शिक्षा ठोठावण्यात आल्या अन् आईही त्या मुकाट भोगत आली. देवानं आईच्या आयुष्याचं पुस्तक नव्यानं लिहायला हवं. त्यात थोडं तरी सुख लिहून टाकावं!

लासलगावला जाणाऱ्या रेल्वेच्या डब्यात घुसलो. डब्यात आमच्या गावचा वाल्मीक पवार भेटला. माईचं अन् त्याचं शिक्षण बरोबरच झालं होतं. एकाच वर्गात होते दोघं. तो आता पोलीस झाला होता. इथं नाशिक पोलीस स्टेशनला त्याची ड्युटी. माईनं सारी हकिकत त्याला सांगितली. त्याला खूप वाईट वाटत होतं. तो म्हणाला,

''एवढी हुशार होती तू. नर्सचा कॉल आला होता; गेली नाही. डी.एड.चा कॉल आला; गेली नाही. अन् आज अशी माती झाली तुझी?''

''वाल्मीक, आयुष्याच्या पुढं नाही जाता येतं! आपण ठरवतो काय अन् होतं काय?''

''माई, खरंच आपल्याबरोबर शिकणाऱ्यांना सांगूनही खरं वाटणार नाही ही तुझी अवस्था!''

''आधी बापानं नास केला. पोरीच्या जातीला कशाला पाहिजे नोकरी. नंतर नवऱ्यानंही तोच कित्ता गिरवला! आता कुठं याच्यातून पळून जाता येईल का?''

लासलगाव रेल्वेस्टेशन आलं होतं. रेल्वेच्या डब्यातून खाली उतरलो. घाईघाईनं निघालो, तोच माईच्या पदराला तिच्या दिरानं- चंद्रभाननं हिसका दिला. माई प्लॅटफॉर्मवर पडली. तिच्यातल्या आईनं तिच्या लेकीला पाठीवर मात्र शाबूत ठेवलं. पाठीवरच पडायची ती पोटावर पडली. एवढी सगळ्यांची काळजी घेणारी माझी माई. पण तिच्या आयुष्यात अशी वाईट माणसं जोडली गेली होती.

''माझ्या भावाला जिता जाळून कुडं पळते ग, भवानेऽऽ? तुला जित्ती सोडणार न्हायी; धर रे, शंकर, उचल इला. रेल्वेखाली फेकू!''

वाल्मीक पवारनं त्यांची कानउघाडणी केली.

''तुमचा भाऊ सिव्हिलला ॲडमीटय. तिनंच वाचवलं त्याला. तिलाच मारायच्या गोष्टी करता!''

''तू कोन रे तिचा कैवार घेणारा?''

''कोण वाटलो तुमाला?''

''ये डोकं नको फिरू! भावाला जाळलं तिनं. तिलाच जाळतो आमी!''

"तुम्ही तुमच्या भावाला भेटा सिव्हिलला जाऊन. मगच काय ते ठरवा!"

"तुला सांगितलं न्! भडव्या, चल बाजूला सरक!" असं म्हणत चंद्रभान माईवर धावून गेला. मग मात्र वाल्मीक पवारची सहनशीलता संपली. वाल्मीक पवारने त्यांना तोंड फुटस्तोवर धुतलं. लोक एवढे सिनेमे पाहतात तरी त्यांचं मन भरत नाही. असं कुठं काही दिसलं की अशी काही गर्दी करून येतात. यात फक्त एखादाच वाल्मीक पवार असतो. त्याची माणुसकी तो पणाला लावू शकतो. वाल्मीक पवार आज नसता तर आमची माई आम्हांला पाहायला मिळाली नसती. ज्यानं या जगात आम्हांला आणलं तोही वाईट अन् ज्यांच्याशी आमचं नातं जोडल्या गेलं तेही वाईटच.

आम्ही पाटेगावला न जाता सरळ चांदवडची बस पकडली. पोलीस स्टेशनला गेलो. आईला सोडवलं. गेल्या दोन दिवसांत आयुष्यानं कुठून कुठून फिरून आणलं अन् काय काय दिवस दाखवले ते आयुष्यालाही आठवणार नाही. चालता चालता आई माईला म्हणाली,

"हे बग, माई, तू रडू नको! आगं, आधल्या जन्मात काही पापं आपून केली असतील; त्याचीच तर शिक्शा भोगावी लाग्तेय! तू न्को मनाला लावून घेवू!"

"कसं करावंसं वाटलं त्यांना असं? किडं पडून पडून मरतील मेले!" माई म्हणाली.

"तुझा नवरा त् वाचला न्! देव पाहून घेईन त्यायच्याकडं. व्हईल निवाडा!"

"देवही हात बांधून बसला, आई. त्याला का आपले हाल दिसंना?"

"न्हायी, मावडे, देवानं कायी हात बांधले न्हायी. त्वा नवरा वाचला नस्ता त...!"

"तू म्हन्ते ते खरंय, आई! तो वाचला म्हनून त् बला टळली. नाही त् त्याच्या भावांनी जित्त जाळलं आस्त आपल्याला!"

"पाहय त्! देवाला दोस देवून काय उपेगय का?"

"कसा दिवस दाखवला, आई, या मेल्यानं!"

"ह्ये बघ, माई, तुझं कुकूच इचवाच्या नांगीचं निंगालं; ते डंख मारीनच. लई जहरी बाई! सोसायचं माझे बाई! सोडून पळायचं त् कुडे?

आई म्हणते ते खरंय; माईचं कुंकू विंचवाच्या नांगीचं निघालं, म्हणून ते डंख मारणारच. इतक्या कळा... इतक्या कळा की साऱ्या जिंदगानीलाच वेदना. विंचवाच्या डंखावर उतारा असतो, तसा याच्यावर कुठलाच उतारा नाही. सोसण्याशिवाय गत्यंतर नाही. देव आज ना उद्या मारीलच फुंकर. उतरेलच जहर एक न् एक दिवस....

❑❑

४६
सैरावैरा ससा... आभाळ पडलं... आभाळ पडलं!!

तेव्हाची ती जळती गोष्ट; अजूनही विझली नाही. तिचा जाळ अधूनमधून काळजाला चटके देतच असतो. जाळून घेतलं माईच्या नवऱ्यानं; पण त्याच्या जळण्याची आग पुढं कितीतरी महिने आम्हांला जाळतच राहिली.

माईचा नवरा बरा होऊन ड्युटीवर निघून गेला. बरोबर माईलाही घेऊन गेला. पण इकडं माईच्या नवऱ्याच्या भावानं आम्हांला पळताभुई थोडी केली. रोज दारू पिऊन यायचा, मला अन् आईला जाळायच्या धमक्या द्यायचा. त्यामुळे मी आईला जपायचो अन् आई मला. कामधंद्याला जायची भीती. कुठं रस्त्यात तो अन् त्याचे भाऊ गाठतील की काय? भीतीचं आभाळ असं घरादारात लोहकून आलेलं. असं भेवडून सोडलं की भोकाडी इकडून येईल का तिकडून... अशी भेदरलेली अवस्था.

दिवस जरा पुढं सरकले. माईच्या दिराचंही येणं बंद झालं. जरा सावरल्यासारखं झालं. एक दिवस आई म्हणाली,

"भावड्या, चाल्ता रे कांद्याच्या खळ्यावं कामाला? भोकाडीभेनं कवर आसं घरात बसून ऱ्हायचं? सारेच सोंगं आन्ता यतात; पर भाजीभाकरीचं सोंग कसं आनायचं? त्यायसाठी पैसे त् हावेच!"

"आई, माझी साळा बुडंल त्याचं काय?"

"हे बरं कारण घावलं तुला साळेचं... कईता त् लिहित बस्तो. माला ठावं ऱ्हायी वाटतं. चारआठ दिसाची त् गोस्टच्य लेका!"

तेवढ्यात शेंडी उडवत रंभाईचा संतू आला. आल्या आल्या त्यानं त्याचा शहाणपणा सुरू केला. आईला ऐकू जाईल अशा आवाजात म्हणाला,

"काय रे, भावड्याऽऽ, कईता लिव्हतो, का अभ्यास करतो?"

"गणिताचा गृहपाठ करून ऱ्हायलोय. तू त् केला नसशीलच."

''आपल्याला कायी गरज न्हायी!'' संतू राजासारखा बोलला.

''तुला कशी गरज न्हायी!''

''आरं, मास्तरला गरज आसंल न्! त्यानं कांद्याच्या खळ्यावं यावा माझा गृहपाठ तपासायला!''

''म्हन्जे... तू शाळेत न्हायी येनार!''

''म्या चाल्लो माझ्याईसंगं कांद्याच्या खळ्यावं. आम्ची नंदाताई बाळतपनाला येनारय न पुडल्या हप्त्यात म्हनून!''

आई मिरची वाटून आलीच होती. तिनं संतूचं बोलणं ऐकलं. मग काय आईला व्हावंच. आई म्हणाली,

''आईक त्याचं! न्हायी त् तू!''

''बरं, आई! येतो म्या कामाला; पन चारच दिस बरं का!''

''पऱ्या भावड्या, शाळात काय मास्तरच्या छड्या खायला मिळतात. तिडं आपल्याला जिलंबी खायला मिळंल. का व काकू?''

''मंग काय! देईन हां जिलबी घेवून!''

''आवर पऱ्या पटकशी,'' असं म्हणत संतूनं त्याच्या गाडीला गेर टाकला. संतू माझ्यापुढं जिलेबीचे वाटोळे टाकून गेला. कांद्याच्या खळ्यावरचं कष्टाचं काम विसरून मला जिलेबीच दिसू लागली.

मुकारदमीन रखमाआत्या बोलवायला आली,

''ये पोरा, आवरलं रेऽऽ तुझ्या मायचं!''

''हा, आत्याबाई, आवरलंच; अन् बरं का भावड्याबी येतोय!''

''यव दे, यव दे. त्येवढाच पिठाला मिठाचा आधार!''

कांद्याचं खळं तसं मला नवं नव्हतंच. इथल्या पालापाचोळ्यात मी रांगलोय. नकळत्या वयात आई मला पाठकुळी बांधून घेऊन आलीय. आईनं पंढरपूरची एकही खेट केली नाही; मात्र आईच्या कांद्याच्या खळ्यावरच्या खेटा मोजता येणार नाही. गणित हे वहीच्या पानापुरतं असतं. आईचं हे गणित सोडवायचं म्हटलं की ते वहीच्या पानाच्याही बाहेर निघून जाईन. आई तर म्हणत असते, की 'माझा जमारा गेलाय कांद्याच्या खळ्यावं काम करता करता!'

नेहमीप्रमाणं कांदे निवडायचं काम सुरू झालं. गावोगावच्या टोळ्या एखाद्या पाखरासारख्या थव्याथव्यानं कांद्याच्या पोळीवर तुटून पडल्या होत्या... त्यात जातेगावचीही टोळी होती. जातेगावच्या टोळीत मला माईची जाऊबाई दिसली. मी आईपाशी पुटपुटलो,

''आई, माईची जाव पन आलीय बघ त्या टोळीत!''

''तुझी त् लई कोंबड नदरय! पुढचं काम कर. नको तिच्याकं लक्ष देवू!'' आई माझ्यावरच चिडली. खरंतर आईनंही तिला पाहिलं असावं; पण तिच्याकडं आईनं दुर्लक्ष

करत जाणूनबुजून तिनं भोकाडीला बाजूला ठेवलं असावं. पण माझ्या अशा सांगितल्यानं ती भोकाडीच उरावर बसल्यासारखी आईला वाटली असावी.

माईची जाऊबाई उठली अन् आमच्या जवळच्या आथीवर आली अन् आईला म्हणाली,

''लई शांतवला आसंल तुम्चा आत्मा न्हायी का, जावयाला जाळून?''

आईनं तिच्याकडं लक्ष न देता काम चालू ठेवलं. भागूकाकू आईला दबक्या आवाजात म्हणाली,

''जाव दे, तिचं तोंड मोठंय!''

''पन कशी बोलून ऱ्हायलीय?''

''जाव दे! भुकू दे जसी कुतरी भुकती, आसं म्हनून मनाला आगळ घालावी!''

आई काहीच प्रतिसाद देईना! त्यामुळे ती आणखीनंच चिडली अन् म्हणाली,

''म्या तुमच्याशी बोलतेय. कायी वाऱ्याशी न्हायी बाता करून ऱ्हायलेय!''

''म्या न्हायी परसलं बाई!''

''कसी परसशील आता!''

''कशाचं बोलून ऱ्हायलीय तू!''

''नको पडीचं मत घेऊ. समदं ठावंय तुला. जावायला जाळून त् बसली!''

''लई कुभांड घेऊन झाली माझ्यावर. एवढं तरी नका घेऊ!''

''तुमा मायलेकींना काय वाटलं आम्च्या दिराचा कैवार घेनारं कुनीच न्हायी! आमी सोडतो का तुमाला? तुमाला वाटलं आसंल आमी इसरलो! कायी इसरलो न्हायी बरं का, बाई! आमीबी बदला घेनारच. आसे गच पडून ऱ्हावू का!''

''पाया पडते बाई तुझ्या! नको नको ग, कुभांड घेऊ कायीबायी!''

न करत्या चुकीचं कुभांड आईवर सदोदित येत राहिलं. जावयानं जाळून घेतलं; आईवर कुभांड. बापाच्या पाकिटातून आत्यानं पैसे काढून घेतले; आईवर कुभांड. चुलती बाळंतपणात वारली; आईवर कुभांड. आजीला दिसायला कमी लागलं; आईवर कुभांड. बापानं त्याच्या हौसेखातर दुसरी बायको केली; आईवर कुभांड. मळ्यात पीक चांगलं आलं नाही; आईवर कुभांड. आमचा बैल मेला; आईवर कुंभाड. आई या कुभांडांपासून कितीही दूर पळाली तरी कुभांड तिचा पिच्छा करतच होतं.

भांडण बरंच वाढलं. मग आमची मुकरदमीन रखमाआत्या अन् जातेगावच्या सत्यभामाबाई मिटवामिटव करू लागल्या. माईच्या जाऊबाईला तर आणखीनच चेव चढला. सत्यभामाबाईच्या हातून हात हिसकत ती म्हणाली,

''आज कसे तुमी मायलेक सुदे घरी जात्यात पाते म्या. न्हायी भररस्त्यात पेटून देलं त् काय! म्या आता माझ्या मानसायला बोलून घेते. जित्तं जाळतेच!''

"तुम्च्ये मान्स रानवटय ह्ये ठाव व्हतं माला; पन आवाबी यवढ्या रानवटय?"

"जाव दे मेलं, इंदू! कहाला डोकं लावून न्हायलीय!"

"ही शिंदळबोडी पाहा न्, आत्याबाई, कशीबी इज्जत घेवून न्हायलीय!"

इतका वेळ आईनं ऐकून घेतलं. पण आता आई चिडली होती. जावई जाळला अशी भूमका या लोकांनी उठवली. पण त्याच जावयानं आईला मारलं होतं, तेव्हा आई कधी चकार शब्दानं बोलली नाही की मला जावयानं मारलं. आवडाई म्हणते तसं जग उफराट्या काळजाचं असतं तेच खरंय.

खळ्याच्या मालकाची गाडी येताना दिसल्यावर मात्र थोड्या वेळासाठी भांडणाचा विस्तव विझला होता. आई जरी माईच्या जाऊबाईला मोठ्या आवाजात बोलली, तरी आई आतून घाबरून गेली होती. खरोखर जर तिनं माणसं बोलावले तर आईची न् माझी काही खैर नव्हती. माणसंच तेवढे रानटी होते. त्यांना कुठली दयामया! दुपारी जेवणाची सुट्टी झाली तरी आम्हांला जेवण काही गेलं नाही. चहूबाजूनं भोकाडी अंगावर भ्याव भ्याव करत आली.

"इंदू, ती बया कशी न् काय कुनीकडंही भुकत व्हती!"

"आसा आळ घ्यावा का त्या मेलीनं? जगायची शिरनी करून टाकली!"

"कसे पदरी पडले, बाई! अन् कुनाला सापडलं व्हतं ह्ये स्थळ माईसाठी?"

"आत्याबाई, येळच डोळे बांधून येते. कायीच सुचू देत न्हायी!"

"गोत पातं म्हनून जात पातं का? पन लईच जातवान निपजले!"

"डोळ्यावं कातडं वढून घ्यायचं... काय करनार आत्याबाई?"

"हाव ना, बाई; बोल्ता सोयन् सांग्ता सोय!"

अजूनही काही बाया येऊन कुचकूचू लागल्या. पण आईचं कुणाच्याच बोलण्याकडं लक्ष नव्हतं. रस्त्यानं जाणारीयेणारी माणसं पाहिली तरी आईला वाटायचं आले की काय? मोठी दहशतच होऊन बसली. घरात खायला न् खरडायला. वरनं हा धाक!

कुणाकुणाचे धाक घेत जगायचं? बापचा धाक, आजीचा धाक, चुलत्या-काक्यायचा धाक, माईच्या नवऱ्याचा धाक, त्याच्या रानवट भावांचा धाक. सारेच धाकाहून सोडायला बिलगले. काळजाचे भितरे ससे करून टाकले. त्यात भुकेचा धाक काय कमीय का? तिच्यासाठीच तर एवढ्या दिवसांत बाहेर पडलो होतो. भुकेनं भाकर तर नाही मिळवून दिली; पण असे कुत्रे मात्र आमच्यामागं छिवाडून दिले. ते कुत्रे शांत बसतील का? आबग्यात येऊन ते लचका तोडणारच होते.

संतूनं जिलेबी आणली होती. गजर करतच आला. त्याला काय माहिती आम्ही कोणत्या संकटात सापडलो म्हणून! संतू म्हणाला,

"भावड्याऽऽ, पऱ्या घ्ये जिलंबी!"

जिलेबी खायला मिळणार होती म्हणून मी कामाला यायला तयार झालो होतो. पण ती आता पुढ्यात येऊनही खावीशी वाटेना.

"काय रे, भावड्या! न्हायी खायची का जिलंबी?"

"न्हायी, भो संतू. नको माला जिलंबी! तूच खा!"

"अय पऱ्या, रद्दयात काम करून टाकू तिचं! ती का वाघीन चालली का खायला?"

"तुला म्हायती न्हायी संतू ह्ये लोक कसेयत?"

"आपल्या गावात येव दे त् बरं... न्हायी मारतीच्या देवळात खांबाला बांधून त्यायच्या तंगड्या झोडल्या त् काये!"

मला संतूसारखी छाती पाहिजे होती. माझं तर काळीज भितऱ्या सशाचं झालं होतं. शेवटी जिलेबी खाल्लीच नाही...

रात्र झाली तेव्हा रखमाआत्या आईला आडोशाला नेत सांगू लागली.

"इंदू, तुझ्या जिवाला धोकाय बाई!"

"काय झालं, आत्याबाई?" आई कापऱ्या आवाजात म्हणाली.

"त्या मेलीनं खरंच निरोप धाडला तिच्या माणसायला. म्या सोताच्या कानानं आयकलं म्हनून तुला सावध करून ऱ्हायले!"

"काय करूव मंग म्या, आत्याबाई?" आईचा आवाज खूपच घोगरा झाला होता... घशात अडकल्यासारखा. हातापायाला कंप सुटला होता. पायाखालची जमिनीही थरथरू लागली. जीव कांद्याच्या टरफलासारखा फडफडू लागला.

"जीव वाचव तुझा अन् तुझ्या लेकाचा. त्या मेल्यायचा कायी भरुसा न्हायी!"

"चाल, भावड्याऽऽ!"

"आई, डब्याची पिशवी त् घेव दे!"

"ऱ्हाव दे त्यो डबा!" असं म्हणत आई सरासरा निघालीय अन् मी तिच्यापाठी. थोडं अंतर गेलं अन् माईच्या जावेनं आम्हास पाहिलं.

"ये, कुडं पळून चाललाय? तुमाला आमी गाठूच!"

मग मात्र आईनं पदर खोचला अन् मीही चपला हातात घेतल्या. जे पळत सुटलो... लासलगाव... रेल्वे गेट... टाकळीचा पूल... मनमाड फाटा आम्ही कधीच मागं टाकला होता; म्हणून मरण टळलं होतं असं नाही. आम्ही मायलेक पायीपायी होतो तर त्यांच्याकडं मोटारसायकली असणार होत्या; त्यामुळे ते आम्हांला कधीही गाठू शकत होते. मला तहान लागली होती... घशाला कोरड पडली होती. पळून पळून मरणाची धाप लागून आली होती. भ्यावाभेनं कशाचीच तमा बाळगली नाही. पण आता पाणी हवंच होतं. .

"आई, ती बघ वस्ती दिसतेय. तिडं पाणी मिळंल आपल्यायला!"

"जरा दम धर. गाव लागलं की आप्लं इघ्नं टळलं म्हनून समज. दिवसच आसा

उगवला न्, लेका!''

''आई, लईच तहान लाग्लीय?''

''बबड्या, उलसाक दम धर!''

जिथंतिथं आपणच दम धरायचा. बाप आईला गुराढोरासारखा मारायचा तरी दम धरायचा. आजी आईचा नाहक छळ करायची तरी दम धरायचा. चुलतेकाके नाडायचे तरी दम धरायचा. बापानं आम्हा भावंडांना बिनबापाचं जगणं लादलं तरी दम धरायचा. दम धरू धरू एक दिवस जीव जायचा नाहीतर निसटून.

शेवटी मी तहान मारली. अंधारबुडूख होता. काही दिसतही नव्हतं. पण आईनं कितीदा तरी हे चौदा मैलाचं अंतर असं रातंबळी पार केलं होतं, म्हणून मी आईच्या मागंमागं चालत होतो. येणारं एखादंही वाहन आलं तर भीतीचा काटा सर्रकन अंगावर येत होता.

''भावड्या, रस्त्यानं चालफन्यापेक्शा आडमार्गानं जावू. न्हायी त् गाठतील रस्त्यात!''

''आई, रस्त्यावरून चालायला सुधरंना. बाजऱ्या त् भल्याभल्या वाढल्याय!''

''तू माझ्या मागंमागं चालत राहा!''

आईनं रस्ता सोडला. शेताचा मार्ग पत्करला. बाजरीची पिकं रानोमाळ वाढलेली. आम्ही बाजरीतनं दडत दडत चालत होतो. एखाद्या चोरट्या भामट्यासारखी आमची अवस्था. जेव्हा चालायचं जिवावर यायचं तेव्हा माईच्या घरची रानटी माणसं हातात पलिता घेऊन समोर उभी ठाकायची अन् मायलेकांना जाळण्यासाठी त्यांनी घेराव घातलाय... असं चित्र डोळ्यासमोर यायचं अन् पायांची मरगळ कुठल्या कुठं पळून जायची. बाजरीच्या पिकातून व्यवस्थित चालताही येत नव्हतं. ताटं लागत होती. कधी कणसांचा फटका तोंडावर बसत होता. मरायच्या भीतीनं जगायची कसरत सुरू होती. हरळीचा फास पायात अडकून 'आयवऽऽ!' म्हणत असा काही व्हलगडून पडलो. आई मागं फिरली. कळवळून म्हणाली,

''बबड्या, कुडं लागलं का तुला?'' असं म्हणत आई माझ्याजवळ टेकली.

''पायाला करकोचा बसला वाटतं हरळीचा!''

अंधारात खरंतर काहीच दिसत नव्हतं. पण वेदना मात्र खूप होत होत्या.

''आई, ही कसली येळ आली आपल्यायवर?''

''आयुष्य आसंच पळवतं, लेका. त्या मुर्द्यायला काळीज नाहीये. त्यायला वाटतं त्यायचा भाऊ म्या जाळला म्हनून डूख धरला त्यायनी. आपून त्यायच्या तावडीत घावलो न खरंच जित्तं जाळतील आपल्यायला. रागच वायीट, लेका!''

''आई, हा असला कसला राग?''

''म्हन्ता न्... ज्यानं राग आवरला, त्यानं वाघ आवरला! पर ही मान्सं वाघ आवरायच्या जातीची न्हायीत!''

"आई, हे वावर कुनाचं आसंल!"

"पर्बतबाबाचंय !"

"बादली आसंल न् हिरीवर!" माझी तहान पुन्हा उसळी मारून घशाजवळ येऊन बसली.

विहिरीच्या थारोळ्यात बादली होती. आईनं पाणी शेंदलं. बादलीलाच उट्टी लावून पाणी प्यालो. वाफावाफा झालेला आत्मा निवला. तेवढ्यात आई म्हणाली,

"चाल, लेका! नको यवढा निवांत बसू. संकट आपल्या मागावरच हाये. कधी येवून डोक्यात आदळल सांगता येत न्हायी!"

"आई, पानी त् पे!"

पुन्हा मायलेकाची पायपीट सुरू झाली. मळ्याच्या वाटेनं लांबवरून घासलेटचा टेंबा अन् त्या गर्दीत काही माणसं दिसली. भीती अशी सणकून आली की आई घाबऱ्या घाबऱ्या म्हणाली,

"भावड्या, पळ आले वाटतं!"

पुन्हा आम्ही मायलेक असे पळत सुटलो की सारं काही मागं टाकून आलो. अगदी जे संकट आमच्या पुढ्यात येऊन ठेपलं त्यालाही हुलाकावणी देऊन घरात येऊन धापा टाकू लागलो. जराशानं आईनं चूल पेटवली अन् म्हणाली,

"बरं का, भावड्या! तू आसंल पाचसहा म्हैन्याचा तवा अशीच आली व्हते म्या रातंबळीची!"

तेव्हा आई आली होती खरी; पण वात्सल्यापोटी अन् आता आली जिवाच्या भयानं. खंडोबाच्या दिवट्यांचे स्वर गल्लीतून कानावर पडले -

म्हाळसा चाल ग चाल ग सारंग्या बागात
तिथं उतरले उतरले जेजुरीचे वाणी
त्यांनी भरीवल्या भरीवल्या खोबऱ्याची गोणी
नेवून टाकल्या टाकल्या बानूच्या अंगणी!

एकाएकी आई अन् मी पोट धरून हसू लागलो. हसण्याचं कारण फक्त आईला अन् मलाच माहिती होतं. पुनःपुन्हा हसत राहिलो... मघाशी पर्बतबाबाच्या वावराजवळ जो टेंभा दिसला त्या हनुमंत घोलपाच्या हरीच्या दिवट्या होत्या... आईचा अन् माझा ससा मात्र सैरावैरा पळू लागतो- आभाळ पडलं... आभाळ पडलं... म्हणत!!

एवढं खरं की सशाच्या पाठीवर झाडाचं पान पडलं होतं; पण आमच्या पाठीवर जे पान पडलं ते भीतीचं पान होतं. सशाच्या भीतीपेक्षा आमची भीती कैकपटीनं मोठी अन् खरी होती. सशाच्या पाठीवर पडलेलं झाडाचं पान कधीच मागं गळून पडलं होतं. पण आमच्या पाठीला भीतीचं पानं पक्क चिकटून राहिलं होतं. ते मी काढू शकत नव्हतो, ना आई...

❑❑

४७

विंचू-काटे अन् आपापल्या हिश्श्याचं आयुष्य

आधी आक्काचं लग्न झालं... मग माईचं... तावडीचं... शेवटी पमीचं. एकेक करत आईच्या चाऱ्ही बारवा चार गावच्या झाल्या. तिचा हिरवा जोंधळा तेवढा आईजवळ राहिला - म्हणजे मी. आईला लेकींशिवायचं अन् मला बहिणींशिवायचं घर खायला उठू लागलं. बहिणींशिवाय घर ओकंबोकं वाटू लागलं. मला बिलकूलही करमायचं नाही. तसं घरालाही बहिणींशिवाय करमत नव्हतंच. घराचीही सलगी होतीच न त्यांच्याशी! भिंतींची भुळूभुळू माती गळायची तेव्हा आक्का शेणाचा गिलावा करून लिंपून द्यायची. आताही घराला वाटलं असेल की आपण भिंतीची माती गाळली की आक्की आपसूक येईलच लिंपायला. पाण्याच्या रांजणातलं पाणी तळाबुडी गेलं. त्याला वाटलं असेल, पमी येईल... डोक्यावर चुंबळ घेईल अन् मुरल्याबाबाच्या विहिरीवरून सरासरा पाणी शेंदून आपल्याला तोंडोतोंड भरून टाकील. धुणं इतकं साचत गेलं की त्याला वाटलं तावडी येईल अन् आपल्याला नदीवर घेऊन जाईल अन् दणादणा खडकावर आपटत मळाच्या आजारातून आपली सुटका करील. घराने मुद्दामहूनच आळस वाढवून घेतला. त्याला आता माईचा धाक पुन्हा हवा आहे. आता या घराला कसं सांगणार की, बाबा रे, माझ्या बहिणी या परक्याच्या झाल्या. त्या त्यांच्या मर्जीनं नाही येऊ शकत. आईला तर त्यांची कशातनं अन् कशातनं हटकून आठवण यायचीच.

"भिंतीचं ह्ये खातं माझ्या पमीनं केलंय!"

"हा वट्टा माझ्या आक्कीनं बांधलाय!"

"हे पातीलं माझ्या माईनं जुनी मोड देवून इकत घेतलंय!"

"ही भाकरी करायची काटूठ माझ्या तावडीच्या मजुरीवर घेतलीय! भाकर करावी त् माझ्या तावडीनंच! खोबऱ्यागत खातच ऱ्हावी वाटायची!"

"शेणानं भुई सारवावी ती माझ्या आक्कीनंच! अशी की भुई बोलून उठायची!"

आईनं अशा आठवणी उकरायल्या सुरुवात केली की मला आणखीनंच हुरहुर

लागायची. त्यांच्या आठवणी मग मला खूप छळत राहायच्या. कशातच माझा जीव लागायचा नाही. गलबलून गलबलून यायचं. आईचंही कुठं संपायचं? तिचं सुरूच असायचं. मग व्हायचं काय... माई, आक्का, तावडी, पमी पुन्हा डोळ्यांसमोर उभ्या राहायच्या.

''भावड्याऽऽ, पाढेऽऽ झाले की नाही पाठ?'' माईचा धाक हातात छडी घेऊन.

''काय रे वाळ्या, बास न चहाऽऽ ढमणाभर पितो का?'' तावडी डोळे वटारायची.

''भाऊ, त्वा डबा खोलून न्हायी पाह्यला का? जिलबी आन्लीय!'' आक्काची माया

''भावड्या, त्वासाठी म्या चिंधकायची लाखी तयार केली. छानय न्हायी!'' डोळे फिरवत पमी म्हणायची.

पुन्हा त्यांचं गाणं,

माझा ग भाऊ देखणाऽऽ

चांदाचा आयनाऽऽ

माझा ग भाऊ देखणाऽऽ

सोन्याचा गहिणाऽऽ

मग सगळ्यांचा गलका माझ्या अंगावर येणार तो असा -

''भाऊ, तुझी आवडती बहीण कोण?''

''माईऽऽऽ''

''न्हायी, म्याऽऽ'' तावडी

''न्हायी, म्याऽऽ'' पमी

आक्का रुसून बसलेली. मी तिला जाऊन बिलगायचो अन् म्हणायचो,

''आक्काचाऽऽ भाऊ कोण?''

तिघी म्हणायच्या 'भावड्याऽऽ' आक्काचा राग फूर्र व्हायचा. आक्का सगळ्यांसाठी गुळाचा शिरा करायची.

गुळाच्या शिऱ्यासारखेच ते दिवस गोड. मलाही काय काय आठवायला लागलं. हृदयात आठवणींनी दुखायला लागलं, म्हणून आईनं आता तरी थांबावं न... पण नाहीच! तिचं सारखं सारखं सुरूच.

कपाट पुसता पुसता म्हणणार...

''भावड्या, ह्ये कपाट माह्या तावडीनंच मिळवलं म्हतारीकून. लई बोसाळी माझी तावडी. म्हातारीला म्हन्ली, 'माझ्या आईला काय दिलं तुमी? काय त् म्हनं... लाकडाचं कपाट? तेवढं त् द्या माझ्या आईला! आजी, तू का ते बोकांडी घेवून काशीला जानारय का?' म्हातारीनं गंज कावसं केलं. तावडीही तिचीच नात. ती कसली माघार घ्येते. म्या त् म्हन्लं, 'बाई, मरू दे त्ये कपाट! त्यात काय सोनंनानं दडून ठिवलंय!' पन तावडीच ती; कहाचं आयकते. कपाट घेत्लं तवाच तिचा आत्मा शांत झाला!''

आईनं एकदा का आठवणींचं गोठोडं सोडलं की ते बांधायचं नावच घेत नाही. तिला बिचारीला कुठं ठाऊक की या बहिणींच्या आठवणीनं आईचा हा हिरवा जोंधळा सुकून जातोय. आईच ती!

आई मिरची वाटायला लागली की तिला माईची आठवण यायची- ''माझ्या माईमुळंच मिळाला हा कुरुंदाचा पाटा. चुलतीला म्हन्ली, 'आमच्या बापानं काय दिलं आमाला असं? यवढा दगूड तर हाये. तुमी गंज घेतलंय माझ्या आईचं हिसकून.' मंग काय नानीची बोल्ती बंद झाली. घेतलं तिनं नमतं! माई व्हतीच तशी, मुलगाच व्हायची तर मुलगी व्हऊन आली. त्वा बापबी थोडाबहू टरकायचा तो माईलाच! पन रांडोळी झाली माझ्या माईची. नवरा आसा द्वाड निपजला!''

आईच्या या आठवणीसरशी माईचा नवरा समोर आला अन् माझा ऊर धपापू लागला. सरसर डोळ्यांसमोरून ब्लॅक ॲण्ड व्हाईट चित्र सरकत गेले. त्यावर काही रक्ताचे डाग... काही उसासे... काही किंकाळ्या... अन् आग मात्र जरा जास्तच ठळक रेखाटलेली दिसली.

आई चहा करायला लागली तर माईचा चहा...

भाकरी करायला लागली तर आक्कीची भाकर...

कालवण करायला लागली तर तावडीचं कालवण...

भांडे घासायला लागली तर पमीनं राखेनं घासून लख्खं केलेले भांडे...

असं सारखं सारखं बहिणींना समोर उभं करत होती. त्यानं मी जास्तच व्याकूळ व्हायचो. घर उदास उदास वाटायचं. हे एवढं अंगावर यायचं की घराच्या भिंती न राहवून मला आता विचारतीलच,

''काय रे, भावड्याऽऽ! कधी येनारय माई?''

''तू पत्र लिव्ह आक्कीला. म्हनावं घरानं तुही खत केलीय!''

''तावडीला निरूप धाड- म्हनावं तुहा चूलबोळक्याचा खेळ आमी जपून ठिवलाय!''

''बरं का, भावड्या! पमीला खोटंखोटंच सांग की आमी तिच्यासाठी काय काय खायचं आन्लंय! बग कशी पळत यईन!''

घराच्या भिंतींनी असं काही विचारलं तर आईलाही मला आवरता येणार नाही इतके हुंदके देत मी रडत बसेन.

जेव्हा बहिणी माहेरपणाला यायच्या ते चारआठ दिवस भुर्रकन उडून जायचे. मला बहिणींचं सासर दुष्ट वाटायचं जे आपल्या बहिणींना आपल्यापासून हिरावून घेतं. आक्का मात्र अधूनमधून यायची. आईच्या अन् भावाच्या घराला सारवून, पोतरून पुन्हा नवं करायची. अंगणओटाही खुलायचा. घर आक्काशी बोलू पाहायचं... तिला खूप काही त्याला सांगायचं असायचं. पण सांगणं शेवटी राहूनच जायचं. ती गेल्यावर घर पुन्हा तिची वाट पाहत बसायचं.

आई अन् मीच असल्यामुळे भाकरीचा प्रश्न तितकासा भेडसावत नव्हता. आम्ही शिळ्यापाक्यातही भागवून घ्यायचो. आई कधीकधी तर पमाईच्या घरूनच जेवून यायची अन् माझ्यासाठी एखादी भाकर अन् डब्यात कालवण पदराआड झाकून आणायची. माझी भूक तशी मोठी नव्हतीच. मी खाऊन त्यात आमच्या कुत्र्याचंही भागून जायचं. पण इतर दुखणी मात्र कधीही वर डोकं काढायची, गळा घोटू पाह्यची. मी नववी पास झालो होतो. सुट्टीत मजुरीच्या कामाला आईबरोबर जाऊन शाळेचा गणवेश अन् वह्यापुस्तकांची तरतूद होईल, एवढी कमाईही केली होती. पण मध्येच माशी शिंकली.

बाप दोनेक वर्षात सेवानिवृत्त होणार होता. चेटकिणाईला भीती वाटायला लागली की बापाच्या हिश्श्यातल्या जमिनीवर अन् नाशकात बापानं बांधलेल्या बंगल्यावर आम्ही कब्जा करू. एक तर मी अन् आई बापाच्या गावात राहतोय, त्यामुळे आमचा हक्क बसू शकतो. शिवाय येवला कोर्टात आईची अन् बापाची भांडणाची केस अजूनही सुरूच होती. तिचा का या दरम्यान निकाल लागला तर चेटकिणाई साऱ्यांतूनच बेदखल होणार होती. त्यांना तर आम्हांला बापाच्या मालकीहक्काचा सुतळीचा तोडाही मिळू द्यायचा नव्हता. म्हणून चेटकिणाई बापासह आली. आजीच्या घरी तळ ठोकून बसली. मुंबईच्या बुढ्या चुलत्याला अन् त्याच्या तोतऱ्या बायकोलाही बोलवून घेतलं. आईला अन् मला गावातून घालवण्यासाठी त्यांची खलबतं सुरू झाली. आईला सळो की पळो करून सोडायचे म्हणजे आपोआपच आई केस मागं घेईन. सारेच कोंडाळं करून दाराशी आले. आता आम्हा मायलेकाला कच्चं खाऊन टाकता की काय... अशी भूक त्यांच्या डोळ्यांत. बापानं घास उचलला.

"ये, बघ तू माझ्यावर केस लावलीय. त्यामध्ये तू असं म्हटलंय की मी मानोरीला राहतेय! मग तुझं इथं काय काम?"

"..."

"तूच गोत्यात सापडशील... तेव्हा तुझा बाडबिस्तरा आवर अन् बऱ्या बोलानं निघ इथून!" बाप मिशा पिळता पिळता म्हणाला.

"म्या कायी तुम्च्या कमईवर जगत न्हायी. हातावं आनत पातावर खात माझं अन् माझ्या पोराचं पोट भरते. तुम्च्या त्या वावरातबी पाय ठिवणार न्हायी. त्यात बोरीबाभळी उगल्या त्या थोड्याच म्या शिजून खानारय!"

चेटकिणाई चवताळली. आईच्या अंगावर धावून आली.

"तुझ्या पोरीयचे घेतले लग्न करून; पन मला त् राहू दे काही!"

"बरी मज्याय का? माझा अख्खा नवरा गिळला तू. त्यायच्यावर माझा कायीच आधिकार तू ठिवला न्हायी अन् पोरींचं काय सांगते गऽऽ! माझ्या पोरीयचे लगनं माझ्या भावांनीच लावले. तू त् भारी शिन्ली. नवऱ्याचं दावं त् गच लावून धरलं!"

"ये कैवाडे, तू झाली लेकीयच्या जबाबदारीतून मोकळी; पन तिचं काय... तिलाबी पाच लेकी हायेत!" आजी आईच्या तोंडापुढं हात नाचवत म्हणाली.

"तिला म्या जलमाला घालायला लावलं व्हतं काय? पोरासोरायचा धनी असलेला नवराच जर तिनं केला. त्याच्ये पतनं भोगावेच लागतील! म्या तरी डोळं मिटून सहन केलं, पन त्या वरच्याला डोळं हायेत. तो उघडीलंच यक ना यक दिवस! अन् निबार काठी घालील तुझ्या पाठीत; केरसुनेऽऽ माझा आत्मा तळतळवला तू!"

माझ्या बापाला भलता राग आला. तो लालेलाल झाला. त्याच्या अंगाचा थरकाप झाला. त्यानं आईला मारण्यासाटी लाथ उगारली. मी सबागती बापाचा पाय धरला. बाप बतक्न जमिनीवर. आजी ओरडली,

"काय बाई शिदीड मातलं पाहय! ये अप्पाऽऽऽ, पात काय बसला? त्या आळपण्याला रगड टाचंखाली! ढेकून कुडला... पाहय न बाई! खुशाल बापाची लाथ धरली. हाये त्याला कायी मर्जी? आरे, काय पाहून ऱ्हायलाय, अप्पाऽऽ! रगड त्याला! सोडू नकोऽऽ" आजी फारच चवताळली.

"हावंऽऽ हावंऽऽ टाचंखाली रगडायला त्यो काय किडामुंगी हाये काय? माझ्या लेकराच्या अंगाला हात त् लावा!"

बापाच्या शिव्या सुरू झाल्या होत्या. नुस्ता संताप संताप करत होता. बुट्ट्या चुलत्यानं आईवर डोळे वटारले.

"काय करशील ग?"

"तुमी कोन?"

"दम तुला सांग्तो, मी कोण त्ये!"

"म्याच इसरले व्हते! तू माझ्या नवऱ्याचा यकमेव कलवरा. तूच व्हता न ह्या दुसऱ्या लगनाचा साक्शीदार. कोर्टातही शेपटासारखा अस्तोच बरुबर! तुला त् इज्जत आबरू कायी ऱ्हायीच. भावाच्या पापात वाटेकरी व्हाया मात्र साऱ्यायच्या पुडं? आरं, जनाची ऱ्हायी त् मनाची तरी लाज ठिव. मोठंधाठी भावजयी आईसारखी; तरी खुशाल ऊर कहाडून अंगावं येतो. कंबराचं कुडं फेडून आला?" आई सोसते सोसते फारच झालं की मग अशी चवताळून उठते. आतआत साचलेलं सारंच बाहेर येतं. त्याला बांध घालणं मग तिच्याही हातात राहत नाही.

मुंबईचा बुट्टा चुलता, त्याची तोतरी बायको, चेटकिणाई यांनी मला मारायला सुरुवात केली. आई माझ्यावर आडवी पडली. सगळा मार आईला लागतोय. आमचीच माणसं अशी बेफाम झाली होती. आईनं त्यांना साऱ्यांना बाजूला गचाललं अन् मला हात देत आई म्हणाली,

"भावड्या, पळ जीव वाचवऽऽ! ह्यो रांडकीच्येऽऽ जीव घ्यायलाबी मागंपुढं पानार न्हायी."

कोणाकोणापासून जीव वाचवत पळायचं? साप मागं लागला नाही; कुत्रं मागं लागलं नाही; वाघ मागं लागला नाही; पण हे जीवाचे लोक मात्र सदोदित मागं लागलेले... अन् आम्ही जीव मुठीत घेऊन पळतोय. सारखं पळणंच आमच्या हातात होतं. पाय म्हणत असतील, बाबांनो, का रे एवढं आम्हांला छळता? आम्ही किती पळायचं? आम्ही का शेणामातीचे आहोत?

आमच्याच घरातून आम्ही असे पळत सुटलो होतो. रात्रीची वेळ; अंधार मेणावानी, तरी कुठलीही पर्वा न करता मी अन् आई पळत होतो. आई बामनवाड्यातल्या दगडाला ठेचकाळून पडली. आईच्या हाताला खरचटलं होतं. डोक्याला लागलं होतं. अंधारात काहीच दिसत नव्हतं. फक्त कळवळणाऱ्या आईचा आवाज तेवढा. मी आईच्या जवळ बसलो. अंधारात काही कळतही नव्हतं आईला किती लागलं ते! पमाई राजवाड्यातून कंदील घेऊन निघाली होती. तोंडासमोर उजेड धरत म्हणाली,

"ये बया माज्जे! इंदू, काय ग ह्ये! पडली का काय! यवढ्या अंधारात कुडे निंगाला तुमी मायलेक?"

पमाईनं कंदिलाचा उजेड आईजवळ नेला. आईचं कपाळ फुटलं होतं. भळाभळा रक्त येत होतं.

"काम्हून आसे रात्रीचे पळत सुटलाय? बाऽऽई, केवढं लागलं तुला!"

"काय सांगू कहानी, पमा! जिवाचेच वैरी झाले. जीव वाचवून पळत सुटलो. रणीरणी आन्लं बाई यायनी!"

आम्हा मायलेकरांची रात्र पमाईच्या घरी. पमाईनं स्वयंपाक केला. आम्ही मायलेकांनी जेवण केलं. आई अन् पमाई चुल्यापाळी बसल्या हुर्द उकलीत...

"काय ग इंदू, त्यायचं म्हननं तरी काय हाये?"

"त्या अवधसेला वाटलं इच्या पोरीयचं लगनं झाले. ही झाली मोकळी!"

"हाव ग म्हना शिंदळकीच्येऽऽ घर घुसली त् घुसली; लगनाच्या बायकूसारखी टेच तिची! सुखासुखी मोकळी झाले का म्हना म्या. ठेवलेली आऊच ती. तिला काय इज्जत आबरू?"

"पमा, तिला आता लाग्लं भ्या वाटायला. हा मेला रिटायीर व्हतोय न्! तिला वाटलं ही सगळ्याच गोस्टीत घेईन नाव लावून!"

"काय हालकटय मेले! देलं त् कायी न्हायी. सुदी मजुरीची भाकर ती खावू देती न्हायी. इंदू, लयी लोक पाह्यल्ये पन यायच्या खालीच!"

"पमा, आयुष्याच्या पुडं न्हायी जावत बाई!"

"तुझं आयुष्यबी काय येडंवाकडं लिव्हून ठिवलंय. कायी कळत न्हायी!"

चुलीतला विस्तव विझला असेल. कंदिलातलं तेल संपून कंदील विझला असेल...

तरी दोघींचं बोलणं काही सरलं नाही. हुर्दयाला सरत्या रात त्या टाके मारत राहिल्या. पमाईनं म्हटलेलं, 'इंदू, तुझं आयुष्यबी काय येडंवाकडं लिव्हून ठिवलंय!' हे मात्र कितीतरी वेळ घुमत राहिलं माझ्या डोक्यात. यसुंताबाबाचा संबळ वाजता वाजता शेवटी जो गुंगतो... तसं डोक्यात गुंगलं. कसं लिहून ठेवलंय देवानं आमचं आयुष्य. गोष्टीतल्या राक्षसापेक्षाही भयंकर वाटायचा बाप, चेटकिणाई, आजी, आत्या, चुलता, चुलती. कधीतरी झोप लागली असावी.

आम्हांला खूप भूक लागली होती. आईनं चूल पेटवली. आक्का चुल्यात जाळ घालू लागली. पमी आईला म्हणाली,

"आई, माला लई भूक लागली."

"दम. व्हतेच्ये भाकर!"

पमी रिकामी ताटली घेऊन बसली होती, तव्यावरच्या भाकरीकडं एकटक पाहत. तिला असं झालं होतं कधी भाकर होईल. माई तावडीचा अभ्यास घेत होती अन् मी पाटीवर चिरखाड्या ओढत बसलेला. तेवढ्यात दरवाजा वाजला. रात्रीची वेळ. दाराची कडी पुन:पुन्हा वाजत राहिली. कुणाचीच हिंमत होईना दार उघडण्याची. मी तर आईच्या मागं जाऊन उभा राहिलो. खाडकन दरवाजा तुटून पडला. बाप आला... त्याच्या हातात कोयता... डोळे लालभडक... केसाच्या भल्याभल्या जटा... हातभर वाढलेल्या. वेगळाच बाप वाटत होता. त्याचं डोकं छताला लागत होतं... गळ्यात माणसांचे मुंडके. त्यांच्यातून रक्त गळत होतं. बापानं हातभर जीभ बाहेर काढलेली. जशी त्याला आमच्या रक्ताची तहान लागली होती. आम्ही थरथरत उभे राहिलो. बापाच्या मागून चुलता... आता चेटकिणाई, आजी त्यांच्याही हातात कुऱ्हाड विळे. तेही बापाएवढेच अन् तसेच. बाप गरजला. साऱ्या घराला हादरा बसला. बापानं आईच्या गळ्यावर वार केला... अन् आम्ही सारे भावंडं रक्ताच्या थारोळ्यात पडलेल्या आईला बिलगलो. मरता मरता आई म्हणाली, 'माझ्या पोरायला मारू नका!' अन् आईनं मान टाकली. मी जोरात ओरडलो,

"आईऽऽ"

पमाई अन् आई उठल्या. धावत माझ्याकडं आल्या. मी पंधरासोळा वर्षांचा असेन तरी पमाईनं माझे कान फुंकले अन् छातीशी कवटाळत म्हणाली,

"बाई इंदू, पोर धासरलं! त्या मेल्येयवं राकेल पडू दे! कायीकायी नको तुला त्यायचं! फकस्त यवढा लाल जतन कर!"

"बबड्या, यवढं काय रे घाबरायचं?"

"तुला मारलं व्हतं कोयत्यानं!"

"आरे, सपन पाह्यलं तू!"

पंधरासोळा वर्षांच्या लेकराला दोघींनीही थोपटत झोपी लावलं.

''इंदू, आजपतुर तुला काय देलं त्यायनी? तुबी नको आस ठेवू बाई. जितभुतळेय त्ये; कायी द्यायच्ये त् न्हायी, जीव मातर घेतील. नको नको, बाई! ती जिमिनही नको त्याची पेन्शनही नको. त्या बंगल्याव पडू दे सतरा डबे राकेल. म्या गावात आले तसं पाते तुला... काय हालहाल केले तुझे... तुझ्या लेकरायच्ये. आता तू तुझा अन् तुझ्या या लेकराचा जीव वाचव. त्यायला कायी जय जानार न्हायी. भोगतील त्ये. त्यायला मरन का सोईचं येईन का? लई हालहाल व्हऊन मरतील पांढरे! आगं, जगला वाचला त् हाच तुझा लेक तीन ताळाची माडी बांधील!''

''.....''

''त्या चार बिघटे जिमिनीत काय सोनं पिकून न्हायलंय? तुबी लळा सोड त्या जिमिनीचा; नवऱ्यालाबी कधी मखडली न्हायी. मग का माती करून घेते जीवाची? दे सोडून, हा यवढा हिरा जप. हाच तुही दुन्या लखाखून सोडील! माझी जबान याद करशील!''

आई पमाईच्या गळ्यात पडून खूप रडत राहिली.

बाप जसा माझ्या स्वप्नात आला, तसं मला त्यांच्या स्वप्नात जात यायला पाहिजे. म्हणजे मी कोयत्यानं साऱ्यांचीच खांडोळी करून टाकीन. माझ्या आईला रडवलं याचं मला जास्त लागलं. मार खाणारी आई हज्जारदा पाह्यली, पण रडणारी आई पहिल्यांदीच पाहत होतो.

नको बाप
नको आजी
नको आत्या
नको बापाचं वावर
नको त्याचं नावही
दाखल्यावरून त्याचं नाव खरवडून काढता आलं तर तेही खरवडून काढीन...!
मला फक्त हवी आहे आई...
कधीच न रडणारी.

सकाळी पुन्हा आमच्या घरी आलो. आल्या आल्या आईनं आवरसावर करायला सुरुवात केली. पिशव्या भरू लागली. मी आईला म्हटलो,

''आई, आपून का सोडून जायचं आपलं गाव?''

''गाव कोन सोडतंय? तुला काय वाटलं म्या यायला घाबरले! तसं कायीच न्हायी. अरे, अक्कीचं बाळातपण येतंय. तिकडं जायील माझे दोनेक महिने, तिचं व्हतं कुडे न्हायी त् पमीचं येयील; तुझी व्हयील खायाप्यायाची वणवण. इडं हाये कोन आपलं!''

"माझी शाळा? माझं दहावीचं वर्षय, आई."

"तावडीकडं शीक यवढं वर्ष."

"हा, म्या देवळ्यालाच सिकेल. चांगली शाळाय देवळ्याची."

पुस्तकं एका पिशवीत भरले. एका पिशवीत कपडे. एका पिशवीत ना. धों. महानोर, चित्रे, कोलटकर, विंदा करंदीकर, भालचंद्र नेमाडे, नारायण सुर्वे एवढे बसले. इंदिरा संत, शांता शेळके काही मावेना. ना. घ. देशपांडे वरच राहत होते. काय करायचं? माझ्या कवितांच्या वह्याही होत्याच. आईला म्हटलं,

"आणखी एक पिशवी दे. इंदिरा संत अन् शांता शेळके कायी मावत न्हायी बाई या पिशवीत!"

"ते न्हाव दे यीडचं तू. साळा सिकायला चाल्ला का कविता करायला, नको म्हसण्यावानी करू. आवर पटकशी; न्हायी त् ह्ये इच्चूकाटे येतील अंगावर धावून!"

आईनं बारदानाची गोणी दिली. त्या गोणीत मग राहिलेले सारेच पुस्तकं भरले. इथं कुणाच्या भरवशावर सोडून जाय्चं त्यांना? कारण आजीनं आजोबाची भगवद्गीता, ज्ञानेश्वरी उकिरड्यावर फेकून दिली, तसं यांनाही उकिरड्यातच जाऊन राहावं लागणार होतं. मी घेतलंच बरोबर. मला संतू, दिवड्या, नित्या, गण्या यांचाही निरोप घ्यायचा होता. पण तेवढा वेळ कुठं होता माझ्या हातात? दोस्तांना न भेटताच आपण जाणार. या दोस्तांची बेरीज केली की माझं गाव येतं. गावाला असं न सांगताच जायचं?

दोघा मायलेकांनी आपापल्या हिश्श्याचं आयुष्य वाटून आपापल्या पाठीवर घेतलं. आई आक्काच्या गावाकडं निघाली अन् मीहि तावडीच्या गावाला निरोप न धाडता! मजल दरमजल करत आपापल्या निवडलेल्या गावाला... विंचूकाटे अंगावर धावून यायच्या आत आम्ही गाव सोडलं...

घर मागं पडलं...

मारुतीचं देऊळ...

गावठा मागं पडला...

कौशाआत्याचा मळा...

नदी...

संतू, दिवड्या, गण्या, हण्त्या, संप्या, मल्या, झिंग्या, रत्न्या, आर्ज्या, सुकड्या, गुऱ्या, फल्या, विज्या, नित्या, संप्या, गण्या...

नदीचा चढ उतरताना वरवर येत येत त्यांचे हात हलताना दिसले....

गाव सुटलं....

❑❑

४८
आसूड अर्थात सटवाईचा टाक

आई आक्काच्या गावाला पोहोचलीही असेल अन् मी अजूनही चांदवडमध्ये अडकून पडलो होतो. एकदाची देवळा गाडी लागली. तिला हीऽऽ गर्दी. बोचकं घेऊन पळालो. गर्दी काही केल्या आत शिरू देईना. पण घुसलोच. गाडी निघाली. आता आपण देवळ्याला पोहोचणारच. खिडकीतून उलटी पळणारी झाडं माझं कौतुक करत होती, की भावड्या एकदाचा चालला बहिणीच्या गावाला... दहावीचा वर्ग शिकायला. झाडांविषयी वाईट वाटत होतं की त्यांना आपल्यासारखं शाळेत जाता येत नाही! भावडबारी ओलांडली अन् गाडी डोंगराच्या पोटापोटानं चालू लागली. जणू डोंगर माझे गाल कुरवाळतो आहे. त्याच्या हिरव्या हातांनी गालगुच्चा घेतो आहे. मला त्याला सांगावसं वाटलं की मी चाललोय आमच्या तावडीच्या घरी. डोंगराला बाप असेल का आपल्यासारखा? नसेलच! नाहीतर तो इतक्या सालापासून इथे असा खिदळत पडला असता का? त्याच्या बापानं त्याला हुसकून दिलं असतं. मग तावडीच्या गावाला जाताना आपल्याला डोंगर लागला नसता. बरं झालं त्याला बाप नाहीये ते!

देवळा गाव लागलं... मला असं झालं की मी कधी गाडीतून खाली उतरतो. देवळा गावालाही कळलं असेल की तावडीचा भाऊ भावड्या येतो आहे म्हणून. गाडी थांबली. गाडी पुढं सटाण्याला जाणार असल्यामुळे चढणारे आधीच गर्दी करून. एकतर माझ्या डोक्यावर ओझं, हातात पिशवी. गर्दी एवढी रेटारेटी करत होती की मला उतरताच येईना. पण प्रयत्न केलाच. मी खाली... हातात पिशवी तेवढी; ओझं मात्र वरच्यावर मध्ये ओढलं गेलं होतं. मी पुन्हा गाडीत शिरलो. कंडक्टरनं बेल दिली. गाडी सुरू झाली... चालली मला सटाण्याला घेऊन. सटाण्याला का माझी बहीण राहते? गाडी बरीच पुढं आली होती. मी कंडक्टरला म्हणालो,

"माला उतरायचंय?"

"काय यडछापय तू!" कंडक्टर फारच चेचाळला माझ्यावर.

"माझं ओझं मधी ऱ्हायलं व्हतं!"

"उतरऽऽ च्यायचंऽऽ गणमनचौत!"

मी उतरलो. गाडीतले लोक माझ्याकडं पाहून हसत होते. मी चालू लागलो बिगीबिगी. गोणपाटाच्या गोणीत भरलेलं पुस्तकांचं ओझं भलतं जड झालं होतं. डोक्याला पुस्तकांची कड रुतत होती. गोणीचे कोने दोन्ही बाजूंनी लोंहकून आले होते. डोकं अर्धं गोणीत खुपसलेलं... रस्ताही व्यवस्थित दिसत नव्हता. शाळा शिकायची तर आता हे सहन केलं पाहिजे. दरवेशासारखं जगणं आईच्या अन् माझ्या वाट्याला आलेलं. सिनेमा टॉकीज मागं गेली. पाच कंदील लागले. आता तावडीचं घर जवळ आलं होतं. मधला सुभाष चौक ओलांडला की निमगल्ली... निमगल्लीत तावडीचं घर. सकाळी जेवण न करता निघालो होतो. भूकही लागली होती. हातपायातलं बळही कमी झालं होतं. एवढ्यात सायकलवाल्याचा गचका मला लागला. रस्त्यावर पडलो. पुस्तकांचं ओझं एका बाजूला, कपड्यांची पिशवी एका बाजूला. सायकलवाला माझ्यावरच चिडला.

"ये गाभरा, डोळे फुटले का तुझे!"

देवळा गावानं माझं सणसणीत स्वागत केलं. त्याला थोडंच माहिती होतं मी तावडीचा भाऊ आहे म्हणून! मी सायकलवाल्याला म्हणालो,

"दादा, तुमचाच धक्का लागला माला!"

"रस्ता बापाचा आसल्यासारखा मधूमध चालून ऱ्हायला न् मंग तू; गणमन्या, कायी कळतं का तुला! शहर कधी पाह्यलं न्हायी का त्वा बापानं?"

कुठही जा! बाप आपला पिच्छा काही सोडत नव्हता. दाखल्याच्या मध्यभागी होताच होता... पण असाही. याला काय सांगू बाप जर चांगला असता तर कशाला आलो असतो इथं मरायला. पण त्यानं काय घेऊन खाल्लंय आपल्या बापाचं? मलाही राग आलाच होता. धक्का मला लागला. मी रस्त्यावर पडलो अन् याची शिरजोरी.

"बाप नका काढू! तुमीच गुन्हा केला अन् वर मालाच ऐकणूक करताय?"

तो चिडला. त्यानं फाडकन माझ्या लाऱ्हून दिली. चहावाला अन् पानटपरीवाला दोघंही पळत आले. पानटपरीवाला माझा कैवार घेत म्हणाला,

"कशाला मारता राव, यवढ्याशा पोराला? चूक तुमचीच व्हती! आमी पाह्यलं न्!"

सायकलवाला त्याच्यावर चिडला. कदाचित त्याच्या वाडवडिलांपासून तो देवळ्यात राहत होता.

"ये उपऱ्या, हुसकून देईल यीडून... पोट भराया मिळतं नशीब मान!"

"म्हन्जे तू खायला घालतो का आमाला?" पानटपरीवालाही त्याच्यावर गुरकला.

"हा आमीच पोट भरून देवू ऱ्हायलो!"

"म्हन्जे गाव त्वा बापाच्या नावावरच केलंय?"

सायकलवाला मग बेफाम झाला. बापाची ताकदच तेवढी. तो खवळला.

"चुत्तडीच्या, बाप कहाडतो माझा? न्हायी तुला हुसकून लावलं त् काये?"

"नको दम देवू! लई पाह्यलेत बरं का... पायडल मार अन् निंग सरळ!"

"थांब, उपऱ्या! तुला माझा दमच दावतो!" असं म्हणत पानटपरीवाल्याच्या अंगावर धावून गेला.

दोघांची लगदालगदी झाली. आणखी चारदोन जण आले. भांडण सोडवलं. केळी विकणाऱ्या आजीनं माझ्या डोक्यावर पुस्तकांचं बोचकं ठेवून दिलं अन् हातात कपड्यांची पिशवी दिली अन् म्हणाली,

"जाय, लेका!"

बहिणीच्या गावात आल्या आल्या असा कडू प्रसंग घडला. आमच्या गल्लीतली आवडाई म्हणायची, माणसाच्या कपाळावर जन्मतःच सटीनं टाक लिहून दिलेला असतो. म्हणजे आपल्याही कपाळी सटवाईनं असं काय काय लिहून ठेवलेलं आहे. ते वाचून आपलं आपण त्या अनुभवातून निस्तरायचं. पण ते घडायच्याआधी वाचता कुठं येतं? तसे गोड दिवसही सटवाईनं लिहिलेले असतीलच. ते कधी येतील, एवढं फक्त आपल्याला ठाऊक नाही. यायचे तेव्हा येतील! पण आता आपल्याला दहावी शिकायची आहे. त्यासाठी तावडीच्या घरी वर्ष काढायचं आहे. बोलण्याच्या तंद्रीतच निमगल्लीत येऊन पोहोचलो. डुकरांची ही लवकंड गटारात तोंड खुपसत इकडंतिकडं फिरणारी. कसं शहर आहे बाबा हे? मग आपलं पाटेगाव बरं! डोक्यावर वह्यापुस्तकांचं बोचकं अन् हातात कपड्यांची पिशवी अशा अवतारात तावडीच्या दारी जाऊन उभा राहिलो. गावावरून नेमकीच तिची सासू अन् दीर आलेला होता. बोचक्यात अर्धं तोंड घुसलेलं असल्यामुळे की काय माहीत नाही; पण तावडीची सासू म्हणाली,

"ये पोऱ्या, पुढलं घर पाहय, या देवळ्यात त् भिकाऱ्यायची कायी कमी न्हायी. पुढल्या घरी जाय रे! भाकर कालवण न्हायी झालं अजून!" बहिणीच्या दारी आल्या आल्या थेट भिकारी ठरलो होतो. हीही सटवाईचीच करामत असेल. काही का असेना आपलीच गाय पांगळी. नाइलाज आहे. पडेल आवाजात म्हणालो,

"आत्याऽऽ तुमी माला वळखलं न्हायी वाटतं! म्या तावडीचा भाऊ- भावड्या!"

"असं व्हय! ये मंग घरात; तू तरी कुडं जाशील? यवढ्या मोठ्या वझ्यात काय आनलंय!"

"पुस्तकंय माझे शाळेचे अन् काही वाचायचे?"

"तरीच म्हन्लं भैनीच्या घरून वाहजिरा करनारे कसं वझं घेवून आले!"

"आत्या, नका आल्या आल्या भारूड सुरू करू. त्याला इसावा त् घेवू द्या. लगेच तुमचं गुऱ्हाळ त्याच्यामागं नका लावू!" असं म्हणत तावडीनं माझ्या डोक्यावरचं बोचकं

उतरवून ठेवलं. तावडीच्या सासूचं डोकं गरम झालं.

"आवं माय! तुझ्या नवसाकवसाच्या भावाला पाठीवर घेवून देवळ्यात का मिरवत न्हायी! माझ्या पोराला त् तू बैल करून टाकलं. तसं आमाला दे हुसकून. तुझ्या मायला आन भावाला घेवून ये इडं! आमचंच गाढव बुच्चं. जगाला काय नाव ठिवावा!"

"नका बाई, भांडण काढू! तुमाला त् भांडायासाठी काहीतरी खुसपट हावंच आस्त!" तावडी म्हणाली.

चटईवर लोळत पडलेला तावडीचा दीर उठला अन् तावडीवर ऊर काढत, नाक फिनगारून बोलला,

"माझ्या मायला फिरून बोलते का, वैनी?"

"तुमच्या मायनं कसंबी बोललं त् चालतं माझ्या भावाला?"

"बोलली आसंल त् बोलली आसंल! तुझा भावू ढगातून पडलाय का?"

"मंग तुमी कुडून पडलाय?"

"ये दखणीदांडऽऽ, जास्त झालं काय माह्या लेकाच्या जीवावर खावून खावून!" तावडीच्या सासूचा राग अस्मानाला भिडला.

"आत्या, दांडबिंड करायचं न्हायी! तुमालाबी यक लेक हाये याचं भान ठिवावं मानसानं; अन् तुम्च्या लेकाच्या जीवावर आयतं बसून खात न्हायी म्या. आले तसे कपड्यायला टाके माराया लाग्ले! तवाकुडं दोन यळची भाकर ताटात पडते!"

"वैनी, तोंड फोडील हां!"

"माझा नवरा ऱ्हायला बाजूला. तू आला का तोंड फोडाया? मोठी भावजयी आईच्या ठिकानी आस्ते? पन तुमाला सांगून काय उपेग; तुम्च्यावं संस्कारच तसे झाले त्याला तुमी तरी काय करनार?"

तोही भलता तापेल डोक्याचा. त्यानं तावडीच्या अंगावर हात टाकला. तावडी मोरीत जाऊन पडली. वाटलं की आपल्या आजी, बाप, आत्या, चुलतेकाके यांच्यासारखे माणसं सगळीकडंच आहेत. आईनं अन् मी त्या सगळ्यांच्या कावसातून सुटका करण्यासाठी असा स्वतःच्या गावातून पळ काढाला. पण त्यांनी आमचा पिच्छा काही सोडला नाही. कुणाच्या न् कुणाच्या रूपानं सतत आमच्या मागं होतेच. अन् पुढं येऊन असा लचका तोडायचे. तावडीच्या दिरानं आता माझ्याकडं मोर्चा वळवला. गोष्टीतल्या राक्षसासारखा मला तो वाटू लागला. त्याचा जबडा उघडून आपला घास करून टाकील काय! माझे तर हातपाय थरथर कापू लागले. घाम फुटला. आता तर सारं अंगच लटपटू लागलं. तो जोरात खेकसला,

"काय रेऽऽ ये मुस्काडतोंड्याऽऽ, कशाला आलाय इडं?"

"साळा सिकायला!" कसे तरी माझ्या ओठांतून शब्द घुसमटून बाहेर आले.

"लग्गेच निंगायचंऽऽ कळलं का? लग्गेच निंगायचंऽऽ! मागं परतून पाह्यचं न्हायी!

न्हायी त् तंगडं तोडून हातात देईन. ही काय धरमसाळा वाटली काय तुला? आला तोंड गेवून. मुकाटी निघायचं. तुला इडं ऱ्हाहता यायचं न्हायी. माझ्या भावानं काय तुमाला सांभाळायचं मक्ता घेतला काय? का इडं खीरपेंड वाढून ठिवलीय?''

काळजालाच विंचू डसल्यासारखे... मी काय बोलणार त्याला? तावडीच बोलली.

''यवढ्या कायी शिंगऱ्या नका तानू लानलव लेकरावर. तो कायी कुडं जानार न्हायी. इडंच ऱ्हायीन!''

''कसा ऱ्हातो पातो न म्या?'' मान हलवत म्हणाला.

''काय करशाल तुमी?''

''तू पातच ऱ्हाय. पुन्हा देवळ्याचं नाव कहाडलं तरी त्याला फेफरं भरंल!''

''नका हाग्या दम देवू.'' तावडी कशाचं ऐकून घेते.

''हावं ग बाईऽऽ! आमाला काय किंमत तुझ्यापुडं? कुत्र्यानं गत हुसकून दे! पाठीत लाकूड घालूनसनी, म्हने नका हाग्या दम देवू!''

''आत्या, नका रिकामं कावसं करू; माझ्या आईमागं अन् भावामागं कुतरे लागलेचे. त्यात नका भर पाडू!''

''बरं ग, बाईऽऽ! जगदुन्याचं वारंच उलटं फिरून ऱ्हायलंय. आयकलं का सुदाम इच्यासाठी आपन कुतरे आहोत... कुतरेऽऽ'' तावडीची सासू जमिनीवर हात आपटीत म्हणाली.

तावडीचा दीर शिव्या पुटपुटत बाहेर निघून गेला.

मी गोठून गेल्यासारखा.

पायाखालची भुई फाटत गेली.

आवंढा गिळत मुकाट... हतबल.

तरातरा उधई अंगावर चढून काळजाची ओल चाटू लागली.

मनालाही लाख लाख मुंग्या डसत गेल्या...

असं दुःख की त्याला बापच नाही.

अन् मी तर असा बिनबापाचा!

त्याला कुठला इलाज?

हा माझ्या तावडीचा घरचा पहिला दिवस. देवळ्यात प्रवेश केला तसा वेगवेगळ्या प्रसंगांना सामोरं जावं लागलं. आधी सायकलवाला अन् घरी आल्या आल्या तावडीच्या सासूनं अन् दिरानं माझं केलेलं जोराचं स्वागत. हेही सटवाईनं आधीच लिहून ठेवलेलं असावं. ही सटवाई माझ्या स्वप्नात आली पाहिजे, म्हणजे तिला विचारून तरी घेता येईल, की अजून कुठले कुठले अपमानाचे कडूजहर प्रसंग माझ्या आयुष्यात लिहिले आहेत?

तावडीच्या दिरानं मला हुसकावून घालण्याचा प्रयत्न केला. पण मी तिथून निघणार

नव्हतो, तावडीच्या घराला पक्का लडकून राहिलो होतो घोरपडीसारखा! रात्री दुकानावरून दाजी आले. दाजी तसे खूप मायाळू स्वभावाचे. तावडीचं जसं त्यांच्याशी लग्न झालं होतं तेव्हापासून मला अंगावरच्या कपड्यांची वानवा त्यांनी भासू दिली नाही. आमच्या पाटेगावात सारेच पोरं हाफपँट वापरायचे. माझ्याबरोबरीच्या पोरांमध्ये मी पहिल्यांदा फुलपँट घातली असेल. तेव्हा माझ्या फुलपँटीचं कोण कौतुक झालं होतं म्हणून सांगू! मात्र त्या कौतुकाचे धनी होते आमचे दाजी. त्यांना वाटायचं काहीतरी मदत करावी; पण त्यांच्या घरचे मोडता घालायचे. दाजींनी आमच्यासारखेच दिवस काढले होते. एक वर्षापूर्वीच तर त्यांनी देवळ्यात स्वत:ची टेलरिंगची टपरी रस्त्याच्या कड्याला टाकली होती. कुंभार्डे हे त्यांचं मूळगाव. आईबापाची मुलखाची गरिबी. कुंभाड्याला फक्त कौलाची झोपडी. दहा पांड जमीन. त्यात तीन भाऊ. कुणाच्या वाट्याला आली असती ती जमीन? म्हणून पाचवीत असतानाच शाळा सोडली. देवळ्याचा रस्ता धरला. मजुरीची कामं करता करता एका टेलरिंग काम करणाऱ्या माणसाच्या घरी त्यांना राहायला मिळालं. त्याच्या घरची पडेल ती कामे दाजी टेलरिंग शिकण्यासाठी करत होते. ते कुणावर कधी उभारले नाही. काळजात शिरून राहिले. म्हणूनच आज त्यांचे दिवस थोडेफार पालटले होते. टेलरिंगचा धंदा चांगला सुरू झाला होता. तावडीची त्यांना साथ मिळाली. तावडीही टेलरिंगचं काम करायची. तिचा दीरही तेच काम करत होता. अन् कारागिरी रेटनं शिवणकामाचे पैसे वसूल करून घेत होता.

दाजी आले. जेवायला बसले. त्यांची आई म्हणाली,

"तू त् तुझी सासुरवाडीच गोळा करून आन्ली घरात! आपल्या मानसायला त् कुत्र्यागत हुसकून दिलं!"

"माय, तुला त् कितीदा बोललो म्या की इडंच ऱ्हा म्हनून; पन तुमी ऐकती ऱ्हायी त्यायला मी तरी काय करू?"

"घर, जमीन सोडून देवू वाऱ्यावर?"

"दहा पांडात काय ऊस पिकू ऱ्हायला, माय?"

"बरं रे बाबाऽऽ! हेच आयकायचं व्हतं. सासुरवाडीचं पानी लाग्लं तुला. जमीनजुमला मोकलायची भाषा करून ऱ्हायला. तुला साळा सिकवली, ती गेली गधाड्याच्या याच्यात!"

"चौथी सिकलो, लई साळा झाली का माय? दहा वर्षांचा झालो तसा मामाच्या गावाला येवून पोट भरतोय. साळा सिकवली अस्ती त् कशाला कपडे टाचत बसलो अस्तो! ह्ये काम सुखाचं वाटलं का तुला? पार मानीचा काटा व्हतो, डोळे फोडत ऱ्हावं लाग्तं!"

"खरं रे बाबा! बायकोच्या ताटाखालचं मांजर झाला तू! तुला आता काय मत्त्व ऱ्हायल आम्चं? तुझ्या सासुरवाडीला काशीयातराला का नेत ऱ्हायी!" जागच्या जागी बूड आपटत बांगड्याचा खळखळाट करत म्हणाली.

''तुझं म्हननं तरी काय, माय! माला ते त् कळू दे?''

''या पोऱ्याला हुसकून दे. त्याचं काय डबुलं पुरलं रे इडं!''

''तुझं आयकेल का माय त्यो! त्याची बायली नाराज व्हयील न्!'' तावडीचा दीर बाहेरून आला. आल्या आल्या त्यानं दाजींना करकोचा घेतला.

''माय, त्यांच्यायवर दिस आले म्हनून तो इडं आला. त्याचा बाप ठिकाण्यावर आस्ता त् कशाला आपल्या दारी आला अस्ता!''

''मंग तू त्याचा बाप व्हऊन ऱ्हायला का? ह्ये बरंय बाबा!''

''हा, व्हऊन ऱ्हायलो बाप! तो कायी माझ्या अंगावर ऱ्हायी ऱ्हायचा. त्याच्या भाजीभाकरीसाठी काचगुंड्या करील!'' दाजींनी ठणकावून सांगितलं.

''डोक्यावर बसून घे! आमच्या बापाचं काय जातंय. ऱ्हायीतरी म्हन हायेच, मांजर जनली अन् सात घरं फिरली. तुझ्या सासुरवाडीच्या माणसायला म्हना असेच घरं फिरत ऱ्हा. अन् तुकडं मागत जा!''

''माय, नको बोलू गड्या कायीबायी उगा!''

''त्वा मनाला त् लईच वायीट वाटून ऱ्हायलंय!''

तेवढ्यात दाजींचा मामाही आला अन् म्हणाला,

''काय ग, ताई, काय झालं? लईच आवाज वाढला. बरं त् घर सिमिटाचं हाये. कौलाचं आस्तं त् कौलबी उडून गेले आस्ते!''

''तुझ्या भाच्याला आता आमची काही गरज उरली ऱ्हायी बाबा. आमचं चांग्लं बोलनंबी कडू लागतंय!''

''मामा, दादाला सासुरवाडीचं पानी लागलं!''

''काय रे, दादा! काय आयकू ऱ्हायलो म्या?''

''आता का बोलंल का तो!''

''माय, नको गड्या डोकं फिरवू. कुडल्या गोस्टीला कुडं नेवू?''

''पाह्यला न संभा, काय बोलून ऱ्हायलाय?''

''आयकूच ऱ्हायलो!''

''मंग त्याला इच्यार जाब! बायको त् घेतली डोक्यावं बसून?''

''दादा, ते ऱ्हायी म्हन्त्या त् कहाला ठिवू ऱ्हायला ह्या पोऱ्याला?''

''मामा, माला का त्याला डोक्यावं बसवायचंय का? यवढ्या त् वर्षांचा प्रश्नय; त्यायला प्रस्थिती बिकट आलीय. तो कुडं जायील?''

''तुला काय यवढं त्यायचं?''

''पन माला ह्ये कळंत ऱ्हायी, ते वनवासी पोर, तुम्च्या का डोळ्यांत खुपू ऱ्हायलं?''

''पाह्यलं न संभा? आयकलं न्!''

मी भामटा धरून आणावा तसा भिंतीला टेकून उभा. मला वाईट होतं की आपल्यामुळे दाजींना त्यांच्या घरचे बोलत होते. दिवसभर दुकानावर शिवणकाम करून आले अन् जेवण ते सोईचं मिळालं नाही; अन् मला हीही भीती वाटू लागली, या लोकांनी कावसं करून काढून दिलं तर...? आपली शाळा गेली का? पण जायचं कुठं? पाटेगावला तर आईही नव्हती. देवळ्याला शाळा शिकायच्या स्वप्नाला काडी लागेल की काय, अशी परिस्थिती निर्माण झाली होती. बोचकं अजून मी सोडलंही नव्हतं. ते तसंच उचलून डोक्यावर घ्यावं लागेल अन् आल्यापावली पुन्हा पाटेगाव. आजी, आत्या, चुलती, चेटकिणाई गेल्या गेल्या माझी आरती उतरवतील,

"काय रे, आला का थोबाड घेवून?" आजी.

"बय, ताट आन त्याची आरती करू आपून. माझ्या भावाचं नवसाचं पोरं न ह्ये! त्याला तसंच कसं घरात घ्येयाचं?" वेणूआत्या.

"ह्या माकडाची काय आरती करायची!" चेटकिणाई.

"चांग्ली उन्तली तापत घालून त्यायला चटका देते." आजी.

"कोलदांडा घाला, भडव्याला. बापाला मारतो, त्याच्याच आईची शिकवण." बाप.

"हत्तीच्या पायाखाली दे त्याला!" वेणूआत्या.

"ह्या मरतुकड्याला काय हत्तीच्या पायाखाली द्यायची गरजय; एका झावडीत पानी मागंल!" भोकरडोळ्या.

"गळा दाबला त् कोंबडीगत जीव सोडून देईन!" बुट्टा चुलता.

"बरा घावला माझ्या हाताला. तुझ्याई म्हनायची न्, मी तुला माराया टपलेय. आज संपवत्येच तुला. आता कोन आडवं येईन?" चेटकिणाई.

"काय रे भडव्या, चुलत्याला मारले व्हते न् ढेकळं." नानी.

"आता त्याच्ये चांग्ले ढेकळं काढा. आईनं माजून ठिवलंय ह्ये गाबरू." नाना.

पण असं काही घडणार नव्हतं. कारण आमच्या दाजींनी जाहीर करून टाकलं की भावड्या इथंच राहीन. तेवढ्यापुरता तरी त्या विषयावर पडदा पडला. मला खूप आनंद झाला. कारण पाटेगावात मला जित्तं ठेवलं नसतं. तावडीच्या घरी माझं एक वर्षापुरतं तरी बस्तान पक्कं झालं. आता मी काय हलणार नव्हतो. दाजींचा हिरवा कंदील मिळताच, मी लापटाचं जीणं घेऊन मेखा ठोकल्याच. मनाची तयारी केली, काही झालं तरी दहावी पासचं मार्कशीट हाती पडल्याशिवाय तावडीचं घर सोडायचं नाही. ज्या पोराला जन्मदात्या बापानंच लाथाडलं; आजी, आजोबा, आत्या, चुलता, चुलती यांनी छळून एवढं तयार केलं होतं, त्याला तावडीच्या दिराच्या किंवा सासूच्या बोलण्याचा विशेष काय परिणाम होणार?

कडूघोटाचं बाळकडू पाळण्यातच प्यायलोय.

असल्या गोष्टी तेवढ्यापुरत्या जिभाळ्या लावून जातात.

माझ्या बैलाला आता कितीही आऱ्या टोचू दे!

शेपूट पिरगाळू दे!

आसूडाचा वार करू दे!

मी खुटा सोडणार नाही म्हणजे नाही.

मला आजच आपण दहावी पास झालोय, असं वाटू लागलं. हातात मार्कशीट आलंय अन् डोक्यावर बोचकं घेऊन पाटेगावला निघालोय. तावडीची सासू, तावडीचा दीर त्याचे शब्द मागंमागं सोडून मी पुढेपुढे जातो आहे. पाटेगावला माझ्या स्वागतासाठी यदूबाबाचा संतू, कमळंईचा रत्न्या, लिलाकाकूचा हण्त्या, यसुंताबाबाचा नित्या, भावकाबाबाचा गण्या मला गाडीतून उतरल्या उतरल्या डोक्यावर घेऊन नाचताहेत...

''झाला न भोऽऽ यकदाचा दहावी पास आपला दोस्त!''

''लई हुशार निंगाला भो भावड्या!''

''आरे दोस्त कुनाचाय?''

''संतू, नको शानपना करू. आमीबी त्याच्ये दोस्तच आव्होत! का रे भो त् भावड्या?''

पोरं दंगा करत नाचू लागली. यसुंताबाबाचा नित्या संबळ घेऊन आला. माझ्या मनात आनंदाच्या उकळ्या फुटल्या.

भानावर येत विचार करू लागलो की आपल्या या चित्रावर वेड्याविद्र्या रेषा कुणी ओढायला नको; अन् सटवाईचं काय सांगावं तिनं जर असं काही लिहिलं नसेल तर... तर सटवाईला मजकूर बदलायला सांगायचा. नाहीतरी सटवाईच्या 'लेखा'ची लिपी मला समजून घ्यायचीच आहे...!

❑❑

४९
उजेडाचं रोप...!

तावडीच्या घरी अखेर मी थांबलो होतो. मला तावडीच्या घरून काढून देण्याचे लाख मनसुबे तिच्या माणसांनी रचले होते. पण मी जळूसारखा त्या घराला लडकलोच. हा आता काही इथून हलायचा नाही, असे मनोमन मानून त्यांनी हार पत्करली. मीही असं बियाणं होतो की बिनापावसापाण्यातही उगवून येऊन माझं धाट तग धरूनच राहीन, हे कुठं त्यांना माहिती होतं? देवळ्याच्या हायस्कूलमध्ये माझं नाव दाखल केलं. शाळा सुरू व्हायला चार दिवस बाकी होते. चार दिवस इतके मोठे वाटायला लागले की ते जाता जात नव्हते. मला असं झालं की कधी एकदाचे हे चार दिवस उलटतील अन् मी शाळेत जाईन. आतापर्यंत अनेक शाळा मी बदलल्या होत्या. त्या सगळ्यात ही शाळा मला जास्तच आवडू लागली. इतकी भव्य शाळा मी पहिल्यांदीच पाहत होतो. संतू, दिवड्या, गण्या यांनी जर ही शाळा पाहिली असती, तर तोंडातच बोट घातलं असतं. डोळे विस्फारून नुसतीच शाळा न्याहाळत बसले असते. आता मला नवे दोस्त मिळतील...

एकदाचा शाळेचा पहिला दिवस उगवला. दाजींनी माझ्यासाठी छान दप्तर आणलं होतं. आमचं दप्तर म्हणजे बारदानी पिशवी जिंदाबाद. असं दप्तर अख्ख्या पाटेगावात एकट्या गोसावी गुरुजींच्या दादालाच होतं. माझी दप्तराची हौस फिटली. तावडीनं दुकानातून चप्पलही आणली होती. तीही पाटेगावात एकट्या गोसावी गुरुजीच्या दादाच्याच पायात असायची. संतूलाही नव्हती... दिवड्यालाही... म्हणजे कुणालाच नव्हती. माझे पाय तर माझ्यावर जाम खूश झाले असतील, की 'भावड्या, एकदाचे फेडले बाबा तू पांग; आम्हांला वाटलं तू आयुष्यभर आम्हांला अनवाणीच फिरवतो की काय?' दाजींनी माझ्यासाठी शाळेचा युनिफॉर्महीही शिवला होता. मी साऱ्या सकाळचा अंगात घालून तयार होतो. गल्लीतून उगाच दोनचार चकराही मी मारल्या होत्या. पण इथं कुणाला काय त्याचं इतकं अप्रूप असणार? पाटेगावात जर अशा रुबाबात मी गेलो असतो तर संतू, पग्या, झिंग्यानं मला ओळखलंच नसतं. ते म्हणाले असते हा दुसराच भावड्या आहे.

मी शाळेला निघालो. तावडीनं टिफीन दिला अन् सूचनावजा तिची संस्काराची शाळा सुरू झाली. म्हणाली,

"भावड्या, हे कायी पाटेगाव न्हायी बरं का... जरा यवस्थित राह्यचं; यवस्थित बोलाचालायचं, कोन्या पोराबरोबर भांडू नको का तंडू नको! आपलं आपुन शिकायचं! आपुन शिकन्यासाठी आलो हावोत हे कायमचं ध्यानामधी ठिव!"

"म्या कायी आता लहान नाही न्हायलो. माला कळतं बरं कसं न्हायचं!"

"तू गंज हुशार असशील. लई पुढंपुढं नको चालू!"

"बऽऽरं सांग आता!" मी तिच्यापुढे नम्र विद्यार्थ्यासारखा उभा राहत म्हणालो. ती फक्त हसली. मग मीच म्हणालो,

"भावड्या, बरं का, हे काही पाटेगाव नाही. इथं व्यवस्थित राहायचं. कुणाशी भांडायचं नाही. अगदी शहाण्या मुलासारखं वागायचं. जर का वाईट वागलास तर तुझी पाटेगावला रवानगी झालीच म्हणून समज. मग बस तिथं ढेकळं फोडत. चल आता निघ बरं शाळेत!"

"चल जा शाळेत!" तावडी हसत हसत म्हणाली,

मी पुढं जाऊन पुन्हा परत आलो. तावडी म्हणाली,

"आता काय न्हायलंय? सारं घेतलं न बाबा यवस्थित?"

"अग, तुझ्या पाया कोण पडणार?"

"काही नको पडू पाया. तू चांग्लं शिकला, तरी मला सारं मिळाल्यासारखं हाये!"

पण मी ऐकतो थोडंच. खरंतर जिच्यामुळे मला आज शाळेचं तोंड पाहायला मिळणार होतं- अन्यथा माझी शाळा बोंबललीच असती- म्हणून माझी बहीण तावडी माझ्यासाठी सर्वांपेक्षा मोठी झाली होती. माझ्यासाठी सारेच तिच्यासमोर थिटे वाटू लागले होते. तिच्या पायावर डोकं टेकवलं अन् शहाणं होण्याची पहिली पायरीही पार पाडली.

"माझा भाऊ मोठा सायेब व्हावा!" असा आशीर्वाद तावडीनं दिला.

पाठीवर दप्तर सांभाळत, मखडत मखडत शाळेला निघालो. शाळेत आलो ते थेट 'अ' तुकडीत जाऊन बसलो. 'अ' तुकडीचं स्वप्न काजीसांगवीच्या शाळेत आपलं मोडलं होतं; पण आता देवळ्याच्या शाळेत तरी पूर्ण होईल, ही आशा मनात होतीच. मोरे सर आले. हजेरी घेतली. पण माझं नाव पुकारलंच नाही. एक मन म्हणालं, की हजेरीबुकात अजून टिपायचं राहिलं असेल. आपण नवीनच आलोय न् म्हणून. एक मन म्हणालं, की आपण सरांच्या लक्षात आणून देऊ, म्हणून मी उभं राहिलो.

"सर, माझं नाव घेतलं नाही तुम्ही?"

"अरेच्चा! साहेबांचं नाव घ्यायचंच राहिलं. चुकलं आमचं?" सरांनी माझी फिरकी घेतली. सारा वर्ग खो खो करून हसू लागला. सर पुन्हा म्हणाले,

"तुझं नाव 'ब' तुकडीत असेल!"

"नाही सर मला 'अ' तुकडीतच बसायचंय."

"ते तू कोण ठरवणार? जा... उचल दप्तर."

"पण... सर मला 'अ' तुकडीतच..."

"'अ' तुकडी तुझ्या बापानं सातबाराच्या उताऱ्यावर लिहून ठेवलीय का?"

पोरं खो खो करून पुन्हा हसले अन् मी लागटासारखा उभाच. माझी बिलकूल तयारी नव्हती 'अ' तुकडी सोडायची. सरांनी पुन्हा दरडावून सांगितलं,

"तुझी कानपूर लाईन डिमय का?"

मी घुम्यासारखा... एक नाही की दोन नाही. मग सरांचा चांगलाच संताप झाला. त्यांनी माझा हात धरला अन् दरवाजापर्यंत ओढत आणलं. मग मात्र माझा नाइलाज झाला. जड अंतःकरणानं दप्तर उचललं अन् मीच स्वतःहून वर्गाबाहेर पडलो. माझी हुसकाहुसकी काही थांबली नव्हती. शाळेच्या पहिल्याच दिवशी मला 'ब' तुकडीत हुसकवलं होतं. 'ब' तुकडीच्या वर्गात घुसलो. सर आलेले नव्हते. वर्गात गोंगाट. अगदी यदुबाबाचा संतू, दिवड्या, संप्या हेच रूप बदलून या वर्गात येऊन बसले की काय, असं वाटायला लागलं. पहिल्याच दिवशी कासाराचा मह्या, कांडेकर पव्या, गुंजाळवाडीचा भऱ्या, मेतकर संद्या, मुसलमानाचा एज्या असले दोस्त मिळाले. वाटलं बरं झालं. आपण 'अ' तुकडीत बसलो नाही; नाहीतर चांगल्या मित्रांना मुकलो असतो. पव्यानं माझी कवितेची वही पाहिली अन् साऱ्या वर्गभर दाखवत हिंडला. मी कवी असल्याचं सर्टिफिकेट जाहीर करून टाकलं. मधल्या सुट्टीत पव्या मला ग्रंथालयात घेऊन गेला. ग्रंथपाल आहेर सरांना मी लगेच ओळखलं. त्यांच्याच खोलीत आम्ही भाड्यानं राहत होतो. त्यांनी माझी कवितेची आवड ओळखून एकदमच चार काव्यसंग्रह माझ्या हातावर ठेवले. ना. घ. देशपांडेंचा *शीळ*, आरती प्रभूंचा *नक्षत्रांचे देणे*, ग्रेसचा *चंद्रमाधवीचे प्रदेश*, नारायण सुर्वेंचा *सनद*. शाळेच्या पहिल्याच दिवशी चार कवी भेटले. पुस्तकांचा खजिना पाहिल्यानंतर हे संग्रह रात्रीच्या रात्री वाचून परत करू, म्हणजे आपल्याला उद्या आणखी पुस्तकं वाचायला मिळतील. पुस्तकं वाचण्याची अधाशीपणाची भूकच मला लागली. जोपर्यंत या ग्रंथालयातील एकूणएक पुस्तकांचा मी फडशा पाडत नाही, तोपर्यंत माझी भूक भागणार नव्हती. पाटेगावात ना वाचनालय होतं, ना कुणाला वाचायची आवड होती. त्यामुळे मी लोकांचे उकिरडे घोळायचो. अशा मुलाला जर समोर इतकी पुस्तकं दिसत असतील तर त्याची काय हालत होईल?

चाऱ्ही पुस्तकं एका रात्रीत वाचण्याचा माझा बेत मुन्नामुळे फसला. मुन्ना माझा चार महिन्यांचा भाचा.

शाळेतून आल्या आल्या तावडीचे प्रश्न,

"आवडली का रे, भावड्या, शाळा?"

"आगं, लयी भारी, आपल्याकडच्या शाळा का शाळा व्हत्या. नुस्तंच दप्तर उचलायचं अन् जायचं शाळेत... यायचं घरी... फेकायचं दप्तर कोपऱ्यात. वाचायला पुस्तकं न्हायी की कायी न्हायी. तसं इडं न्हायी भोऽऽ! आपले खोलीमालकय न् आहेर सर... ते ग्रंथपालय; त्यांनी यकदम चार पुस्तकं वाचायला देली. लई भारी सभावय त्यायचा. माझ्याशी त् कवर बोलत बसले!"

"आणि काय रे..."

मला तर असं झालं होतं की तावडीला काय सांगू अन् काय नको. 'अ' तुकडीतून हुसकून देण्याची गोष्ट मात्र सांगायची नव्हती. कारण मला उलट 'ब' तुकडी आवडली होती अन् तावडीलाही उगाच वाईट वाटलं असतं की शाळेच्या पहिल्याच दिवशी आपल्या भावाला वर्गातून हुसकून दिलं. ती तर ऐकण्यासाठी तैवरलेली होती. ती म्हणाली,

"काय रे, सांग न काय काय झालं शाळेत?"

"आमच्या मराठीच्या खरोटे सरांनी माला कविता वाचायला सांगितल्या, लयीच भारी शाळाय भो! माला त् पैल्याच दिसी बावचळल्यागत झालं!"

"आता नियमित शाळेत जायचं अन् अभ्यास करायचा." तावडी शुद्ध बोलत म्हणाली.

"म्या त् यक दिवसबी शाळा बुडवणार न्हायी भो!"

"बरं, यक कर! तोंड हातपाय धुवून घे! अन् गवळ्याच्या दुकानातून शेंगदाणे न् साखर घेवून ये; येता येता तुझ्या दाजीच्या दुकानावरून काचगुंड्यायला शर्टही घेवून ये!"

"माला ह्ये पुस्तकं वाचून परत करायचेय बाई, आज नको काचगुंड्या!"

"पुस्तकं कायी पळून जाणार न्हायी व्हय. अगोदर जा!"

"तुझं त् ह्ये आसंय, तावडे?"

"आरे, पन यकाच रातीत वाचून परत केलेच पाह्यजे का?"

"इडं काय म्या फक्त वर्षभर थांबणार! वर्षभरात सारे पुस्तकं वाचून त् झाले पाह्यज्ये न् बाई!"

"व्हतील, व्हतील! जा!"

तसा नाखुशीनंच तयार झालो. तावडीकडून पैसे घेतले अन् घाईघाईत निघालो. मला असं झालं होतं की कधी एकदाचं हे काम संपवून मी कविता वाचीन.

"भावड्या, रस्त्यानं यवस्थित जा. गाड्याबिड्या पाहय रेऽऽ! हे काय पाटेगाव न्हायी!"

"आगं, घडुघडी पाटेगावची आठवण करून द्यायलाच पाह्यजे का?"

"हा हा, जा अगुदर." असं म्हणत ती भाजीला फोडणी द्यायला गेली अन् मी गवळ्याच्या दुकानाकडं पळालो. रस्ता मला कसा कळणार होता? डोक्यात नारायण सुर्वे,

ग्रेस, आरती प्रभू. मोटरसायकलवाल्यानं माझ्या जवळ येत कचकन ब्रेक दाबले.

"ये मरतो का, गाभड्या!"

मनात म्हणालो नारायण सुर्वे वाचून घेतो त्याशिवाय का मी मरतो का? मी जागीच भामटून उभा. तो गाडीवरून खाली उतरला.

"देवू का थोबाडीत ठेवून! कुडं पळतो रे! गाडीबिडी कायी पातो का न्हायी?"

तेवढ्यात आमच्या निमगल्लीतल्या राणाबापूनं मला पाहिलं. मोटरसायकलवाला राणाबापूचा मित्रच. राणाबापू म्हणाला,

"फिटर, जाव दे लेका, आपल्या दादा टेलरचा सालाय तो!"

"आसं काय! न्हायी त् लई पिदडला आस्ता भो!"

बरं झालं राणाबापूमुळे बला टळली, नाहीतर तावडीला तर बोलायलाच झालं असतं, की मी तुला म्हणाले होते न् हे पाटेगाव नाही म्हणून. तावडीचा ओरडा वाचला... पाटेगाव पुराणही.

शर्टाच्या काचगुंड्या करायलाच रात्रीचे दहा-साडेदहा वाजले असतील. मुन्ना रडायला लागला. तो काही केल्या राहिना, त्याला काय झालं तेही कळेना. झोळीत घालून झोका देऊन पाहिला तरी त्याचं रडू थांबेना. त्याला बाहेर ओट्यावर घेऊन गेलो. समोरच्या सगुणामावशीलाही जाग आली. सगुणामावशी बाहेर येत म्हणाली,

"काम्हून यवढा खिजला ग मुन्ना, भारतीभैन!"

"कधीच यवढा खिजत न्हायी. काम्हून रडू न्हायला काय माहीत, मावशी!"

"दे मजकडं! का रे हा रेऽऽ हा रेऽऽ काम्हून रडतो रे माझ्या दादा?"

"भूक लाग्ली म्हनावं त् पेतबी न्हायं!" तावडी उलीसं तोंड करून म्हणाली.

"तोंड आलं आसंल भारती त्याचं!"

"आताच कसं तोंड आलं, मावशी?"

"न्हायी त् त्याच्या पोटात आलं आसंल. दम धर. म्या हरणाचं शिंग आन्ते. उगाळून दे त्याला!"

तावडीनं गावठी औषधांच्या मात्रा सुरू केल्या. हरणाचं शिंग उगाळून देत होती. दिवसभर दुकानावर काम करून दाजी दमले होते. त्यात मुन्नानं त्यांची झोपमोड केली होती. त्यामुळे ते जास्तच चिडचिड करत म्हणाले,

"कायीबायी वात्यळ खावून घेतलं असंल तू!"

"काहीच खाल्लं न्हायी म्या."

"तू का आता खरं सांगशील का? खाल्याबिगर का पोटात आलं त्याच्या!" तावडीच्या सासूला तर संधीच सापडली.

"देतेय न मंग त्याला शिंग उगाळून त् बरं वाटेल!"

''मी आसंच खायी खाल्लं व्हतं दादाच्या वख्ती, त् माझ्या सासूनं माझ्या तोंडालाच चटका देला व्हता!''

''म्हणून आता माझ्या तोंडाला चटका देता का?''

''म्या कशाला देवू बाई चटका! तू का यवढी गरीबय का?''

''माय, झोप बरं तू! नको जिवाला तरास करून घेवू.''

''झोपूच न्हायले दादा! तू घे तुझ्या राणीला खांद्यावं!''

मुन्ना काही केल्या थांबेना; त्यात ह्या कुरबुरी. शेवटी दाजी उठले. तेवढ्या रात्री आम्ही त्याला नंदू डॉक्टरकडं घेऊन गेलो. माझी सारखी तगमग होत होती. मला रात्रीच्या रात्री पुस्तकं वाचून परत करायचे होते. रात्रीचे अकरा वाजले. आता काही पुस्तकं वाचता यायचे नाही. पुस्तकं उशाला घेऊन झोपून घेतलं. दुसऱ्या दिवशी ठरवलं की आज काही शाळेत जायचं नाही. नुकतीच शाळा सुरू झालीय. शिक्षकही अजून काही शिकवत नव्हते. म्हटलं राहू आजच्या दिवस घरी. पुस्तकं वाचून टाकू. नारायण सुर्वेचं *सनद* वाचायला घेतलं. वाचता वाचता मलाही कविता सुचू लागल्या. खूपच आपल्या जिवाचा वाटू लागला हा कवी. मात्र शाळेची वेळ होऊन गेली होती. तावडीच्या ध्यानात आलं. ती माझ्यासमोर येत, कंबरेवर हात ठेवून म्हणाली,

''भावड्या, शाळेत न्हायी जायचं का?''

''न्हायी!''

''काम्हून न्हायी जायचं?'' तिचा आवाज वाढला होता.

मी एक नाही की दोन नाही.

''कविता लिहायच्या का तुला?'' तावडी रागानं म्हणाली.

''हा!''

तावडीचं डोकं तापलं. तिला आला असा काही राग...

''कविता लिहिण्यासाठी आला का? आई त् माझंच घामडं काढील, माझ्या पोराला घेवून गेली. शाळेत शिकवलं त् न्हायी काचगुंड्यायवारीच पोरगं ठिवलं. उचल दप्तर, निघ बरं!''

तिनं माझं दप्तर आणलं. माझ्यासमोर धरलं.

''उठतो की न्हायी?''

मी रग्गेलावानी हलायलाच तयार नाही. मग मात्र तावडीची सहनशीलता संपली. तिनं एक माझ्या गालात सणसणीत ठेवून दिली. माझ्या हातातली वही हिसकावली अन् कवितेची पानं टराटरा फाडायला लागली. शेजारची सगुणामावशी तावडीला बोलली,

''आगं, नको फाडू त्यायच्या कईता,'' फाडलेले कागद वेचू लागली. तावडी थांबली अन् रडायला लागली. रडता रडता म्हणाली,

''मावशी, माझ्या आईनं लयी दिवस काढले. हा शिकला तर तिला सुखाचे दिवस

पहायला मिळतील.''

''का रे, लेकरा! असं करतो?''

''मावशी, म्या शाळा बुडवणार न्हायी; मास्तर आजून कायी शिकवतीबी न्हायी. म्या वाचायला पुस्तकं आणले व्हते काल. पन मुन्नामुळे राच्ची वाचता आले न्हायी, ते वाचायसाठी थांबलो!''

तावडीलाही ते पटलं असावं. मग ती काहीच बोलली नाही. उलट दुपारी तिनं मला साखरेचा शिरा करून दिला अन् म्हणाली,

''भाऊ, मग सांगायचं न माला! म्या माझ्या भाऊला उगाच मारलं!''

भाकरीच्या शोधातच जिंदगी बरबाद झाली... ही ओळ काळजात घेऊन मी कवितासंग्रह मिटून ठेवला. तावडीही जिवाचंच बोलत होती.

''भाऊ तू शिकला, नौकरीला लागला तर आपल्या आईचा वनवास संपला म्हणून समज. आपल्या बापानं चुलत्याकाक्यांनी हालहाल केले आईचे. नुस्ते काटेच काटे पेरले रे आईच्या आयुष्यात; पण आपल्यासाठी तिनं सारं सहन केलं. गळ्यापाशी सुरी आली तरी आई डगमगली न्हायी. तिला आपल्यायला जतन करायचं होतं. आम्ही साऱ्याच मोठ्या व्हऊन आलो... तू लहान. आता तूच आईची या काटवनातून सोडवणूक करू शकशील. मायबापाचा संसार कितीबी फाटका आसू दे, त्याला टाकं मारायचा लेकीला कायीबी अधिकार न्हायी. घरात खायचं कायी गोडधोड आलं तरी तू अन् आई माझ्या पोटात तुटायचे. आसं वाटायचं आपल्या भावाला, आईलाबी खायला मिळालं असतं. पण तुम्ही पडले इतक्या लांब. पाहिलं न् माझे सासरचे कसे आहेत ते. लेकीची जातच अशी असते. एकादा का तिची गाय दुसऱ्याच्या दारी बांधली की माहेराचा दोर आपोआप तुटतो. तिची इच्छा आसूनही काही करता येत नाही. तूच दिवा लावशील आपल्या आईच्या आयुष्यात. तेव्हाच उजळंल आईचं घर, जेव्हा तू मन लावून शिकशील. कायी आशा करू नको बापाच्या जमीनजुमल्याची. त्याला जळवा लडकल्यात. म्हणून सांगते शिकला त् लाथ मारशील तिडं पानी काढशील. तोच आपल्या आईसाठी नेव होईल. बापाला अन् चेटकिणाईला वाटतं ह्ये अनपडंच ऱ्हातील; पण त्यांच्या नाकावर टिच्चून मोठं झालं पाहिजे!''

तावडी बोलतच होती... आतूनआतून खूप काही. तिच्या आतड्याची भाषा काळजाला लगडून शब्दशब्द फुटवत होती. तिच्या बोलण्यात जिवंत कविताच झरत होत्या. हातातली नारायण सुर्वेंची 'माझे विद्यापीठ' ही कविता मी आणखीनच काळजाशी घट्टघट्ट धरून ठेवली. उजेडाचं रोप हळूहळू माझ्यात रुजून झाड होऊ पाहत होतं. तावडी अनुभवांच्या शाळेत शिकून शहाणी झाली होती. आता शहाणं होण्याची बारी माझी होती....

❑❑

५०
जू

आई नेहमी म्हणायची, 'लेका, उकिरड्याची दैनाबी एक न् एक दिवस फिटतेच; तशी आपलीबी दैना फिटंलच; एक न् एक दिवस!' खरोखरच ती वेळ आली होती की काय? एवढं मात्र झालं होतं की कंदिलाच्या काचेची काजळी झटकून काच नितळ झाली होती. वाईट दिवस जाऊन चांगल्या दिवसांचा सुगावा लागला होता....

देवळ्याच्या शाळेतले बोलता बोलता माझे तीन महिने कसे उलटले, ते कळलंही नाही. शिक्षक दिनाचा कार्यक्रम शाळेत आयोजित केला होता. मी काही त्या दिवशी शिक्षक झालो नव्हतो, बरं का! शिक्षक होण्याचं माझं काही स्वप्न नव्हतं. मला साहेब व्हायचं होतं. फक्त साहेब होण्यासाठी काय पात्रता लागते, ती काही मला अजून माहिती झाली नव्हती. जेव्हा पहिलीच्या वर्गात आक्कानं माझं नाव घातलं तेव्हा ती म्हणाली होती, 'भाऊ, तू मोठा साहेब हो!' मग सांगा, शिक्षक दिनाला का होईना मी कशाला शिक्षक होऊ?

शाळेच्या भव्य पटांगणावर कार्यक्रमाची जय्यत तयारी सुरू होती. आम्ही वर्गानुसार रांगेत बसलो होतो. कितीतरी वेळ उलटून गेला. कार्यक्रम काही सुरू होईना. ऊन लागत होतं. ढुंगणाला वाळू रुतत होती. नुसतंच बसून बसून कंटाळा आला होता. अजूनही कार्यक्रम सुरू होण्याचं चिन्ह दिसेना. पोरांची चुळबुळ वाढू लागली होती. मी पव्याला म्हणालो,

"पव्या, कार्यक्रम काम्हून सुरू व्हईना रेऽऽ! किती टायीम गेला?"

"आरे, संस्थेचे अध्यक्षय न् रामरावजी आहेर ते आजून आले न्हायी. त्यायचीच वाट पाहू ऱ्हायले सारे! ते आले की लगेच कार्यक्रम सुरू व्हईल!"

"ह्ये मोठे लोकबी न् आसेच नखरा करतात भो! किती ऊन लाग्तंय! त्ये मस्त सावलीत उभं ऱ्हावून भाषण ठोकतील... अन् आपुन तळायचं उन्हात!"

"त्ये आहेच तेवढे मोठे?"

एकच गलका सुरू झाला. सगळ्यांच्या माना वळल्या. एकदाचं रामरावसरांचं आगमन

झालं. आम्हांला टाळ्यांच्या गजरात त्यांचं स्वागत करायला सांगितलं. रामराव सर खुर्चीवर बसले. त्यांच्या दोन्ही बाजूच्या खुर्च्या सोडून आमचे मास्तरलोक बसले. मात्र, त्या दोनही रिकाम्या खुर्च्या माझ्या डोळ्यांत नाहक रुतायला लागल्या. मी पव्याला म्हणालो,

"पव्या, काय रेऽऽ त्यायच्या दोन्ही बाजूच्या खुर्च्या रिकाम्याच. तिडं का बरं कोणी बसलं न्हायी?"

"ह्ये येड्या, त्यांच्या शेजारी कुणी बसेल का? काय बोलून ऱ्हायलाय. तुझं पाटेगाव काही तुझ्यातून गेलं न्हायी लेका!"

"ह्ये पव्या, माझ्या पाटेगावाचं नको काढू हं सांगून ठिवतो?" पव्याला दबक्या आवाजात दम देत म्हणालो.

"चूप बैस. भाषण सुरू झालं!"

मी सावरून बसलो. रामराव सरांनी भाषण सुरू केलं. सहज गप्पा कराव्या इतक्या हळुवार शब्दांनी ते बोलायला लागले... खूप आपुलकीचं बोलावं तसं. कारण मी आजपर्यंत आमच्या पाटेगावात तालुक्यांच्या पुढाऱ्यांचे खूप भाषणं ऐकले होते. एकदम आरडाओरडा करत भाषणं व्हायची... मध्येच चवताळून उठायची... कुणाला शिव्या घालत असायची... आम्हा पोरांना काही कळायचं नाही. आम्ही फक्त बावळट चेहरा करून ऐकत बसायचो. पण रामराव सरांचं तसं नव्हतं. म्हणून भरउन्हातही ऐकावसं वाटत होतं. त्याचं बोलणं भाषणासारखं खोटं नव्हतंच मुळी! एकदम खरखुरं बोलत होते अन् सारेच कान देऊन ऐकत होते.

माझ्या स्वप्नातही असं काही घडलं नसतं ते घडलं. ते पुढं बोलता बोलता म्हणाले,

"मला कळलं की आपल्या शाळेत विद्यार्थी कवी आहे..."

पव्यानं माझ्या पाठीत जोरात गुद्दा मारला.

"लेका, तुला विचारतायत ते!"

"पव्या, चाल कायीतरीच काय? दुसरं कुनी आसंल म्या न्हायी!"

"तूच कवी आहे आपल्या शाळेतला. दुसरं कोण?"

माईकमधून रामराव सर म्हणाले, "आलाय का तो विद्यार्थी आज?" असं म्हणताच माझे मराठीचे खरोटे सर मला न्यायला आले. रामराव सरांसमोर मला उभं केलं. ते म्हणाले,

"बेटा, कविता म्हणतोस!"

मी होकारार्थी मान हलवली.

अन् एकदम दोन कविता एका दमात मी माईकवर ऐकवल्या. त्यांनी माझी पाठ थोपटली. त्यांच्या शेजारच्या खुर्चीवर बसायला सांगितलं. ते माझ्यावरच बोलत होते. मात्र खुर्चीवर बसल्या बसल्या मला पव्याचं वाक्य आठवलं की त्यांच्या शेजारच्या खुर्चीवर कसं काय कोण बसेल? पण त्यांनी मला बसवलं होतं. कार्यक्रम संपल्यावर त्यांच्या

केबीनमध्ये घेऊन गेले. त्यांच्या बरोबरच्या खुर्चीवर मला बसवलं. मला अवघडल्यासारखं होत होतं. म्हणाले,

"गाव कुठलं बेटा तुझं?"

"पाटेगाव, तिकडं डोंगराच्या पलीकडं चांदवड तालुक्यातय. इडं बहिणीच्या घरी ऱ्हातो- आमच्या तावडीच्या?"

"बहिणीचे मिस्टर काय करतात?"

"कपडे शिवायचं काम करतात. म्हणजे आमची तावडीबी कपडे शिवते. दाजी जेन्ट्स टेलरय अन् तावडी लेडीज!"

"तुझे वडील काय करतात?"

"त्यायनी दुसरं लगनं केलंय. त्ये आमच्यात न्हायी ऱ्हाती. वणीला ऱ्हात्या!"

जरा गप्प झाले अन् पुन्हा म्हणाले,

"किती कविता लिहिल्यायत?

"पाचशे!"

"एवढ्या...!" हसले. थांबत पुन्हा म्हणाले,

"बरं असं कर! तू लिहिलेल्या कविता मला आणून दे! आपल्या कॉलेजात आहेर मॅडम आहेत. त्यांना कवितेची चांगली जाण आहे. त्यांना आपण तुझ्या कविता दाखवू. त्यांच्यातून त्या निवड करतील अन् मग आपण तुझा काव्यसंग्रह काढू. चालेल!"

मी होकारार्थी मान हलवली.

आपला कवितासंग्रह येणार या आनंदासरशी माझं डोकं आभाळाला टेकल्यासारखं झालं किंवा आभाळ हातात आल्यासारखं... असंच काहीतरी; आता नेमकी काही मला सांगता यायचं नाही. मला खूप खूप आनंद झाला होता एवढं मात्र खरं! मी हरखून गेलो होतो. मी भावड्या राहिलोच नव्हतो. मी दुसराच कुणीतरी झालो होतो. माझं छापून आलेलं रंगीत कव्हरचं अन् कोराकोरा वास असलेल्या पानांचं कवितेचं पुस्तक; माझ्या डोळ्यांसमोर आत्ताच येऊन उभं राहिलं. माझ्या शाळेच्या ग्रंथालयात ते ठेवलं आहे... मुलं ते वाचायला घरी नेत आहेत. नारायण सुर्वेंचं *सनद*... ग्रेसचं *चंद्रमाधवीचे प्रदेश*... आरती प्रभूंचं *नक्षत्राचे देणे*... यांच्या पुस्तकांशेजारी माझंही पुस्तक आपली जागा घेऊन बसणार! नाचावसं वाटलं. काळजाला कवितेच्या कोवळ्या कोवळ्या लाख डहाळ्या फुटल्यासारखं झालं...

गावाकडं बनकर गुरुजी अन् एक हण्त्या सोडले तर आपल्या कवितांचं कुणालाच काही कौतुक नव्हतं. लोक तर चावळायचे.

"इंदूबाईचं पोर येडवलं..."

"लोकायचे उकिरडे घोळत बसतं... काय धुंडीत असतं कुनाला ठाव!"

"कागदं गोळा करतं; येडपट न्हायी त् काय?"
"ते कशापायी?"
"काय म्हायीत... त्याला काय धन घावतं त्या कागदायीत!"
"खाली मुंडी घालून वाचत बसतं त्ये तेलकटमालकट कागदं!"
"म्हनं कईता लिहितं!"
"बाप निघाला इपितर, त्याचं ह्ये शिपतर!"
"इंदूबाईचे दिस काही कडाला नेणार न्हायी!"
"माय ढेकळं फोडायला जाते अन् ह्ये बसतंय कईतेचे ढेकळं फोडत!"
"न्हायीतर काय कईताईनी काय पोट भरतं का?"
"हुकेल न्हायी त् काय!"

मी अशानं असा वाया जाईल हाच लोकांचा सूर. पण आता बनकर गुरुजी अन् हण्त्याबरोबरच माझं कौतुक असणाऱ्यांत रामराव सरांचं आणखी एक नाव येऊन मिळालं. माझ्या आनंदाला पारावार राहिला नाही. माझ्यातला भावड्या गळून पडला अन् मी कवी झालो.

तेवढ्यात रामराव सरांच्या केबिनमध्ये चारपाच सुटाबुटातले पॉश माणसं आले. रामराव सरांनी त्यांना माझी ओळख करून दिली.

"हा माझ्या हायस्कूलमधला विद्यार्थी कवी! खूप चांगल्या कविता करतोय!"

सगळ्यांनी हातात हात घेतला. खूपंच श्रीमंत झाल्यासारखं वाटलं अन् मी स्वप्नात आहे, असंच मला वाटू लागलं. रामराव सर म्हणाले,

"बेटा, बस जरा वेळ. माझी मिटिंग संपली की मला तुझ्याशी आणखी काही बोलायचं आहे!"

त्यांची मिटिंग सुरू झाली. शिक्षणाच्या संदर्भात जे बोलत होते, ते माझ्या डोक्यावरून जात होतं. खरंतर मला घाई झाली होती की मी कधी एकदा घरी जाईन अन् तावडीला हे सारं सांगेल. ती तर वेडीच होईल. मला तर क्षणभर असंही वाटून गेलं की हे असायचं नाहीतर स्वप्न... पण हे स्वप्न नव्हतं, हकिकत होती. सारंच एकदम खरखुरं घडत होतं. सटवाईनं वाईट दिवस जसे आपल्या आयुष्यात लिहून ठेवले होते, तसे चांगलेही दिवस लिहिलेलेच होते.

रामराव सरांची मिटिंग संपली. म्हणाले,

"चल, तुला घरी सोडतो! तुझ्या दाजींशी मला जरा बोलायचंय!"

पहिल्यांदा चारचाकी गाडीत बसलो. पाटेगावात कांबळ्याच्या नित्याचा दाजी नित्याच्या बहिणीला न्यायला आला होता. तेव्हा त्यानं चारचाकी गाडी आणली होती.

पहिल्यांदा चारचाकी गाडी पाटेगावात आली होती. त्यामुळे तिचं आम्हा पोरांना फार अप्रूप. मारुतीच्या देवळापासूनच आम्हा पोरांचं बलतन गाडीच्या मागं लागलं होतं थेट नित्याच्या घरापर्यंत. आम्हा साऱ्या पोरांना पाहून नित्याला तर कोण गर्व चढला होता! नित्या आम्हांला गाडीला हातही लावू देत नव्हता. नित्या आज पाहिजे होता. चांगलंच खिजवता आलं असतं त्याला. दाजींच्या टपरीसमोर गाडी थांबवली. दाजींनी कपडे शिवता शिवता वर पाहिलं अन् चकीतच झाले. खुद्द रामराव सर अन् त्यांचा हात धरून मी. दाजींनी बसायला स्टूल दिला. बाकीचे दुकानवाले गोळा झाले. दादा टेलरच्या टपरीवर रामराव सर कसे आलेत, हेच भाव ज्याच्यात्याच्या चेहऱ्यावर! दाजींनी चहावाल्याला चहा सांगितला. दाजी म्हणाले,

"सर, कसं येणं केलेत?"

"टेलर, तुमचा साला फार हुशारय. त्याच्याजवळ कवितेचे गुण आहेत. त्याला चांगलं शिकवा. हेच मला तुम्हांला सांगायचं होतं!"

"त्याची परिस्थिती लई वायीट हाये!" दाजी जीभ चाचरत म्हणाले,

"कळलं मला. तुमी फक्त त्याला शिकवा. काही अडचण आली तर मला सांगा. फार नाव काढील तो! त्याच्या शिक्षणात खंड नका पडू देऊ!"

"माला जमेल तेवढं नक्की करंल, सर!"

रामराव सर दाजींच्या टपरीवर चहा प्यायले अन् गाडीत बसून निघून गेले. काहीही असो मला पंख फुटल्यासारखं झालं होतं. दाजींच्याही डोळ्यांत माझे चांगले दिवस ओथंबून आले होते. दाजी काही बोलले नाही. मात्र, त्यांनी माझ्या डोक्यावरून हात फिरवला... डोकं कुरवाळल्यासारखं केलं.

रामराव सरांनी माझं केलेलं कौतुक साऱ्या देवळ्याभर पसरलं. दाजींच्या टपरीवर येऊन ओळखीतले लोक दाजींकडं माझं कौतुक करू लागले,

"तुमच्या साल्याचं आता भलं व्हईल!"

"त्याला रामराव सर ह्या साळंतच पुढं मास्तर म्हनून घेवून टाकतील!"

"टेलर, तुम्चा साला त् बहू हुशार निंगाला!"

"कविता करतो म्हणे!"

"ही कला शिकून न्हायी येत... बरं का पाव्हणे; देवाची देणगी आस्ते ती!"

"पाह्यजे त् आसं डोकं पाह्यजे. टेलर, साल्याला चांग्लं शिकवा; तुम्चंबी नाव काढील त्यो!"

"काय रे, दादाऽऽ! याचा बाप आनपडय का?"

"न्हायी न्! तेबी शाळेतच नौकरीला हाये!"

"आक्कल कुडं चराया गेली. अशा पोराला लाथाडलं!"

"टेलर, तुम्च्या साल्याला पाह्यला आलोय. म्या लई नाव आयकलं त्याचं!"

“टेलर, ह्ये पोर इमानानं फिरंल. कलेला लई महत्त्व आस्तं!”

दाजींच्या अंगावर मूठभर मांस वाढलं. ज्याच्यात्याच्या तोंडी आपल्या साल्याचं नाव. इकडं तावडीकडंही आयाबाया येऊन म्हणू लागल्या,

“भारतीबहीण, तुम्चा भावू लयी हुशारय वो. त्याचं त् लई कौतुक व्हऊन राह्यलंय!”

“रामराव सरायनी त्याचा सत्कार केला म्हणं!”

“हाव न बाई. आम्चा इठ्या त् म्हणी लयी भारी कविता लिव्हतो!”

“बहीण, त्याला आता इडंच शिकू द्या. नौकरीलाही लागून जाईल!”

“अशी कायी कला पाह्यज्ये बाई... मानसाच्या अंगात!”

हे रोजचं झालं. आपण कविता लिहितो म्हणजे काहीतरी भारी करतो आहोत याची जाणीव मग मलाही झाली.

तावडीच्या डोळ्यांत पाणी आलं. आपण आपल्या भावाची कवितांची वही फाडली. ती माझ्या वहीची पाने चिकटवू लागली.

“काय ग, तावडे!”

तिला आणखीनच रडायला आलं. ती माझं डोकं गोंजारत रडू लागली. मला राहवेना आपलं एवढं कौतुक होतं आहे अन् आपली बहीण रडते आहे.

“काय ग, तावडे! काम्हून रडते ग?’

“म्या तुझी कवितायची वही फाडली म्हनून!”

“जाव दे ग. म्या परत लिहीन; त्यात काय यवढं! तू थोडीच मुद्दाम फाडली...! म्या शाळेत जात न्हवतो म्हनून; माझ्या भल्यासाठीच न्!”

“माझ्या भावाचं यवढं कौतुक व्हत अन् मला बुद्धी न्हायी!”

“माला न्हायी कायी वाटलं. तू माला यवढं शिकवते हाये, हे काय कमी झालं का? तू नस्तं माला देवळ्याला आणलं शिकायला त् म्या माह्यती झालो अस्तो का रामराव सरायला?”

“तू आम्च्यावर कविता लिहायचा तवा आमी किती चेष्टा करायचो तुझी?”

“पन तुमीच माझी कवितेची वही चुलीतून वाचवली व्हती. तवा फोडबी आले व्हते तुमच्या हाताला!”

“माला राहून राहून लई वायीट वाटतं की म्या तुला कवितेवरून मारलं. तूबी मुकाट मार खावून घेतला!”

“जाव दे ग! माला त् लई आनंद झाला की म्या देवळ्याच्या शाळेत शिकायला आलो. पाटेगावला राह्यलो अस्तो त् म्या उकिरडेच घोळले आस्ते!”

“आपल्या बापाला कधी वाटंल रे तुझं कौतुक?”

“बापासाठी का म्या लिहितोय कविता? तावडे, माला फक्त काय वाटतं म्हायीत

का? म्या असा मोठा व्हावा अन् आपल्या आईची मजुरी थांबवावी!''

''थांबवशीलच दादा तू. म्हनून म्या तुला लई शिकवीन अन् मास्तर करीन!''

''न्हायी बरं का, तावडे! माला मास्तर न्हायी व्हायचं.''

''मग काय व्हायचं?''

''आक्का माला म्हणाली व्हती की तू सायबच व्हो म्हनून!''

''आरे, मंग मास्तर होनं म्हन्जेबी सायब व्हनंचय.''

''व्हईल मंग मास्तर!''

तावडीचा स्वभाव तापट; पण तिचं मन अगदी मऊ अन् माया भरलेलं... काटेसावरीच्या बोंडासारखं. माझ्या फाडलेल्या कविता चिकटवू पाहत होती. तावडीची ही अवस्था मला कविताच वाटू लागली. अन् मग तिलाच उतरवून ठेवलं झरझर शब्दांतून वहीच्या पानावर. तावडी कविता झाली. एकेक करत कवितेची अख्खी वही झाली. माझ्या चांगल्या दिवसांना गोंजारू लागली.

एक दिवस तावडी अन् दाजी चावळत बसले होते,

''भारती, आपन याला आता पाटेगावला जाऊ द्यायचं न्हायी बरं का?''

''मंग?''

''त्याला इडंच शिकवायचा!''

''आत्या अन् तुम्चा भाऊ न्हावू देतील का त्याला इडं?''

''म्या कुनाचंच कायी जुमाननार न्हायी! तुला माहीतंय रामराव सर म्हनाले इडंच शिकवा त्याला. कायी अडचन आली का सांगा? यावरूनच त् म्हन्ता तपिलं वळखलं म्या. ते त्याला इडंच मास्तर म्हनून लावून घेतील. यवढ्या शाळाय त्यायच्या!''

''मालाबी त्येच वाटत होतं; पण तुमाला म्हनायची हिंमत चालत न्हवती!''

''आपन आपल्या हातातय तेवढं करायचं भावड्यासाठी; जगदुन्याचं कायीबी भेव धरायचं न्हायी!''

''आहो, रोजच त्याचं कौतुक सुरूय; बाया आल्या कपडे बेतायला का, याचं कौतुक करायला लागतात!''

''माझ्या दुकानावरबी तेचंय!''

''माला त्याच्या कवितेचं महत्त्व कळत न्हवतं आसं न्हायी; पन वाटायचं यानं ध्यानावं शाळा शिकावी!''

''भारती, त्याची कविताच त्याला माणसात बसवील. शाळात का हुशार पोरं न्हाती न्हायी का? मंग रामराव सरायला याचंच कौतुक का... तर कवितेमुळं?''

आईचं खुरपं आजच खाली उतरवून ठेवल्यासारखं तावडीला वाटलं... ती भावाला खूप मोठा झाल्यासारखा पाहू लागली..

एका दिवसानं माझं आयुष्य पार बदलून टाकलं होतं. पाटेगावचा भावड्या कवी झाला होता. मी शाळेत निघायचो तेव्हा पायाखालची वाट माझ्याकडं अप्रूपानं पाहत धुळीच्या कानात काहीतरी कुजबुजल्यासारखी! रस्त्यानं जाणाऱ्यायेणाऱ्या गाड्याही मला धक्का लागू न देता बाजूनं जात होत्या. अनोळखी माणसांच्या नजरेतही कौतुक भरलेलं. माझ्या शाळेच्या रस्त्याच्या कडंची झाडे एकमेकांना खुणावत, माझ्याकडं बोट करून दाखवायची हाच तो तावडीचा भाऊ- कविता लिहितोय. शाळेचं गेट मला दोन्ही हात जोडून सन्मानानं आत घ्यायचं. शाळा ही गोष्टच मला खूप कंटाळवाणी वाटायची. पण, मला ती आता हवीहवीशी वाटू लागली. जर आता रोजच शाळा माझी वाट पाहत असेल तर मला का जावंसं वाटणार नाही? एखाद दिवशी शाळा चुकलीच तर शाळेला चुकल्याचुकल्यासारखं वाटत असेल. माझ्या घरापर्यंत येणाऱ्या वाटेला शाळा विचारत असेल की, भावड्या आज शाळेत का नाही आला?

आपल्याला थकवा आला तर आपण विसाव्याला थांबतो. कॅलेंडर थोडंच थांबतं. कॅलेंडरची पानं भरभर उलटूत जातात. माझ्या दहावीच्या निकालाचा दिवस येऊन ठेपतो. सगळेच पेपर मला चांगले गेलेत. फक्त इंग्लिशचा तेवढा अवघड, त्यामुळे मला स्वप्नही भिववून सोडवायचे- की माझा निकाल लागला अन् मी इंग्लिशचा पेपर नापास झालो. तेवढ्या दिवसभर वाईट वाटत राहायचं की आपण आपल्या आईला परिस्थितीच्या गाळातून शिक्षणाच्या जोरावर बाहेर काढणार होतो. आपण नापास झालो, तर आईला कधीच त्या गाळातून बाहेर काढू शकत नाही. पुन्हा एकदा बाप, आजी, चुलते, आत्या यांचे चेहरे डोळ्यांसमोर यायचे अन् ते मला भेदरवून वाकुल्या दाखवायचे अन् मी खजील होऊन जायचो. मग वाटायचं हे स्वप्न आहे. खूप आनंद व्हायचा; पण जरा वेळच. कारण असं वाटायचं की खरंच नापास झालो तर! मग पुन्हा छातीत धडकी भरायची.

''तावडे, माला वाटतं म्या इंग्लिशमध्ये नापास व्हईन!''

''कायी नापास व्हनार न्हायी!''

''आसं कसं? समजा झालोच तर...''

''व्हनारच न्हायी माझा भाऊ दहावी नापास!'' तावडी विश्वासानं म्हणायची.

तावडीचा विश्वास खरा ठरला. मी एकदचा दहावी पास झालो. कांडेकरचा पव्याही, आहेराचा मह्याही. नाचत उड्या मारतच मी घरी आलो. तावडी बाहेरच्या नळावर धुणं धुवत होती. तिला म्हणालो,

''तावडे, झालो म्या दहावी पास!''

तावडीला तर आपला भाऊ आजच ऑफिसर झालाय... चारचाकी गाडीत आईला घेऊन फिरतोय... बाप, आजी, चुलते, आत्या यांची मान खाली गेलीय... त्यांच्या हातात

बेड्या घातल्या होत्या... ते बैलांसारखे पुढेपुढे चालले होते... अन् पोलिसांची काठी त्यांना हाकलीत हाकलीत पुढं नेत होती... असं चित्र तिच्या डोळ्यासमोर तरळू लागलं... अन् ती त्या चित्रात हरवून गेली. मी निकाल घेऊन तिच्याजवळ उभाच. तावडीनं माझ्या हातावर साखर ठेवली. तिला असं झालं की कुणाला सांगू अन् कुणाला नको.

"सगुणामावशीऽऽ, आयकलं का? माझा भाऊ पास झाला!"

"राजारामअण्णा, साखर घ्या! माझा भाऊ पास झाला!"

"काका, झाला बरं का भावड्या दहावी पास!"

"मीरावैनी, भावड्या पास झाला वोऽऽ"

"चिऊची मम्मी, तुमी म्हनाल्या व्हत्यानं का भावड्या पासंच व्हईल. तुमचा शब्द खरा ठरला बाई!"

दाजीही पेढ्याचा पुडा घेऊन आले. निमगल्लीचं तोंड गोड झालं.

मी विचार करू लागलो. वेळेचं अस्तर फाडत फाडत मागं जाऊन त्या दिवसांपाशी थांबलो. जिथे परिस्थितीनं आईसकट आमच्या खांद्यावर एक जू ठेवलं होतं... त्याचा भार जाणवत नव्हता असं नाही; पण त्याचा भार सोसण्याशिवाय दुसरं गत्यंतर नव्हतं. शाळेनं आज माझ्या हातावर एक सर्टिफिकेट ठेवलं. तसं अनुभवांनीही त्यांचं एक सर्टिफिकेट ठेवलं. फरक इतकाच की अनुभवाच्या सर्टिफिकेटवर पास की नापास हा शेरा ठेवलेला नव्हता. आम्ही भावंडं जसे एक भाकर सर्वात वाटून खायला शिकलो होतो, तसंच खांद्यावर लादलेल्या 'जू'चा भारही वाटून घ्यायला शिकलो होतो. कधी त्याचा भार माई खांद्यावर घ्यायची... कधी आक्का... कधी तावडी... कधी पमी... आईतर होतीच; पुन्हा सारा भार पेलायला.

त्याचा भार आता मात्र जाणवू लागला होता.

ते एकटं एक का 'जू' होतं? हजार 'जू' होते आमच्या खांद्यावर!

आजीनं अतोनात केलेल्या छळाचं 'जू'

बाप असूनही बिनबापाचं म्हणत हिणवणारं 'जू'

बापानं बळजबरीनं लादलेलं वनवासाचं 'जू'

चुलत्याकाक्यांनी केलेल्या कटकारस्थानाचं 'जू'

जगणं मुश्कील करून सोडणारं 'जू'

अवघड परिस्थितीच्या जुलमाचं 'जू'

फाटक्या आयुष्याचं फडकं फाडायला बिलगलेल्या गावाच्या नतद्रष्ट हातांचं 'जू'

आईच्या पाठीवर असलेल्या मजुरीचं 'जू'

मजुरीच्या मालकांनी घेतलेल्या कष्टाचं 'जू'

माझ्या बहिणीचं बालपण हिरावून घेणारं 'जू'

घरानंही डोक्यावरचं छप्पर काढून भर पावसात उभं करण्याचं 'जू'
लाख अपमानाच्या प्रसंगांचं 'जू'
पाठीपोटावरच्या माराचं 'जू'
भुईचं 'जू'
उन्हाचं 'जू'
काट्यांचं 'जू'
भाकरीचं 'जू'
भुकेचं 'जू'
दुःखाचं 'जू'
व्यथेचं 'जू'
चटक्यांचं 'जू'
होरपळीचं 'जू'
वेदनांचं 'जू'
समस्यांचं 'जू'
दारिद्र्याचं 'जू'

कुठलं 'जू' उतरवून ठेवायचं अन् कुठल्याचा भार सहन करायचा, याची निवड करणं त्या वेळेला नियतीनं आमच्या हाती निर्णय ठेवला नव्हता. पण आज तो निर्णय माझ्या हातात आहे. तोच करील आता आमची ह्या 'जू'च्या दास्यातून मुक्तता. जगाच्या दृष्टीनं मी फक्त दहावी पास झालो होतो... कितीतरी मुलं पास होतात तसा मी एक. मात्र, माझ्या दृष्टीनं वेगळंच काही घडलं होतं. माझ्या हाती कुठलीतरी मशाल लागली होती अन् मी साराच अंधार उचकटून फेकणार होतो... आजपर्यंत पाठीवर स्वार होत गेलेल्या 'जू'चं ओझं मी जाळून टाकणार होतो...

माझं पाटेगाव... माझं घर... माझा मळा... मला सारंच नवंनवं वाटत होतं...अन् डोळ्यांतही कितीतरी सूर्य उगवून आले होते.

आईच्या जात्यापाळच्या लोकगीतातल्या चार गावच्या बारवा असलेल्या माझ्या चार बहिणी... अन् मधी हिरवा जोंधळा असलेला मी... पुन्हा उगवून आल्यासारखे... आई वावरासारखी आमच्या मुळांचं आळं होणारी!... तिच्या काळजाची ओलसर माती आमच्या रोपट्यांचं झाड करू पाहणारी...

उलीशा असलेल्या माझ्या झाडाला खूप खूप फांद्या फुटल्या होत्या!

❑❑

‘जू’ आत्मकथनाला कौतुकाने आपल्या खांद्यावर घेणारे
लेखक आणि वाचक

‘जू’ हे युवा साहित्य अकादमी पुरस्कार प्राप्त कवी ऐश्वर्य पाटेकर यांचे आत्मकथन. नव्या पिढीतला एक आश्वासक कवी म्हणून ऐश्वर्य पाटेकर आता मराठी साहित्य जगताला पुरेसे परिचित झालेले आहेत. ‘चार माझ्या लेकी चार गावच्या बारवा अन माझा गं लेक मधी जोंधळा हिरवा!’ यातला हिरवा जोंधळा म्हणजेच ऐश्वर्य पाटेकर अर्थात ‘भावड्या’ आणि चार गावच्या बारवा म्हणजे, भावड्याच्या चार बहिणी. याच लोकगीताच्या सोबतीने ऐश्वर्य पाटेकर यांनी अनुभवांचे वारूळ खोदून समोर ठेवले आहे. माणसाच्या आयुष्यात दुःखाचे प्रसंग येत नाही, असे नाही. मात्र, सुखाची जराशीही हिरवळ शोधूनही सापडत नाही. असे जगणे लेखकाच्या आणि त्याच्या आई - बहिणींच्या वाट्याला आलेले आहेत. नव्हे परिस्थितीने त्यांच्यावर लादले गेलेले आहेत. यास प्रतीकात्मपणे ‘जू’ म्हटलेले आहे.

आपल्या बापाला बाप का म्हणावे? असा प्रश्न या पाचही भावंडाना पडावा; असे या गृहस्थाचे वागणे आहे. तसा हा माणूस बऱ्यापैकी शिकलेला आहे. शिवाय पगारी नोकरदार आहे. दुसरा विवाह करून त्याने लेखकाची आई अन् तिच्या पाच लेकरांना वाळीत टाकलेले आहे. लेखकाची आई मात्र त्याच गावात राहून पाचही लेकरांचा कसा बसा उदरनिर्वाह करते आहे. तिच्या या नवऱ्याचे दुसऱ्या बायकोशी भांडण झाले की तो दोनचार दिवसांसाठी यांच्याकडे येतो. दारूचा अड्डा जमा करून राजरोस दारू ढोसत बसतो. ज्यांची कवडीची जबाबदारी निभावत नसतानाही; उलट लेखकाच्या आईचे अन् तिच्या लेकींचे मोलमजुरीचे पैसे कधी हिकमतीने तर कधी हाणमारी करून हिसकावून घेतो. इतका निर्दयी आणि उलट्या काळजाचा हा माणूस आहे; म्हणूनच या लेकरांच्या मनातून हा बाप पूर्णतः उतरून गेला आहे.

भूक आणि मारझोड पाचवीलाच पुजल्यासारखी. घरात नेहमीच पिठाला मीठ लागतेच असे नाही. अशा वेळी कधी उपाशी, तर कधी अर्धपोटी राहावे लागते. कधी शेजाऱ्याकडून मागून आणलेले अपुरे अन्न खाऊन कशीबशी भूक भागवावी लागते. भुकेची अनंत रूपे

ऐश्वर्य पाटेकरांनी रेखाटलेली आहेत. माई आणि आक्काचे आयुष्य आईसारखेच अंधारात बुडाले. या दोघींच्या तुलनेत तावडी मात्र नशीबवान निघते. एक तर ती ठोश्यास ठोसा देण्याच्या वृत्तीची आहे. त्यामुळे ती तिच्या खाष्ट सासूची अन दिराची डाळ कधीच शिजू देत नाही. भावड्याच्या शिक्षणासाठी ती त्याच्यामागे ठामपणे उभी राहते. त्याहीपेक्षा महत्त्वाचे म्हणजे तिचा नवरा सालस निर्व्यसनी आहे. तावडीच्या घरी राहूनच भावड्या मॅट्रिकची परीक्षा पास होऊ शकला. आतापर्यंत मानेवर लादलेले 'जू'चे ओझे उतरवून ठेवण्याची हिंमत त्याच्यात येते.

'जू' ची एकूण ५० प्रकरणे आहेत. प्रत्येक प्रकरणाला अन्वर्थक शीर्षक आहे. इतकेच नव्हे तर प्रत्येक प्रकरणाच्या सुरुवातीच्या त्या त्या प्रकरणाच्या आशयाला कवेत घेणाऱ्या काही अर्थपूर्ण, काव्यात्म ओळी आहेत. ३८३ पृष्ठांच्या या प्रदीर्घ आत्मकथनात आपले मॅट्रिकपर्यंतचे जगणे पाटेकरांनी शब्दबद्ध केले आहे. वयाच्या पंधरा-सोळा वर्षांपर्यंतचे जगणे एवढ्या प्रदीर्घ स्वरूपात शब्दबद्ध करणारे, कदाचित मराठीतले हे पहिले आत्मकथन असावे. अनेक घटना प्रसंगांनी उभे राहिलेले हे आत्मकथन वाचकाला चक्रावून टाकते. हे मात्र निर्विवाद!

– प्राचार्य डॉ. रा. रं. बोराडे
ज्येष्ठ ग्रामीण लेखक

आपले 'जू' वाचले; अन जाणवले की गावखेड्यात जगणाऱ्या आपल्या समाजाच्या घरामध्ये आढळलेले जीवन जे काही आहे; त्याला आजपर्यंत असे शब्दरूप कुणी दिले नव्हते; ते तुम्ही दिले. आपल्या लोकांनी असा काही प्रयत्न केला नव्हता. आपल्या लोकांच्या वाट्याला आलेले जगणे, आपल्या लोकांची विचारसरणी, त्याचे दुःख, त्यांच्या समस्या या साऱ्याचा धागा आपण अचूक पकडला आहे. तुम्ही भाषेची लय जी आधीपासून पकडली, ती अखेरपर्यंत कायम ठेवली. खरे तर आपण या भाषेला ग्रामीण म्हणतो. पण मी त्यास बोलभाषा म्हणेल. बोलभाषाच आहे ती. इतकी अचूक पकडली तुम्ही की दुसऱ्या कुणाला अशक्यच होते! म्हणून आपले हे काम नुसते कौतुकास्पदच नाही तर वेगळा विचार त्याचा करायला हवा. आपल्या आत्मकथनात आपल्या बोलभाषेला स्थान मिळवून देणे. ही फार चांगली गोष्ट झाली. मराठी साहित्यात आपल्या लोकांची विशेषतः स्त्रियांची ही बोली प्रथम आली. तुम्ही त्या वातावरणात जगलात म्हणून आपणास ते शक्य झाले आहे. शब्दसंपत्ती नामशेष होत चाललेली आहे. शब्दकोशही निर्माण झालेत. त्यासाठी खूप प्रयत्नही झालेत; मात्र त्यात हे शब्द सापडणार नाही.

ग्रामीण भागातील आमच्या पिढीची ही भाषा जी आम्ही बोललो. खरे तर गावातून बाहेर पडणारी आमची पहिली पिढी; तुम्ही चौथ्या पिढीचे आहात. यातले कितीतरी शब्द

आमची पिढी विसरली होती; वेगवेगळ्या ठिकाणी स्थिरावल्यामुळे; पण 'जू' वाचताना आनंद झाला, की ते शब्द पुन्हा वाचावयास मिळाले. समृद्ध असे लेखन आपण करून फार चांगले काम आपण 'जू'च्या रूपाने केले आहे. मी समीक्षा लिहीत नाही; पण फार आवडले जू..! कविता ही ठरवून लिहिता येत नाही. मनात मुरलेले असावे लागते. मात्र आत्मकथनासाठी बैठकच मारावी लागते. ती बैठक आपण मारली अन् अतिशय दर्जेदार आत्मकथन लिहिले!

कौतिकराव ठाले-पाटील
औरंगाबाद

ऐश्वर्य! तर 'जू' वाचून संपले. म्हणजे पुस्तक हातावेगळे झाले. बाकी एकूण डोक्यात कल्लोळ आहेच. तो लवकर संपेल असेही दिसत नाही. तुझे आत्मकथन म्हणून 'जू' कडे पाहिले जातेय. मात्र तुझ्या आत्मकथनापेक्षा मला ते आईचे चरित्रच जास्त वाटतेय. तुझ्या सर्व मांडणीच्या केंद्रभागी आईच आहे. आईच्या या भोगवट्याला सीमा नाही. केवढे हे भोग आईच्या वाट्याला; पण तिची उभी राहण्याची जिद्द अपूर्व आहे. ही आई तमाम मराठी साहित्यात तर कायम लक्षात राहिलच; पण भारतीय भाषांतही लक्षात घ्यावी लागेल, हे नक्की! जेव्हा 'जू' भारतीय भाषांत अनुवादित होईल. तेव्हा मी म्हणतो हे तुला पटेल. ती आदर्श आई आहे; यात शंका नाही. आणि म्हणून ती सगळीकडे पोहचू शकते. गॉर्कीची, साने गुरुजींच्या आईसारखी. त्या आईंचे संदर्भ आणखी वेगळे आहेत हे नक्की. यातले जे शोषण आहे, ते नेहमीच्या अर्थाने वर्गीय किंवा वर्णीय नाही. ते निखळ पुरुषी सत्तेचे आहे. कौटुंबिक व्यवस्थेतल्या शोषणाचे आहे. ती पुरूषसत्ताकता आजही आहे; अन् बळी आजही आहेत. पण मरणाचा तसा सोपा मार्ग हातात असताना तो नाकारून जगण्याचा आणि तोही कष्ट करून सन्मानाने मिळवला. हे मला उच्च दर्जाचे जीवनमूल्य वाटते. हे तसे दुर्मिळ आहे.

आणखी एक ज्यांनी दुःख दिले, शारीरिक मानसिक छळ केला. त्यांच्याबद्दल कायमची कटुता नाही. ती तेवढ्यापुरती रहाते. हे आईच्या स्वभावाचे वैशिष्ट्यच दिसते. तिचे मन फारच मोठे आहे. तिथेच अडकून पडण्यापेक्षा पुढची वाटचाल करणे, नवी स्वप्ने बघणे, मुलामध्ये भविष्यकाळ बघत अपार कष्ट करत, न तक्रार करता जगणे हे मला फारच दुर्मिळ वाटले. सबब अशा आईला मनापासून माझा साष्टांग नमस्कार

असो. एक अस्वस्थ करणारा अनुभव दिलास हे नक्की! एक कणखर आई मराठी आणि भारतीय साहित्याला दिलीस; याबद्दल वाचक तुझा आणि आईचा कृतज्ञच राहील. आज हे वाचताना माझी आई नाहीये; नाही तर तिला हे मी वाचून दाखवले असतेच आणि ती धाय धाय रडली असती! कारण यातले काही भोग तिच्याही वाट्याला आले होते. तुझ्या

शब्दांनी त्या दु:खांना व्यक्त करून मराठी आणि भारतीय साहित्य समृद्ध केलेस. कारण हे दु:ख आणखी कुणाचे नाही तर आईचे आहे. हेच अंतिम सत्य!

– कवी प्रमोद कोपर्डे
सातारा

श्री. रा. रा. ऐश्वर्य पाटेकर संगमनेरहून बबनभाऊचा सप्रेम नमस्कार, बऱ्याच दिवसांपासून तुझे 'जू' आत्मकथन विकत घेण्याचा प्रयत्न केला. 'जू' प्रकाशित झाल्यानंतर तब्बल एक वर्षाने मी स्वत: आणि ग्रंथालयासाठी खरेदी केले. गेले दोन दिवस मी ते एक हाती वाचले... खरं तर ग्रंथपाल असून सुद्धा गेल्या दोन - तीन वर्षांत एकहाती वाचलेले हे एकमेव पुस्तक. पुस्तक माझा विकपॉईंट आहे. एकदा हातात घेतले की संपल्याशिवाय मी बाजूला ठेवत नाही. अतिशय महत्त्वाच्या कार्यबाहुल्यामुळे सध्या मी पुस्तकांना हात लावत नाही. ह्या वेळेस मात्र मनाला आवर घालू शकलो नाही. कारण तू मला माझे बोट धरून आपल्या पाटेगावास घेऊन गेलास. माझे मन आक्रंदायला लागले रे बाळा! मनाचे कढ काही केल्या आवरता येईना. मन खूप दिवसाने हुमसून आले. कढ ओसरल्यावर ते उचंबळून आले. ते आनंदी झाले. अन 'जू' च्या पानापानात तुला अन अख्ख्या गावाला शोधू लागले. सुरुवात वाचली अन मला *गॉड ऑफ स्मॉल थिंग* ची अरुंधती रॉय आठवली. पुढे जात असताना आनंद यादव दिसू लागले. कुठे नेमाडे, तर कुठे पठारे दिसू लागले

आणि शेवटी संपले तेव्हा लक्षात आले की भावड्या हा सगळ्यांपेक्षा वेगळा आहे. तो ह्या परंपरेची पुढची कडी आहे.

भावा..! बाळा..! मित्रा..! आता थांबू नकोस. नेहरू एक ठिकाणी म्हणतात, 'जंगल खूप घनदाट आहे. परंतु मला माझे वचन पूर्ण करण्यासाठी अंधार पडायच्या आत ते ओलांडायचे आहे...' आणि काय लिहू !

तुला अनेक शुभेच्छा... इंदुकाकूस दंडवत. सर्वांना नमस्कार.

तुझा बबनभाऊ, संगमनेर.

– प्रा. बबन चव्हाण
संगमनेर महाविद्यालय

गावगाड्याला जर आरशात पाहायचे असेल तर तुम्हाला 'जू'चे पारायण करावे लागेल. 'जू' सामान्यांच्या जगण्याची गीता आहे, बायबल आहे, कुराण आहे..! ३८३ पानांचे हे पुस्तक मी ऑफिसला जाता-येतांना वाचायचो. मी पुण्यात राहतो; माझे ऑफिस माझ्या घरापासून सोळा-सतरा किलोमीटर आहे. 'जू' मी वाचतोय; अन रडतोय... डोळ्यांतून पाणी घळघळायचे! शेजारी बसलेल्या माणसाला वाटायचे की हा का रडतोय? एकदा तर माझा खांदा हलवून मला विचारले 'काय झाले, घरी काही वाईट झाले का?' मी म्हणालो, काही नाही.. मी हे पुस्तक वाचतोय; म्हणून रडू येते!' 'जू' ची शेवटची चार-पाच पाने सोडली तर पुस्तक दु:खाने भरलेले आहे. एखादे कुटुंब, एखादी व्यक्ती किती सोसू शकते याचा वस्तुपाठ आपल्यासमोर 'जू' ठेवते. 'इंदुबाई' ही आई मला पहिल्यांदा भेटली तर मी तिला विचारीन,'आई, माई कुठंय? आक्की कुठंय? तावडी कुठंय? पमी कुठंय? त्यांचं बरं चाललंय नं!'

'जू'मध्ये भावड्या अन् त्याच्या बहिणींची लहानपणी भाकरीच्या पाठीमागे धावायची धरपड आहे. भाकरीचा चंद्र शोधतानाच जिंदगी बरबाद कशी होत जाते आणि जिंदगी बरबाद होत जाताना; गावगाडा म्हणून तुम्ही अन् मी कसे जबाबदार असतो; हे पाहण्यासाठी 'जू' वाचले पाहिजे! 'जू' आपल्याला आरसा दाखवते. आपल्या चेहऱ्यावर जे डाग लागलेले आहे; ते आपल्याला 'जू' वाचल्याशिवाय पुसता येणार नाही! कधीतरी आपल्याला आपल्या आत पाहता आले पाहिजे. म्हणून हे पुस्तक आपण वाचले पाहिजे! त्याच वेळी एक मायबाई किती सोसते; सगळेच फासे आपल्याविरुद्ध पडलेले असताना उभी राहते. आपल्या पोरांना संस्काराच्या चार गोष्टी शिकवते. तिची ती शिकवणी समजून घेण्यासाठी तरी 'जू' वाचले पाहिजे.

'जू' तुम्हांला अन मला काहीतरी सांगू पाहते; त्या गोष्टी जर मी तुम्हांला सांगितल्या नाही तर त्या आत रुतून बसतील. एखादे 'जू' भावड्याच्या नशिबी का येते? गावखेड्यात असे कितीतरी 'भावडे' आहेत एक भावड्या जरी तुमच्यासमोर येतो. त्याला कितीतरी हिरव्या फांद्या फुटतात. साहित्य अकादमीपर्यंत तो मजल मारतो. हे जरी खरे असले; तरी एक भावड्या समोर येण्यासाठी शंभर भावडे जमिनीत गाडले गेलेले असतात! हे गावखेड्यातले वास्तव आहे..! 'जू' आपल्याला हाच आरसा दाखवते की आपल्याला माणूस का होता येत नाही? आपल्याला 'माणूस' होण्यासाठी 'जू' वाचले पाहिजे..!

- डॉ. प्रदीप आवटे

पुणे

'जू' ही कलाकृती केवळ एक कुटुंबकथा म्हणून दुर्लक्षित करता येत नाही; तर ती वाचकाला अंतर्बाह्य हलवून टाकणारी, अस्वस्थ करणारी अनुभवकथा म्हणून विचारात घ्यावी लागते. मराठी साहित्यात यापूर्वी खूप मोठ्या प्रमाणात आत्मकथने लिहिली गेली असली तरी 'जू' टाळून पुढे जाता येणार नाही, एवढे सामर्थ्य यात नक्कीच आहे. अत्यंत प्रत्ययकारी भाषेत असलेले हे आत्मकथन लेखकाच्या प्रगल्भ मनाची जाणीव करून देते. स्वतःच्या भूतकाळात खोल खोल उतरून आयुष्याचा अर्थ लावू पाहणारा 'जू' चा नायक प्रत्येक अनुभव इतक्या पोटतिडकीने मांडतो, की आपली संवेदनशीलता क्षणभर थरारून उठते. त्याच्या अभावाच्या दु:खद जगण्याचा हा शोकात्म पट कासावीस करतो.

'भावड्या' या आत्मकथनाचा नायक असला तरी त्याला स्वतःविषयी काहीच सांगायचे नाही. त्याला बोलायचे ते आपल्या आईविषयी. तिच्या अपार कष्टाविषयी आणि संघर्षाविषयी, आपल्याच माणसांनी तिला दिलेल्या यातनांविषयी. तिच्या मनोविश्वाला व्यापून असणाऱ्या हरेक घटनेविषयी. तिला पराभूत करू पाहणाऱ्या वृत्ती-प्रवृत्तीविषयी. 'छळ' हा शब्दही खूप सहज वाटावा इतकी क्रूर मानसिक, भावनिक विटंबना तिच्या वाट्याला येऊनही ही 'आई' आत्मबळाच्या जोरावर अपराजित राहते. तिच्या या अपराजित संघर्षाचा इतिहास म्हणजे 'जू' होय. आईच्या स्वप्नांची राखरांगोळी करणारा बाप हा या आत्मकथनातला क्रूर खलनायक आहे. जो आपल्या पत्नीला तर सोडाच; पण आपल्या मुलाबाळांनाही जवळ करत नाही. या चिमुकल्यांच्या भावविश्वावर तो सतत आघात करत राहतो. त्याला साथ देणारी त्याची आई म्हणजे भावड्याची आजी, आत्या, तिचा नवरा, सावत्रआई हे सगळेच त्यांना उद्ध्वस्त करू पाहतात. बापाने केलेल्या दुसऱ्या लग्नापासून सुरू झालेले हे सूडचक्र थांबता थांबत नाही. माणुसकीची, दयेची कोणतीच चिन्हे त्यांच्या स्वभावात दिसत नाहीत. एकामागून एक अशा घडामोडी घडत जातात, की या मायलेकरांना सावरायची संधीही मिळत नाही. दुर्दम्य इच्छाशक्ती आणि आणि जिद्दीच्या बळावर ही निरक्षर, निराधार माऊली काळाच्या प्रत्येक क्रूर तुकड्यावर पाय देऊन उभी राहते, स्वत:च्या अस्तित्वाची लढाई लढत जाते. एवढं बळ तिच्यात येते कुठून?

वाचन-लेखनाच्या संस्कारातून तयार होऊ पाहणारे लेखकाचे सर्जक कवीमन जागोजागी आपल्याला भेटते. लेखक विलक्षण ताकदीने व्यक्तिचित्रे रेखाटतो. घटनाप्रसंगांचे उगीच तपशीलवार वर्णन न करता लेखक अधिकाधिक संवादांवर भर देतो. संवादातून, निवेदनातून येणारी चांदवड आणि परिसरातील भाषा या आत्मकथनाला कलात्मक सौंदर्य प्रदान करते. लोकभाषेतल्या कित्येक म्हणी, लोककथा, मिथ्स, प्रतिमा आणि तत्सम बाबी यात येतात. बोलीची समृद्ध परंपरा लेखकाकडे आहे. त्यामुळे लेखकाच्या जीवनानुभवाचे एक व्यापक आणि विशाल क्षेत्र सहज समजून घेता येते. अलीकडच्या काळातील 'जू' हे एक महत्त्वाचे आत्मकथन असल्यामुळे त्याची नोंद गांभीर्याने घ्यायलाच हवी.

– **डॉ. पी. विठ्ठल,** नांदेड

आतापर्यंत अनेक कादंबऱ्या वाचल्या; प्रत्येक कादंबरीत एक दोन दु:खद प्रसंग येतात. पण 'जू' मध्ये क्वचित एखाददुसरा भाग दु:खद भागाविना सुटला असेल. एवढ्यातेवढ्या दु:खाने माणसे खचून जातात. आईची सहनशीलता तर सहनशक्तीच्याही पलीकडील आहे. किती संघर्ष झेलावा या माउलीने! आत्ताच संपेल दु:ख, तेव्हाच संपेल दु:ख पण नाही दु:ख काही पिच्छा सोडत नाही. ही माऊलीही हार मानत नाही. हार मानणे तिच्या रक्तातच नाही. दु:ख दारी आले तर त्याचे स्वागत करावे; सर्वांनीच झिडकारले तर त्याने कुठे जावे!' असे सांगत ही माऊली चार गावच्या बारवा अन एक हिरवा जोंधळा सांभाळते. जिथे सल असते ना तिथंच अस्सल येते. लोक पैशाने श्रीमंत होतात पण समृद्ध होत नाही. तू पैशाने श्रीमंत नसशील, पण अनुभवांनी समृद्ध झालास रे भावड्या..! आतापर्यंत अनेकांनी 'जू'चे रसग्रहण केले असेल. परीक्षण केले असेल, त्यावर चर्चाही झाली असेल, अन ती होणारच. मात्र मी एक सर्वसामान्य वाचकांतर्फे एवढच सांगेन जो पण 'जू' वाचेल; ते त्याच्या अंत:करणात जाऊन बसेल. ही तुझ्या शब्दांची ताकद आहे.

– विजय पाटील

शहादा

ऐश्वर्य नवीन वर्षाची सुरुवात छान झाली. मी इंदापूरला चित्रपटाच्या शुटिंगसाठी आलो होतो. आज माझा कुठलाही शॉट नसल्यामुळे कुठल्याही अडथळ्याशिवाय 'जू' वाचून झाले. काय भाषाशैली आहे! आत आत अशी भाषा भिनत जाते. भाषेची लय कुठेच थोडीही बिघडलेली नाही. खेड्यातील वातावरण, पात्रे अतिशय ठसठशीत होऊन समोर उभी राहतात. अन त्यांच्या भावनांमध्ये अक्षरश: गुंगवून टाकतात. तुझा, आईचा अन् बहिणींचा अवकाशव्यापी संघर्ष अंगावर काटा आणतो. एका प्रसंगात आई जेव्हा अंगठा देऊन फसते. ते तर इतके अंगावर येते. मग मला राहवले नाही. मी पटकन पुढची पाने उलटली, आई जिंकली! हे जेव्हा वाचले; तेव्हा खूप हायसे वाटले, अन आनंदही झाला. मग उलटलेली पाने पुन्हा वाचून काढली. पुढे काय? पुढे काय? असे करत संपूर्ण 'जू' वाचून काढले. अप्रतिम झाले आहे. संतू, दिवड्या, झिंग्या, पक्या या मुलांचे भावविश्व खूप भावले. निसर्ग तर फार छान पद्धतीने तू मांडला आहेस. रक्तबंबाळ होईपर्यंतचे प्रसंग, घटना सतत घडत असतात. फारच भीषण वास्तव तू उभे केले आहेस. ते सगळे भिनत जाते खोलवर. एकूण साऱ्या घटना प्रसंगाचे, दु:खाचे, व्यथा वेदनांचे 'जू' तू मानेवर घेऊन कागदावर उतरवून ठेवले आहेस. शेवटी अशा ठिकाणी आणून उभे केले की पुन्हा त्या साऱ्यांचे काय झाले? तावडीचे, माईचे, आक्काचे.. अशी उत्सुकता लागून राहते..फार आवडले 'जू'! आईस माझा प्रणाम..!

– अभिराम भडकमकर

मुंबई

तुम्ही 'जू' जिवाच्या आकांताने लिहिलंय; पण ते लिहिताना तुम्ही तुमचे, आणि तुमच्या बहिणींचे बालपणातले मनोविश्वही सहजगत्या जपले आहे. त्यात मोठे झाल्यानंतर स्वाभाविकपणे येऊ शकणारा कडवटपणा कुठेही डोकावत नाही. कडवटपणा न ठेवणे हे तुमच्या सर्वच कुटुंबाचे वैशिष्ट्य दिसते. एरवी आताची परिस्थिती निर्माण होणे, कठीण झाले असते. तुम्ही सर्व भावंडांनी आहे त्या परिस्थितीत एकमेकांना चिडवणे. छोट्या छोट्या गोष्टीतला आनंद घेणे, हेही केलेले आहे. कदाचित त्यामुळेच तुमचे प्रेमाचे बंधही टिकून राहिले. परिस्थितीचा राग तुम्ही एकमेकांवर काढला असता तर चित्र वेगळे झाले असते. अर्थात यातही तुमच्या आईचे श्रेय खूप मोठे आहे. तुम्हां सगळ्यांच्या आजच्या परिस्थितीचा संपूर्ण पाया त्यांनी घातला आहे.

पुस्तक वाचायला सुरुवात करताना तुमची भाषा समजेल का? असे वाटत होते; पण जसजसे वाचत गेलो तसतशी भूल पडत गेली. किती गोड आहे तुमची भाषा..! तिचं 'जू' खांद्यावर घेणे कठीण आहे, हे कळत असूनही हेवा वाटायला लावणारी! बोलून बघावीशी वाटणारी! तुमच्या जगण्याने तुम्हाला कवी केले; आणि तुम्ही आपले काळीज भाषेत पर्यायाने 'कईतां' त (कवितेत) ओतले. खूप वेगळा आणि अविस्मरणीय अनुभव 'जू' देऊन जाते. पुस्तक भलेही तुम्ही मोठेपणी लिहिले असले तरी बालपणीची चौकट सांभाळणे तुम्हाला छान जमले आहे. हे वयाचे भान राखणे सहज जमल्यामुळे त्यात कुठेही आक्रस्ताळेपणा किंवा सहानुभूतीची अपेक्षा, हे कुठेही अगदी स्वाभाविकपणे आले नाही हे विशेष. तुमचे दुःख जातीय नाही तसेच केवळ गरिबीमुळे वाट्याला आले नाही. तर ते कुटुंबातल्या ज्यांना आपले म्हणावे अशा व्यक्तींनी तुमच्या पदरात टाकले आहे. हे आणखी एक वेगळेपण! ही निरागसता जपा. फारच दुर्मिळ आहे ती!

– शिरीन कुलकर्णी

मुंबई

'जू' चे 'जू' मनावरून उतरायला तयार नाही. थोर मानल्या जाणाऱ्या भारतीय संस्कृतीने स्त्रीचे नेमके काय केले, ते समजून घ्यायचे तर 'जू' हे एकमेव उदाहरण पुरेसे आहे. तरीही त्या सगळ्या पुरुषप्रधान जोखडातून शिल्लक काय राहते; तर परिस्थितीशी झुंज द्यायची बाईची चिवट जिद्द. स्त्रीला दुबळी मानणाऱ्या प्रत्येकाला सणसणीत उत्तर देणारे 'जू' भाषेच्या, संस्कृतीच्या सगळ्या मर्यादा पार करून जाण्याची ताकद असलेले पुस्तक आहे. *रुट्स* मधला कुंटा किंटे, *द गुड अर्थ* मधला शेतकरी, *गॉन विथ द विंड* मधली स्कार्लेट या व्यक्तिरेखांप्रमाणेच आई, भावड्या, त्याच्या बहिणी हेही सगळे मनात कायमचे वस्तीला आले आहेत.

– वैशाली चिटणीस

मुंबई

'जू' वाचून संपवले आणि तुझ्या सस्मित चेहऱ्याआड लपलेल्या, तळाचा वेध न लागणाऱ्या अंतहीन डोहखोल वेदनांची जाणीव झाली! नात्याचे गोफ बहुसंख्येने काटेरी असतातच; त्या काट्यांच्या व्रणांना 'जू' वाचताना अनेकदा ठेचाळून, वाचन संपल्यावर काही काळ मी अक्षरशः वज्रमूक झालो! तू आणि तुझ्या आईने जे काही सहन केले त्याला छळ म्हणणे तोकडेपणाचे आहे; ते त्या पलीकडे आणखी कुठे तरी आहे. तुम्हां दोघांच्या सहनशक्तीला, संयमाला आणि जगण्याच्या जिद्दीला सलाम! या असह्यतेच्या पार्श्वभूमीवर तुझ्या मनात एक प्रातिभ तेवत आहे आणि लेखणीतून त्या प्रातिभ कांचनाचे बहर फुलत आहेत ते प्रातिभ आईच्या पहिल्या उबदार स्पर्शासारखे जपून ठेव... एखाद्या व्रतासारखे सांभाळ. जे काही कांटेरी वाट्याला आले त्याबद्दल कटुतेची भावना मनात निर्माण होऊ देऊ नकोस, हाच वडिलकीचा सल्ला..!

तुझ्याकडून होणाऱ्या नवीन लेखनाच्या कायम प्रतीक्षेत,

– प्रवीण बर्दापूरकर

औरंगाबाद

'जू' एक धगधगती छळकथाच आहे; ज्यांना आपले म्हणायचे ते स्वजनच जीवावर उठलेले. त्यात भर निसर्गाच्या अवकृपेची! त्यामुळे लेखक आणि त्यांच्या आई-बहिणींच्या आयुष्यात सुखाची साधी एखादी झुळूकही येणे दुरापास्त व्हावे; तरीही आईचा क्षणोक्षणी जीवघेणा संघर्ष. आपल्या मुलांना बापाचे नाव मिळावे ह्या एवढ्या भावनेपोटी बाहेरख्याली अन् दुसरी बायको करणाऱ्या नवऱ्याशी संबंध ठेवणारी आई. आईची ही सारी रूपे अंगावर शहारे उभे करतात. एखाद्याच्या नशिबी दुःखाची एवढी परमावधी असू शकते काय? याचे उत्तर होय असेच आहे. हव्याहव्याशा वाटणाऱ्या सुखाची हलकीशी झुळूकही त्याच्या वाट्याला चुकूनही येऊ नये. आणि हे घडावे जन्मदात्याकडून; आजी, आत्या, चुलते यांच्याकडून. एवढा छळवाद नशिबी यायला असा कोणता परम गुन्हा घडलेला असेल या दुःख-भोगींकडून? त्यांनीही हे भोग मुकाटपणे का सोसावे? किंवा सर्वशक्तीनिशी प्रतिकार का न करावा? ह्या आणि अशाच प्रश्नांची सोडवणूक करून घेण्यासाठीच ऐश्वर्य पाटेकर यांची 'जू' आत्मचरित्रात्मक कादंबरी वाचणे आवश्यक आहे.

ऐश्वर्य पाटेकरांचे 'जू' वाचून संपल्यावर आपल्या मानगुटीवरून उतरायचे नाव घेत नाही. स्वान्तसुखाय वाचकाला नकोसा वाटणारा हा दुःखालेख!

– बाबाराव मुसळे

ज्येष्ठ ग्रामीण लेखक

'जू' हे आत्मकथन वाचून माझ्या संवेदना क्षणोक्षणी थरारल्या. हमसून हमसून रडलोही. हे केवळ आत्मकथन नाही तर जगण्याचा संघर्ष किती विदारक असू शकतो याची भयाण वास्तविक संहिता आहे. ही कथा आहे इथल्या कुटुंबव्यवस्थेतील भयानक शोषणाची. ही केवळ कुटुंबकथाही नाही, तर जगातल्या कुठल्याही कुटुंबात अशा मनोवृत्तीची माणसे असू शकतात; व त्या मनोवृत्तीचे शोषक व शोषित यांच्यातला संघर्ष किती पराकोटीचा असू शकतो; याची पदोपदी साक्ष देते. 'जू' हे आत्मकथन घराघरात पोहोचले पाहिजे. कारण हे केवळ आत्मकथन नाही, तर साऱ्या धर्मग्रंथाची शिकवण असणाऱ्या मानवतावादी मूल्यांची रूजवण करणारे, मानवी आयुष्याचे तत्त्व मांडणारे 'सर्वधर्मसार' आहे. 'जू' हे आत्मकथन वाचून लोक जगणे शिकतील. वाचकांना स्वतःत डोकावून पाहावे लागेल; ते आत्मचिंतन करायला लागतील. आत्मबळाचे माहात्म्य अनुभवतील. शोषकांना आत्मचिंतन करावे लागेल; तर शोषितांना जगायला धीर मिळेल यात शंकाच नाही. हे आत्मकथन धैर्यबांधणी करणारे, आत्मबळ वाढवणारे आहे.

'लेका, उकिरड्याची दैनाबी एक न् एक दिवस फिटतेच; तशी आपलीबी दैना फिटलेच; एक न् एक दिवस!' या एका आशेवर इंदुआई जगली, केवळ आत्मबळाने साऱ्या संकटांना सामोरे जात, त्यांच्यावर मात करून गेली. 'जू' वाचत असतानाच आपल्या मनात एक नवे विश्व निर्माण होत असते आणि तिथे आई, माई, आक्का, तावडी, पमी व भावड्या वस्तीला आलेले असतात. आपल्याला ते अंतर्बाह्य समृद्ध करत असतात.

'जू' हे शीर्षक फार समर्पक असे आहे. आपल्या कृषकसंस्कृतीत बैलाच्या खांद्यावर 'जू' ठेवून आपण आपली शेती करत असतो; मात्र शेतीत राबणाऱ्या बैलाची व त्याच्या खांद्यावर असणाऱ्या 'जू'ची जाणीव आपण ठेवत नाही. बैल त्या ओझ्याखाली आयुष्यभर झगडत राहतो न्यायासाठी. तसेच भावड्याच्या खांद्यावरही हजार 'जू' होते. आणि ते सारे 'जू' उतरवून भावड्याला मुक्त व्हायचे होते. त्या मुक्त होण्याची गोष्ट 'जू' मधून सांगितली आहे. संत ज्ञानेश्वर महाराज म्हणतात त्याप्रमाणे 'या हृदयीचे त्या हृदयी' पोहचणारे हे आत्मकथन आहे. ही काळजाची भाषा आहे. जी खूप खोल-खोल काळजात उतरत जाते. 'जू' वाचून मी खरंच खूप ऐश्वर्यसंपन्न झालो आहे.

ऋषिकेश देशमुख
नांदेड

आपले 'जू' आत्मकथन वाचले; नव्हे अनुभवले! अनुभवत असताना आतून अस्वस्थ होत होतो. डोळे पावसाळी ढगाप्रमाणे झरत होते. अश्रूंना थांबवण्याचा मी प्रयत्नच केला नाही. कारण मला ते शक्यच झाले नाही. गतकाळातील आठवणी मन:पटलावरून चित्रफितीसारख्या सरकत गेल्या. आपले कथन मला पदोपदी, पानोपानी भूतकाळात घेऊन गेले. आपल्याएवढी संकटे मी झेलली नाहीत, कष्ट उपसले नाहीत; परंतु थोड्याफार फरकाने सारे अनुभवले आहे. सत्य हे कल्पनेपेक्षाही भयानक वा विचित्र असते; हे पुस्तकांतून आणि चित्रपटांतून अनुभवत आलो होतो. आपले आत्मकथन वाचले आणि वरील वाक्याची प्रचिती आली. आपण भोगलेले जीवन, बापाचे वर्णन, बापाकडचे नातेवाईक - आजी, आत्या, बुट्टा चुलता, चुलती, भोकरडोळ्याचा आत्याचा नवरा, चेटकीणाई अशी सारी माणसे भेटल्यावर माणसे एवढी उफराट्या काळजाची असतात? याचा प्रश्न पडला. पण याउलट तुमचा अंबरमामा, छायामामी, मायआजोबा, आक्का, माई, ताई, पमी, तावडीचे पती अर्थात देवळ्याचे दाजी, रामाराव सर, बनकर गुरुजी यांसारखी चांगली माणसे भेटली आणि आपण या वळणावर आलात. यशस्वी झालात! वाइटाची तमा न बाळगता आपण चांगल्याचा स्वीकार करत गेलात म्हणून आपला प्रवास चांगला झाला. आईने तुम्हाला जिद्द, चिकाटी, संस्कार, यांचा पाठ घालून दिला तर बहिणींनी सहनशीलता शिकवली.

गरिबाचा आणि गरिबीचा कोणीही वाली नसतो. त्यांचे भयानक हाल होतात. उधाणलेल्या समुद्रात एकटे पडलेल्या होडीसारखी, वाळवंटात तळमळणाऱ्या माणसासारखी त्याची अवस्था होते. मात्र जिद्दीने, कष्टाने जो पुढे जातो तो यशस्वी होतो. तसे आपले जीवन आहे. तुम्हाला भावड्या म्हटलं जायचं तर मला भावश्या. भावड्याला ऐश्वर्य मिळवून दिले प्राथमिक शाळेतील गुरुजींनी; तर मला विजयी केले रत्नाबाईंनी. आपले सारे जीवन अनुभवत असताना त्या माउलीचे आभार मानावेत तेवढे कमी आहेत.

माउलीला शतशः नमन! आपण आपल्या परिस्थितीचे 'जू' कष्टाच्या बळावर कसे तोलले याचे नितांत भावपूर्ण वर्णन आपल्या आत्मकथनात आहे. आत्मकथनाचा इतिहास पाहता आपले 'जू' साहित्यकोंदणातील कोहिनूर आहे. अशा साहित्यकृतीची आपण मराठी साहित्यास भेट दिलीत. याबद्दल आपले मन:पूर्वक आभार!

विजय लोंढे
पुणे

ऐश्वर्य पाटेकर

मु. पो.: काकासाहेबनगर, ता.: निफाड,
जि.: नाशिक - ४२२३०८
ई मेल : oviaishpate@gmail.com
संपर्क : ९८२२२९५६७२

शिक्षण : एम. ए. (मराठी), नेट-सेट, एम. फील

व्यवसाय : के. के. वाघ शिक्षण संस्थेचे के. के. वाघ महाविद्यालय, काकासाहेबनगर येथे अधिव्याख्याता म्हणून २००४ पासून कार्यरत

- *भुईशास्त्र* काव्यसंग्रह प्रथम प्रकाशन २०११
- *भुईशास्त्र* काव्यसंग्रहास पुरस्कार
    - साहित्य अकादमी युवा पुरस्कार, नवी दिल्ली २०११
    - यशवंतराव चव्हाण साहित्य पुरस्कार, पुणे २०११
    - महाराष्ट्र साहित्य परिषदेचा पुरस्कार, पुणे २०१२
    - इंदिरा संत काव्य पुरस्कार, इचलकरंजी २०१२
    - यशवंतराव दाते स्मृती पुरस्कार, वर्धा २०१२
    - सुजाता पाब्रेकर स्मृती पुरस्कार, मुंबई २०१२
    - कविवर्य रा. ना. पवार पुरस्कार, सोलापूर २०१२
    - गदिमा काव्य पुरस्कार, पुणे २०१२
- जू आत्मकथन : प्रथम प्रकाशन मार्च २०१६
- जू आत्मकथनाला पुरस्कार
    - डॉ. द. ता. भोसले 'जिव्हाळा' साहित्य पुरस्कार, जून २०१६ पंढरपूर
    - गावगाडा साहित्य पुरस्कार, फेब्रुवारी २०१७ वडशिवणे (सोलापूर)
    - प्रसाद बन साहित्य पुरस्कार, एप्रिल २०१७ नांदेड

- सहाव्या आंतरराष्ट्रीय काव्यमहोत्सवानिमित्त साहित्य अकादमी आयोजित 'शब्दों में समाई दुनिया' या दिल्ली येथे झालेल्या काव्यमहोत्सवात मराठी कवितेचा प्रतिनिधी म्हणून निवड
- साहित्य अकादमी दिल्ली आयोजित 'भारतीय कविता : नई फसल' या काव्यमहोत्सवात मराठी कवितेचा प्रतिनिधी म्हणून पुन्हा एकदा निवड
- भारत सरकारच्या सांस्कृतिक मंत्रालयातर्फे दहाजणांच्या शिष्टमंडळात चीन भेटीसाठी निवड
- पुणे विद्यापीठाच्या एफ.वाय.बी.ए. च्या अभ्यासक्रमात 'मायमाती' या कवितेचा समावेश
- एफ.वाय.बी.ए., शिवाजी विद्यापीठ, कोल्हापूर यांच्या अभ्यासक्रमात चार कवितांचा समावेश
- *इंडियन लिटरेचर* नियतकालिकात कवितांचा इंग्लिश अनुवाद प्रसिद्ध
- ओडिया, हिंदी, बंगाली, उर्दू आणि इंग्लिश या भाषांमध्ये *भुईशास्त्र* मधील कवितांचे अनुवाद
- *भुईशास्त्र* काव्यसंग्रहावर संशोधन :
  - पुणे विद्यापीठात श्री. अविनाश मेहेत्रे यांचे एम. फील. पूर्ण
  - पुणे विद्यापीठात श्री. सुरेश लांडगे यांचं एम. फील. सुरू
  - प्रा. डॉ. राहुल पाटील यांचा समीक्षाग्रंथ *भुईशास्त्राचे शास्त्र*

www.ingramcontent.com/pod-product-compliance
Lightning Source LLC
LaVergne TN
LVHW100626051026
849519LV00001B/121

* 9 7 8 9 3 8 4 3 1 6 9 6 9 *